ಕಾರ್ಗಿಲ್
ಕದನ-ಕಥನ

ಚಕ್ರವರ್ತಿ ಸೂಲಿಬೆಲೆ

ವಿಕ್ರಂ ಪ್ರಕಾಶನ
#240, 5ನೇ ಮುಖ್ಯ ರಸ್ತೆ, 2ನೇ ಅಡ್ಡ ರಸ್ತೆ,
ಕಾಫೀ ಬೋರ್ಡ್ ಲೇಔಟ್,
ಕೆಂಪಾಪುರ, ಬೆಂಗಳೂರು

ಕಾರ್ಗಿಲ್: ಕದನ ಕಥನ
ಲೇಖಕರು: **ಚಕ್ರವರ್ತಿ ಸೂಲಿಬೆಲೆ**

ಪ್ರಕಾಶಕರು: **ವಿಕ್ರಂ ಪ್ರಕಾಶನ,** ನಂ. 240, 5ನೇ ಮುಖ್ಯ ರಸ್ತೆ, 2ನೇ ಅಡ್ಡ ರಸ್ತೆ, ಕಾಫಿ ಬೋರ್ಡ್ ಲೇಔಟ್, ಕೇಂಪಾಪುರ, ಹೆಬ್ಬಾಳ, ಬೆಂಗಳೂರು–560024
ದೂರವಾಣಿ: 8971091760, 9740094008

ಹಕ್ಕುಗಳು: ಲೇಖಕರದ್ದು

ಪ್ರಥಮ ಮುದ್ರಣ: ಜುಲೈ 26, 2014
ದ್ವಿತಿಯ ಮುದ್ರಣ: ಆಗಸ್ಟ್ 10, 2014
ತೃತೀಯ ಮುದ್ರಣ: ನವೆಂಬರ್ 10, 2014

ಪುಸ್ತಕ ಆಕಾರ: 1/8 ಡೆಮ್ಮಿ
ಕಾಗದ ಬಳಕೆ: 70 ಜಿಎಸ್‌ಎಂ ಮ್ಯಾಪ್‌ಲಿಥೋ
ಪುಟಗಳು: X+186
ಬೆಲೆ: 150/–
ಸಂಪಾದಕ–ಪ್ರಕಾಶಕ **ನಂದಾ ಹರಿಪ್ರಸಾದ್**
ರೇಖಾಚಿತ್ರ: **ಸುನೀಲ್ ಮಿಶ್ರ**
ಮುಖಪುಟ: **ಶ್ರೀನಿವಾಸ್**
ಒಳಪುಟ ವಿನ್ಯಾಸ: **ಸುಮುಖ** (ಮೊದಲ & ಎರಡನೇ ಮುದ್ರಣ)
ವೈಷ್ಣವಿ ಗ್ರಾಫಿಕ್ಸ್ (ಮೂರನೇ ಮುದ್ರಣ)

ಮುದ್ರಣ: **ಎಕ್ಸಲೆಂಟ್ ಪ್ರಿಂಟರ್ಸ್**
ಗೋವಿಂದರಾಜ ನಗರ,
ಬೆಂಗಳೂರು–560040

ಅರ್ಪಣೆ

ಏಕಮಾತ್ರ ಪುತ್ರನನ್ನು ರಾಷ್ಟ್ರ ರಕ್ಷಣೆಯಲ್ಲಿ
ಕಳೆದುಕೊಂಡ ನಂತರವೂ ಸದಾ ದೇಶದ
ಏಳಿಗೆಯನ್ನು ಬಯಸುತ್ತಾ ನಮಗೆಲ್ಲ ಪ್ರೇರಣೆ
ನೀಡುತ್ತಿರುವ ಮೇಜರ್ ಸಂದೀಪ್
ಉನ್ನಿಕೃಷ್ಣನ್‌ರ ತಂದೆ-ತಾಯಿ
ಶ್ರೀ ಕನ್ನಂಬತ್ ಉನ್ನಿಕೃಷ್ಣನ್
ಶ್ರೀಮತಿ ಧನಲಕ್ಷ್ಮಿ ಉನ್ನಿಕೃಷ್ಣನ್
ಅವರಿಗೆ.

ಕದನ ಪೂರ್ವ

ಮರೆಯೋದು ನಮಗಿರುವ ಒಳ್ಳೆಯ ಗುಣವೂ ಹೌದು, ಕೆಟ್ಟದ್ದೂ ಹೌದು. ಆದರೆ ಕೆಲವೊಂದನ್ನು ಮರೆಯಲೇಬಾರದು, ಎನ್ನುವ ಪ್ರಜ್ಞೆ ನಮಗೆಲ್ಲ ಇರಬೇಕು. ಈ ದೇಶದ ಇತಿಹಾಸ, ಪರಂಪರೆ ಅದೆಷ್ಟು ಆಳವೆಂದರೆ ಎಲ್ಲವನ್ನು ಒಬ್ಬನ ಜೀವಿತಾವಧಿಯಲ್ಲಿ ಮೆಲುಕು ಹಾಕುವುದೂ ಕಷ್ಟವಾದೀತು. ಹಾಗಿರುವಾಗ ನಾವು ಕಂಡ ಘಟನೆಗಳನ್ನೇ ಒಮ್ಮೆ ನೆನಪಿಸಿಕೊಳ್ಳದಿದ್ದರೆ ಹೇಗೆ?

ಕಾರ್ಗಿಲ್ ಕದನ ನಾವೆಲ್ಲ ಕಾಲೇಜಿಗೆ ಹೋಗುತ್ತಿರುವಾಗ ನಡೆದ ಘಟನೆ. ಪ್ರತಿನಿತ್ಯ ಪತ್ರಿಕೆಗಳಲ್ಲಿ, ಟೀವಿಗಳಲ್ಲಿ ನಾವು ಆ ದೃಶ್ಯಾವಳಿಗಳನ್ನು ಕಂಡವರು. ಸೈನಿಕರ ಶೌರ್ಯದ ವೀರಾವೇಶವನ್ನು ಓದಿ ಮೈತುಂಬಿಸಿಕೊಂಡವರು. ನಮ್ಮ ಕಾಲದ ತರುಣರ ಮೇಲೆ ಕಾರ್ಗಿಲ್‌ನ ನೆರಳು ಬಲು ಗಾಢವಾಗಿದೆ. ದೇಶಪ್ರೇಮ ಬಲಿಯಬೇಕೆಂದರೆ ಯುದ್ಧ ಆಗಲೇಬೇಕು ಎನ್ನೋದು ಸತ್ಯವೂ ಇರಬಹುದು.

ಕಾರ್ಗಿಲ್ ಹೋರಾಟದ ಪ್ರೇರಣೆ ಪ್ರತೀ ಪೀಳಿಗೆಗೂ ದಕ್ಕಬೇಕು. ನಮ್ಮ ನಡುವಿನಲ್ಲಿ ಆಡಿ ಬೆಳೆದ ಇಪ್ಪತ್ತರಿಂದ ಮುವ್ವತ್ತರ ನಡುವಿನ ತರುಣರು, ಆ ಗುಡ್ಡದ ಮೇಲೆ ಹಾಗೆಲ್ಲ ಕಾದಾಡಲು ಹೇಗೆ ಸಾಧ್ಯವಾಯಿತೆನ್ನುವುದು ಶಾಲಾ ಕಾಲೇಜುಗಳಲ್ಲಿ ಚರ್ಚೆಗೆ ಬರಬೇಕು. ಅದಕ್ಕೇ ನಾವು ಕಾರ್ಗಿಲ್ ವಿಜಯೋತ್ಸವವನ್ನು ಪ್ರತಿವರ್ಷ ಆಚರಿಸುತ್ತಿದ್ದುದು. ಸರ್ಕಾರವೂ ಆರಂಭದಲ್ಲಿ ಅದನ್ನು ಪುರಸ್ಕರಿಸಿತು, ಆಮೇಲಾಮೇಲೆ ಆ ಕುರಿತಂತೆ ಯಾರಿಗೂ ಕಾಳಜಿ ಉಳಿಯಲಿಲ್ಲ. ನಾವು ಭಿನ್ನ – ಭಿನ್ನ ವೇದಿಕೆಯ ಮೇಲೆ ಕಾರ್ಗಿಲ್‌ನೇ ನೆಪವಾಗಿರಿಸಿಕೊಂಡು ಭಾರತದ ರಕ್ಷಣೆಗಾಗಿ ಕಾದಾಡಿದ ಎಲ್ಲ ಯೋಧರನ್ನೂ ನೆನಪಿಸಿಕೊಡುವ ಪ್ರಯತ್ನ ಶುರುಮಾಡಿದೆವು. ಜನರ ಹೃದಯದಲ್ಲಿ ಯೋಧರನ್ನೂ, ಅವರ ಪರಿವಾರದವರನ್ನೂ ಭದ್ರವಾಗಿಸುವಲ್ಲಿ ಸ್ವಲ್ಪಮಟ್ಟಿಗಾದರೂ ಯಶಸ್ಸು ಪಡೆದೆವು.

ಈಗ ವಿಜಯ್ ದಿವಸ್‌ಗೆ ಹದಿನೈದು ವರ್ಷ. ಪಾಕಿಸ್ತಾನಿಗಳಿಗೆ ಪ್ರತಿಬಾರಿ ಪಾಠ ಕಲಿಸಿ ಕಲಿಸಿ ನಮ್ಮ ಸೈನಿಕರಿಗೆ ಸಾಕಾಗಿಹೋಗಿದೆ. ಈ ಪ್ರಯಾಸದಲ್ಲಿಯೇ ಕಾರ್ಗಿಲ್‌ನಲ್ಲಿ 527 ವೀರಸೈನಿಕರ ಪ್ರಾಣಾರ್ಪಣೆಯೂ ಆಗಿದೆ. ಹೀಗಿದ್ದಾಗ್ಯೂ ನಾವು ಪಾಠ ಕಲಿಯಲಿಲ್ಲವೆಂದರೆ ಹೇಗ ಹೇಳಿ. ನಮ್ಮ ಗಡಿಗಳು ಸುರಕ್ಷಿತವಲ್ಲವೆಂದರೆ ನಾವೂ ಸುರಕ್ಷಿತವಲ್ಲ. ನೆನಪಿರಲಿ. ನಮ್ಮ ಮುಂದಿನ ಪೀಳಿಗೆಗೆ ಇದರ ಅರಿವು ಬೇಕು, ಈ ಕಥೆಗಳನ್ನು ಹೇಳುವ ಮತ್ತು ಕೇಳುವವರ ಸಂಖ್ಯೆ ಹೆಚ್ಚಾಗಬೇಕು. ಅದಕ್ಕೆಂದೇ ಈ ಪ್ರಯತ್ನ.

ಕಾರ್ಗಿಲ್ ವಿಜಯದ ಕುರಿತಂತೆ ಪುಸ್ತಕ ತರುವ ಕಲ್ಪನೆ ತುರ್ತಾಗಿ ರೂಪುಗೊಂಡು ಅಷ್ಟೇ ಬೇಗನೆ ಕಾರ್ಯರೂಪಕ್ಕೆ ಬಂದುಬಿಡ್ತು. ಅಕ್ಷರಶಃ ಕಾರ್ಗಿಲ್ ಯುದ್ಧದಂತೆ ನಡೆದ ಪ್ರಕ್ರಿಯೆ ಇದು. ಈ ಕಲ್ಪನೆ ಬರುವಾಗ ನಾನು ಕಾರ್ಗಿಲ್‌ನ ಯುದ್ಧ ಭೂಮಿಯಲ್ಲೇ ಇದ್ದೆ. ತೋಲೋಲಿಂಗ್‌ನ್ನೂ, ಟೈಗರ್ ಹಿಲ್‌ನ್ನೂ ಮತ್ತು ಲೇಹ್‌ನ ಹಾಲ್ ಆಫ್ ಫೇಮ್‌ಗಳನ್ನೂ ಕಣ್ತುಂಬಿಕೊಳ್ಳುತ್ತಿದ್ದೆ. ಖರ್ದುಂಗ್ಲಾ ಪಾಸ್‌ನ ಎತ್ತರದಲ್ಲಿ ನಿಂತು ಸೈನಿಕರ ಕೈ ಕುಲುಕುತ್ತಿದ್ದೆ. ಮರಳಿ ಬಂದವನು ಬರೆಯಲು ಕುಳಿತೆ. ಬರೆದಿದ್ದು ಆಗಿಂದಾಗ್ಯೆ ಬೆರಳಚ್ಚಾಯ್ತು. ಮಿತ್ರ ಸುಮುಖ ಮತ್ತು ನಿತ್ಯಾನಂದ ಹಠಕ್ಕೆ ಬಿದ್ದು ಪ್ರೂಫ್ ತಿದ್ದಿದರು; ಚಿತ್ರ ಹೊಂದಿಸಿದರು. ಅವರಿಲ್ಲದೆ ಹೋಗಿದ್ದರೆ ಈ ಪುಸ್ತಕ ಇಷ್ಟು ಬೇಗ ಕೈಸೇರುವುದು ಕಷ್ಟವಾಗಿತ್ತು. ಶ್ರೀನಿವಾಸ್ ವಿನ್ಯಾಸಕ್ಕೆ ಕುಳಿತರು, ಮುಖಪುಟ ಸಿದ್ಧವಾಯ್ತು. ಹೆಚ್ಚು ಕಡಿಮೆ ಎಂಟು ದಿನಗಳ

ಹಗಲು ರಾತ್ರಿ ಪರಿಶ್ರಮ, ಇದೋ ನಿಮ್ಮೆದುರಿಗೆ.

ಈ ಕೃತಿ ರಚನೆಗೆ ಆಶೀರ್ವಾದಗೈದ ಪೂಜ್ಯ ಸ್ವಾಮಿ ಸ್ವಾತ್ಮಾರಾಮಾನಂದರಿಗೆ ಭಕ್ತಿಪೂರ್ವ ನಮನಗಳು.

ಈ ಕಥನ ನಿಮ್ಮೆದುರಿಗಿಡುವಲ್ಲಿ ಜನರಲ್ ವಿಪಿ ಮಲಿಕ್‌ರ 'ಕಾರ್ಗಿಲ್', ಶ್ರಿಂಜೋಯ್ ಚೌಧರಿಯ 'ಡಿಸ್ಪ್ಯಾಚಸ್ ಫ್ರಂ ಕಾರ್ಗಿಲ್' ರಾಷ್ಟ್ರೋತ್ಥಾನದ 'ಕಾರ್ಗಿಲ್ ಕಂಪನ' ಮತ್ತು ಅಂತರ್ಜಾಲದ ಮಾಹಿತಿಗಳನ್ನು ಯಥೇಚ್ಛವಾಗಿ ಬಳಸಿದ್ದೇನೆ.

ಮಿತ್ರರೇ ಇದು ಭಾವನೆಗಳ ಮೇಳ. ಇಲ್ಲಿ ಕಾರ್ಗಿಲ್‌ನ ಗುಡ್ಡಗಳ ಮೇಲೆ ರಕ್ತ ಚೆಲ್ಲಿದ ಅನೇಕರ ಕಥನಗಳಿವೆ. ಹೇಳದೇ ಉಳಿದುದೂ ಸಾಕಷ್ಟಿದೆ. ಕೇಳಿದ್ದಷ್ಟರಿಂದ ಒಂದೆರಡು ಹನಿ ನೀರು ಕಣ್ಣಿಂದ ಚೆಲ್ಲಿದರೆ ಪ್ರಯತ್ನ ಸಾರ್ಥಕ.

ಬನ್ನಿ ಆ ಮಂಜಿನ ಗುಡ್ಡಗಳಲ್ಲಿ ಕಳೆದು ಹೋಗೋಣ.

ವಂದೇ

ಚಕ್ರವರ್ತಿ ಸೂಲಿಬೆಲೆ

ಮೂರನೆ ಮುದ್ರಣಕ್ಕೆ ಮುನ್ನ

ಈ ಕೃತಿ ಇಷ್ಟು ಬೇಗನೆ ಮತ್ತೊಂದು ಮುದ್ರಣ ಕಾಣುತ್ತದೆಂದು ನಾನು ಊಹಿಸಿರಲಿಲ್ಲ. ಕಾರ್ಗಿಲ್ ಕದನ ಕಥನ ಪುಸ್ತಕದ ಬರವಣಿಗೆಯೇ ಒಂದು ವಿಶೇಷವಾಗಿತ್ತು. ಅದಕ್ಕಿಂತ ಹೆಚ್ಚು ಆಶ್ಚರ್ಯಕರವೂ ಮತ್ತು ರೋಮಾಂಚಕಾರಿಯೂ ಆಗಿದ್ದು ಅದರ ಪುಸ್ತಕ ಬಿಡುಗಡೆ. ಪುಸ್ತಕ ಬಿಡುಗಡೆ ಕಾರ್ಗಿಲ್ ವಿಜಯೋತ್ಸವದ ದಿವಸ ರಾಷ್ಟ್ರೀಯ ಸೈನಿಕ ಸ್ಮಾರಕದ ಎದುರಿಗೆ ಆಗುವಾಗ ಎಲ್ಲರೂ ಭಾವುಕರಾಗಿದ್ದರು. ಮಳೆಯ ನಡುವೆ ಕಾರ್ಗಿಲ್ ಕದನದ ಕಥನಗಳನ್ನು ಕೇಳುತ್ತ ಈ ಪುಸ್ತಕದ ಬಿಡುಗಡೆಗೆ ಸಾಕ್ಷಿಯಾಗಿದ್ದು ಬಹುಶಃ ನಮ್ಮೆಲ್ಲರ ಜೀವನದಲ್ಲೂ ಅತ್ಯಮೋಘ ಕ್ಷಣ.

ಪುಸ್ತಕವನ್ನ ಅಲ್ಲಿ ಸ್ವೀಕರಿಸಿದ್ದಲ್ಲದೆ, ಇಡಿಯ ಸಮಾಜ ಅಷ್ಟೇ ಪ್ರೀತಿಯಿಂದ ಅದನ್ನು ಸ್ವೀಕರಿಸಿ ಇಂತಹ ಬರಹಗಳಿಗೆ ಪ್ರೋತ್ಸಾಹ ಕೊಡುವ ಮಾತನ್ನಾಡಿತ್ತು. ಇದು ಅತ್ಯಂತ ಹೆಮ್ಮೆ ಮತ್ತು ಸಮಾಜ ಈಗ ಸಾಗುತ್ತಿರುವ ದಿಕ್ಕನ್ನು ತೋರಿಸುತ್ತದೆ.

ಸೈನಿಕರು ತಮ್ಮ ಪ್ರಾಣವನ್ನು ಒತ್ತೆಯಿಟ್ಟು ದೇಶದ ರಕ್ಷಣೆ ಮಾಡಿದಂತಹ ಈ ಬಗೆಯ ಕಥನಗಳನ್ನ ಮತ್ತೆ ಮತ್ತೆ ಕೇಳಬೇಕೆಂಬುದು ನಮ್ಮೆಲ್ಲರ ಆಶಯ, ಸದುದ್ದೇಶ.

ಇಂದಿಗೂ ಕೂಡ ಸೈನಿಕರು ಗಡಿಯಲ್ಲಿ ನಿಂತು ರಾಷ್ಟ್ರದ ರಕ್ಷಣೆಗೆ ತಮ್ಮನ್ನು ತಾವು ಸಮರ್ಪಿಸಿಕೊಳ್ಳುತ್ತಾರಲ್ಲ, ಅವರಿಗೆ ಈ ಥರದ ಸಾವಿರ ಪುಸ್ತಕಗಳು ಸಮರ್ಪಣೆಯಾದರೂ ಕಡಿಮೆಯೇ.

ಈ ಪುಸ್ತಕವನ್ನು ಸ್ವಾಗತಿಸಿದ, ಓದಿ ಅಭಿಪ್ರಾಯ ತಿಳಿಸಿದ, ಪ್ರೀತಿಸಿದ ಎಲ್ಲ ಮಿತ್ರರಿಗೂ ಪ್ರೀತಿ ಪೂರ್ವಕ ವಂದನೆಗಳು.

ನಮಸ್ಕಾರ.
ಚಕ್ರವರ್ತಿ ಸೂಲಿಬೆಲೆ

ಈ ಪುಸ್ತಕದ ಮೊದಲನೆಯ ಪ್ರತಿಯನ್ನು ರಾಷ್ಟ್ರೀಯ ಸೈನಿಕ ಸ್ಮಾರಕದಲ್ಲಿರುವ ರಾಷ್ಟ್ರೀಯ ಸೈನಿಕ ಪುತ್ಥಳಿಗೆ ಸಮರ್ಪಿಸಲಾಗಿದೆ.

ಕದನ ಪರ್ವ

1
ಯುದ್ಧ ಕಾರಣ

ಬಿಎಸ್ಸಿಗೆ ಸೇರಿ ಒಂದು ವರ್ಷವಾಗಿತ್ತು ಬಲು ಆಸಕ್ತಿಯಿಂದ ಸೇರಿಕೊಂಡವನಲ್ಲ. ಅಮ್ಮನ ಒತ್ತಾಯ. ಬೇಗ ಬಿ.ಎಸ್ಸಿ. ಮುಗಿಸಿ ಐ.ಐ.ಎಸ್ಸಿ. ಯಲ್ಲಿ ಸಂಶೋಧಕನಾಗಬೇಕೆಂಬುದು ಅವಳ ಕನಸು. ಅವಳ ಗೆಳತಿಯ ಮಗ ಅದಾಗಲೇ ಎರಡೆರಡು ಪೇಟೆಂಟ್ ಪಡಕೊಂಡು ಬಿಟ್ಟಿದ್ದಾನಂತೆ. ಏನೇ ಹೇಳಿ ಅಪ್ಪ-ಅಮ್ಮ ಹೀಗೆ ಮಕ್ಕಳ ಮೇಲೆ ತಮ್ಮ ಕನಸುಗಳನ್ನು ಹೇರುವುದು ನಿಲ್ಲಿಸುವವರೆಗೆ ಈ ದೇಶದ ಉದ್ಧಾರವಾಗೋಲ್ಲ. ಹಾಗಂತ ಕ್ಯಾಂಟೀನಿನಲ್ಲಿ ದಿನಕ್ಕೆ ಇಪ್ಪತ್ತು ಬಾರಿಯಾದ್ರೂ ಹೇಳಿಕೊಳ್ಳುತ್ತೇವೆ. ನನ್ನಂತೆ ಕಿರಿಕಿರಿ ಮಾಡುವ ಅನೇಕರು ನನ್ನ ತರಗತಿಯಲ್ಲಿದ್ದಾರೆ. ಛೇ! ಅದೆಷ್ಟು ಜನ ಮನಸ್ಸಿಗೆ ಬೇಡವಾದುದನ್ನು ಓದುತ್ತ ಬದುಕು ಹಾಳು ಮಾಡಿಕೊಳ್ಳುತ್ತಿದ್ದಾರೋ ಪಾಪ.

ನನಗೆ ಗಣಿತ ಕಂಡರೆ ಅಲರ್ಜಿ, ಫಿಸಿಕ್ಸು ಪಂಚಪ್ರಾಣ, ಕೆಮಿಸ್ಟ್ರಿಯಲ್ಲಿ ಒಂದೇ ಒಂದು ರಾಸಾಯನಿಕ ಕ್ರಿಯೆಯೂ ತಲೆಗೆ ಹತ್ತುವುದಿಲ್ಲ. ಇತಿಹಾಸದ ಕತೆ ಕೇಳುವುದು, ಹೇಳುವುದು ಬಲು ಖುಷಿ. ಆದರೇನು? ನನಗೆ ಬೇಕಾದಂತೆ ವಿಷಯಗಳಿಲ್ಲ. ವಿಷಯಕ್ಕೆ ತಕ್ಕಂತೆ ನಾನು ಹೊಂದಿಕೊಳ್ಳಬೇಕು. ಹೇ ಭಗವಂತ! ಈ ದೇಶದ ಶಿಕ್ಷಣ ಪದ್ಧತಿ ಅದ್ಯಾವಾಗ ಬದಲಾಗುವುದೋ?

ಈ ಹೊತ್ತು ತರಗತಿಗೆ ಹೊಸ ಮೇಷ್ಟ್ರು ಬರುವರಂತೆ. ಬೇರೆ ಬೇರೆ ರಾಜ್ಯದ ಬೇರೆ ಬೇರೆ ವಿಶ್ವವಿದ್ಯಾಲಯಗಳಲ್ಲಿ ಪಾಠ ಮಾಡಿ ಈಗ ನಮ್ಮ ಕಾಲೇಜಿಗೆ ಬಂದಿದ್ದಾರಂತೆ. ಸೆಮಿಸ್ಟರಿನ ಮಧ್ಯೆ ಹೀಗೊಬ್ಬ ಅಧ್ಯಾಪಕರನ್ನು ನೇಮಿಸಿಕೊಂಡ ಉದಾಹರಣೆ ಈ ಕಾಲೇಜಿನಲ್ಲಿ ಇಲ್ಲವೇ ಇಲ್ಲ. ಅಂತಹುದರಲ್ಲಿ ಇವರು ಬಂದಿದ್ದಾರೆಂದರೆ ವಿಶೇಷವೇ ಇರಬೇಕು. ನಾವೂ ಗೋಳು ಹೊಯ್ದುಕೊಳ್ಳುವುದರಲ್ಲಿ ನಿಸ್ಸೀಮರೇ ಆಗಿರುವುದರಿಂದ ಯಾವುದಕ್ಕೂ ತಲೆಕೆಡಿಸಿಕೊಳ್ಳುವಂತಿಲ್ಲ.

ಎರಡನೇ ಪಿರಿಯಡ್ಡು! ಹೊಸ ಮೇಷ್ಟ್ರು ಇವರ ಬಂಡವಾಳ ಇಂದೇ ಬಯಲಾಗಲಿದೆ. ಇವರೊಂದಿಗೆ ನಮ್ಮ ಮುಂದಿನ ದಿನ ಹೇಗೆಂಬುದಕ್ಕೆ

ಇಂದು ಸತ್ವ ಪರೀಕ್ಷೆ!

ಮೇಷ್ಟ್ರು ಒಳ ಬಂದಾಯ್ತು. ನೋಡಲಿಕ್ಕೆ ಮುದ್ದಾಗಿದ್ದಾರೆ. ಎತ್ತರ ಐದೂವರೆ ಅಡಿಯಾದರೂ ಇದೆ. ಬೆಳ್ಳಗಿದ್ದಾರೆ, ಕಡುಗಪ್ಪು ಕಣ್ಣು, ಕಪ್ಪು ಕೂದಲು ಅರ್ಧ ಮಡಚಿದ ತೋಳಿನ ಕುರ್ತಾ, ಬಿಳಿಯ ಪೈಜಾಮ. ಭೌತಶಾಸ್ತ್ರದ ಮೇಷ್ಟ್ರು ಹೀಗಿರಬಹುದೆಂಬ ಕಲ್ಪನೆಯೂ ನನಗಿರಲಿಲ್ಲ.

'ನಾನು ಸುಭಾಷ್ ಕೌಲ್, ಹುಟ್ಟಿದ್ದು ಕಾಶ್ಮೀರದಲ್ಲಿ ಬೆಳೆದದ್ದು ದೆಹಲಿಯಲ್ಲಿ ಉನ್ನತ ಅಧ್ಯಯನ ಮುಂಬೈನಲ್ಲಿ ರಾಜಸ್ತಾನ, ಗುಜರಾತು, ಮಧ್ಯಪ್ರದೇಶ, ದೆಹಲಿಯ ಬೇರೆ-ಬೇರೆ ಕಾಲೇಜುಗಳಲ್ಲಿ ಪಾಠ ಮಾಡಿ ಈಗ ಇಲ್ಲಿಗೆ ಬಂದಿದ್ದೇನೆ. ನಾನು ಡಾಕ್ಟರೇಟು ಪಡೆದಿರೋದು ಭೌತಶಾಸ್ತ್ರದಲ್ಲಿ, ನನ್ನ ಆಸಕ್ತಿಯ ವಿಷಯ ಇತಿಹಾಸ.'

ನನ್ನ ಕಿವಿ ನೆಟ್ಟಗಾಯ್ತು ಅರೆ! ಇವರೂ ನನ್ನಂತೆ, ನಾನೀಗ ಆಸಕ್ತಿಯಿಂದ ಕೇಳಲಾರಂಭಿಸಿದೆ. 'ಹೊಸ ಹೊಸ ವಿದ್ಯಾರ್ಥಿಗಳನ್ನು ಭೇಟಿ ಮಾಡೋದು ನನ್ನ ಇಚ್ಛೆ. ಹಳೆ ಕಥೆಗಳನ್ನು ಹೊಸ ಮಕ್ಕಳಿಗೆ ಹೇಳೋದು ನನ್ನ ಗುರಿ. ತರಗತಿಯಲ್ಲಿ ಕಡಿಮೆ, ಹೊರಗಡೆ ಪಾಠ ಮಾಡೋದೇ ಹೆಚ್ಚು . ತರಲೆ ಮಾಡುವ ಹುಡುಗರು ನನಗೆ ಇಷ್ಟ. ಆದರೆ ತರಲೆಯ ಹೆಸರಲ್ಲಿ ಇತರರಿಗೆ ಕೆಡುಕುಂಟುಮಾಡುವುದನ್ನು ಸಹಿಸಲಾರೆ ಅಷ್ಟೇ. ಬೋರ್ಡಿನತ್ತ ತಿರುಗಿದ ಮೇಷ್ಟ್ರು ಸೀಮೆಸುಣ್ಣ ತೆಗೆದುಕೊಂಡು ಅವತ್ತಿನ ದಿನಾಂಕ ದೊಡ್ಡದಾಗಿ ಬರೆದರು.

'ಮೇ 11'.

ನಮ್ಮತ್ತ ತಿರುಗಿ ಇಂದಿನ ವಿಶೇಷವೇನು ಗೊತ್ತೇನು? ಎಂದರು. ನನ್ನೊಳಗೆ ಚಡಪಡಿಕೆ ಶುರುವಾಯ್ತು. ಮೇ ಹನ್ನೊಂದು ಎಲ್ಲಿಯೋ ಕೇಳಿದಂತಿದೆ. ಅದರ ಬಗ್ಗೆ ಬಹಳಷ್ಟು ಓದಿದಂತಿದೆ. ನನ್ನ ಚಡಪಡಿಕೆಯನ್ನು ಕೌಲ್‌ಸರ್ ಗಮನಿಸಿ ತಾವೇ ಹೇಳಬೇಕೆಂದಿದ್ದನ್ನು ತಡೆದರು. ನನ್ನ ಬಳಿಗೆ ಬಂದರು. ತಕ್ಷಣಕ್ಕೆ ನಾನೇ ಕೂಗಿದೆ. 'ಪೋಖ್ರಾನ್ ಅಣು ಸ್ಫೋಟ' ಮೇಷ್ಟ್ರು ಬೆನ್ನ ಮೇಲೆ ಬಡಿದರು. ಶಹಬ್ಬಾಸ್ ಎನ್ನುವಂತಹ ರೀತಿ ಅದು. ಅವರ ಮುಖ ಅರಳಿದ್ದು ಕಂಡೆ.

ಹೌದು, ಅಂದೇ ರಾಜಸ್ಥಾನದ ಪೋಖ್ರಾನ್‌ನಲ್ಲಿ ಭಾರತ ಅಣುಪರೀಕ್ಷೆ ನಡೆಸಿದ್ದು. ಅದು ನಮ್ಮ ಎರಡನೇ ಅಣ್ವಸ್ತ್ರ ಪರೀಕ್ಷೆ ಮೊದಲ ಬಾರಿಗೆ 1974ರಲ್ಲಿ ನಾವೊಂದು ಪರೀಕ್ಷೆ ನಡೆಸಿ 'ಸೈ' ಎನಿಸಿಕೊಂಡಿದ್ದೆವು. ಈಗ

ಎರಡನೇ ಬಾರಿಗೆ ಸಿದ್ಧರಾಗಿದ್ದೆವು. ಅಟಲ್ ಬಿಹಾರಿ ವಾಜಪೇಯಿ ಚುನಾವಣೆಗೆ ಹೋಗುವ ಮುನ್ನವೇ ಭಾರತ ಅಣ್ವಸ್ತ್ರ ಹೊಂದಿದ ರಾಷ್ಟ್ರವಾಗಬೇಕೆಂದು ಪ್ರತಿಪಾದಿಸುತ್ತಿದ್ದರು. ಮೊದಲ ಬಾರಿಗೆ ಅವರು ಪ್ರಧಾನಿಯಾಗಿ ಬಂದಾಗ ಈ ದೇಶವನ್ನು ಅಣ್ವಸ್ತ್ರ ಹೊಂದಿದ ರಾಷ್ಟ್ರವಾಗಿಸಲು ಸಾಧ್ಯವೇನು? ಎಂದು ವಿಜ್ಞಾನಿಗಳನ್ನು ವಿಚಾರಿಸಿಕೊಂಡಿದ್ದರು. ಅವರೊಂದಿಗೆ ಸೂಕ್ತ ಚರ್ಚೆ ನಡೆಸುವ ವೇಳೆಗೆ ಸರ್ಕಾರ ಬಿದ್ದು ಹೋಯ್ತು. ಆನಂತರ ಅಧಿಕಾರಕ್ಕೆ ಬಂದವರಾರೂ ಇದನ್ನು ಸಾಧಿಸುವ ಆಸಕ್ತಿ ಹೊಂದಿದವರೂ ಅಲ್ಲ, ಛಲಗಾರರೂ ಅಲ್ಲ. ಅಮೆರಿಕದ ವಿರೋಧವನ್ನೆದುರಿಸಿ ನಿಲ್ಲುವ ತಾಕತ್ತೂ ಅವರಿಗಿರಲಿಲ್ಲ.

ನಿಜ. ಅಮೆರಿಕಾ ಈ ವಿಚಾರದಲ್ಲಿ ಜಗತ್ತನ್ನೇ ಆಳಹೊರಟಿದೆ. ಜಗತ್ತಿನ ಮೊತ್ತ ಮೊದಲ ಅಣ್ವಸ್ತ್ರ ಪರೀಕ್ಷೆ ನಡೆಸಿದ್ದು ಸ್ವತಃ ಅಮೆರಿಕಾ. 1945ರ ಜುಲೈ 16 ರಂದು 'ಟ್ರಿನಿಟಿ' ಎಂಬ ಹೆಸರಿನ ಪರೀಕ್ಷೆ ನಡೆಸಿ ಇದರ ಅಧಿಕೃತ ಪ್ರಯೋಗವನ್ನು ಹಿರೋಷಿಮಾ, ನಾಗಾಸಾಕಿಗಳ ಮೇಲೆ ಮಾಡಿಬಿಟ್ಟಿತು. ಸಾವಿರಾರು ಜನರನ್ನು ಕೊಂದು, ಲಕ್ಷಾಂತರ ಜನ ಗಾಯಾಳುಗಳಾಗುವಂತೆ ಮಾಡಿದ ಮನುಕುಲ ಕ್ಷಮಿಸದ ಮನಕಲಕುವ ಘಟನೆ ಅದು. ಪ್ಲುಟೋನಿಯಂನ್ನು ಸಾಂದ್ರವಾಗಿಸಿ ನ್ಯೂಟ್ರಾನುಗಳಿಂದ ಬಡಿಸಿ ಅದನ್ನು ಸಿಡಿಸುವ ಪ್ರಕ್ರಿಯೆ ಅಲ್ಲಿ ನಡೆದಿತ್ತು. ಆರೂಕಾಲು ಕೆ.ಜಿಯಷ್ಟು ಪ್ಲುಟೋನಿಯಂ 20 ಸಾವಿರ ಟನ್ನಿನಷ್ಟು ಟಿಎನ್‌ಟಿ ಸಿಡಿದಾಗ ಮಾಡುವಷ್ಟು ಅನಾಹುತ ಮಾಡಿಬಿಟ್ಟಿತು. ಈ ಪ್ರಯೋಗದಿಂದ ಹುಮ್ಮಸ್ಸು ಪಡೆದ ಅಮೆರಿಕಾ ನಿರಂತರ ಅಣ್ವಸ್ತ್ರ ಪರೀಕ್ಷೆ ನಡೆಸುತ್ತಲೇ ಹೋಯ್ತು. ಭೂಮಿಯ ಮೇಲೆ, ಭೂಮಿಯೊಳಕ್ಕೆ, ಅಂತರಿಕ್ಷದಲ್ಲಿ, ಆಗಸದಲ್ಲಿ ಅವರು ಅಣ್ವಸ್ತ್ರ ಸಿಡಿಸದ ಜಾಗವಿಲ್ಲ. ಜನರನ್ನು ಕೊಲ್ಲುವ, ಜಗತ್ತನ್ನು ನಾಶ ಮಾಡುವ ಹೊಸ ಹೊಸ ವಿಧಾನ ಅವರು ಅರಸುತ್ತಲೇ ಇದ್ದರು. ಆ ಮೂಲಕ ಜಗತ್ತಿನ ಅತ್ಯಂತ ಶಕ್ತಿವಂತ ರಾಷ್ಟ್ರವಾಗುವ ಪ್ರಯತ್ನ ನಡೆಸಿಯೇ ಇದ್ದರು. ಇದಕ್ಕೆ ಪ್ರತಿಯಾಗಿ ರಷ್ಯಾ ಕೂಡ ಅಣ್ವಸ್ತ್ರ ಪರೀಕ್ಷೆ ನಡೆಸಲಾರಂಭಿಸಿತಲ್ಲ. ಆಗ ಅಮೆರಿಕಾಕ್ಕೆ ಸ್ವಲ್ಪ ಭಯ ಶುರುವಾಯಿತು. ಇಬ್ಬರೂ ಪೈಪೋಟಿಗೆ ಬಿದ್ದು ಅಣ್ವಸ್ತ್ರಗಳನ್ನು ಹೊಂದಲಾರಂಭಿಸಿದರು.

ಕೆಟ್ಟದ್ದನ್ನು ಬಲುಬೇಗ ಅನುಕರಿಸುತ್ತಾರಂತೆ. ಹಾಗೆಯೇ ಆಯಿತು. ಜಗತ್ತಿನ ಅನೇಕ ರಾಷ್ಟ್ರಗಳು ಅಣ್ವಸ್ತ್ರದ ಪರೀಕ್ಷೆಗೆ ಸಜ್ಜಾದವು. ಶತ್ರುಗಳನ್ನು

ಬೆದರಿಸಲಾರಂಭಿಸಿದವು. ಈಗ ಅಮೆರಿಕಾ ಮುಂದೆ ನಿಂತು ಇನ್ನು ಅಣ್ವಸ್ತ್ರ ಪರೀಕ್ಷೆ ನಡೆಸುವಂತಿಲ್ಲವೆಂದು ಜಗತ್ತಿಗೆ ಬುದ್ಧ ಸಂದೇಶ ನೀಡಲಾರಂಭಿಸಿತು. ಅದೇ ಸಂದೇಶ ಭಾರತಕ್ಕೂ ಅನ್ವಯವಾಗಬೇಕಿತ್ತು. ಆದರೆ ಜಗತ್ತಿನ ಆಗುಹೋಗುಗಳನ್ನು ಧಿಕ್ಕರಿಸಿ 45 ಬಾರಿ ಅಣ್ವಸ್ತ್ರ ಪರೀಕ್ಷೆ ನಡೆಸಿರುವ ಚೀನಾವನ್ನು ತಲೆಯ ಮೇಲಿಟ್ಟುಕೊಂಡು, ಹೆಗಲಮೇಲೆ ಬದ್ಧ ವೈರಿ ಪಾಕಿಸ್ತಾನವನ್ನು ಕೂರಿಸಿಕೊಂಡು, ಕಂಕುಳಲ್ಲಿ ಬಾಂಗ್ಲಾದಂತಹ ಛದ್ಮವೇಷಿಯನ್ನು ಪೋಷಿಸಿಕೊಂಡು ಶಕ್ತರಾಗಬೇಡಿರೆಂದರೆ ಹೇಗೆ?

ಅಟಲ್ ಬಿಹಾರಿ ವಾಜಪೇಯಿ ಈ ಬಾರಿ ಮತ್ತೆ ಅಧಿಕಾರಕ್ಕೆ ಬಂದರು. ಬಂದೊಡನೆ ಅಣು ವಿಜ್ಞಾನಿಗಳಾದ ಅಬ್ದುಲ್ ಕಲಾಂ ಮತ್ತು ಚಿದಂಬರಂರನ್ನು ಕರೆಸಿ 'ಈ ಯೋಜನೆ ಜಾರಿಗೆ ತರಲು ಸಾಧ್ಯವೇ?' ಎಂದರು. ಇದಕ್ಕಾಗಿಯೇ ಕಾಯುತ್ತಿದ್ದ ಕಲಾಂ ಯೋಜನೆಗೆ ಬೇಕಾದ ಹಣ, ಸಮಯದ ರೂಪುರೇಷೆ ಎದುರಿಗಿಟ್ಟು ಇದರ ಗೌಪ್ಯತೆ ಕಾಪಾಡಿಕೊಳ್ಳುವ ಕಡೆಗೆ ಹೆಚ್ಚು ಒತ್ತು ನೀಡಬೇಕೆಂದರು.

ಇಬ್ಬರು ವಿಜ್ಞಾನಿಗಳು, ಪ್ರಧಾನಿ ಮತ್ತು ರಕ್ಷಣಾ ಕಾರ್ಯದರ್ಶಿ ಬ್ರಿಜೇಶ್ ಮಿಶ್ರಾರಿಗೆ ಬಿಟ್ಟರೆ ಮತ್ತೊಬ್ಬರಿಗೆ ಈ ಯೋಜನೆಯ ಅರಿವಿರಲಿಲ್ಲ. ಅಕ್ಷರಶಃ ಗೃಹ ಸಚಿವರು, ರಕ್ಷಣಾ ಸಚಿವರು ಕೂಡ ಪೋಖ್ರಾನ್ ಸ್ಫೋಟದ ಮುಂಚಿನ ದಿನ ಈ ಮಾಹಿತಿಗೆ ತೆರೆದುಕೊಂಡಿದ್ದರು.

ವಿಜ್ಞಾನಿಗಳು ಅದಾಗಲೇ ಸಂಶೋಧನೆ ನಡೆಸಿದ್ದರು. ಈಗ ಈ ಸಂಶೋಧನೆಯನ್ನು ಸಾಕಾರರೂಪಕ್ಕೆ ತಂದು ಅಧ್ಯಯನ ಮಾಡುವ ಹೊತ್ತು. ಆರು ತಿಂಗಳ ಪ್ರಯತ್ನ. ಸ್ಫೋಟಕ್ಕೆ ರಾಜಸ್ಥಾನದ ಪೋಖ್ರಾನ್‌ನನ್ನು ಆರಿಸಿಕೊಳ್ಳಲಾಯ್ತು. ಆ ಮರಳಭೂಮಿಯಲ್ಲಿ ಆಳಕ್ಕೆ ಹಳ್ಳ ಕೊರೆದು ಅದರೊಳಗೆ ಸಿಮೆಂಟಿನ ರಿಂಗುಗಳನ್ನು ಇಳಿಬಿಟ್ಟು ಅದನ್ನು ಸ್ಫೋಟ ಕ್ಷೇತ್ರವಾಗಿಸಿಕೊಳ್ಳಬೇಕು.

ಅದರಿಂದ ಸಾಕಷ್ಟು ದೂರದಲ್ಲಿ ಸಂಶೋಧನೆಯ ಮುಖ್ಯ ಕಚೇರಿ. ಈ ಕಚೇರಿಗೆ ಫ್ಯಾನು, ಎಸಿಗಳ ಸಂಪರ್ಕವೂ ಇಲ್ಲ. ಹೆಚ್ಚು ಎಲೆಕ್ಟ್ರಿಕ್ ತಂತಿಗಳು ಸ್ಫೋಟಕ್ಕೆ ತೊಂದರೆ ಉಂಟುಮಾಡುವ ಭಯ. ವಿಜ್ಞಾನಿಗಳೆಲ್ಲ ಸೈನಿಕರ ವೇಷದಲ್ಲಿ ಬೇರೆ ಬೇರೆ ರ್‍ಯಾಂಕಿನ ಅಧಿಕಾರಿಗಳಾಗಿ ಪೋಖ್ರಾನಿನ ಮೈದಾನದಲ್ಲಿ ಅಡ್ಡಾಡುತ್ತಿದ್ದರು. ಅನೇಕ ವಿಜ್ಞಾನಿಗಳು ಆಗಾಗ ಬಂದು ವಾತಾವರಣದ ವರದಿ ಕೊಟ್ಟು ಹೋಗುತ್ತಿದ್ದರು. ಸೈನಿಕರು ಹಳ್ಳ ತೆಗೆಯುವಲ್ಲಿ

ನಿರತರಾಗಿದ್ದರು. ಇಷ್ಟೂ ಕೆಲಸ ರಾತ್ರಿಯ ಕಾರ್ಗತ್ತಲಲ್ಲಿ ನಡೆಯಬೇಕು. ಬೆಳಗಾದೊಡನೆ ಎಲ್ಲ ವಸ್ತುಗಳನ್ನು ರಾತ್ರಿಯಾಗುವ ಮುನ್ನ ಎಲ್ಲಿತ್ತೋ ಅಲ್ಲಲ್ಲಿಯೇ ಇಟ್ಟು ವಿಶ್ರಾಂತಿಗೆ ಹೋಗಬೇಕು. ಹೀಗೇಕೆಂದು ಯಾರಿಗೂ ಗೊತ್ತಾಗಲಿಲ್ಲ.

ವಾಸ್ತವವಾಗಿ ಅಮೆರಿಕದ ಭೂ ಕೇಂದ್ರಿತ ಉಪಗ್ರಹಗಳು ಭಾರತವನ್ನು ಸುತ್ತುತ್ತಲೇ ಇರುತ್ತವೆ. ರಾತ್ರಿಯ ವೇಳೆ ಅದು ಕಾಣದಾದಾಗ ಎಲ್ಲ ಕೆಲಸ ಮುಗಿಸಿ ಬೆಳಗ್ಗೆ ಮತ್ತೆ ಮಾಮೂಲಿಯಾಗಿಬಿಟ್ಟರಾಯ್ತು. ಅಮೆರಿಕಾ ಮೋಸ ಹೋಯ್ತು. ಅವರ ಸಿಐಎ ಏಜೆಂಟುಗಳು ಭಾರತದ ಗೌಪ್ಯತೆಯ ಸಾಮರ್ಥ್ಯಕ್ಕೆ ಬೆರಗಾಗಿಬಿಟ್ಟರು.

ಮೇ 11ಕ್ಕೆ ಕೆಲವು ದಿನಗಳ ಮುಂಚೆ ಪ್ಲುಟೋನಿಯಂನ್ನು ಸಂಗ್ರಹ ಕೇಂದ್ರದಿಂದ ಪೋಖ್ರಾನಿಗೆ ಸಾಗಿಸಬೇಕು. ಈ ಸುದ್ದಿ ಉಗ್ರರಿಗೆ ಗೊತ್ತಾದರೆ ಅವರು ಅದನ್ನು ಅಪಹರಿಸುವ ಸಾಧ್ಯತೆ ಇದೆ. ಅದಕ್ಕೆ ಇದನ್ನು ಹೊತ್ತೊಯ್ಯುವ ಗಾಡಿಗೆ ರಕ್ಷಣೆ ಕೊಡಬೇಕು. ಹಾಗಂತ ಅತಿಯಾದ ರಕ್ಷಣೆ ಕೊಟ್ಟು ಇದರೊಳಗಿರುವುದೇನೆಂಬ ಅನುಮಾನವೂ ಬರಬಾರದು. ತುಂಬಾ ಎಚ್ಚರಿಕೆಯಿಂದ ಈ ಕೆಲಸವನ್ನು ನಿರ್ವಹಿಸಲಾಯ್ತು.

ಎರಡು ದಿನ ಮುಂಚೆ ಮರಳಿನಲ್ಲಿ ಹಳ್ಳ ತೆಗೆದು ಮರಳು ತುಂಬಿದ ಚೀಲ ಆಳಕ್ಕಿಳಿಸುವ ಕೆಲಸ ಶುರುವಾಯ್ತು. ಯುದ್ಧವೇ ನಡೆದಂತಿತ್ತು. ವಾತಾವರಣ ಮರಳಿನ ಚೀಲದ ಮೇಲೆ ಸಿಮೆಂಟ್ ರಿಂಗ್‌ಗಳನ್ನು ಇಳಿಸಿ ನಿಲ್ಲಿಸಿತು. ಬೇಕಾದ ಅಣ್ವಸ್ತ್ರವನ್ನು ಒಳಕ್ಕಿಳಿಸಲಾಯ್ತು. ಈ ರೀತಿಯ ಒಟ್ಟೂ ಐದು ಕುಳಿಗಳು, ಮೊದಲನೆಯದು ವೈಟ್‌ಹೌಸ್ ಮತ್ತೊಂದು ತಾಜ್‌ಮಹಲ್. ಇವೆರಡೂ ಪ್ರಮುಖವಾದವು. ವೈಟ್‌ಹೌಸ್‌ನೊಳಕ್ಕೆ ಕ್ಯಾಮೆರಾ ಇಳಿ ಬಿಡಲಾಯ್ತು. ಶಾಖ ಮತ್ತು ಬೆಳಕಿನ ದಾಖಲೆಗೆ ಸೆನ್ಸರ್ ಜೋಡಿಸಲಾಯ್ತು. ಸೂಪರ್ ಕಂಪ್ಯೂಟರುಗಳನ್ನು ಜೋಡಿಸಿ ಅಧ್ಯಯನಕ್ಕೆ ಸಿದ್ಧತೆಯೂ ನಡೆದಿತ್ತು.

ಮೇ 10ರ ರಾತ್ರಿ ಧಾರಾಕಾರ ಮಳೆ. ಯೋಜನೆ ಕೈ ತಪ್ಪಿ ಹೋಗುವುದೆಂಬ ಭಯವಿತ್ತು. ಮರುದಿನ ಬೆಳಿಗ್ಗೆ ಪ್ರಧಾನಮಂತ್ರಿಗಳ ಕಚೇರಿಯಲ್ಲಿ ಪ್ರಧಾನಮಂತ್ರಿ, ಬ್ರಿಜೇಶ್ ಮಿಶ್ರಾ, ಅಡ್ವಾಣಿ ಮತ್ತು ಜಾರ್ಜ್ ಫರ್ನಾಂಡೀಸ್ ಕೂತು ಫಲಿತಾಂಶಕ್ಕಾಗಿ ಕಾಯುತ್ತಿದ್ದಾರೆ. ಇದ್ದಕ್ಕಿದ್ದಂತೆ ಫೋನು ಸದ್ದು ಮಾಡಿತು. ಅತ್ತಲಿನ ದನಿ ಕೇಳಿ ಬ್ರಿಜೇಶ್ ಮಿಶ್ರಾ ಮುಖ ಸಣ್ಣಗಾಯ್ತು.

ಅಪಾರ ಪ್ರಮಾಣದ ಗಾಳಿಯಿಂದ ಅಣ್ವಸ್ತ್ರ ಪರೀಕ್ಷೆ ಒಂದು ಗಂಟೆ ಮುಂದೆ ಹೋಯ್ತು. ಅಂತಿಮವಾಗಿ ಒಂದು ಗಂಟೆಯ ನಂತರ ವಿಜ್ಞಾನಿಗಳು ತಯಾರಾದರು. ಕೌಂಟ್‌ಡೌನ್ ಶುರು 5, 4, 3, 2, 1 ಅಷ್ಟೇ ಸಹಿಸಲಾಗದ ಭಯಾನಕ ಸದ್ದೊಂದು ಕೇಳಿಬಂತು. ಸಹಸ್ರ ಸೂರ್ಯರು ಏಕಕಾಲಕ್ಕೆ ನೆತ್ತಿಗೆ ಬಂದಷ್ಟು ಬೆಳಕು. ಭೂಮಿ ಕಂಪಿಸಿತು. ರಿಕ್ಟರ್ ಮಾಪಕದಲ್ಲಿ ಈ ಕಂಪನ ದಾಖಲಾಯ್ತು.

ಜಗತ್ತಿನ ದೊರೆಯೆಂದು ಬೀಗುವ ಅಮೆರಿಕಾ ಭಾರತದ ಈ ಪ್ರಯೋಗದಿಂದ ಕುದ್ದು ಹೋಯ್ತು. ಭಾರತಕ್ಕೆ ನಿರ್ಬಂಧ ಹೇರುವ ಮಾತನ್ನಾಡಿತು. ಆದರೆ ಭಾರತ ಜಗ್ಗಲಿಲ್ಲ. ಚೀನಾಕ್ಕೆ ಮಹತ್ವದ ಸಂದೇಶ ಕಳಿಸಿ 'ತನ್ನ ಬಳಿಯೂ ಅಣ್ವಸ್ತ್ರಗಳಿವೆ ಹುಷಾರು' ಎಂದಿತು. ಇಂದು ಚೀನಾ

ಬಳಿ ಇನ್ನೂರರಷ್ಟು ಸಿಡಿತಲೆಗಳಿದ್ದರೆ ನಮ್ಮ ಬಳಿ ನೂರಕ್ಕೂ ಹೆಚ್ಚಿವೆ. ಹೀಗಾಗಿಯೇ ಚೀನಾಕ್ಕೆ ನಮ್ಮನ್ನು ಕಂಡರೆ ತಲೆನೋವು, ಹೆದರಿಕೆ.

ಹೀಗೆಂದ ಮೇಷ್ಟ್ರು ಭೌತಶಾಸ್ತ್ರ ಅಂದರೆ ತರಗತಿಯಲ್ಲಿ ಕೂತು ಕಲಿಯುವ ಒಂದಷ್ಟು ಪಾಠವಷ್ಟೇ ಅಲ್ಲ. ಅದು ನಮ್ಮ ನಿತ್ಯ ಜೀವನದಲ್ಲಿ ಹಾಸು ಹೊಕ್ಕಾಗಿರುವ ವಿಷಯ. ಪೋಖ್ರಾನಿನಲ್ಲಿ ಸಿಡಿದ ಬಾಂಬೂ ಕೂಡ ಭೌತಶಾಸ್ತ್ರದ ಮಹತ್ವದ ವಿಷಯವೇ. ಯುರೇನಿಯಂನ್ನು ನ್ಯೂಟ್ರಾನುಗಳಿಂದ ಬಡಿದು ಉತ್ಪಾದಿಸಿದ ಪ್ಲುಟೋನಿಯಂ ಅದೆಷ್ಟು ಶಕ್ತಿಶಾಲಿಯಪ್ಪ ಎನ್ನುವಂತಹ ಅಚ್ಚರಿಗಳೇ ಭೌತಶಾಸ್ತ್ರದ ತಳಹದಿ ಎಂದರು.

ಅಲ್ಲಿಯವರೆಗೂ ಭೌತಶಾಸ್ತ್ರದ ಬಗ್ಗೆ ಪ್ರೀತಿಯಿತ್ತು. ಈಗದು ಆಸಕ್ತಿಯಾಗತೊಡಗಿತ್ತು. ಈ ಮೇಷ್ಟ್ರು ಪರವಾಗಿಲ್ಲ ಅಂತ ಅನ್ನಿಸ್ತು. ಮೊದಲ ಬಾರಿಗೆ ಫಿಸಿಕ್ಸ್ ತರಗತಿಯಲ್ಲಿ ನಾನು ಪಕ್ಕದ ಗೆಳೆಯನೊಂದಿಗೆ ಚುಕ್ಕಿ ಆಟ ಆಡಲಿಲ್ಲ. ಸಾರ್ಥಕವಾಯ್ತು!

2
ಬೆನ್ನಿಗೆ ಚೂರಿ!

ಪೊಖ್ರಾನ್ ಅಣುಸ್ಫೋಟದ ವಿವರಣೆಗಳು ನಮ್ಮೊಳಗಿನ ರಕ್ತವನ್ನು ಬೆಚ್ಚಗಾಗಿಸಿತ್ತು. ರಾತ್ರಿಯಿಡೀ ಬಾಂಬು ಸಿಡಿದ ಅನುಭವ ಎಲ್ಲೆಡೆ. ಕನಸಿನಲ್ಲೂ ಸಹಸ್ರ ಸೂರ್ಯರ ದರ್ಶನ. ಕೌಲ್‌ಸರ್ ನಮ್ಮ ನಿದ್ದೆ ಹಾಳು ಮಾಡಿದ್ದರು. ಕ್ಯಾಂಟೀನಿನಲ್ಲೂ ಭಾರತ-ಪಾಕಿಸ್ತಾನದ್ದೇ ಚರ್ಚೆ. ಅಮೆರಿಕದ ಅಸಹಾಯಕತೆಯ ಕುರಿತು ಸಂತೋಷ. ನಮ್ಮ ವಿಜ್ಞಾನಿಗಳ ಮೇಲೆ ಅಭಿಮಾನ ಜೊತೆಗೆ ನಾವು ಬಿ.ಎಸ್ಸಿ ಓದುತ್ತಿರುವುದರ ಸಂತಸ.

ತರಗತಿ ಶುರುವಾಯ್ತು. ಕೌಲ್‌ಸರ್ ಒಳಬಂದೊಡನೆ ಪ್ರತಿಯೊಬ್ಬರೂ ಎದ್ದು ನಿಂತು ಗೌರವಿಸಿದೆವು. ನಮ್ಮೆಲ್ಲರ ಮುಖಗಳಲ್ಲಿ ಪೊಖ್ರಾನ್ ನಂತರ ಮುಂದೇನು ಎಂಬ ಪ್ರಶ್ನೆ ಇತ್ತು. ಅವರು ಅದನ್ನು ಓದಿ ಆನಂದಿಸಿದವರಂತೆ "ಕೋಫಿ ಅನ್ನಾನ್ ಗೊತ್ತಾ?" ಅಂದರು. ವಿಶ್ವ ಸಂಸ್ಥೆಯ ಮುಖ್ಯಸ್ಥರಾಗಿದ್ದವರೆಂದು ತರಗತಿಯ ಕೆಲವರು ಉತ್ತರಿಸಿದೆವು. ಕೌಲ್‌ಸರ್ ಮುಂದುವರೆಸಿದರು. ಹೌದೆಂಬಂತೆ ತಲೆಯಾಡಿಸಿ.

ಅವರೊಮ್ಮೆ ಹೇಳಿದ್ದರು, 'ನೀವು ರಾಜತಾಂತ್ರಿಕತೆಯನ್ನು ಮುಂದಿಟ್ಟುಕೊಂಡು ಅನೇಕ ಕೆಲಸ ಮಾಡಬಹುದು. ಆದರೆ ದೃಢವಾದ ಮತ್ತು ಶಕ್ತಿಯಿಂದ ಸಮರ್ಥಿಸಲ್ಪಟ್ಟ ರಾಜತಾಂತ್ರಿಕತೆ ಯಶಸ್ಸು ಗಳಿಸುತ್ತದೆ. ಸಮರ್ಥ ಸೇವೆಯೇ ಸಮರ್ಥ ವಿದೇಶಾಂಗ ನೀತಿ'

ಹೌದು ಅನುಮಾನವೇ ಇಲ್ಲ. ರಕ್ಷಣೆ ಗಟ್ಟಿಯಾಗಿದ್ದರೆ ಎದುರಾಳಿಗಳು ಬಗ್ಗಿಯೇ ಬಗ್ಗುತ್ತಾರೆ. ಭಾರತ ಅಣುಪರೀಕ್ಷೆ ನಡೆಸಿದ ಹದಿನೈದೇ ದಿನದಲ್ಲಿ ಪಾಕಿಸ್ತಾನ ಅಣುಪರೀಕ್ಷೆ ನಡೆಸಿತು. ಹಾಗೆ ಅಣುಪರೀಕ್ಷೆ ನಡೆಸಲು ಚೀನಾ-ಅಮೆರಿಕಾಗಳ ಸಹಕಾರ ಪಡೆದಿದೆ ಎಂದು ಗುಲ್ಲೆದ್ದಿತ್ತು. ಅದೆಲ್ಲ ಒತ್ತಟ್ಟಿಗಿರಲಿ ಏಷಿಯಾದಲ್ಲಿ ಹೀಗೆ ಅಣ್ವಸ್ತ್ರ ಕದನ ನಡೆಯುವುದನ್ನು ಜಗತ್ತು ಸಹಿಸಲು ಸಿದ್ಧವಿರಲಿಲ್ಲ. ಭಾರತ ತಾನೇ-ತಾನಾಗಿ ಅಣ್ವಸ್ತ್ರಗಳ ಪ್ರಯೋಗ ಮಾಡುವುದಿಲ್ಲ ಎಂಬ ನಿಯಮ ಹೇರಿಕೊಂಡಿತ್ತಾದರೂ ಸುರೆ ಕುಡಿದು ಚೇಳು ಕಚ್ಚಿಸಿಕೊಂಡ ಹುಚ್ಚು ಮಂಗದಂತಾಡುವ ನೆರೆ ರಾಷ್ಟ್ರ ಇಷ್ಟು

ಭಾರತದಿಂದ ಪಾಕಿಸ್ತಾನದತ್ತ ಹೊರಟ ಬಸ್

ಚೌಕಟ್ಟನ್ನು ಹಾಕಿಕೊಳ್ಳುವುದೇ ಎಂಬ ಪ್ರಶ್ನೆಗೆ ಉತ್ತರವಿರಲಿಲ್ಲ. ಜಗತ್ತಿನ ಅನೇಕ ರಾಷ್ಟ್ರಗಳು ಭಾರತ–ಪಾಕಿಸ್ತಾನದ ಮೇಲೆ ದಿಗ್ಬಂಧನ ಹೇರಿದವು. ಹಿರಿಯಣ್ಣನಾಗಿ ಭಾರತದ ಜವಾಬ್ದಾರಿ ಹೆಚ್ಚಿನದಾಗಿತ್ತು. ಪಾಕಿಸ್ತಾನವನ್ನು ತಬ್ಬಿಕೊಳ್ಳಲು ಸ್ನೇಹದ ಮಾತುಗಳನ್ನಾಡಲು ಕೈ ಚಾಚುವುದು ಭಾರತದ ಜವಾಬ್ದಾರಿಯಾಗಿತ್ತು. ಪೂರ್ಣ ಪ್ರಮಾಣದ ಯುದ್ಧ ಎಂದಿಗೂ ನಡೆಯದಂತೆ ಗೆಳೆಯರಾಗಿರಲು ಪಾಕಿಸ್ತಾನವನ್ನು ಒಲಿಸುವುದು ಭಾರತದ್ದೇ ಹೊಣೆಯಾಗಿತ್ತು. ಅಟಲ್ ಬಿಹಾರಿ ವಾಜಪೇಯಿ ಪ್ರಧಾನಿಯಾಗಿ ಅದಕ್ಕೆ ಸಿದ್ಧರಾದರು.

1999ರ ಫೆಬ್ರುವರಿ ತಿಂಗಳ 20ನೇ ತಾರೀಕು ಭಾರತದಿಂದ ಪಾಕಿಸ್ತಾನದತ್ತ ಬಸ್ಸೊಂದು ಹೊರಟಿತು. ಇತಿಹಾಸಕ್ಕೆ ಹೊಸ ಪುಟ ದಾಖಲಾಯ್ತು. ಇನ್ನು ಮುಂದೆ ನಾವಿಬ್ಬರೂ ವೈರಿಗಳಲ್ಲ; ಬಸ್ಸು–ರೈಲುಗಳ ಮೂಲಕ ಸಂಬಂಧ ಬೆಸೆಯಲಿರುವ ಹಳೆಯ ಗೆಳೆಯರು! ಸ್ವತಃ ಅಟಲ್ ಬಿಹಾರಿ ವಾಜಪೇಯಿ ಎಲ್ಲ ಒತ್ತಡಗಳನ್ನೂ ಮೀರಿ ಪಾಕಿಸ್ತಾನಕ್ಕೆ ಹೊರಟರು. ಲಾಹೋರ್

ಭಾರತದ ಪ್ರಧಾನಿ ಅಟಲ್ ಬಿಹಾರಿ ವಾಜಪೇಯಿ ಮತ್ತು ಪಾಕ್ ಅಧ್ಯಕ್ಷ ನವಾಜ್ ಷರೀಫ್

ಘೋಷಣೆಗೆ ಅಟಲ್ ಬಿಹಾರಿ ವಾಜಪೇಯಿ ಮತ್ತು ಪಾಕಿಸ್ತಾನದ ಅಧ್ಯಕ್ಷ ನವಾಜ್ ಷರೀಫ್‌ರಿಬ್ಬರೂ ಸೇರಿ ಸಹಿ ಮಾಡಿದರು. ಎರಡೂ ರಾಷ್ಟ್ರಗಳೂ ಎಂದಿಗೂ ಕಾದಾಡದ, ಶಿಮ್ಲಾ ಒಪ್ಪಂದಕ್ಕೆ ಬದ್ಧವಾಗಿರುವ ಮಾತುಗಳನ್ನು ಪುನರುಚ್ಚರಿಸಿದರು. ಜಮ್ಮು–ಕಾಶ್ಮೀರದ ಸಮಸ್ಯೆಯನ್ನು ತಮ್ಮೊಳಗೆ ಪರಿಹರಿಸಿಕೊಳ್ಳುವ ಭರವಸೆಯನ್ನು ಒಬ್ಬರು ಮತ್ತೊಬ್ಬರಿಗೆ ನೀಡಿಕೊಂಡರು.

ಭಾರತ ಮತ್ತು ಪಾಕಿಸ್ತಾನದ ರಕ್ಷಣಾ ಮುಖ್ಯ ಕಾರ್ಯದರ್ಶಿಗಳು ಎದುರು ಬದುರು ಕುಳಿತು ಅಣು ಪರೀಕ್ಷೆಯ ಹಿನ್ನೆಲೆಯಲ್ಲಿ ವಿಶ್ವಾಸ ವೃದ್ಧಿಸುವ ಅನೇಕ ಚಟುವಟಿಕೆಗಳ ಕುರಿತು ಒಪ್ಪಂದ ಮಾಡಿಕೊಂಡರು. ಲಾಹೋರ್ ಘೋಷಣೆಗೂ ಮುನ್ನ ವಿದೇಶಾಂಗ ಸಚಿವಾಲಯ ಸೈನ್ಯದ ಮುಖ್ಯಾಧಿಕಾರಿಗಳನ್ನು ಭೇಟಿ ಮಾಡಿ ಘೋಷಣಾ ಪತ್ರ ಮತ್ತು ಒಪ್ಪಂದದಲ್ಲಿ ಬದಲಾವಣೆ ತರುವ ಕುರಿತು ಅಭಿಪ್ರಾಯ ಕೇಳಿತು. ಜನರಲ್ ವಿ.ಪಿ. ಮಲಿಕ್ ತಮ್ಮ ಸಹೋದ್ಯೋಗಿಗಳೊಂದಿಗೆ ಕುಳಿತು ಒಂದಷ್ಟು ಮಾರ್ಪಾಡು ತರುವ

ಕುರಿತು ಚರ್ಚಿಸಿದರು. ಅದನ್ನೇ ಅಧೀನ ಕಾರ್ಯದರ್ಶಿಗಳಿಗೆ ಒಪ್ಪಿಸಿದರು ಕೂಡ. ಗಡಿಯಾಚೆಗಿನ ಭಯೋತ್ಪಾದನೆಯ ಕುರಿತಂತೆ ಕಠಿಣವಾಗಿರುವಂತೆ ಸೈನ್ಯ ಸರ್ಕಾರಕ್ಕೆ ಕೇಳಿಕೊಂಡಿತು. ಸೈನ್ಯದ ಮಾತುಗಳನ್ನು ಪುರಸ್ಕರಿಸಿದ ರಕ್ಷಣಾ ಸಚಿವ ಜಸ್ವಂತ್ ಸಿಂಗ್ ಲಾಹೋರ್ ಘೋಷಣೆ ಮತ್ತು ಒಪ್ಪಂದಗಳಲ್ಲಿ ಸೂಕ್ತ ಮಾರ್ಪಾಡು ತಂದು ಪಾಕಿಸ್ತಾನದೊಂದಿಗೆ ಸ್ನೇಹದ ಹಸ್ತ ಬೆಸೆದರು. ಕೆಲವು ತಿಂಗಳ ಹಿಂದೆ ಅಣ್ವಸ್ತ್ರ ಸಾಮರ್ಥ್ಯ ಪ್ರದರ್ಶನಕ್ಕೆ ತೊಡಗಿದ್ದ ಭಾರತ-ಪಾಕಿಸ್ತಾನಗಳು ಈಗ ಗೆಳೆತನದ ಮೇಜಿನ ಮೇಲೆ ಕುಳಿತಿರುವುದು ಜಗತ್ತಿಗೇ ಅಚ್ಚರಿಯಾಗಿತ್ತು. ಭಾರತ-ಪಾಕಿಸ್ತಾನದಲ್ಲಿ ಸಂಭ್ರಮದ ವಾತಾವರಣವಿತ್ತು. ಐದು ದಶಕಗಳಿಗೂ ಮಿಕ್ಕಿ ಕಳೆದುಹೋಗಿದ್ದ ಸ್ನೇಹ ಮತ್ತೆ ಸೆಲೆಯಾಗಿ ಹೊಮ್ಮುತ್ತಿರುವುದು ಕಾಣುತ್ತಿತ್ತು.

ತನ್ವೀರ್ ಎದ್ದು ನಿಂತ. 'ಸರ್ ಎರಡೂ ರಾಷ್ಟ್ರಗಳು ಚೆನ್ನಾಗಿರಲಿಕ್ಕೆ ಸಮಸ್ಯೆ ಏನು ಸರ್? 1947ರಲ್ಲಿ ಬೇರೆಯಾದೆವು ಸರಿ; ತಮ್ಮ ಪಾಡಿಗೆ ತಾವು ಬೆಳೆಯುವುದು ಬಿಟ್ಟು ಈ ಕಿತ್ತಾಟ-ಕದನಗಳೆಲ್ಲ ಅದೇಕೆ?' ಎಂದು ಪ್ರಶ್ನಿಸಿದ. ನಮ್ಮ ತರಗತಿಯಲ್ಲಿದ್ದವರೇ ನಾಲ್ಕು ಮುಸ್ಲೀಮರು. ತನ್ವೀರ್ ಮುಸಲ್ಮಾನ ಎಂದು ನಮಗೆಂದೂ ಅನ್ನಿಸಲೇ ಇಲ್ಲ. ಭಾರತ-ಪಾಕಿಸ್ತಾನ ಕ್ರಿಕೇಟ್ ನಡೆಯುವಾಗ ನಾವು ಅನುಮಾನದಿಂದ ಕುಳಿತಿರುತ್ತಿದ್ದುದು ನಿಜ. ಆದರೆ ತನ್ವೀರ್ ಯಾವಾಗಲೂ ಪ್ರಖರ ಭಾರತೀಯ. ಅದಕ್ಕೆ ಉಳಿದ ಮೂವರಿಗೆ ಅವನನ್ನು ಕಂಡರಾಗುತ್ತಿರಲಿಲ್ಲ. ಅದಕ್ಕೆ ಅವನನ್ನು ತಣ್ಣೀರ್ ಎಂಬ ಹೆಸರಿನಿಂದ ಕರೆಯುತ್ತಿದ್ದರು. ಕೆಲಸಕ್ಕೆ ಬಾರದ; ರಕ್ತ ತಣ್ಣಗಾಗಿರುವವ ಎಂಬೆಲ್ಲ ಅರ್ಥ ಹೊಮ್ಮಿಸುವ ಪದವಿರಬೇಕು ಅವರ ದೃಷ್ಟಿಯಲ್ಲಿ!

ಕೌಲ್‌ಸರ್‌ರ ಓಘಕ್ಕೆ ತಡೆ ಬಿದ್ದಿತ್ತು. ಅವರು ಬೇಸರಿಸಿಕೊಳ್ಳಲಿಲ್ಲ. ಮುಂದುವರೆಸಿದರು. '1947ರಲ್ಲಿ ಸಂಖ್ಯೆಯ ದೃಷ್ಟಿಯಿಂದ ವಿಭಜನೆಯಾದಾಗಲಿಂದಲೂ ಪಾಕಿಸ್ತಾನಕ್ಕೆ ಭಾರತವನ್ನು ಕಂಡರೆ ಅಸೂಯೆ, ಇದ್ದೇ ಇದೆ. ಹೇಗಾದರೂ ಮಾಡಿ ಭಾರತವನ್ನು ಮಣಿಸುವ, ಜಗತ್ತಿನ ಮುಂದೆ ತುಚ್ಛವೆಂದು ತೋರಿಸುವ ಪ್ರಯತ್ನ ಅದರದ್ದು. ಭಾರತವನ್ನು ಹಿಂದಿಕ್ಕಲು ತಾನು ಬೆಳೆಯುವ ಮಾರ್ಗವನ್ನು ಪಾಕಿಸ್ತಾನ ಅನುಸರಿಸಲಿಲ್ಲ. ಬದಲಿಗೆ ಯುದ್ಧದ ಮೂಲಕ, ಭಯೋತ್ಪಾದನೆಯ ಮೂಲಕ ಭಾರತಕ್ಕೆ ಸದಾ ಕಿರಿಕಿರಿ ಮಾಡುತ್ತ ಭಾರತದ ಬೆಳವಣಿಗೆ ತಡೆಯುವ ಸಾಹಸಕ್ಕೆ ಅದು ಕೈ ಹಾಕಿತು. ಜಗತ್ತಿನ ಅನೇಕ ಶಕ್ತ ರಾಷ್ಟ್ರಗಳು ಇದಕ್ಕೆ ಬೆಂಬಲ ಕೊಟ್ಟು ಭಾರತವನ್ನು

ಅಭಿವೃದ್ಧಿ ಹೊಂದಿದ ರಾಷ್ಟ್ರವಾಗದಂತೆ ತಡೆಯುವಲ್ಲಿ ಸಫಲವಾಗಿಬಿಟ್ಟಿವೆ. ಅಮೆರಿಕಾ-ಚೀನಾಗಳಿಗೆ ಭಾರತ ಸವಾಲಾಗಬಾರದೆಂದರೆ ಪಾಕಿಸ್ತಾನ ಭಾರತಕ್ಕೆ ಕಿರುಕುಳ ಕೊಡುತ್ತಲಿರಬೇಕು ತಾನೇ?'

ಕೌಲ್‌ಸರ್ ಸ್ವಲ್ಪ ಹೊತ್ತು ಸುಮ್ಮನಾಗಿಬಿಟ್ಟರು. ತರಗತಿಯಲ್ಲಿ ಗುಸುಗುಸು ಸದ್ದಾಗಲಾರಂಭಿಸಿತು. ನನ್ನ ತಲೆಯಲ್ಲಿ ಮಾತ್ರ ನೂರು ಮಿಂಚುಗಳು ಸಿಡಿದಂತಾಗಿದ್ದವು. ಪೊಖ್ರಾನ್ ಅಣು ಸ್ಫೋಟವಾದ ಹದಿನೈದೇ ದಿನಕ್ಕೆ ಪಾಕಿಸ್ತಾನ ತಾನೊಂದು ಅಣ್ವಸ್ತ್ರ ಪರೀಕ್ಷೆ ನಡೆಸಿದ್ದು ಹೇಗೆ? ಹೀಗೊಂದು ಸಾಧ್ಯತೆ ಇದೆಯೆಂದು ಗೊತ್ತಿದ್ದೂ ಅಮೆರಿಕ ಎಚ್ಚರಿಕೆ ಕೊಡದೇ ಸುಮ್ಮನಿದ್ದುದು ಏಕೆ? ಇದರಲ್ಲಿ ಚೀನಾದ ಪಾತ್ರವೆಷ್ಟು? ಹೊಸ ಹೊಸ ದಿಕ್ಕುಗಳು ನನ್ನೆದುರಿಗೆ ತೆರೆದುಕೊಳ್ಳಲಾರಂಭಿಸಿದ್ದವು. ತಲೆ ಕೆಡಲಾರಂಭಿಸಿತ್ತು. ಮುಂದಿನದನ್ನು ಕೇಳುವ ತವಕ ಶುರುವಾಗಿತ್ತು. ಕೈ ಕೆನ್ನೆಯತ್ತ ಹೊಯ್ತು. ಗದ್ದವನ್ನು ಅಂಗೈ ಮೇಲಿಟ್ಟು ಮುಂದಿನದಕ್ಕೆ ಅಣಿಯಾದೆ. ಮೇಷ್ಟ್ರು ತನ್ವೀರ್‌ನ ಪಕ್ಕಕ್ಕೇ ನಿಂತು ತಲೆ ನೇವರಿಸುತ್ತಿದ್ದರು. ತನ್ವೀರ್ ಪಾಕಿಸ್ತಾನೀಯರ ಈ ಕೃತ್ಯದಿಂದ ಅವಮಾನಿತನಾದುದನ್ನು ಅವರ ಕಣ್ಣು ಗಮನಿಸಿತ್ತು. ಅಲ್ಲಿಂದಲೇ ಅವರು ಕಥನ ಮುಂದುವರೆಸಿದರು.

ಹೌದು ಲಾಹೋರ್ ಘೋಷಣೆಯಿಂದ ಕಾಶ್ಮೀರದ ಜನತೆಗೆ ಹಬ್ಬವೇ ಆಗಿತ್ತು. ಬಸ್ಸು-ರೈಲು ಸಂಚಾರ ಆರಂಭವಾಗಿದ್ದರಿಂದ ಅವರಲ್ಲೂ ಆಶಾ ಭಾವನೆ ಮೂಡಿತ್ತು. ಕಳೆದು ಹೋಗಿದ್ದ ಸಂಬಂಧಗಳನ್ನು ಬೆಸೆದುಕೊಳ್ಳುವ ಕಾತುರತೆ ಅವರಿಗೂ ಇತ್ತು. ಪಾಕಿಸ್ತಾನ ಪ್ರೇರಿತ ಭಯೋತ್ಪಾದನೆಗೆ ಭಾರತ ಬಲಿಯಾಗುವುದಕ್ಕಿಂತ ಮುನ್ನ ಕಾಶ್ಮೀರಿಗಳು ಬಲಿಯಾಗಿಬಿಟ್ಟಿದ್ದರು!

ಪಾಕಿಸ್ತಾನ ಭಾರತದೊಂದಿಗೆ ನೇರ ಯುದ್ಧದಲ್ಲಿ ಮೂರು ಬಾರಿ ಸೋಲುಂಡ ಮೇಲೆ ಛದ್ಮಯುದ್ಧದ ಮಾರ್ಗ ಹಿಡಿಯಿತು. ಕಾಶ್ಮೀರದ ಮಕ್ಕಳನ್ನು ಅಪಹರಿಸಿ, ತರುಣರನ್ನು ಪುಸಲಾಯಿಸಿ ಪಾಕ್ ಆಕ್ರಮಿತ ಜಮ್ಮು-ಕಾಶ್ಮೀರಕ್ಕೊಯ್ಯಿತು. ಅಲ್ಲಿ ಅವರ ತಲೆ ಕೆಡಿಸಿ, ಜಿಹಾದಿನಿಂದ ಉನ್ಮತ್ತರನ್ನಾಗಿಸಿ ಮತ್ತೆ ಭಾರತದೊಳಕ್ಕೆ ತಳ್ಳಲಾಗುತ್ತಿತ್ತು. ಭಾರತೀಯ ಸೇನೆಗೆ ಆರಂಭದಲ್ಲಿ ಇದು ಆಘಾತಕಾರಿಯೆನಿಸಿದರೂ ಕಾಲಕ್ರಮದಲ್ಲಿ ಈ ನುಸುಳುಕೋರರನ್ನು ಹುಡುಹುಡುಕಿ ಕೊಲ್ಲಲಾಯ್ತು. ಕಾಶ್ಮೀರದಲ್ಲಿ ಚುನಾವಣೆಗಳು ನಡೆದು ಪ್ರಜಾಪ್ರಭುತ್ವ ಮಾದರಿಯ ಸರ್ಕಾರ ಅಧಿಕಾರಕ್ಕೆ ಬಂದ ಮೇಲಂತೂ ಪಾಕಿಸ್ತಾನದ ಮಾತು ಕೇಳಲು ತರುಣರ್‍ಯಾರೂ ಮುಂದೆ ಬರುತ್ತಿರಲಿಲ್ಲ.

ಆಡಳಿತ ಯಂತ್ರ ಚುರುಕಾಗಿತ್ತು. ನ್ಯಾಯಾಲಯಗಳು, ಶಾಲೆಗಳು, ಆಸ್ಪತ್ರೆಗಳು ನಿಯಮಿತವಾಗಿ ಕಾರ್ಯನಿರ್ವಹಿಸಲು ಆರಂಭಿಸಿದ್ದವು. ಪಟ್ಟಣ ಪ್ರದೇಶಗಳಲ್ಲಿ ವ್ಯಾಪಾರ ವಹಿವಾಟುಗಳಲ್ಲಿ ಗಣನೀಯ ಅಭಿವೃದ್ಧಿ ದಾಖಲಾಗಿತ್ತು. ಕಾಶ್ಮೀರ ಕೊಳ್ಳಕ್ಕೆ ಭೇಟಿ ನೀಡುವ ಪ್ರವಾಸಿಗರ ಸಂಖ್ಯೆಯೂ ದೊಡ್ಡ ಮಟ್ಟದಲ್ಲಿ ಏರಿಕೆ ಕಂಡಿತ್ತು. ಅಲ್ಲಿಗೆ ಕಾಶ್ಮೀರವನ್ನು ಜೀವಂತ ಸಮಸ್ಯೆಯಾಗಿರಿಸುವ ಪ್ರಯತ್ನದಲ್ಲಿ ಪಾಕಿಸ್ತಾನ ಸೋತಂತಾಗಿಬಿಟ್ಟಿತ್ತು. ಅಮೆರಿಕ–ಚೀನಾಗಳು ಉರಿಗಣ್ಣು ಮಾಡಿಕೊಂಡು ಪಾಕಿಸ್ತಾನದತ್ತ ನೋಡುತ್ತಿದ್ದವು.

ಅದಕ್ಕೆ ಸರಿಯಾಗಿ ಈಗ ಭಾರತ–ಪಾಕಿಸ್ತಾನ್‌ಗಳು ಮರಳಿ ಗೆಳೆಯರಾಗುವ ಹೊತ್ತು ಬಂದಿತಲ್ಲ. ಇದಂತೂ ಪಾಕಿನ ಅಸ್ತಿತ್ವಕ್ಕೇ ಸಂಚಕಾರ ತಂದುಬಿಟ್ಟಿತ್ತು. ಪಾಕೀ ಸೇನೆ ಮತ್ತು ಗೂಢಚಾರ ಸಂಸ್ಥೆ ISI ಗೆ ಕೆಲಸವೇ ಇಲ್ಲದಂತಹ ಸ್ಥಿತಿ ನಿರ್ಮಾಣವಾಗುತ್ತಲಿತ್ತು. ಸೇನಾ ನಾಯಕ ಜನರಲ್ ಪರ್ವೇಜ್ ಮುಷರ್ರಫ್ ಚಡಪಡಿಸುತ್ತಿದ್ದ.

ಪರ್ವೇಜ್ ಮುಷರ್ರಫ್‌ನ ಹೊಟ್ಟೆಯುರಿ ಅದೆಷ್ಟು ಉಲ್ಬಣಗೊಂಡಿತ್ತೆಂದರೆ ಆತ ಲಾಹೋರಿಗೆ ಅಟಲ್‌ಬಿಹಾರಿ ವಾಜಪೇಯಿಯವರು ಭೇಟಿ ಕೊಟ್ಟಾಗ ಅವರಿಗೆ ಗೌರವದ್ಯೋತಕ ಸೆಲ್ಯೂಟ್ ಹೊಡೆಯದೇ ಅವಮಾನ ಮಾಡಿದ್ದ. (ಆನಂತರ ಪರ್ವೇಜ್ ಮುಷರ್ರಫ್ ಪಾಕಿನ ಅಧ್ಯಕ್ಷರಾಗಿ ಭಾರತಕ್ಕೆ ಬಂದಾಗ ನಮ್ಮ ಸೇನಾ ಮುಖ್ಯಸ್ಥರೂ ಅವರನ್ನು ಹಾಗೆಯೇ ಅವಮಾನಿಸಿ ಪ್ರತೀಕಾರ ಪಡೆದದ್ದನ್ನು ಹೆಮ್ಮೆಯಿಂದ ಹೇಳಿಕೊಳ್ಳಬೇಕು.) ಇತ್ತ ವಾಜಪೇಯಿ–ಷರೀಫ್ ಲಾಹೋರ್ ಘೋಷಣೆಗೆ ಅಂಕಿತ ಹಾಕುತ್ತಿರುವಾಗ, ಅತ್ತ ಲಡಾಖ್ ಪ್ರಾಂತಗಳತ್ತ ಪಾಕೀ ಸೇನೆ ನುಗ್ಗಿಸುವ ತಯಾರಿ ನಡೆಸುತ್ತಿದ್ದ.

ಪಾಕೀ ಸೇನಾ ನಾಯಕ ಹುಸೇನ್ ಅಹ್ಮದನಿಂದ ಆನಂತರದ ದಿನಗಳಲ್ಲಿ ವಶಪಡಿಸಿಕೊಂಡ ಡೈರಿಯಿಂದ ಸ್ಫೋಟಕ ಸುದ್ದಿಗಳು ಹೊರಬಂದಿವೆ. ಅವನ ಪ್ರಕಾರ 1999ರ ಫೆಬ್ರುವರಿ ವೇಳೆಗೆ ಪಾಕಿಸ್ತಾನಿ ಸೇನೆ ಕಾರ್ಗಿಲ್‌ನತ್ತ ದಾಪುಗಾಲಿಟ್ಟಿತ್ತು. 28 ಮಾರ್ಚ್ ವೇಳೆಗೆ ಬೆಟ್ಟಗಳ ಬುಡದತ್ತ ಬಂದ ಮುಷರ್ರಫ್ ಅಧಿಕಾರಿಗಳನ್ನುದ್ದೇಶಿಸಿ ಮಾತನಾಡಿದ್ದಲ್ಲದೇ ಸಿಹಿ ಕೊಳ್ಳಲೆಂದೇ ಎಂಟು ಸಾವಿರ ರೂಪಾಯಿಗಳನ್ನು ಕೈಗಿತ್ತು ಹೋದ. ಆಗಿನ್ನೂ ಲಾಹೋರ್ ಘೋಷಣೆಗೆ ಅಂಕಿತ ಬಿದ್ದು ಐದು ವಾರಗಳಷ್ಟೇ ಆಗಿದ್ದವು!

ಪಾಕೀ ಸೈನ್ಯ ಮತ್ತು ಐಎಸ್ಐ ಸಮರ್ಥ ಯೋಜನೆ ರೂಪಿಸಿದ್ದವು.

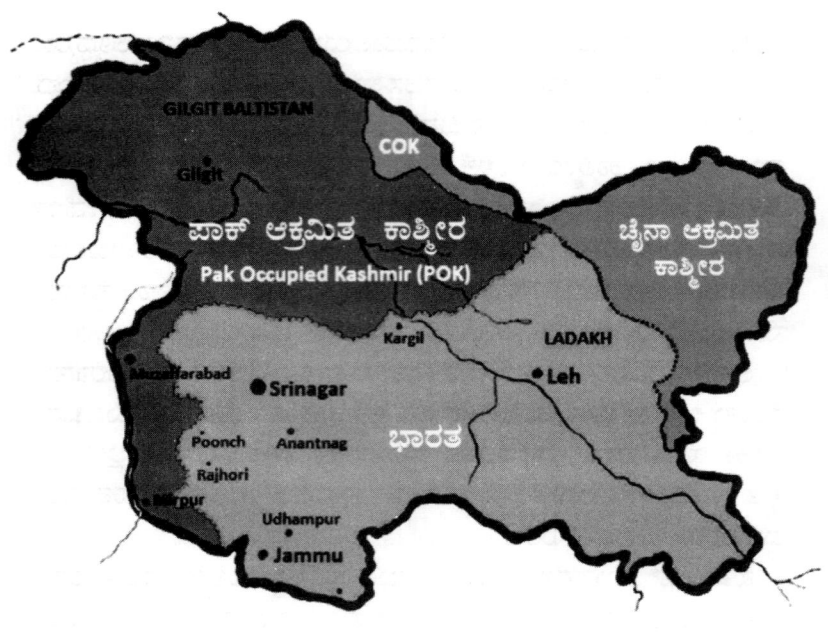

ಗಡಿಯಗುಂಟ ಹೊಂದಿಕೊಂಡಿರುವ ಕಾಶ್ಮೀರದ ಭಾಗದಲ್ಲಿ ಭಯೋತ್ಪಾದನೆಯ ಕೃತ್ಯಗಳನ್ನು ನಡೆಸಿ ಭಾರತೀಯ ಸೇನೆ ಮತ್ತು ಗುಪ್ತಚರರ ದೃಷ್ಟಿ ಅಲ್ಲಿಯೇ ನೆಡುವಂತೆ ಮಾಡುವುದು ಆ ಸಮಯದ ಲಾಭ ಪಡೆದು ಲಡಾಖ್‌ನ ಕಾರ್ಗಿಲ್ ಭಾಗದಲ್ಲಿ ಸೇನೆ ನುಗ್ಗಿಸಿ ಭಾರತಕ್ಕೆ ಮರ್ಮಾಘಾತ ಉಂಟು ಮಾಡುವುದು ಅವರ ಯೋಜನೆಯಾಗಿತ್ತು. ಇದುವರೆಗೂ ಕಾಶ್ಮೀರದ ಕೊಳ್ಳವನ್ನು ಬಿಟ್ಟರೆ ಬೇರೆಡೆ ಪಾಕಿಸ್ತಾನದ ಹಸ್ತಕ್ಷೇಪವಾಗಿರಲಿಲ್ಲ. ಈಗ ಕಾರ್ಗಿಲ್ ಭಾಗದ ಮೇಲೆ ದಾಳಿ ನಡೆಸುವ ಮೂಲಕ ಲಡಾಖ್‌ನ್ನೂ ಗೊಂದಲದ ಸ್ಥಿತಿಗೆ ತಳ್ಳುವ ಯೋಚನೆ ಪಾಕಿಸ್ತಾನದ್ದು. ಅದಕ್ಕೆ ವ್ಯವಸ್ಥಿತ ತಯಾರಿಯೂ ಆಗಿತ್ತು. ಲಾಹೋರ್ ಘೋಷಣೆಗೆ ಸಹಿ ಮಾಡಲು ಅಟಲ್ ಬಿಹಾರಿ ವಾಜಪೇಯಿ ಪಾಕಿಸ್ತಾನಕ್ಕೆ ತೆರಳಿದ್ದ ದಿನವೇ ಲಾಹೋರಿನಲ್ಲಿ ಹಿಂಸೆಯ ತಾಂಡವ ನೃತ್ಯ ಶುರುವಾಗಿತ್ತು. ಪಾಕಿಸ್ತಾನೀ ಸೇನೆಯೊಂದಿಗೆ ದೀರ್ಘಕಾಲದ ಗೆಳೆತನ ಹೊಂದಿರುವ ಜಮಾತ್–ಎ–ಇಸ್ಲಾಮಿಯ ಜಿಹಾದಿ

ಉನ್ಮತ್ತರು ವಾಜಪೇಯಿ ಆಗಮನದ ವಿರುದ್ಧ ದನಿಯೆತ್ತಿದ್ದರು. ರಾಜತಾಂತ್ರಿಕರ ಕಾರುಗಳ ಮೇಲೆ ಕಲ್ಲೆಸೆಯಲಾಗಿತ್ತು. ಇವೆಲ್ಲವುಗಳ ಹಿಂದೆ ಸೇನೆ ಮತ್ತು ಗುಪ್ತಚರ ಇಲಾಖೆಗಳೇ ಇದ್ದವೆಂದು ಮುಂದೆ ನವಾಜ್ ಷರೀಫ್ ಪಾಕೀಸ್ತಾನದ Dawn ಪತ್ರಿಕೆಗೆ ನೀಡಿದ ಸಂದರ್ಶನದಲ್ಲಿ ಒಪ್ಪಿಕೊಂಡಿದ್ದಾರೆ. ಗೊಂದಲಗಳು ಪಾಕಿಸ್ತಾನದಲ್ಲಿಯಷ್ಟೇ ಅಲ್ಲ, ಗಡಿಯೀಚೆ ಭಾರತದಲ್ಲೂ ಶುರುವಾಗಿತ್ತು. ಪಾಕೀ ಸೇನೆಯ ಬಿ ಟೀಮ್ ಎಂದೇ ಕರೆಯಲ್ಪಡುವ ಜಮಾತ್-ಎ-ಇಸ್ಲಾಮಿಯ ನಾಯಕರು ಕಾಶ್ಮೀರ ಕೊಳ್ಳದ ಯುವಕರನ್ನು ಭಡಕಾಯಿಸುವ ಸಂದೇಶ ಕಳಿಸಲಾರಂಭಿಸಿದ್ದರು. ಅಂತಹ ಅನೇಕ ರೇಡಿಯೋ ಸಂದೇಶಗಳನ್ನು ನಮ್ಮ ಸೇನೆ ತಡೆದು ಆಲಿಸಿತು. ಮುಂದಾಗಲಿರುವ ಅವಘಡಗಳನ್ನು ಊಹಿಸಿ ಎಚ್ಚರಿಕೆಯ ಕ್ರಮ ಕೈಗೊಂಡಿತು. ಆದರೇನು? ಆಗಬೇಕಾದ್ದು ಆಗಿಯೇ ಬಿಟ್ಟಿತು.

ಫೆಬ್ರುವರಿ 20ಕ್ಕೆ ಹಜಾರಿಭಾಗದಲ್ಲಿ ಮದುವೆಯ ಸಂಭ್ರಮದಲ್ಲಿದ್ದ ಏಳು ಹಿಂದೂಗಳನ್ನು ಬರ್ಬರವಾಗಿ ಹತ್ಯೆ ಮಾಡಲಾಯ್ತು. ಅದೇ ಜಿಲ್ಲೆಯಲ್ಲಿ ಮತ್ತೆ ನಾಲ್ವರನ್ನು ಗುಂಡಿಟ್ಟು ಕೊಂದ ಸುದ್ದಿ ಸಂಸತ್ತಿನ ಬಾಗಿಲು ಬಡಿಯಿತು. 27ಕ್ಕೆ ಕೋಕರ್‌ನಾಗ್ ಭಾಗದಲ್ಲಿ ಪೊಲೀಸ್ ಠಾಣೆಯಿಂದ ಐವರು ಪೊಲೀಸರನ್ನು ಹೊತ್ತೊಯ್ದು ಕೊಲ್ಲಲಾಯ್ತು. ಅನಂತನಾಗ್ ಜಿಲ್ಲೆಯ ಕೋಕರ್‌ನಾಗ್ ಭಾಗದಲ್ಲಿ ಸೈನಿಕರನ್ನು ಹೊತ್ತೊಯ್ಯುತ್ತಿದ್ದ ಸೇನಾವಾಹನವನ್ನು ಭೂ ಸ್ಫೋಟಕ ಬಳಸಿ ಉಡಾಯಿಸಲಾಗಿತ್ತು. ಐವರು ಸೈನಿಕರು ಶವವಾದರು. ಮಾರ್ಚ್ 16ಕ್ಕೆ ಗಂದರ್‌ಬಾಲ್ ಜಿಲ್ಲೆಯ ಠಾಣೆಯೊಂದಕ್ಕೆ ದಾಳಿ ಮಾಡಿದ ಭಯೋತ್ಪಾದಕರು ಎರ್ರಾಬಿರ್ರಿ ಗುಂಡಿನ ಸುರಿಮಳೆಗೈದು ಮೂವರು ಪೊಲೀಸರನ್ನು ಕೊಂದು ಪರಾರಿಯಾಗಿ ಬಿಟ್ಟರು. 28 ರಂದು ಪೂಂಛ್ ಜಿಲ್ಲೆಯ ಮನೆಯೊಂದಕ್ಕೆ ನುಗ್ಗಿದ ಉಗ್ರರು ತಂದೆಯೆದುರೇ ಮೂವರು ಮಕ್ಕಳ ಹತ್ಯೆಗೈದುದಲ್ಲದೇ ಆತನ ಮೂಗು ಮತ್ತು ಒಂದು ಕಿವಿಯನ್ನು ಕತ್ತರಿಸಿ ಬಿಸಾಡಿದ್ದರು. ಅನಂತನಾಗ್ ಜಿಲ್ಲೆಯಲ್ಲಿ ತುಂಬಿದ ಸಭೆಯ ಮೇಲೆ ಗ್ರೆನೇಡ್ ಎಸೆದು ಒಂಭತ್ತು ಮಹಿಳೆಯರೂ ಸೇರಿದಂತೆ 28 ಜನರನ್ನು ಗಾಯಗೊಳಿಸಿದರು. ಏಪ್ರಿಲ್ 20ಕ್ಕೆ ರಜೌರಿಯಲ್ಲಿ ಬಾಂಬು ಸ್ಫೋಟಕ್ಕೆ ಐದು ಜನರು ಸತ್ತು, 29 ಜನ ಗಾಯಗೊಂಡಿದ್ದರು. ಬಾರಾಮುಲ್ಲಾದಲ್ಲಿ ಮನೆಗೆ ನುಗ್ಗಿದ ಉಗ್ರರು ನಾಲ್ವರನ್ನು ಕೊಂದು ಬೀಗಿದ್ದರು. 29ಕ್ಕೆ ಕೋಕರ್‌ನಾಗ್ ಜಿಲ್ಲೆಯ ಹಳ್ಳಿಯೊಂದಕ್ಕೆ ನುಗ್ಗಿ ಮನಸೋ

ಇಚ್ಛೆ ಗುಂಡಿನ ಸುರಿಮಳೆಗೈದ ಉಗ್ರರು ಒಂಭತ್ತು ನಾಗರಿಕರನ್ನು ಕೊಂದಿದ್ದರು.

ಕೇಂದ್ರ ಸರ್ಕಾರಕ್ಕೆ ಈ ಸುದ್ದಿಗಳು ಸಿಡಿಲಿನಂತೆ ಅಪ್ಪಳಿಸುತ್ತಿದ್ದವು. ಪ್ರತೀ ಬಾರಿ ಈ ಬಗೆಯ ಸುದ್ದಿ ಬಂದಾಗಲೂ ಚಡಪಡಿಸುತ್ತಿದ್ದ ಗೃಹಮಂತ್ರಿ ಎಲ್.ಕೆ. ಅಡ್ವಾಣಿ ರಕ್ಷಣಾ ಸಚಿವ ಜಾರ್ಜ್ ಫರ್ನಾಂಡೀಸ್‌ರಿಗೆ ಕರೆ ಮಾಡಿ ತಮ್ಮ ಅಳಲು ತೋಡಿಕೊಳ್ಳುತ್ತಿದ್ದರು. ಮೊದಲ ಘಟನೆ ನಡೆದ ಮರುದಿನವೇ ಜನರಲ್ ವಿ.ಪಿ. ಮಲಿಕ್‌ರನ್ನು ಕರೆಸಿಕೊಂಡು ಇಬ್ಬರೂ ಅಗತ್ಯ ಕ್ರಮ ಕೈಗೊಳ್ಳುವಂತೆ ಆದೇಶಿಸಿದ್ದಲ್ಲದೇ ಪೂರ್ಣ ಅಧಿಕಾರವನ್ನೂ ನೀಡಿದ್ದರು. ಅದರ ಫಲವಾಗಿಯೇ ಸೇನೆ ತನ್ನ ಸೈನಿಕರನ್ನು ಗಂಭೀರ ಸಮಸ್ಯೆ ಉಂಟು ಮಾಡಬಹುದಾದ ಕ್ಷೇತ್ರಗಳಿಗೆ ವಿಸ್ತರಿಸಿತ್ತು. ಅಷ್ಟೇ ಅಲ್ಲ ಕೆಲವು ಸೂಕ್ಷ್ಮ ಪ್ರದೇಶಗಳ ಮೇಲೆ ವಾಯುಸೇನೆಯ ದಾಳಿ ಮಾಡಬಲ್ಲ ಹೆಲಿಕಾಪ್ಟರುಗಳೂ ಹಾರಾಡಿ ಒಂದಷ್ಟು ಭೀತಿಯ ವಾತಾವರಣವನ್ನೂ ನಿರ್ಮಾಣ ಮಾಡಿದ್ದವು. ಇಷ್ಟಾಗಿಯೂ ಭಯೋತ್ಪಾದಕರು ಇಷ್ಟೆಲ್ಲಾ ವಿಧ್ವಂಸಕ ಕೃತ್ಯಗಳನ್ನು ಮಾಡಿರಬಹುದಾದರೆ ಸೇನೆಯ ಮಧ್ಯಪ್ರವೇಶವಾಗಿರದಿದ್ದರೆ ಕಾಶ್ಮೀರದ ಸ್ಥಿತಿ ಏನಾಗಿದ್ದಿರಬಹುದು ಊಹಿಸಿ.

ಹ್ಞಾಂ! ಭಯೋತ್ಪಾದಕ ಕೃತ್ಯಗಳು ನಡೆದ ಜಿಲ್ಲೆಗಳನ್ನು ಮತ್ತೊಮ್ಮೆ ನೋಡಿ. ರಜೌರಿ, ಪೂಂಚ್, ಗಂದರ್‌ಬಾಲ್, ಅನಂತನಾಗ್ ಇವುಗಳ ಸುತ್ತಲೇ ಸುತ್ತುತ್ತಿವೆ. ನಿಜವಾಗಿ ಪಾಕಿಸ್ತಾನದ ವ್ಯಾಪ್ತಿ ಇರುವುದೂ ಇವುಗಳ ಮೇಲೆ ಮಾತ್ರ. ಅತ್ತ ಜಮ್ಮುವಿನಲ್ಲಾಗಲಿ, ಇತ್ತ ಲಡಾಖ್‌ನಲ್ಲಾಗಲಿ ಇವರ ಆಟ ನಡೆಯದು. ಈ ಕಾರಣಕ್ಕಾಗಿಯೇ ಸೇನೆಯನ್ನು ಕಾರ್ಗಿಲ್ ಭಾಗಕ್ಕೆ ನುಸುಳಿಸುವ ಬೃಹತ್ ಯೋಜನೆಗೆ ಪಾಕಿಸ್ತಾನ ತಯಾರಿ ನಡೆಸಿದ್ದು!

ಪ್ರಧಾನಿ ಅಟಲ್ ಬಿಹಾರಿ ವಾಜಪೇಯಿಯವರಿಗೆ ಒಂದೆಡೆ ತೃಪ್ತಿ. ಸ್ವಾತಂತ್ರ್ಯ ಬಂದಾಗಿನಿಂದ ಈ ಬಗೆಯ ಪ್ರಯತ್ನ ನಡೆದೇ ಇರಲಿಲ್ಲ. ಬಹುಶಃ 1972ರ ಶಿಮ್ಲಾ ಒಪ್ಪಂದದ ನಂತರ ಲಾಹೋರ್ ಒಪ್ಪಂದವೇ ಈ ಎರಡು ರಾಷ್ಟ್ರಗಳ ನಡುವಿನ ಸೇತುವೆ. ಸಂಬಂಧಗಳ ವಿಷಯದಲ್ಲಿ ಹೊಸ ಭಾಷ್ಯವನ್ನೇ ಬರೆದಾಗಿತ್ತು. ನುಸುಳುಕೋರರನ್ನು ತಡೆಗಟ್ಟಿ ಕಾಶ್ಮೀರದಲ್ಲಿ ಶಾಂತಿ ನೆಲೆಸುವಂತೆ ಮಾಡುವ ಪ್ರಯತ್ನಕ್ಕೆ ಜಯ ದೊರಕಿತ್ತು. ಈ ಹಿನ್ನೆಲೆಯಲ್ಲಿ ಕಾಶ್ಮೀರದ ಪರಿಸ್ಥಿತಿಯನ್ನು ಚರ್ಚಿಸಲೆಂದೇ ಕರೆದ ಸಭೆಗೆ ವಿಶೇಷ ಮಹತ್ವ ಬಂದಿತ್ತು. ರಾಜತಾಂತ್ರಿಕರು ಸಾವಿರ ಮಾತುಗಳನ್ನು

ಹೇಳಲಿ, ರಾಜಕೀಯ ನಾಯಕರು ನೂರು ಭಾಷಣ ಮಾಡಲಿ, ಗಡಿಯಲ್ಲಿ ಕಾಯುವ ಸೈನಿಕನಾಡುವ ಒಂದು ಮಾತು ಅವೆಲ್ಲವನ್ನೂ ನುಂಗಿ ನೀರು ಕುಡಿದು ಬಿಡುತ್ತದೆ. ಈಗಲೂ ಹಾಗೆಯೇ ಆಯಿತು. ಸಭೆಯಲ್ಲಿ ನೆರೆದಿದ್ದವರೆಲ್ಲ ಲಾಹೋರ್ ಘೋಷಣೆ, ವಾಜಪೇಯಿಯವರ ಪ್ರಯತ್ನಗಳನ್ನೆಲ್ಲ ಹೊಗಳುತ್ತಿದ್ದರೆ ಜನರಲ್ ಮಲಿಕ್ ಎದ್ದು ನಿಂತು ಕಾಶ್ಮೀರದಲ್ಲಿ ಒಂದಿನಿತೂ ಬದಲಾವಣೆ ಬಂದಿಲ್ಲವೆಂಬುದನ್ನು ಎಳೆ ಎಳೆಯಾಗಿ ವಿವರಿಸಿದರು. ಈ ಘೋಷಣೆಯ ನಂತರ ಪಾಕಿಸ್ತಾನದಿಂದ ನುಗ್ಗುತ್ತಿರುವ ನುಸುಳುಕೋರರ ಸಂಖ್ಯೆ ಹೆಚ್ಚಾಗಿತ್ತೇ ಹೊರತು ಕಡಿಮೆಯಾಗಿರಲಿಲ್ಲ. ಭಾರತ ಕೇಂದ್ರಿತವಾಗಿರುವ ಪಾಕಿಸೇನೆಗೆ ಚೀನಾ ಅತ್ಯಾಧುನಿಕ ಶಸ್ತ್ರಗಳ ಸರಬರಾಜು ಮಾಡುತ್ತಿತ್ತು. ಭಾರತದ ನೆಮ್ಮದಿಯ ಭಂಗಕ್ಕೆ ಪ್ರಯತ್ನಿಸುತ್ತಿತ್ತು. ಸೇನಾನಾಯಕನ ಮಾತುಗಳನ್ನು ತಳ್ಳಿಹಾಕುವಂತಿರಲಿಲ್ಲ. ಪ್ರಧಾನ ಮಂತ್ರಿಗಳ ರಕ್ಷಣಾ ಕಾರ್ಯದರ್ಶಿ ಮಿಶ್ರಾ, ನವಾಜ್ ಷರೀಫ್‌ರಿಗೆ ಕರೆ ಮಾಡಿ ನುಸುಳು ಕೋರರರನ್ನು ತಡೆಗಟ್ಟುವಂತೆ ತಾಕೀತು ಮಾಡಿದರು. 'ನನ್ನೆಲ್ಲ ಪ್ರಭಾವ ಬಳಸಿ ಭಯೋತ್ಪಾದಕರ ಮೇಲೆ ಹಿಡಿತ ಸಾಧಿಸುತ್ತೇನೆ' ಎಂಬ ಭರವಸೆ ಅತ್ತಲಿಂದ ಬಂತು. ಮುಸ್ಲೀಂ ರಾಷ್ಟ್ರಗಳಲ್ಲಿ ಸೇನೆಯಾಗಲಿ, ಭಯೋತ್ಪಾದಕರ ಮೇಲಾಗಲಿ ಅಧ್ಯಕ್ಷರ ಹಿಡಿತ ಎಷ್ಟೆಂಬುದು ಜಗತ್ತಿಗೇ ಗೊತ್ತು ಬಿಡಿ.

ಹಾಗೆ ನೋಡಿದರೆ ಪರ್ವೇಜ್ ಮುಷರ್ರಫ್‌ರನ್ನು ಸೇನಾ ಮುಖ್ಯಸ್ಥರನ್ನಾಗಿ ಆಯ್ಕೆ ಮಾಡಿದ ದಿನವೇ ನವಾಜ್ ಷರೀಫರು ಸೇನೆಯ ಮೇಲೆ ಹಿಡಿತ ಕಳೆದುಕೊಂಡಿದ್ದರು. ಷರೀಫರು ಅಧ್ಯಕ್ಷರಾಗಿ ಅಧಿಕಾರ ಸ್ವೀಕರಿಸುವ ಹೊತ್ತಲ್ಲಿ ಪಾಕಿಸ್ತಾನದ ಸೇನಾ ಮುಖ್ಯಸ್ಥರಾಗಿದ್ದವರು ಜಹಾಂಗೀರ್ ಕರಾಮತ್, ಕೆಲವು ತಿಂಗಳಲ್ಲಿ ನಿವೃತ್ತರಾಗಬೇಕಿದ್ದ ಅವರಿಗೂ ಅಧ್ಯಕ್ಷರಿಗೂ ನಡುವೆ ತಿಕ್ಕಾಟ ಶುರುವಾಗಿತ್ತು. ಅವಧಿಗೆ ಮುನ್ನವೇ ಅವರು ರಾಜೀನಾಮೆ ಬಿಸಾಕಿ ಹೊರಟರು. ಹೊರಡುವ ಮುನ್ನ ತಮ್ಮ ಸ್ಥಾನಕ್ಕೆ ಸೂಕ್ತವ್ಯಕ್ತಿಯನ್ನು ಸೇವಾ ಜ್ಯೇಷ್ಠತೆಯ ಆಧಾರದಲ್ಲಿ ಅಧ್ಯಕ್ಷರಿಗೆ ಸೂಚಿಸಿಯೇ ಹೋಗಿದ್ದರು. ಏಕೋ ಷರೀಫರಿಗೆ ಇದು ಸರಿ ಕಾಣಲಿಲ್ಲ. ಸೇವಾ ಜ್ಯೇಷ್ಠತೆಯನ್ನು ಬದಿಗೆ ಸರಿಸಿ ಪರ್ವೇಜ್ ಮುಷರ್ರಫ್‌ರನ್ನು ತಂದು ಪಟ್ಟದಲ್ಲಿ ಕೂರಿಸಿ ನಿರುಮ್ಮಳವಾದರು. ಮುಷರ್ರಫ್ ಸುಮ್ಮನಾಗಲಿಲ್ಲ. ಅಧಿಕಾರ ಪಡೆದೊಡನೆ ತಮಗೆ ಬೇಕಾದವರನ್ನು ಆಯಕಟ್ಟಿನ ಜಾಗಗಳಿಗೆ ತಂದುಕೊಂಡರು. ಸೇನೆಯ

ಪರ್ವೇಜ್ ಮುಷರ್ರಫ್

ಹಳೆಯ ಕಡತಗಳನ್ನು ತೆರೆಸಿದರು. 1987ರಲ್ಲಿ ಜನರಲ್ ಜಿಯಾ ಉಲ್‌ಹಕ್‌ನ ಕಾಲಕ್ಕೆ ರೂಪಿಸಿದ್ದ ಯೋಜನೆಯೊಂದು ಮುಷರ್ರಫ್‌ನ ಗಮನ ಸೆಳೆಯಿತು. ಕಾರ್ಗಿಲ್‌ನ ದಿಕ್ಕಿನಲ್ಲಿ ಭಾರತವನ್ನು ಆಕ್ರಮಿಸುವ ಈ ಯೋಜನೆ ಸೈನಿಕ ಮತ್ತು ರಾಜತಾಂತ್ರಿಕ ಕಾರಣಗಳಿಂದಾಗಿ ಕೈ ಬಿಡಲ್ಪಟ್ಟಿತ್ತು. ಮುಷರ್ರಫ್ ಇದರ ಅಧ್ಯಯನಕ್ಕೆ ಕುಳಿತರು. ಈ ಕಾರ್ಯಾಚರಣೆಯಲ್ಲಿ ಅವರೇನಾದರೂ ಯಶಸ್ವಿಯಾಗಿದ್ದರೆ, ಜೋಜಿಲಾ ಪಾಸ್‌ನ ಪೂರ್ವಕ್ಕಿರುವ ಗಡಿರೇಖೆಯೇ ಬದಲಾಗಲಿತ್ತು. ಶ್ರೀನಗರ–ಕಾರ್ಗಿಲ್–ಲೇಹ್ ಹೆದ್ದಾರಿ ಭಾರತದ ಪಾಲಿಗೆ ಶಾಶ್ವತವಾಗಿ ಮುಚ್ಚಲಿತ್ತು. ಜಮ್ಮು–ಕಾಶ್ಮೀರದಲ್ಲಿ ಜಿಹಾದಿ ಚಟುವಟಿಕೆಗಳಿಗೆ ಜೀವ ಬರುತ್ತಿತ್ತು. ಮತ್ತೆ ಅಂತರರಾಷ್ಟ್ರೀಯ ಮಟ್ಟದಲ್ಲಿ ಜಮ್ಮು–ಕಾಶ್ಮೀರದ ಸಮಸ್ಯೆ ಚರ್ಚೆಗೆ ಬರುತ್ತಿತ್ತು.

ಮುಷರ್ರಫ್ ತಡ ಮಾಡಲಿಲ್ಲ. 'ಆಪರೇಷನ್ ಬದ್ರ್'ಗೆ ಚಾಲನೆ ಕೊಟ್ಟೇ ಬಿಟ್ಟ. ಶತ್ರುವಿಗೆ ತಿಳಿಯುವ ಮುನ್ನ ಎತ್ತರದ ಗುಡ್ಡಗಳನ್ನು ವಶಪಡಿಸಿಕೊಳ್ಳುವುದು ಆಪರೇಷನ್ ಬದ್ರ್‌ನ ಗುರಿಯಾಗಿತ್ತು. ಮುಷರ್ರಫ್‌ನ ಆಜ್ಞೆಯ ಮೇರೆಗೆ ಮೇಜರ್ ಜನರಲ್ ಜಾವೇದ್ ಹಸನ್ ನೇತೃತ್ವದಲ್ಲಿ ಉತ್ತರದಲ್ಲಿ ನಿಯೋಜಿತವಾದ ಪದಾತಿದಳ ಕಾರ್ಗಿಲ್ ಭಾಗದಲ್ಲಿ ನುಸುಳಲು ಸಿದ್ಧವಾಯ್ತು. ಹೀಗೆ ಒಳನುಗ್ಗಬೇಕಿದ್ದ ಸೈನಿಕರು ತಮ್ಮ ಸಮವಸ್ತ್ರ ತೊರೆದು ಜಿಹಾದಿ ಭಯೋತ್ಪಾದಕರಂತೆ ವೇಷ ಧರಿಸಬೇಕಿತ್ತು. ಶಸ್ತ್ರಾಸ್ತ್ರಗಳ ಸಂಗ್ರಹಣೆ ಶುರುವಾಯ್ತು. ಅಗತ್ಯಕ್ಕೆ ಬೇಕಾದಷ್ಟು ಹೆಲಿಪ್ಯಾಡ್‌ಗಳ ನಿರ್ಮಾಣವಾಯ್ತು. ಕಾರ್ಗಿಲ್‌ನ ಮೂಲಕ ಹಾದು ಹೋಗುವ ಶ್ರೀನಗರ–ಲೇಹ್ ಹೆದ್ದಾರಿಯನ್ನು ಅಡ್ಡಗಟ್ಟುವ ಎಲ್ಲ ಪ್ರಯತ್ನಗಳೂ ಆರಂಭವಾದವು.

'ಸರ್'! ನನ್ನ ಪಕ್ಕದಲ್ಲಿ ಕುಳಿತಿದ್ದ ಹುಡುಗ ಮಧ್ಯೆ ಬಾಯಿ ಹಾಕಿದ. ಪತ್ತೇದಾರಿ ಸಿನಿಮಾ ನೋಡುತ್ತಿರುವಾಗ ಇದ್ದಕ್ಕಿದ್ದಂತೆ ಥಿಯೇಟರಿನ ಎಲ್ಲೆಡೆಯಿಂದಲೂ ಬೆಳಕು ಬಂದು ಪರದೆಯ ಮೇಲೆ ಚಿತ್ರ ಕಾಣುವುದು ನಿಂತರೆ ಹೇಗಾಗಬಹುದೋ ಹಾಗಾಯಿತು. ನಮ್ಮ ಕೌಸರ್ ಯಾವುದೋ ಲೋಕದಿಂದ ಕೆಳಗಿಳಿದರು. ಎಲ್ಲರ ಕುತ್ತಿಗೆಯೂ ಸದ್ದು ಬಂದತ್ತ ತಿರುಗಿತು. ನನ್ನ ಮಿತ್ರ ಎದ್ದು ನಿಂತು ಪ್ರಶ್ನಿಸಿದ 'ಸರ್, ಸೈನ್ಯ ಇಷ್ಟೆಲ್ಲಾ ಮಾಡುವಾಗ ಪಾಕಿಸ್ತಾನದ ಅಧ್ಯಕ್ಷರಾಗಿದ್ದ ನವಾಜ್‌ಷರೀಫ್ ಏನು ಮಾಡುತ್ತಿದ್ದರು? ಅವರಿಗೆ ಈ ವಿಷಯಗಳು ಗೊತ್ತಿರಲಿಲ್ಲವಾ?'

ಅರೆ, ಕೇಳಲೇಬೇಕಿದ್ದ ಪ್ರಶ್ನೆ ಇದು. ಲಾಹೋರ್ ಘೋಷಣೆಗೆ ಸಹಿ ಹಾಕುವ ಮುನ್ನವೇ ಇಂತಹದೊಂದು ಯೋಜನೆಯನ್ನು ಸೈನ್ಯ ರೂಪಿಸಿತ್ತೆಂದ ಮೇಲೆ ಶಾಂತಿಯ ಒಪ್ಪಂದಗಳಿಗೆ ಸಹಿ ಮಾಡುವ ನೈತಿಕ ಪ್ರಜ್ಞೆಯಾದರೂ ಎಲ್ಲಿಂದ ಬಂತು?

ಕೌಲ್ ಸರ್ ಇಷ್ಟು ಹೊತ್ತು ನಿಂತುಕೊಂಡೇ ಮಾತನಾಡುತ್ತಿದ್ದವರು, ಮೂಲೆಯಲ್ಲಿದ್ದ ಕುರ್ಚಿಯ ಮೇಲೆ ಕುಳಿತರು. ನಿಟ್ಟುಸಿರು ಬಿಡುತ್ತ ಮಾತು ಮುಂದುವರಿಸಿದರು.

ನಮ್ಮ ದಾಯಾದಿಯಾದರೂ ಪಾಕಿಸ್ತಾನಕ್ಕೆ ರಾಷ್ಟ್ರವಾಗಿ ಬದುಕುವ ಲವಲೇಶದಷ್ಟು ಸಂಸ್ಕಾರವೂ ಇಲ್ಲ. ಸೈನ್ಯಕ್ಕೂ–ಸರ್ಕಾರಕ್ಕೂ ನಡುವೆ ಶುದ್ಧ ಬಾಂಧವ್ಯಗಳೂ ಇಲ್ಲ. ಯಾವಾಗ ಸೈನ್ಯ ಅಧ್ಯಕ್ಷನನ್ನು ಸುತ್ತುವರಿದು ಪದವಿಯಿಂದ ಕೆಳಗಿಳಿಸಿ ತಾನೇ ಆಡಳಿತವನ್ನು ಕೈಗೆತ್ತಿಕೊಳ್ಳುವುದೋ

ಹೇಳಲು ಬರದು. ಹೀಗಾಗಿಯೇ ಅಲ್ಲಿನ ಅಧ್ಯಕ್ಷರೂ ಸೈನ್ಯಕ್ಕೆ ಹೆದರಿಯೇ ಆಡಳಿತ ನಡೆಸಬೇಕು. ಸೈನ್ಯಕ್ಕಾದರೋ ಧಾರ್ಮಿಕ ಹಿತಾಸಕ್ತಿಗಳನ್ನು ರಕ್ಷಿಸುವಲ್ಲಿ ಮೊದಲ ಆದ್ಯತೆಯೇ ಹೊರತು ರಾಷ್ಟ್ರದ್ದಲ್ಲ.

ಪ್ರತಿಯೊಂದು ರಾಷ್ಟ್ರದ ಸೇನೆಯೂ ಆ ರಾಷ್ಟ್ರದ ಶಾಸ್ತ್ರಗಳಿಂದ ಮತ್ತು ಸೇನೆಯ ಕದನದ ಇತಿಹಾಸದಿಂದಲೇ ಪ್ರೇರಣೆ ಪಡೆಯೋದು. ಭಾರತ – ಪಾಕಿಸ್ತಾನಗಳೂ ಕೂಡ. ಆದರೆ ಪಾಕಿಸ್ತಾನ ಮುಸಲ್ಮಾನ ರಾಷ್ಟ್ರಗಳ ಕದನಗಳಿಂದ ತನಗೆ ಬೇಕಾದ ಪ್ರೇರಣೆಯನ್ನು ಹೆಚ್ಚಾಗಿ ಸ್ವೀಕರಿಸುತ್ತದೆ. ಹೀಗಾಗಿಯೇ ಪಾಕಿಸ್ತಾನದಲ್ಲಿ ಖ್ಯಾತರಾದ ಅಧ್ಯಕ್ಷರು – ಮಂತ್ರಿಗಳ್ಯಾರೂ ಅಭಿವೃದ್ಧಿಯ ಕಾರಣದಿಂದಾಗಿ ಜನಮಾನಸದಲ್ಲಿ ನೆಲೆಸಿದವರಲ್ಲ; ಶತ್ರುಗಳನ್ನು ನಾಶ ಮಾಡಿದ್ದರಿಂದಾಗಿ ಖ್ಯಾತರೆನಿಸಿಕೊಂಡವರು. ಹೀಗಾಗಿಯೇ ಪಾಕಿಸ್ತಾನದ ಸೇನೆ ಶತ್ರುಗಳ ನಾಶ ಮಾಡುವಲ್ಲಿ ತಮ್ಮ ಪಾತ್ರವನ್ನು ಆನಂದಿಸುತ್ತಲೇ ತನ್ನ ಸಾರ್ವಭೌಮತೆಯನ್ನು ಮೆರೆಯುತ್ತದೆ. ಜನ–ಸರ್ಕಾರ ಎಲ್ಲವೂ ತನ್ನಧೀನ ಎಂಬುದನ್ನು ಮತ್ತೆ – ಮತ್ತೆ ನೆನಪಿಸುತ್ತದೆ. ಅಣ್ವಸ್ತ್ರ ಸಾಮರ್ಥ್ಯ ಪಡಕೊಂಡ ಮೇಲಂತೂ ಪಾಕೀ ಸೇನೆ ಸರ್ಕಾರದ ಮುಖ್ಯಸ್ಥರುಗಳಿಂದ ಸಾಕಷ್ಟು ಅಂತರ ಕಾದುಕೊಂಡೇ ಬಂದಿದೆ.

ಸರ್ಕಾರದ ಪ್ರಮುಖರನ್ನು ಬಿಡಿ ಅನೇಕ ಬಾರಿ ಪದಾತಿದಳದ ಮುಖ್ಯಸ್ಥರು ನೌಕಾ ವಿಭಾಗದ ಮುಖ್ಯಸ್ಥರಿಗಾಗಲೀ, ವಾಯು ಸೇನೆಯ ಮುಖ್ಯಸ್ಥರಿಗಾಗಲೀ ದಾಳಿಯ ವಿವರಗಳನ್ನು ತಿಳಿಸಿಯೇ ಇರುವುದಿಲ್ಲ! 1965ರ ಯುದ್ಧದ ಸೋಲಿನ ಚರ್ಚೆಯಾದಾಗ ಇಂತಹದೊಂದು ಹೇಳಿಕೆ ಕೊಟ್ಟು ಏರ್ ಮಾರ್ಷಲ್ ನೂರ್ ಖಾನ್ ಅಚ್ಚರಿ ಮೂಡಿಸಿದ್ದರು. ಕಾರ್ಗಿಲ್ ಯುದ್ಧದ ಸಂದರ್ಭದಲ್ಲೂ ಹಾಗೆಯೇ ಆಗಿತ್ತು. 'ಅಗತ್ಯವಿದ್ದವರಿಗೆ ಅಗತ್ಯವಿದ್ದಷ್ಟು ಮಾಹಿತಿ' ಎಂಬುದು ನಿಯಮವಾಗಿತ್ತು. ಈ ನಿಯಮದನ್ವಯ ನವಾಜ್ ಷರೀಫ್‌ರಿಗೂ ಸೈನ್ಯ ಹೇಳಬೇಕಾಗಿದ್ದಷ್ಟನ್ನೇ ಹೇಳಿತ್ತು. ಹಾಗೆ ನೋಡಿದರೆ ಕಾರ್ಗಿಲ್‌ನ ಯೋಜನೆಗೆ ಲಾಹೋರ್ ಘೋಷಣೆಗೆ ಮುನ್ನವೇ ನವಾಜ್ ಷರೀಫ್ ಅಂಕಿತ ಹಾಕಿದ್ದರು. ಮುಜಾಹಿದ್ದೀನ್‌ಗಳನ್ನು ಒಳ ನುಗ್ಗಿಸಿ ಭಾರತದ ಮೇಲೆ ಒತ್ತಡ ತಂದು ಕಾಶ್ಮೀರ ಸಮಸ್ಯೆ ಬಗೆಹರಿಸಲು ಸಮಯದ ಸೀಮಾ ನಿರ್ಧಾರ ಮಾಡಬೇಕೆಂದು ಆತ ನಿಶ್ಚಯಿಸಿ ಆಗಿತ್ತು. ಅಷ್ಟರೊಳಗೆ ಲಾಹೋರ್ ಘೋಷಣೆಯಾಯ್ತು. ಮುಂದೆ ಹೆಜ್ಜೆ ಇಟ್ಟಿದ್ದ ಮುಷರ್ರಫ್ ಹಿಂದೆ ಬರಲೊಪ್ಪಲಿಲ್ಲ. ಯೋಜನೆ ಹಿಂಪಡೆದಿದ್ದೇವೆ ಎಂಬ ಮಾಹಿತಿಯನ್ನಷ್ಟೇ

ಕೊಟ್ಟ. ಕೆಲವೊಮ್ಮೆ ಜಿಹಾದಿನಿಂದ ಉನ್ನತ್ತರು ಒಳನುಸುಳಿದ್ದಾರೆಂದು ಹೇಳಿ ಸುಮ್ಮನಾಗಿಸಿದ. ತಾನೇ ನೇಮಿಸಿದ ಸೇನಾ ಪ್ರಮುಖ ಹೀಗೆ ತನ್ನನ್ನೇ ಪೇಚಿಗೆ ಸಿಲುಕಿಸಬಹುದೆಂಬ ಲವಲೇಶದಷ್ಟೂ ಅನುಮಾನ ನವಾಜ್ ಷರೀಫರಿಗಿರಲಿಲ್ಲ.

ಪಾಕೀ ನಾಯಕರಿಗೆ, ಸೇನೆಗೆ, ಜನರಿಗೂ ಕೂಡ ಭಾರತದ ಕುರಿತಂತೆ ಒಂದಷ್ಟು ಭ್ರಮೆಗಳಿದ್ದವು. ಭಯೋತ್ಪಾದನೆಯ ವಿರುದ್ಧ ನಿರಂತರವಾಗಿ ಕಾದಾಡಿ ಬಸವಳಿದ ಸೇನೆ ಯುದ್ಧ ಮಾಡುವ ಮನಸ್ಥಿತಿಯಲಿಲ್ಲ; ಯುದ್ಧಕ್ಕೆ ನಿಂತರೂ ಗೆಲ್ಲುವ ಪರಿಸ್ಥಿತಿಯಲಿಲ್ಲ. ಜೊತೆಗೆ ಭಾರತದ ಸರ್ಕಾರ ಸಮ್ಮಿಶ್ರ ಸರ್ಕಾರವಾಗಿರುವುದರಿಂದ ನಿರ್ಣಯ ತೆಗೆದುಕೊಳ್ಳುವಲ್ಲಿ ಸೋಲಲಿದೆ. ಸೈನ್ಯಕ್ಕೆ ಆಧುನಿಕ ಶಸ್ತ್ರಗಳ ಸರಬರಾಜಾಗದಿರುವುದರಿಂದ ಸೈನ್ಯ ಹಿಂದೆಂದಿಗಿಂತಲೂ ಕೃಶವಾಗಿದೆ. ಹೀಗಾಗಿ ಪಾಕಿಸ್ತಾನ ಗೆಲ್ಲುವುದು ಖಾತ್ರಿ.

1998ರ ಅಕ್ಟೋಬರ್‌ನಲ್ಲಿ ಸೈನಿಕರೊಂದಿಗೆ ಮಾತನಾಡುತ್ತ ಪರ್ವೇಜ್ ಮುಷರ್ರಫ್ 'ಭಾರತೀಯ ಸೈನಿಕರು ಕಾದಾಡಿ ಬಸವಳಿದಿದ್ದಾರೆ, ಅವರ ನೈತಿಕ ಸ್ಥೈರ್ಯ ಅತ್ಯಂತ ಕೆಳಮಟ್ಟದಲ್ಲಿದೆ' ಎಂದೆಲ್ಲ ಹೇಳಿದ್ದ.

ಕಾಶ್ಮೀರದ ಕೊಳ್ಳದಲ್ಲಿನ ವಿದ್ರೋಹಿಗಳ ನಿಯಂತ್ರಣಕ್ಕೆ ತನ್ನೆಲ್ಲಾ ಸೇನೆ ಕಳಿಸುವ ಭಾರತ ಕಾರ್ಗಿಲ್‌ನಲ್ಲಿ ಸೈನಿಕರ ಕೊರತೆ ಅನುಭವಿಸಿ ಪಾಕಿಸ್ತಾನದೆದುರು ಬೆತ್ತಲಾಗುತ್ತದೆಂದು ಸೇನಾ ಪ್ರಮುಖರೆಲ್ಲ ಭಾವಿಸಿಬಿಟ್ಟಿದ್ದರು. ಹೀಗಾಗಿ ಗೌಪ್ಯವಾಗಿ ಯುದ್ಧ ಸಿದ್ಧತೆಗಳು ನಡೆದಿದ್ದವು. ಕಾರ್ಗಿಲ್‌ನ ಬೆಟ್ಟ ಹತ್ತಿ ಕಾದಾಡಬೇಕಾದ ಸೈನಿಕನಿಗೆ ತಿಳಿದಿದ್ದ ಮಾಹಿತಿ ಗುಡ್ಡ ಹತ್ತಿ ಬಂಕರ್‌ಗಳನ್ನು ಹಿಡಿದು ಎದುರಾಳಿಗಳೊಂದಿಗೆ ಕಾದಾಡಬೇಕೆಂದಷ್ಟೇ. ಗುಡ್ಡ ಹತ್ತಿ ನಿಂತರೆ ಯುದ್ಧ ಗೆದ್ದುಬಿಟ್ಟಂತೆ ಎಂದು ಆತ ನಂಬಿದ್ದ. ಆನಂತರ ಸಿಕ್ಕ ಅನೇಕರ ಡೈರಿಗಳಲ್ಲಿ ಈ ವಿವರಗಳು ನಮೂದಾಗಿವೆ. ಅವನು ಬರೆದ ಪತ್ರಗಳು ಸೈನ್ಯದ ಮುಖ್ಯಾಲಯಗಳಲ್ಲಿಯೇ ಕೊಳೆಯುತ್ತಿದ್ದವು. ಆತನಿಗೂ ಮನೆಯಿಂದ ಯಾವುದೇ ಮಾಹಿತಿ ಬರದಂತೆ ನೋಡಿಕೊಳ್ಳಲಾಗುತ್ತಿತ್ತು. ಅಧಿಕಾರಿಗಳಿಗೂ ಅವರ ವ್ಯಾಪ್ತಿಯ ಕರ್ತವ್ಯದ್ದಷ್ಟೇ ಮಾಹಿತಿ. ಪೂರ್ಣಪ್ರಮಾಣದಲ್ಲಿ ಮುಂದೇನೆಂದು ಗೊತ್ತಿದ್ದುದು ಮುಷರ್ರಫ್ ಮತ್ತು ಆತನ ಒಂದಿಬ್ಬರು ಆಪ್ತರಿಗೆ ಮಾತ್ರ.

ನಾವೆಲ್ಲ ಮುಂದೆದುರಾಗಲಿರುವ ಯುದ್ಧದ ಭಯಾನಕ ಕಲ್ಪನೆಯ ಚಿತ್ರಣವನ್ನು ತಂದುಕೊಳ್ಳಲು ಯತ್ನಿಸುತ್ತಿರುವಂತೆಯೇ ಪಿರಿಯಡ್‌ನ ಬೆಲ್ಲು

‘ಕಿರ್ರ್’ ಎಂದು ಕೂಗಿತು. ಇಷ್ಟು ದಿನ ಆ ಸದ್ದು ಕೇಳಲೆಂದೇ ತರಗತಿಯಲ್ಲಿ ಕುಳಿತಿರುತ್ತಿದ್ದವರು ನಾವು. ಇಂದೇಕೋ ಈ ಗಂಟೆ ಹಾಳಾಗಿಬಿಡಬಾರದಿತ್ತಾ ಅನ್ನಿಸುತ್ತಿತ್ತು. ಕೌಲ್‌ಸರ್ ಕೂಡ ಆ ಗಂಟೆಯ ಸದ್ದಿಗೆ ಎಚ್ಚರವಾದಂತಿದ್ದರು. ಲಗುಬಗೆಯಿಂದ ಮೇಜಿನ ಮೇಲಿಟ್ಟಿದ್ದ ಪುಸ್ತಕ ಕೈಗೆತ್ತಿಕೊಂಡು ಮತ್ತೆ ನಾಳೆ ಸಿಗೋಣವೆಂಬಂತಹ ಸನ್ನೆ ಮಾಡಿ ಸರಸರ ನಡೆದುಬಿಟ್ಟರು. ಇಡಿಯ ತರಗತಿ ಅವ್ಯಕ್ತ ಮೌನಕ್ಕೆ ಶರಣಾಗಿತ್ತು. ಮುಂದಿನದು ಕೆಮಿಸ್ಟ್ರಿ ಕ್ಲಾಸು. ನಮ್ಮ ತಲೆಯಲ್ಲಿ ನಡೆಯುತ್ತಿದ್ದ ರಾಸಾಯನಿಕ ಕ್ರಿಯೆಗಳನ್ನು ಊಹಿಸುವುದು ಮೇಷ್ಟ್ರಿಗೆ ಸಾಧ್ಯವೇ ಇರಲಿಲ್ಲ.

3
ಗುಪ್ತ ವೈಫಲ್ಯ

ಸಂಜೆ ಮನೆಗೆ ಬಂದವನೆ ಲ್ಯಾಪ್‌ಟಾಪಿನೆದುರು ಕುಳಿತೆ. ವೈಫಿ ಕೆಲಸ ಮಾಡುತ್ತಿತ್ತು. ಗೂಗಲ್‌ಸರ್ಚ್‌ನಲ್ಲಿ ಕಾರ್ಗಿಲ್ ಅಂತ ಬರೆದು ಏನೇನು ಸಿಗುತ್ತೋ ನೋಡೋಣವೆಂದು ಕಾದೆ. ಕಾಶ್ಮೀರದ ಚಿತ್ರ ತೆರೆದುಕೊಂಡಿತು. ಕಾರ್ಗಿಲ್‌ನ್ನು ಹಿಗ್ಗಿಸಿ ನೋಡಿದರೆ ಬೆಟ್ಟಗಳ ಸರಮಾಲೆ ಕಂಡಿತು. ಮಾಹಿತಿಗಳನ್ನು ಕಲೆಹಾಕಿ ಓದಲು ಕುಳಿತೆ.

ಜಮ್ಮು-ಕಾಶ್ಮೀರ 1049 ಕಿ.ಮೀ.ಗಳಷ್ಟು ಗಡಿಭಾಗವನ್ನು ಪಾಕಿಸ್ತಾನದೊಂದಿಗೆ ಹಂಚಿಕೊಳ್ಳುತ್ತದೆ. 1964ರಲ್ಲಿ ಪಾಕಿಸ್ತಾನ ನಮ್ಮಿಂದ ಅಕ್ರಮವಾಗಿ ಕಸಿದ ಭೂಭಾಗದಲ್ಲಿ 4853 ಚದರ ಕಿ.ಮೀ.ಗಳಷ್ಟು ಭಾಗವನ್ನು ಚೀನಾಕ್ಕೆ ಅಕ್ರಮವಾಗಿ ಕೊಟ್ಟಿದೆ. ಇವೆಲ್ಲವೂ ನಾವು ಭೂಪಟದಲ್ಲಿ ಗುರುತಿಸುವ ಅಂತರರಾಷ್ಟ್ರೀಯ ಗಡಿರೇಖೆಗಳಲ್ಲ; ನಾವು ತಾತ್ತ್ವಿಕವಾಗಿ ಒಪ್ಪಿಕೊಂಡಿರುವ ನಿಯಂತ್ರಣ ರೇಖೆಗಳು. (ಲೈನ್ ಆಫ್ ಕಂಟ್ರೋಲ್)

ಜಮ್ಮು ಕಾಶ್ಮೀರದ ನೈರುತ್ಯಕ್ಕೆ ಭಾರತ-ಪಾಕಿಸ್ತಾನಗಳ ಅಂತಾರಾಷ್ಟ್ರೀಯ ಗಡಿರೇಖೆಯಿದೆ. ಇದರ ಆರಂಭದ 199 ಕಿ.ಮೀ. ಜಮ್ಮುವಿನ ಬಳಿಯ ಅಖನೂರ್ ಪಟ್ಟಣದವರೆಗೆ ಬಂದು ನಿಲ್ಲುತ್ತದೆ. ಇದು ವಿಶಾಲ ಭೂಪ್ರದೇಶವಾಗಿದ್ದು ಹಿಂದೂ ಮತ್ತು ಸಿಖ್ ಬಾಹುಳ್ಯದಿಂದ ಕೂಡಿರುವುದರಿಂದ ಇಲ್ಲಿಂದ ಭಯೋತ್ಪಾದಕರು ಒಳನುಸುಳುವುದು ಕಷ್ಟ. ಅನೇಕ ಬಾರಿ ಪಾಕ್ ಪ್ರಯತ್ನಿಸಿದರೂ ಈ ಗಡಿರೇಖೆಯನ್ನು ಕಿಂಚಿತ್ತೂ ಬದಲಾಯಿಸಲು ಅದಕ್ಕೆ ಸಾಧ್ಯವಾಗಲಿಲ್ಲ.

ಅಖನೂರ್‌ನಿಂದ ಪೀರ್‌ಪಂಜಾಲ್‌ವರೆಗಿನ ಗಡಿಭಾಗ ಅತಿಸೂಕ್ಷ್ಮ. ಇಲ್ಲಿ 9 ಸಾವಿರ ಅಡಿ ಎತ್ತರದವರೆಗಿನ ಗುಡ್ಡಗಳೂ ಇವೆ. ಎರಡೂ ಕಡೆಯ ಸೇನೆ ಕಣ್ಣಲ್ಲಿ ಕಣ್ಣಿಟ್ಟು ಕಾಯುವ ಜಾಗವಿದು. 1965ರ ಯುದ್ಧ ನಡೆದದ್ದು ಇದೇ ವ್ಯಾಪ್ತಿಯಲ್ಲಿ. ಪೀರ್‌ಪಂಜಾಲ್‌ನಿಂದ ಕಾವ್‌ಬಾಲ್ ಗಲ್ಲಿಯವರೆಗಿನ ವ್ಯಾಪ್ತಿ ಹಿಮಾಲಯದ ಬೆಟ್ಟಗಳದ್ದು. ಉರಿ, ಕುಪ್ವಾರ ಭಾಗಗಳನ್ನು ಒಳಗೊಳ್ಳುವ ಶ್ರೇಣಿ ಇದು. ಇಲ್ಲಿನ ವಾತಾವರಣ ಹೊಂದಿಕೊಳ್ಳಲು ಬಲು ಕಷ್ಟವಾದ್ದರಿಂದ

ಸೇನೆಯ ನಿಯೋಜನೆಯೂ ಅಷ್ಟೇ ವಿರಳ. ಪಾಕಿಸ್ತಾನ ಈ ಶ್ರೇಣಿಯ ತನ್ನ ಭಾಗದಲ್ಲಿ ನುಸುಳುಕೋರರನ್ನು ತರಬೇತುಗೊಳಿಸಬಲ್ಲ ಕ್ಯಾಂಪುಗಳನ್ನು ಹಾಕಿಕೊಂಡು ಉಗ್ರರ ತರಬೇತಿ ನಡೆಸುತ್ತಿದೆ.

ಇದಕ್ಕೆ ಭಿನ್ನವಾದ, ಭಯಭೀತವಾದ ದೃಶ್ಯ ಲಡಾಖ್ ಪರ್ವತ ಶ್ರೇಣಿಗಳದ್ದು. ಈ ಪರ್ವತಗಳು ಬಂಜರಾಗಿದ್ದು ದುರ್ಗಮವೂ ಆಳವಾದದೂ ಆಗಿವೆ. ಚೋರ್ಬಟ್‌ಲಾದಿಂದ ತುರ್ತುಕ್‌ನವರೆಗಿನ ಭಾಗವಂತೂ ಮತ್ತೂ ದುರ್ಗಮ. ಮಧ್ಯೆ ಹರಿಯುವ ಶ್ಯೋಕ್ ನದಿ ಎರಡೂ ರಾಷ್ಟ್ರಗಳಿಗೆ ಗಡಿಯಿದ್ದಂತೆ! ಇಲ್ಲಿನ ಬೆಟ್ಟಗಳು 16 ರಿಂದ 21 ಸಾವಿರ ಅಡಿ ಎತ್ತರದವು. ಅನೇಕ ಕಡೆ ಬೆಟ್ಟಗಳು ಮಂಜಿನಿಂದ ಆವೃತವಾಗಿದ್ದು ಕ್ಷಣಕ್ಷಣಕ್ಕೂ ಬದಲಾಗುವ ವಾತಾವರಣದಿಂದಾಗಿ ಭಯಾನಕತೆಯನ್ನು ಇಮ್ಮಡಿಗೊಳಿಸುತ್ತವೆ. ಲಡಾಖ್ ಭಾಗವನ್ನು ನದಿ–ಗುಡ್ಡಗಳನ್ನು ಆಧಾರವಾಗಿರಿಸಿಕೊಂಡು ಕಣಿವೆಗಳಾಗಿ ವಿಂಗಡಿಸುತ್ತಾರೆ. ನುಬ್ರಾ ಕಣಿವೆ–ಸಿಂಧು ಕಣಿವೆ ಮತ್ತು ಝಂಸ್ಕಾರ್ ಕಣಿವೆ. ನದಿಯ ಇಕ್ಕೆಲಗಳು ಮಾತ್ರ ಜನವಸತಿಗೆ ಯೋಗ್ಯ. ನಿಯಂತ್ರಣ ರೇಖೆಗೆ ಹೊಂದಿಕೊಂಡಂತೆ ಸಾಗುವ ರಸ್ತೆಗಳೇ ಈ ಭಾಗವನ್ನು ಜನರೊಂದಿಗೆ ಬೆಸೆಯುವ ಜೀವಾಳ.

ಶ್ರೀನಗರದಿಂದ ಕಾರ್ಗಿಲ್ ಮಾರ್ಗವಾಗಿ ಲೇಹ್‌ಗೆ ಸಾಗುವ ರಾಷ್ಟ್ರೀಯ ಹೆದ್ದಾರಿ (1ಏ)ಯೇ ಲಡಾಖ್ ಮತ್ತು ಕಾಶ್ಮೀರದ ನಡುವಿನ ಸಂಪರ್ಕ ಸೇತು. ಈ ರಸ್ತೆಯೂ ನವೆಂಬರ್‌ನ ಮಧ್ಯಭಾಗದಿಂದ ಜೂನ್‌ನ ಆರಂಭದವರೆಗೆ ಮುಚ್ಚಿಯೇ ಇರುತ್ತದೆ. ಏಕೆಂದರೆ ಈ ಬೆಸುಗೆಯ ಬಹುಮುಖ್ಯ ತಂತು ಹದಿನೇಳು ಸಾವಿರ ಅಡಿ ಎತ್ತರದಲ್ಲಿರುವ ಜೋಜಿಲಾ ಪಾಸ್, ಆಗ ಮಂಜಿನಿಂದಾವೃತವಾಗಿರುತ್ತದೆ. ಲಡಾಖ್‌ನ ತಲುಪುವ ಮತ್ತೊಂದು ರಸ್ತೆ ಹಿಮಾಚಲ ಪ್ರದೇಶದ ಮೂಲಕ ಹಾದು ಬರುತ್ತದಾದರೂ ಅದೂ ಕೂಡ ಈ ಹೊತ್ತಿನಲ್ಲಿ ಮಂಜಿನಿಂದ ಆವೃತವಾಗಿಯೇ ಇರುತ್ತದೆ.

ಇಲ್ಲಿನ ಜನಸಂಖ್ಯೆ ವಿರಳವೆನಿಸಿದರೂ ವಿಶಿಷ್ಟವಾದುದು. ದ್ರಾಸ್‌ನ ಬಹುಪಾಲು ಸುನ್ನಿ ಮುಸಲ್ಮಾನರಾದರೆ, ಕಾರ್ಗಿಲ್‌ನ ಬಹುತೇಕ ಎಲ್ಲರೂ ಶಿಯಾಗಳೇ! ಇದನ್ನುಳಿದು ಲಡಾಖ್‌ನ ಉಳಿದ ಜನರು ಬುದ್ಧನ ಅನುಯಾಯಿಗಳು. ಮೊದಲಿನಷ್ಟು ಅನ್ಯೋನ್ಯತೆ ಅವರ ನಡುವೆ ಈಗಿಲ್ಲವಾದರೂ ಸೈನ್ಯದ ಲಡಾಖ್ ಸ್ಕೌಟ್ಸ್‌ನಲ್ಲಿ ಎಲ್ಲರೂ ಸಮರ್ಪಣಾ ಭಾವದಿಂದ ಸೇರಿಕೊಂಡಿದ್ದಾರೆ.

ಶಿಯಾಗಳ ಮತ್ತು ಬೌದ್ಧರಲ್ಲಿ ಭಯೋತ್ಪಾದಕರ ಕುರಿತಂತಹ ವಿರೋಧ ಮೇಲ್ನೋಟಕ್ಕೆ ಗೋಚರವಾಗುತ್ತದೆ. ಹೀಗಾಗಿ ಜಿಹಾದಿ ಭಯೋತ್ಪಾದನೆ ತುಟ್ಟ ತುದಿಯಲ್ಲಿದ್ದಾಗಲೂ ಲಡಾಖ್‌ಗೆ ಅದರ ವಿಷ ಹರಡಿರಲಿಲ್ಲ. ಪಾಕಿಸ್ತಾನೀ ಸೇನೆ ಗುಡ್ಡದ ಮೇಲಿನಿಂದ ಆಗೀಗ ಈ ಹೆದ್ದಾರಿಯ ಮೇಲೆ ಗುಂಡಿನ ದಾಳಿ ನಡೆಸುತ್ತದೆ ಎನ್ನುವುದನ್ನು ಬಿಟ್ಟರೆ ಉಳಿದಂತೆ ಅಹಿತಕರ ಘಟನೆಗಳು ತೀರಾ ಕಡಿಮೆ.

1971ರ ಪಾಕ್ ಯುದ್ಧದ ವೇಳೆಗೆ ಲಡಾಖ್‌ನ ಗಡಿ ಕಾಯಲು ಸೇನೆ ಸಾಕಷ್ಟು ಸೈನಿಕರನ್ನು ನಿಯೋಜಿಸಿತ್ತು. ಆದರೆ ಕಾಶ್ಮೀರ ಕೊಳ್ಳದಲ್ಲಿ ಭಯೋತ್ಪಾದಕರ ಗುಂಡಿನ ಮೊರೆತ ತೀವ್ರವಾಗುತ್ತಿದ್ದಂತೆ ಸೈನ್ಯದ ಒಂದೊಂದೇ ತುಕಡಿ ಭಯೋತ್ಪಾದಕ ನಿಗ್ರಹದಳವಾಗಿ ಲಡಾಖ್‌ನಿಂದ ಮರಳಿ ಕೊಳ್ಳಕ್ಕಿಳಿಯಲಾರಂಭಿಸಿತು. ಚೀನಾದೊಂದಿಗೆ 1993ರಲ್ಲಿ ಮಾಡಿಕೊಂಡ ಶಾಂತಿಯ ಒಪ್ಪಂದದಿಂದಾಗಿ ಲಡಾಖ್‌ನಿಂದ ಮತ್ತಷ್ಟು ಸೈನಿಕರನ್ನು ಮರಳಿ ಕರೆಸಿಕೊಳ್ಳಲಾಯ್ತು. ದೀರ್ಘಕಾಲದಿಂದ ಶಾಂತ ನಿಯಂತ್ರಣ ರೇಖೆಯನ್ನು ಗಮನಿಸಿ 1994ರಲ್ಲಿ ಪಾಕಿಸ್ತಾನದ ಗಡಿಯಗುಂಟ

ಇದ್ದ ಮತ್ತೊಂದು ಸೈನ್ಯದ ಬಟಾಲಿಯನ್ನನ್ನೂ, ಯಾಂತ್ರೀಕೃತ ಬಟಾಲಿಯನ್ನೊಂದನ್ನು ಮರಳಿ ಕಾಶ್ಮೀರಕ್ಕೆ ಕರೆಸಿಕೊಳ್ಳಲಾಯ್ತು. 1997ರಲ್ಲಿ ಜಮ್ಮು-ಕಾಶ್ಮೀರದ ಚುನಾವಣೆಯ ಹಿನ್ನೆಲೆಯಲ್ಲಿ ಮತ್ತೊಂದು ಬೆಟಾಲಿಯನ್ನನ್ನು ಕಾಶ್ಮೀರದ ಕೊಳ್ಳಕ್ಕೆ ಮರಳಿಸಿ ಚುನಾವಣೆ ಕೆಲಸಕ್ಕೆ ನಿಯೋಜಿಸಲಾಯ್ತು. ಮುಂದೆ ಈ ಸೈನಿಕರೂ ಭಯೋತ್ಪಾದನಾ ನಿಗ್ರಹಕ್ಕೆ ಬಳಕೆಯಾಗತೊಡಗಿದರು. ಇವರಲ್ಲಿ ಕೆಲವರು ಲಡಾಖಿಗೆ ಮರಳಿದರಾದರೂ ಬಹುತೇಕ ಕಾಶ್ಮೀರದ ಪುನರ್‌ನಿರ್ಮಾಣದ ಕಾರ್ಯದಲ್ಲಿ ತೊಡಗಿದ್ದವರು ಹಾಗೆಯೇ ಉಳಿದುಬಿಟ್ಟರು. ಸುಮಾರು 170 ಕಿ.ಮೀ. ಉದ್ದಕ್ಕೇ ಚಾಚಿಕೊಂಡಿರುವ ಈ ದುರ್ಗಮ ಬೆಟ್ಟಸಾಲುಗಳ ರಕ್ಷಣೆಗೆ ಇಷ್ಟು ಸಂಖ್ಯೆಯ ಸೈನಿಕರು ಹೇಗೆ ಸಾಕಾದಾರು ಹೇಳಿ. ಅದಕ್ಕೆ ಈ ಸಾಲುಗಳುದ್ದಕ್ಕೂ ಅಲ್ಲಲ್ಲಿ ಖಾಲಿ ಜಾಗ ಕಂಡುಬರುತ್ತದೆ. ಸೈನಿಕರೆ ಇಲ್ಲದ ನಿರ್ವಾತ ಪ್ರದೇಶಗಳನ್ನು ಶತ್ರುಗಳು ಆಕ್ರಮಿಸಿಬಿಟ್ಟರೆ ಕತೆಯೇನು ಎಂಬ ಅನುಮಾನ ಬರುವುದು ನಿಜವಾದರೂ ಅದು ಸುಲಭ ಸಾಧ್ಯವಲ್ಲ. ಈ ಬೆಟ್ಟಗಳು ಅದೆಷ್ಟು ಭಯಾನಕವಾಗಿ ಅಂಗಾತ ಬಿದ್ದಿವೆಯೆಂದರೆ ಇವನ್ನು ದಾಳಿಗೈದು ವಶಪಡಿಸಿಕೊಳ್ಳುವ ಕಲ್ಪನೆಯೂ ಅಷ್ಟೇ ಭಯಾನಕ. ಇಲ್ಲಿಂದ ಸಣ್ಣ ಪ್ರಮಾಣದಲ್ಲಿ ಭಯೋತ್ಪಾದಕರನ್ನು ಒಳನುಗ್ಗಿಸಿ ಆತಂಕ ಸೃಷ್ಟಿಸಬಹುದಷ್ಟೇ. ಲಡಾಖ್‌ನ ಸ್ಥಳೀಯರು ಪಾಕಿಸ್ತಾನದೊಂದಿಗೆ ಕೈ ಜೋಡಿಸುವ ಭರವಸೆ ಇಲ್ಲವಾದ್ದರಿಂದ ಅವರು ಈ ಸಾಹಸಕ್ಕೆ ಮುನ್ನುಗ್ಗಲಾರರು. ಒಟ್ಟಾರೆ ಇದೊಂದು ಅಭೇದ್ಯ ಕೋಟೆ. ಹಾಗೆಂದು ಭಾವಿಸಿಯೇ ಭಾರತ ನಿರಾಳವಾಗಿತ್ತು.

ನನಗೂ ಸ್ವಲ್ಪ ನಿರಾಳವಾಗಿತ್ತು. ಜಮ್ಮು-ಕಾಶ್ಮೀರದ ಬಗ್ಗೆ ಕುತೂಹಲವಿತ್ತಾದರೂ ಭೌಗೋಳಿಕ ಪರಿಸರದ ಕುರಿತಂತೆ, ಜನಸಂಖ್ಯೆಯ ಹಂಚಿಕೆಯ ಕುರಿತಂತೆ ಇಷ್ಟೆಲ್ಲಾ ಮಾಹಿತಿಗಳಿರಲಿಲ್ಲ. ಓದುವ ಓಘದಲ್ಲಿ ಅರ್ಥವಾಗದ ಒಂದಷ್ಟು ವಿಚಾರಗಳನ್ನು ಬರೆದಿಟ್ಟುಕೊಂಡಿದ್ದೆ. ಕೌಲ್ ಸರ್‌ನ್ನು ಕೇಳಿದರಾಯ್ತೆಂದುಕೊಂಡು ಸುಮ್ಮನಾದೆ. ಗೂಗಲ್‌ನತ್ತ ಕಣ್ಣಾಯಿಸಿ ಭಾರತದ ಗೂಢಚರ್ಯೆ ಸಂಸ್ಥೆಗಳ ಕುರಿತಂತೆ ಮಾಹಿತಿ ಕೆದಕಿದೆ.

ಭಾರತದ ಸರ್ವೋಚ್ಚ ಗೂಢಚಾರ ಸಂಸ್ಥೆಯಾಗಿ ಒಳಗೂ-ಹೊರಗೂ ಗೂಢಚರ್ಯೆ ನಡೆಸುತ್ತಿದ್ದುದು ಇಂಟಲಿಜೆನ್ಸ್ ಬ್ಯುರೋ (ಐಬಿ). ಇದು ಬ್ರಿಟಿಷ್ ಕಾಲದ ಇಂಟಲಿಜೆನ್ಸ್ ಏಜೆನ್ಸಿಯ ಮತ್ತೊಂದು ರೂಪ. ಒಳಗಣ

ಆತಂಕವಾದಿಗಳ ಮತ್ತು ಹೊರಗಣ ಕಾಣದ ಶಕ್ತಿಗಳ ಕುರಿತಂತೆ ಗುಪ್ತವಾಗಿ ಮಾಹಿತಿ ಸಂಗ್ರಹಿಸಿ ದೇಶದ ಸೈನಿಕರನ್ನು ಪೊಲೀಸರನ್ನು ಎಚ್ಚರಿಸಿ ದೇಶ ಕಾಪಾಡುವ ಹೊಣೆಗಾರಿಕೆ ಇವರದಾಗಿತ್ತು. ಗೃಹ ಇಲಾಖೆಯ ನೇರ ಸುಪರ್ದಿಯಲ್ಲಿದ್ದ ಈ ಸಂಸ್ಥೆ 1962ರಲ್ಲಿ ಚೀನಾ ಯುದ್ಧದ ಕುರಿತಂತೆ 1965ರಲ್ಲಿ ಪಾಕಿಸ್ತಾನ ಯುದ್ಧದ ಕುರಿತಂತೆ ಮುನ್ಸೂಚನೆ ಕೊಡುವಲ್ಲಿ ಸೋತು ಹೋಯ್ತು. ಆಗ ಇದರ ಹೊಣೆಗಾರಿಕೆ ಕಡಿಮೆ ಮಾಡುವ ಉದ್ದೇಶದಿಂದ ಹುಟ್ಟಿಕೊಂಡಿದ್ದು. ರೀಸರ್ಚ್ ಅಂಡ್ ಅನಾಲಿಸಿಸ್ ವಿಂಗ್ 'ರಾ'ಗೆ ಬಾಹ್ಯ ಗೂಢಚರ್ಯೆಯ ಹೊಣೆ ಹೆಗಲೇರಿತು.

ಆರಂಭದಲ್ಲಿ 250 ಉದ್ಯೋಗಿಗಳಿಂದ ಶುರುವಾದ 'ರಾ' ಕಾಲಕ್ರಮೇಣ ಸಾವಿರಾರು ಉದ್ಯೋಗಿಗಳನ್ನು ಹೊಂದಿ ಜಗತ್ತಿನ ಮೂಲೆಮೂಲೆಗಳಿಗೆ ತನ್ನ ಬಾಹುಗಳನ್ನು ವಿಸ್ತರಿಸಿಕೊಂಡಿತು. ಇಂದು 'ರಾ' ಜಗತ್ತಿನಾದ್ಯಂತ ರಾಜಕೀಯ, ಸೈನಿಕ, ಆರ್ಥಿಕ, ವೈಜ್ಞಾನಿಕ ಅಭಿವೃದ್ಧಿಗಳ ಕುರಿತಂತೆ ಕಣ್ಣಿಟ್ಟು ಅದಕ್ಕೆ ತಕ್ಕಂತೆ ಭಾರತದ ರಾಷ್ಟ್ರೀಯ ನೀತಿರೂಪಿಸಲು ಪೂರಕ ಮಾಹಿತಿ ಒದಗಿಸುತ್ತದೆ. ಭಾರತೀಯತೆಯನ್ನು ಬಿತ್ತುವ ಮೂಲಕ ಜಾಗತಿಕ ಮಟ್ಟದಲ್ಲಿ ಭಾರತದ ಕುರಿತಂತೆ ಅಭಿಪ್ರಾಯ ರೂಪಿಸುತ್ತದೆ. ಬೇರೆ-ಬೇರೆ ಚಟುವಟಿಕೆಗಳ ಮೂಲಕ ಭಾರತದ ರಾಷ್ಟ್ರೀಯ ಹಿತಾಸಕ್ತಿ ಕಾಯುತ್ತದೆ.

ಇವೆರಡಲ್ಲದೇ ಮಾಹಿತಿ ಕಲೆಹಾಕಲು ಸೈನ್ಯ ತನ್ನದೇ ಆದ ಮಿಲಿಟರಿ ಇಂಟೆಲಿಜೆನ್ಸನ್ನು ಉಪಯೋಗಿಸಿಕೊಳ್ಳುತ್ತದೆ. ಇದರಡಿಯಲ್ಲಿ ಸೈನ್ಯದ ಮೂರೂ ವಿಭಾಗಗಳ ಗೂಢಚರ್ಯೆ ವಿಭಾಗ ರೇಡಿಯೋ ಸಿಗ್ನಲ್‌ಗಳನ್ನು ಭೇದಿಸುವ

ಸ್ಥಳೀಯರನ್ನು ಬಳಸಿ ಮಾಹಿತಿ ಕಲೆ ಹಾಕುವ ಕೆಲಸ ಮಾಡುತ್ತಿರುತ್ತದೆ. ಇವೆಲ್ಲವುಗಳನ್ನೂ ಒಳಗೊಂಡಂತೆ ಡಿಫೆನ್ಸ್ ಇಂಟೆಲಿಜೆನ್ಸ್ ಏಜೆನ್ಸಿ ಚಟುವಟಿಕೆ ಮಾಡುತ್ತದೆ. ಡಿಐಎ, ರಾ ಮತ್ತು ಐಬಿಗಳು ಸಂಗ್ರಹಿಸಿದ ಮಾಹಿತಿಯನ್ನು ಅಧ್ಯಯನ ಮಾಡಿ ಪ್ರಧಾನಮಂತ್ರಿಗಳಿಗೊಪ್ಪಿಸುವ ಜವಾಬ್ದಾರಿ ಜಂಟಿ ಇಂಟೆಲಿಜೆನ್ಸ್ ಕಮಿಟಿಯದ್ದು.

ಇವಿಷ್ಟನ್ನೂ ಓದುತ್ತಿದ್ದಂತೆ ನನ್ನ ನಿದ್ದೆ ಹಾರಿ ಹೋಯಿತು. ಕೆಳಹಂತದಲ್ಲಿ ಮಾಹಿತಿ ಕಲೆ ಹಾಕುವ ಹತ್ತಾರು ಸಂಸ್ಥೆಗಳು, ಆನಂತರ ಸಂಗ್ರಹಿಸಿಕೊಂಡ ಮಾಹಿತಿಗಳ ಅಧ್ಯಯನ. ಅವುಗಳನ್ನು ಕ್ರೋಢೀಕರಿಸಿ ಅದರ ಆಧಾರದ ಮೇಲೆ ನಿರ್ಣಯ ಕೈಗೊಳ್ಳಲು ಒಂದೆರಡು ಸಂಸ್ಥೆಗಳು, ಇವೆಲ್ಲವುಗಳ ಮೇಲೆ ಪ್ರಧಾನಮಂತ್ರಿ. ಕಾರ್ಗಿಲ್‌ನಲ್ಲಿ ಸೈನಿಕರು ಒಳ ನುಸುಳಿದ ಸುದ್ದಿ ಇವರೆಲ್ಲರ ಕಣ್ತಪ್ಪಿದ್ದಾದರೂ ಹೇಗೆ? ಈ ಪ್ರಶ್ನೆ ನನ್ನನ್ನು ಕಾಡತೊಡಗಿತು. ರಾತ್ರಿ ಊಟ ಬೇಡವೆನ್ನಿಸಿತು. ನಿದ್ದೆಯೂ ಹಾರಿತು. ಬೆಳಗಾಗುವುದನ್ನೇ ಕಾಯುತ್ತಿದ್ದೆ. ಸ್ನಾನಮುಗಿಸಿ, ತಿಂಡಿ ತಿಂದು ಕಾಲೇಜಿಗೆ ಓಡಿದೆ. ಕೌಲ್ ಸರ್ ಆಗ ತಾನೇ ತಮ್ಮ ಬಜಾಜ್ ಚೇತಕ್‌ನ್ನು ಬದಿಯಲ್ಲಿ ನಿಲ್ಲಿಸುತ್ತಿದ್ದರು. ಅವರು ನಾಲ್ಕು ಹೆಜ್ಜೆ ಮುಂದಿಡುತ್ತಿದ್ದುದನ್ನೇ ಕಾದು ಹಿಂಬದಿಯಿಂದ ಅವರನ್ನು ಸೇರಿಕೊಂಡೆ.

'ಸರ್' ನಾನು ಕರೆದಿದ್ದು ಕೇಳಿ ಹಿಂದೆ ತಿರುಗಿದರು.

'ರಾ, ಐಬಿಗಳು ಮುನ್ಸೂಚನೆ ಕೊಡುವಲ್ಲಿ ಸೋತವು ಸರಿ. ಸೈನ್ಯದ್ದೇ ಇಂಟಲಿಜೆನ್ಸು ದಾಳಿಯನ್ನು ಬಹುಮುನ್ನವೇ ಗ್ರಹಿಸುವಲ್ಲಿ ಸೋತಿದ್ದೇಕೆ?' ಎಂದೆ. ಕೌಲ್ ಸರ್‌ರ ಕಂಗಳಲ್ಲಿ ಸಿಡಿದ ಸಾವಿರ ಲಕ್ಷ್ಮೀ ಪಟಾಕಿಗಳು ನನಗೇ ಕಂಡವು. ನನ್ನೊಳಗೆ ಕೆರಳುತ್ತಿರುವ ಆಸಕ್ತಿ ಅವರಿಗೆ ಆನಂದ ತಂದಿತ್ತು. ಅವರು ಉತ್ತರಿಸಿದರು.

'ಹೌದು. ಈ ಪ್ರಶ್ನೆ ಪ್ರತಿಯೊಬ್ಬರನ್ನೂ ಕಾಡಿತ್ತು. ಲಾಹೋರ್ ಘೋಷಣೆಯ ಭ್ರಮಾಲೋಕದಲ್ಲಿ ಎಲ್ಲರೂ ತೇಲುತ್ತಿದ್ದರು. ಪಾಕಿಸ್ತಾನ ರಾತ್ರಿ ಕಳೆಯುವುದರೊಳಗಾಗಿ ಸಜ್ಜನರ ನಾಡಾಗಿ ಬಿಟ್ಟಿದೆ ಎಂದು ಬಹುಶಃ ಸೈನ್ಯವೂ ಭಾವಿಸಿಬಿಟ್ಟಿತ್ತೆನಿಸುತ್ತದೆ' ಎಂದು ನಕ್ಕರು ಆದರೆ ಅದು ಸಹಜ ನಗುವಾಗಿರಲಿಲ್ಲ.

ಮೊದಲೆರಡು ಗಣಿತದ ಪಿರಿಯಡ್ಡುಗಳು. ನಾನು ಗಣಿತದ ತರಗತಿಯಲ್ಲಿ ಆಸ್ಥೆಯಿಂದ ಕುಳಿತವನಲ್ಲ. ಇಂದು ಮಾತ್ರ ಪ್ರತಿಯೊಂದು ಸಮಸ್ಯೆಯೂ

ಹೊಸದಾಗಿ ಕಾಣುತ್ತಿತ್ತು. ಪ್ರತಿಯೊಂದು ಬೀಜಾಕ್ಷರಗಳೂ ಇಂಟೆಲಿಜೆನ್ಸ್ ಅಧಿಕಾರಿಯೆದುರಿಗಿನ ಮಾಹಿತಿಯಂತೆ ಗೋಚರವಾಗುತ್ತಿತ್ತು. ಈ ಮಾಹಿತಿ ಬಳಸಿ ಸಮಸ್ಯೆ ಪರಿಹರಿಸಿ ಪರಿಹಾರದ ಮುನ್ಸೂಚನೆ ಕೊಡುವ ಅಧಿಕಾರಿ ನಾನೆಂಬಂತೆ ಭಾಸವಾಗುತ್ತಿತ್ತು. ಈ ಸಮಸ್ಯೆ ಪರಿಹಾರವಾಗದಿದ್ದರೆ ಯುದ್ಧ ಪಕ್ಕಾ ಎಂದು ನನಗೆ ನಾನೇ ಹೇಳಿಕೊಳ್ಳುತ್ತಿದ್ದೆ.

ಮೂರನೇ ಅವಧಿಗೆ ಕೌಲ್ ಸರ್ ಒಳಬಂದರು. ನನ್ನ ನೋಡಿ ನಕ್ಕು ಬೋರ್ಡಿನ ಮೇಲೆ ನ್ಯಾನೋ ಟೆಕ್ನಾಲಜಿ ಅಂತ ಬರೆದರು. ಎಲ್ಲರಿಗೂ ಬೇಸರವೆನಿಸಿತು. ಕಾರ್ಗಿಲ್ ಕದನ ಕಥನ ಮುಂದುವರಿದೀತೆಂದು ಕಾಯುತ್ತಿದ್ದೆವು. ಇದನ್ನು ಅರಿತ ಕೌಲ್ ಸರ್, 'ಹ್ಞಾಂ! ಕಾರ್ಗಿಲ್‌ನ ಕದನ ನಡೆಯುವುದಕ್ಕೂ ಮುನ್ನ ಅತಿ ಸೂಕ್ಷ್ಮವಾದ, ನ್ಯಾನೋ ಮಾಹಿತಿಗಳು ನಮಗೆ ದಕ್ಕಿದ್ದವು. ಆದರೆ ಅದನ್ನು ಗ್ರಹಿಸುವಲ್ಲಿ ನಾವು ಯಶಸ್ವಿಯಾಗಲಿಲ್ಲ' ಎಂದರು. ಒಬ್ಬ ಸಮರ್ಥ ಅಧ್ಯಾಪಕ ಯಾವುದನ್ನು ಯಾವುದಕ್ಕೆ ಬೇಕಿದ್ದರೂ ತಳುಕು ಹಾಕಬಲ್ಲ. ಕಥನ ಮುಂದುವರೆಯಿತು.

ಕಾರ್ಗಿಲ್ ಯುದ್ಧದಲ್ಲಿ ಭಾರತ ಗೆದ್ದಿತು ನಿಜ. ಆದರೆ ಗೂಢಚರ್ಯೆಯ ವೈಫಲ್ಯವನ್ನು ಇಡಿಯ ಜಗತ್ತು ಆಡಿಕೊಂಡಿತು. ಹಾಗೆಂದ ಮಾತ್ರಕ್ಕೆ ಎಲ್ಲ ಗೂಬೆಯನ್ನೂ ಅವರ ಮೇಲೆ ಕೂರಿಸಿ ಸುಮ್ಮನಾಗಲಾಗುವುದಿಲ್ಲ. ಅತ್ಯಾಧುನಿಕ ತಾಂತ್ರಿಕತೆಯನ್ನು ಬಳಸುವ ಅಮೆರಿಕದ ಗೂಢಚಾರರೇ ತಮ್ಮ ರಾಷ್ಟ್ರದೊಳಗೆ ನಡೆದ ವಿಮಾನದಾಳಿಯನ್ನು ಮುಂಚಿತವಾಗಿ ಗ್ರಹಿಸಲಾಗಿರಲಿಲ್ಲ. ಹೀಗಿರುವಾಗ ಈ ಪರ್ವತ ಶ್ರೇಣಿಯ ಮೇಲೆ ಪಾಕಿಗಳು ಏರಿ ಕುಳಿತದ್ದನ್ನು ಕುಳಿತುಕೊಳ್ಳುವ ಮುನ್ನವೇ ಗುರುತಿಸಲಾಗದ್ದನ್ನು ಬಲು ದೊಡ್ಡ ದೋಷವೆನ್ನಲಾಗುವುದಿಲ್ಲ. ಏಕೆಂದರೆ ನಾವಲ್ಲ, ಇಡಿಯ ದೇಶ ಭ್ರಮಾಲೋಕದಲ್ಲಿತ್ತು. ಅನೇಕ ಬಾರಿ ಕಾಲ್ದಳ, ನೌಕಾಸೇನೆ, ವಾಯುಸೇನೆ, ಗಡಿ ರಕ್ಷಣಾ ಪಡೆ, ಇಂಡೋಟಿಬೇಟಿಯನ್ ಗಡಿ ಪೊಲೀಸಿನ ಗೂಢಚಾರರು ತಂದಿತ್ತ ಮಾಹಿತಿಯನ್ನು ಕ್ರೋಢೀಕರಿಸಿ ನೋಡುವಾಗ ಗಡಿಭಾಗದ ಪಾಕಿಸ್ತಾನದಲ್ಲಿ ನುಸುಳುಕೋರರು ಭಾರತದೊಳಕ್ಕೆ ನುಸುಳಲು ಸಿದ್ಧವಾಗುತ್ತಿದ್ದಾರೆಂದಷ್ಟೇ ಅನಿಸುತ್ತಿತ್ತು. ಅದಕ್ಕೆ ಪೂರಕವಾದ, ಪುಷ್ಟಿ ಕೊಡುವ ಸಾಕ್ಷಿಗಳೇ ಎಲ್ಲೆಡೆಯಿಂದಲೂ ಬರುತ್ತಿದ್ದುದರಿಂದ ಯಾರೂ ತಲೆ ಕೆಡಿಸಿಕೊಳ್ಳುವ ಗೋಜಿಗೆ ಹೋಗಿರಲಿಲ್ಲ.

1998ರ ಏಪ್ರಿಲ್‌ನಲ್ಲಿ 'ಭಾರತದೊಂದಿಗೆ ಯುದ್ಧ ನಡೆಸುವ ಸ್ಥಿತಿಯಲ್ಲಿ

ಸದ್ಯಕ್ಕಂತೂ ಪಾಕಿಸ್ತಾನ ಇಲ್ಲ' ಎಂದು ರಾ ಅಭಿಪ್ರಾಯಪಟ್ಟಿತ್ತು. ಅದೇ ವರ್ಷದ ಸೆಪ್ಟೆಂಬರ್‌ನಲ್ಲಿ 'ಸಣ್ಣ ಪ್ರಮಾಣದ ಭಯೋತ್ಪಾದಕ ಕೃತ್ಯಗಳನ್ನು ನಡೆಸಿ ಕಿರಿಕಿರಿ ಉಂಟುಮಾಡುವುದನ್ನು ಪಾಕಿಸ್ತಾನ ಮುಂದುವರೆಸುತ್ತದೆ. ಜೊತೆಗಾರ ರಾಷ್ಟ್ರಗಳ ಸಹಕಾರದಿಂದ ಸೀಮಿತಾವಧಿಯ ಯುದ್ಧಕ್ಕೆ ಅಣಿಯಾದರೂ ಅಚ್ಚರಿಯಿಲ್ಲ' ಎಂದೂ ರಾ ತನ್ನ ವಾದ ಮಂಡಿಸಿತ್ತು.

1999ರ ಮಾರ್ಚ್ ವೇಳೆಗೆ ಹೊಸದಾಗಿ ಅಧಿಕಾರಕ್ಕೆ ಬಂದ ಮುಷರ್ರಫ್ ಲಾಹೋರ್ ಘೋಷಣೆಯ ನಂತರ ತಮ್ಮ ಸೇನೆಯನ್ನು ಭಿನ್ನ ಭಿನ್ನ ಅಭಿವೃದ್ಧಿ ಕಾರ್ಯಗಳಿಗೆ ಮೀಸಲಾಗಿಟ್ಟಿದ್ದಾರೆ. ಪಾಕ್ ಆಕ್ರಮಿತ ಕಾಶ್ಮೀರದಲ್ಲಿ ಮಾತ್ರ ಸೇನೆಯ ಭರ್ಜರಿ ಜಮಾವಣೆಯಾಗಿದೆ. ಕಾರ್ಗಿಲ್‌–ದ್ರಾಸ್‌ಗಳ ರಸ್ತೆಯ ಮೇಲೆ ಆಗಾಗ ಗುಂಡಿನ ದಾಳಿ ನಡೆಯುತ್ತಿದ್ದು ಅದು ಗಮನ ಅತ್ತ ಸೆಳೆಯುವ ತಂತ್ರವಷ್ಟೇ' ಎಂದೆಲ್ಲ ವರದಿ ಕೊಟ್ಟಿತು.

ಊಹೂಂ. ಯಾವ ವರದಿಯೂ ಸ್ಪಷ್ಟವಾಗಿರಲಿಲ್ಲ. ಪ್ರತಿ ಆರು ತಿಂಗಳಿಗೊಮ್ಮೆ ಸೈನ್ಯದ ಮುಖ್ಯಾಲಯ ಸೇರುತ್ತಿದ್ದ ವರದಿಗಳು ಹಳೆಯದಕ್ಕಿಂತ ಭಿನ್ನವಾಗಿಯೇ ಇರುತ್ತಿದ್ದವು. ಆದರೆ ಪಾಕಿಸ್ತಾನ ಯುದ್ಧ ಮಾಡುವಂತಹ ಆರ್ಥಿಕವಾದ ಸದೃಢ ಸ್ಥಿತಿಯಲ್ಲಿಲ್ಲವೆಂಬುದನ್ನಂತೂ ದೃಢವಾಗಿ ವಾದಿಸುತ್ತಿದ್ದವು.

1999ರ ಏಪ್ರಿಲ್‌ನ ನಂತರ ವರದಿಗಳಲ್ಲಿ ಒಂದಷ್ಟು ಗಂಭೀರ ಅಂಶಗಳು ಕಂಡುಬಂದವು. ಪಾಕಿಸ್ತಾನದ ಚಲನವಲನಗಳು ಮೇಲ್ನೋಟಕ್ಕೆ ಅನುಮಾನ ತರಿಸುತ್ತಿತ್ತು. ಭಾರತ ಅಗ್ನಿ–2ರ ಪರೀಕ್ಷೆ ನಡೆಸುತ್ತಿದ್ದಂತೆ ಪಾಕಿಸ್ತಾನ ಘೋರಿ

ಅಗ್ನಿ

ಮತ್ತು ಶಾಹೀನ್‌ಗಳ ಪರೀಕ್ಷೆ ನಡೆಸಿತು. ಚೀನಾ ಮತ್ತು ಉತ್ತರ ಕೋರಿಯಾಗಳ ಜೊತೆಗಿನ ಪಾಕೀ ನಂಟು ಗಟ್ಟಿಗೊಳ್ಳುತ್ತಿರುವುದು ಕಂಡುಬಂತು. ನವಾಜ್ ಷರೀಫ್ ರಷ್ಯಾ ಭೇಟಿಗೆಂದು ಹೋದರು. ಚೀನಾದ ಅಧ್ಯಕ್ಷರು ಪಾಕಿಗೆ ಬಂದು ಮಾತುಕತೆ ನಡೆಸಿದರು. ಇವೆಲ್ಲವನ್ನೂ ಗಮನಿಸಿದಾಗ ಪಾಕ್‌ನೊಳಗಿನ ಸಮೀಕರಣ ಬದಲಾಗುತ್ತಿದ್ದುದು ಕಂಡುಬಂದಿತ್ತು. ಒಂದು ಹಂತದಲ್ಲಂತೂ ದ್ರಾಸ್, ಕಾರ್ಗಿಲ್‌ಗಳಲ್ಲಿ ಪಾಕೀಗಳು ದುಷ್ಕೃತ್ಯ ನಡೆಸಬಹುದೆಂಬ ಅನುಮಾನ ವ್ಯಕ್ತವಾದರೂ ಅದು ತೀರ ಯುದ್ಧವೆನ್ನುವ ಸಂಶಯ ಯಾವ ಮೂಲೆಯಿಂದಲೂ ಬರಲಿಲ್ಲ.

ಸಹಜವಾಗಿಯೇ ನಮ್ಮ ಸೈನ್ಯ ಎಂದಿನಂತೆ ಚಳಿಗಾಲದಲ್ಲಿ ಗುಡ್ಡದಿಂದ ಕೆಳಗಿಳಿಯಿತು. ಇದು ಮೊದಲಿನಿಂದಲೂ ನಡೆದುಕೊಂಡು ಬಂದ ಪದ್ಧತಿ. ಮಂಜು ಮುಸುಕಿದ ಗುಡ್ಡಗಳನ್ನು ಕಾಯುವ ಅಗತ್ಯವೂ ಇಲ್ಲ. ಕಾಯುವುದು ಸಾಧ್ಯವೂ ಇಲ್ಲ. ಎರಡೂ ಕಡೆಯ ಸೈನಿಕರು ಗುಡ್ಡಗಳಿಂದ ಕೆಳಗಿಳಿದು ಬೇಸ್‌ಕ್ಯಾಂಪಿಗೆ ಹೊರಟು ಬಿಡುತ್ತಾರೆ. ಇದನ್ನು ಜೆಂಟಲ್‌ಮನ್ಸ್ ಒಪ್ಪಂದವೆಂದೇ ಕರೆಯುತ್ತಾರೆ. ಪಾಕಿಸ್ತಾನ 1997ರಲ್ಲಿ ಮೂರು ಬಾರಿ ಮತ್ತು 1998ರಲ್ಲಿ ಹನ್ನೊಂದು ಬಾರಿ ಸಿಯಾಚಿನ್‌ನನ್ನು ವಶಪಡಿಸಿಕೊಳ್ಳುವ ವಿಫಲ ಪ್ರಯತ್ನ ನಡೆಸಿದ್ದು ಈ ಹೊತ್ತಲ್ಲಿಯೇ. ನಮ್ಮವರು ಇಲ್ಲದ ಸಂದರ್ಭ ನೋಡಿ ಸಿಯಾಚಿನ್ ಏರಿ ಕುಳಿತು ಬಿಡಬೇಕೆಂಬುದು ಅವರ ಬಯಕೆಯಾಗಿತ್ತು. ನಮ್ಮ ಸೈನಿಕರ ವಿವೇಕ ಮತ್ತು ಕದನ ಕಲಿತನಗಳಿಂದಾಗಿ ಆ ಬಯಕೆ

ಈಡೇರಲಿಲ್ಲ. ಆದರೆ ಇನ್ನು ಮುಂದೆ ಗುಡ್ಡ ಬಿಟ್ಟು ಬರಬಾರದೆಂಬ ಪಾಠವನ್ನು ನಾವೇ ಕಲಿತಂತಾಯ್ತು! ಸಿಯಾಚಿನ್‌ನಲ್ಲಿ ಈಗ ನಾವು ದಿನದ 24 ಗಂಟೆ ವರ್ಷದ 365 ದಿನಗಳೂ ಐಸು ಗಡ್ಡೆಗಳನ್ನು ಕಾಯುತ್ತ ಕುಳಿತಿರುತ್ತೇವೆ.

ಕಾರ್ಗಿಲ್ ಕದನದ ಮುನ್ನವೂ ಗುಡ್ಡಗಳನ್ನು ಬಿಡಬಾರದೆಂಬ ಸಂದೇಶ ಎಲ್ಲ ಠಾಣ್ಯಗಳಿಗೂ ಹೋಗಿತ್ತು. ಸೈನಿಕರು ಕಡಿಮೆ ಸಂಖ್ಯೆಯಲ್ಲಾದರೂ ಸರಿ ಕಾಯುತ್ತಲಿದ್ದರು. ಈ ನಡುವೆ ಕಾರ್ಗಿಲ್‌ನ ಕಕ್ಸಾರ್ ಭಾಗದ 'ಬಜರಂಗ್' ಪೋಸ್ಟ್‌ನ್ನು ಎಂಟೊಂಬತ್ತು ಸೈನಿಕರು ಕಾಯಬೇಕಿತ್ತು. ಮಂಜು ಸುರಿಯುವುದು ಹೆಚ್ಚಾಗುತ್ತಿದ್ದಂತೆ ಅವರಿಗೆ ಕೇಂದ್ರದಿಂದ ಮರಳಿ ಬರುವ ಸೂಚನೆ ದೊರೆಯಿತು. ಈ ಬಜರಂಗ್ ಪೋಸ್ಟ್ ಅತ್ಯಂತ ಆಯಕಟ್ಟಿನ ಜಾಗವಾಗಿತ್ತು. ಇಲ್ಲಿಂದ ಅನೇಕ ಹಿಮಾವೃತ ಬೆಟ್ಟಗಳನ್ನು ನೇರವಾಗಿ ನೋಡಬಹುದಿತ್ತು. ಈ ಗುಡ್ಡ ಬಿಟ್ಟು ಬಂದಿದ್ದು ನಮ್ಮ ಸೈನಿಕರ ಪಾಲಿಗೆ ಮರ್ಮಘಾತಕವೇ ಆಯ್ತು.

ಪಾಕಿಸ್ತಾನವನ್ನೂ ಮೆಚ್ಚಲೇಬೇಕು. ಆ ಸೈನಿಕರ ಶೌರ್ಯವೂ ಅಸಮ ಬಲವೇ. ಚಳಿಗಾಲದಲ್ಲಿ ಮಂಜಿನಿಂದಾವೃತವಾದ ಗುಡ್ಡಗಳನ್ನು ಏರುವಾಗ, ಅನೇಕ ಬಾರಿ ನೀರ್ಗಲ್ಲುಗಳು ಕುಸಿದು ಅನೇಕರು ಮೃತಪಟ್ಟಿದ್ದಾರೆ. ಇಷ್ಟಾದರೂ ಅವರು ಬಿಟ್ಟೂ ಬಿಡದೇ ಗುಡ್ಡವನ್ನೇರಿ ಬಂಕರ್‌ಗಳನ್ನು ವಶಪಡಿಸಿಕೊಂಡು ಕುಳಿತಿದ್ದಲ್ಲದೇ ತಾತ್ಕಾಲಿಕ ಸಂಗರ್‌ಗಳನ್ನೂ ನಿರ್ಮಿಸಿ ಶತ್ರುವನ್ನು ಎದುರಿಸಲು ಸಮರ್ಥ ತಯಾರಿ ನಡೆಸಿಕೊಂಡಿದ್ದರು. ಪಾಕಿಸೇನೆಯು ಭಾರತದ ವ್ಯವಸ್ಥೆಯನ್ನು ವಂಚಿಸಲು ಸೂಕ್ತ ತಯಾರಿ ಮಾಡಿಕೊಂಡಿತ್ತು. ಈ ಕದನದ ಸಂಪೂರ್ಣ ಮಾಹಿತಿ ಯಾರಿಗೂ ಗೊತ್ತಿರಲಿಲ್ಲ. ಅಕ್ಷರಶಃ ದೇಶದ ಅಧ್ಯಕ್ಷರಿಗೂ ದೊರೆಯದಂತೆ ಗೌಪ್ಯತೆ ಕಾಪಾಡಲಾಗಿತ್ತು. ಭಾರತ ಇವರನ್ನು ನುಸುಳುಕೋರರೆಂದು ಭಾವಿಸಿ ಮೋಸ ಹೋಗಲೆಂಬ ಕಾರಣಕ್ಕಾಗಿ ಸೈನಿಕರಿಗೆ ಜಿಹಾದಿಗಳ ವೇಷ ಹಾಕಿಸಿ ಗುಡ್ಡ ಹತ್ತಿಸಲಾಗಿತ್ತು. ಬಾಲ್ಟಿ ಮತ್ತು ಪಶ್ತೂ ಭಾಷೆಗಳಲ್ಲಿ ಅನೇಕ ಸಂಕೇತಗಳನ್ನು ರೇಡಿಯೋ ಮೂಲಕ ಬೇಕಂತಲೇ ಹೊರಡಿಸಿ ಭಾರತದ ಗೂಢಚಾರರನ್ನು ದಿಕ್ಕು ತಪ್ಪಿಸಲಾಗುತ್ತಿತ್ತು. ಪಾಕಿಸ್ತಾನದ ರಾಜಕೀಯ ನಾಯಕರೂ ನುಸುಳುಕೋರರ ಕುರಿತಂತೆ ಮಾತನಾಡುತ್ತಿದ್ದರಿಂದ ಸೈನಿಕ ಕಾರ್ಯಾಚರಣೆಯ ಸುಳಿವೂ ದಕ್ಕದಂತೆ ನೋಡಿಕೊಳ್ಳಲಾಗಿತ್ತು.

ಪಾಕೀಸ್ತಾನದ ಉತ್ತರ ವಿಭಾಗದ ಸೈನಿಕರು ಸ್ಥಳೀಯರೇ ಆಗಿದ್ದರಿಂದ ಅವರ ಓಡಾಟದಿಂದ ಗೊಂದಲಗಳು ನಿರ್ಮಾಣವಾಗಲಿಲ್ಲ. ಸ್ಥಳೀಯರು ಅನುಮಾನದಿಂದ ನೋಡುವ ಪರಿಸ್ಥಿತಿಯೂ ಉಂಟಾಗಲಿಲ್ಲ. ಹೀಗಾಗಿ ಮಾಧ್ಯಮಗಳಿಗೆ ಸುದ್ದಿಯೂ ಆಗಲಿಲ್ಲ. ಶಸ್ತ್ರಗಳನ್ನು ಒಂದೇ ಕಂತಿನಲ್ಲಿ ತಂದು ಬೆಟ್ಟದ ಬುಡದಲ್ಲಿ ಸುರಿಯದೇ ಹಂತ-ಹಂತವಾಗಿ ದೀರ್ಘಕಾಲದ ಪ್ರಯತ್ನವಾಗಿ ಸಂಗ್ರಹಣೆ ಮಾಡಲಾಯ್ತು.

ಪಾಕಿಸ್ತಾನ ವ್ಯವಸ್ಥಿತವಾಗಿ, ಸುದೀರ್ಘವಾದ ಯೋಜನೆ ಮಾಡಿತ್ತು. ಸೈನಿಕರು ಬರೆದ ಪತ್ರಗಳನ್ನು ಮನೆಗೆ ತಲುಪಿಸಲಾಗುತ್ತಿರಲಿಲ್ಲ. ಮನೆಯೊಂದಿಗೆ ಯಾವ ಸಂಪರ್ಕವೂ ಇರದಂತೆ ನೋಡಿಕೊಳ್ಳಲಾಗಿತ್ತು. ಒಟ್ಟಾರೆ ಕಾರ್ಗಿಲ್ ದಾಳಿಯ ಸುದ್ದಿಯ ಗೌಪ್ಯತೆ ಕಾಪಾಡಲು ಪಾಕೀ ಸೇನೆ ಸರ್ವಸನ್ನದ್ಧವಾಗಿತ್ತು.

ಯುದ್ಧವೆಂದರೆನೇ ಹಾಗೇ. ಯಾರು ಅಚ್ಚರಿಯ ದಾಳಿ ಮಾಡುತ್ತಾರೋ ಅವರ ಸಾಮರ್ಥ್ಯ ಹೆಚ್ಚು. ಪಾಕಿಸ್ತಾನ ಇಂತಹದೊಂದು ಮೋಸದ ದಾಳಿಗೆ ಸಿದ್ಧವಾಗಿತ್ತು. ಫೆಬ್ರುವರಿಯ ಆರಂಭದಿಂದಲೇ ಈ ಯೋಜನೆಯ ಬೆನ್ನು ಬಿದ್ದ ಪಾಕಿಸ್ತಾನ ಮೇ ತಿಂಗಳ ಆರಂಭಕ್ಕೆ ಗುಡ್ಡ ಹತ್ತಿ ಕುಳಿತುಬಿಟ್ಟಿತ್ತು.

4
ವಿಜಯ ನಿಶ್ಚಯ

ಲೆಫ್ಟಿನೆಂಟ್ ಜನರಲ್ ನಿರ್ಮಲ್ ಚಂದರ್ ಮೇ ತಿಂಗಳ ಮೊದಲ ವಾರದಲ್ಲಿ ಲೇಹ್ ಪ್ರವಾಸ ಮಾಡಿ ಅಲ್ಲಿನ ಕಮಾಂಡರ್‌ಗಳೊಂದಿಗೆ ಮಾತನಾಡಿದರು. ಯಾರೂ ಕಾರ್ಗಿಲ್‌ನ ಗುಡ್ಡಗಳನ್ನು ಪಾಕೀಗಳು ಏರಿ ಕುಳಿತಿದ್ದಾರೆಂಬ ಅನುಮಾನವನ್ನೂ ವ್ಯಕ್ತಪಡಿಸಲಿಲ್ಲ. ಮೇ 8ಕ್ಕೆ ಲೆ. ಜನರಲ್ ಹರಿಮೋಹನ್ ಖನ್ನಾ ಕೂಡ ಒಂದಷ್ಟು ಪ್ರಮುಖರನ್ನು ಮಾತನಾಡಿಸಿದರು. ಅತ್ತಲಿಂದ ಒಂದಷ್ಟು ಬಾಂಬ್ ಶೆಲ್‌ಗಳು ಎಂದಿನಂತೆ ಬಂದೆರಗುತ್ತಿವೆ ಬಿಟ್ಟರೆ ಗಂಭೀರವಾದುದೇನಿಲ್ಲವೆಂಬ ವರದಿ ಬಂತು. ಸ್ಥಳೀಯ ಗೂಢಚಾರರು ಗುಡ್ಡದ ಮೇಲೆ ಪಾಕೀಗಳ ಉಪಸ್ಥಿತಿಯನ್ನು ವರದಿ ಮಾಡಿದಾಗ ಸೈನ್ಯ ತುಂಬಾ ತಲೆಕೆಡಿಸಿಕೊಳ್ಳಲಿಲ್ಲ. 9 ಮತ್ತು 10ರ ರಾತ್ರಿ ಕಾರ್ಗಿಲ್‌ನ ಗುಡ್ಡಗಳ ಸಂದಿಯಲ್ಲಿದ್ದ ಬ್ರಿಗೇಡ್‌ನ ಶಸ್ತ್ರಾಸ್ತ್ರ ಘಟಕಗಳ ಹತ್ತಿರಕ್ಕೆ ಪಾಕಿಸ್ತಾನ ಸಿಡಿಸಿದ ಬಾಂಬ್ ಶೆಲ್ ಬಂದು ಬಿತ್ತು. ಸೈನ್ಯ ಅದನ್ನು ಶಕ್ತ ಗುರಿ ಎಂದು ಭಾವಿಸದೇ ತಪ್ಪಿ ಬಂದಿರುವಂಥದ್ದೆಂದೆಣಿಸಿ ಸುಮ್ಮನಾಯ್ತು.

ಮರುದಿನ ಗುಡ್ಡದ ಮೇಲೆ ಕುರಿಗಳನ್ನು ಮೇಯಿಸಲೆಂದು ಹೋದ ಒಂದಷ್ಟು ತರುಣರು, ಅಲ್ಲಿರುವ ಅಪರಿಚಿತರನ್ನು ಗುರುತಿಸಿ ಸೇನಾ ಠಾಣ್ಯಕ್ಕೆ ವಿಷಯ ಮುಟ್ಟಿಸಿದರು.

12ನೇ ತಾರೀಖಿನ ವೇಳೆಗೆ ನಮ್ಮ ಸೇನೆಗೆ ಗುಡ್ಡದ ಮೇಲೆ ಪಾಕೀ ಭಯೋತ್ಪಾದಕರು ಬಂದು ಕುಳಿತಿರುವುದು ಖಾತ್ರಿಯಾಗಿತ್ತು. ಸೇನಾ ನಾಯಕ ಜನರಲ್ ಮಲಿಕ್‌ರಿಗೆ ಏಕೋ ಅನುಮಾನ, ಭಯೋತ್ಪಾದಕರು ಕದ್ದು ಒಳನುಸುಳಿ ಆತಂಕದ ಸೃಷ್ಟಿಯಲ್ಲಿ ತೊಡಗುತ್ತಾರೆಯೇ ಹೊರತು ಗುಡ್ಡಗಳನ್ನು ವಶಪಡಿಸಿಕೊಂಡು ಕಾಯುವುದಿಲ್ಲ. ಅದಕ್ಕಾಗಿ ಹಣ, ಪ್ರಾಣ, ಸಮಯ ವ್ಯರ್ಥ ಮಾಡೋದು ಅವರ ಕೆಲಸವಲ್ಲ. ಆದರೇನು? ಅಲ್ಲಿನ ರಕ್ಷಣೆಯ ಅಧಿಕೃತ ಜವಾಬ್ದಾರಿ ಹೊತ್ತಿರುವ Northern Commandನ ಮಾಹಿತಿಯನ್ನು ಒಪ್ಪಲೇಬೇಕಿತ್ತು. ಅದರ ಅಂದಾಜು 'ನೂರರಿಂದ ನೂರೈವತ್ತು, ಜಿಹಾದಿ ಉಗ್ರರು ಕಾರ್ಗಿಲ್ ಬಟಾಲಿಕ್ ಭಾಗದಿಂದ ಒಳ ನುಸುಳಿದ್ದಾರೆ' ಎಂದಾಗಿತ್ತು.

14ನೇ ತಾರೀಖು ಈ ದೇಶದ ರಕ್ಷಣಾ ಸಚಿವ ಜಾರ್ಜ್‌ಫರ್ನಾಂಡೀಸರು ಪತ್ರಿಕಾ ಗೋಷ್ಠಿ ಕರೆದು ಕಾರ್ಗಿಲ್‌ನಿಂದ ಒಳನುಸುಳಲೆತ್ನಿಸಿರುವ ಉಗ್ರರನ್ನು 48 ಗಂಟೆಗಳಲ್ಲಿ ಹೊರದಬ್ಬಲಾಗುವುದೆಂದು ವೀರಾವೇಶದಿಂದ ಮಾತನಾಡಿದರು. ಬಹುಶಃ ಈ ವರದಿಯಿಂದ ಮುಷರ್ರಫ್ ಒಳಗೊಳಗೇ ನಕ್ಕಿರಬೇಕು. ಆತನ ಪ್ರಯತ್ನದಲ್ಲಿ ಮೊದಲ ಸಫಲತೆ ಅವನಿಗೆ ದಕ್ಕಿತ್ತು. ಒಳನುಸುಳಿದ ಪಾಕೀ ಸೈನಿಕರನ್ನು ಭಾರತ ಸರ್ಕಾರವೇ ಜಿಹಾದಿ ಭಯೋತ್ಪಾದಕರೆಂದು ಕರೆದು ಜಗತ್ತಿನೆದುರು ಇಡಿಯ ಕಾಶ್ಮೀರ ಸಮಸ್ಯೆಯನ್ನು ಮೈಮೇಲೆಳೆದುಕೊಂಡಿತ್ತು.

ಮರುದಿನವೇ ಸೇನೆ ಜಾಟ್ ರೆಜಿಮೆಂಟಿನ ಕ್ಯಾಪ್ಟನ್ ಸೌರಭ್ ಕಾಲಿಯಾರನ್ನು ಕರೆದು ಸೈನಿಕರು ಗುಡ್ಡವೇರಲು ಬೇಕಾದಷ್ಟು ಹಿಮಕರಗಿದೆಯೋ ಎಂದು ನೋಡಿಕೊಂಡು ಬರಲು ಕೇಳಿಕೊಂಡಿತು. ಕಾಲಿಯಾ ತನ್ನ ಸೈನಿಕ ಮಿತ್ರರಾದ ಅರ್ಜುನ್‌ರಾಮ್, ಭಂವರ್‌ಲಾಲ್ ಬಗಾರಿಯಾ, ಭಿಕಾ ರಾಮ್, ಮೂಲಾ ರಾಮ್, ನರೇಶ್ ಸಿಂಗರೊಂದಿಗೆ ಕಕ್ಸಾರ್ ಭಾಗದ ಬಂಜರಂಗ್ ಪೋಸ್ಟ್‌ನತ್ತ ಹೊರಟರು. ಗುಡ್ಡಗಳ ಮೇಲೆ ಬಂಕರ್‌ಗಳನ್ನು ಆಕ್ರಮಿಸಿ ಕುಳಿತಿರುವ ದೊಡ್ಡ ಸಂಖ್ಯೆಯ ಆತಂಕಿಗಳ ಕುರಿತಂತೆ ಸೈನ್ಯಕ್ಕೆ ಮೊದಲ ಅಧಿಕೃತ ಮಾಹಿತಿ ಸೌರಭ್ ತಲುಪಿಸಿದರು. ಬಜರಂಗ್ ಪೋಸ್ಟ್ ಸೌರಭ್ ಕಾಲಿಯಾರ ವ್ಯಾಪ್ತಿಯ ಗುಡ್ಡ. ಇದನ್ನು ಶತ್ರುಗಳೇರಿ ಕುಳಿತಿರುವುದನ್ನು ಅವರಿಂದ ಸಹಿಸಲಾಗಲಿಲ್ಲ. ತನ್ನ ಜೊತೆಗಾರರೊಡಗೂಡಿ ಕದನಕ್ಕಿಳಿದೇ ಬಿಟ್ಟರು. ಗುಂಡಿನ ಚಕಮಕಿ ಶುರುವಾದ ಕೆಲ ಹೊತ್ತಿನಲ್ಲಿಯೇ ಶತ್ರುಗಳನ್ನು ಅಂದಾಜಿಸುವುದರಲ್ಲಿ ಎಡವಿರುವುದು ಕಾಲಿಯಾರಿಗೆ ಗೊತ್ತಾಯಿತು. ಅತಿಕ್ರಮಿಸಿರುವವರು ಧರ್ಮಾಂಧತೆಯ ಅಫೀಮು ಕುಡಿದ ಜಿಹಾದಿಗಳಲ್ಲ. ಬದಲಿಗೆ ಸಾಕಷ್ಟು ಯುದ್ಧ ತಯಾರಿ ನಡೆಸಿರುವ ಪಾಕಿಸ್ತಾನಿ ಸೇನೆಯ ಸೈನಿಕರೇ ಎಂದೂ ಅರಿವಾಯ್ತು. ಈ ಆರು ಜನ ಹೆಗಲಿಗೇರಿಸಿಕೊಂಡು ಹೊರಟಿದ್ದ ಬಂದೂಕಿನ ಗುಂಡು ಬಲು ಬೇಗನೇ ಮುಗಿದೂ ಹೋಯ್ತು. ಹಿಂದೆ ಬರಲೊಪ್ಪದ ಈ ವೀರರು ಕಾದಾಡುವ ಹೊಸ ಮಾರ್ಗ ಹುಡುಕಲಾರಂಭಿಸಿದರು. ತಡವಾಗಿತ್ತು. ಪಾಕಿಸೇನೆ ಸುತ್ತುವರಿದು ಆರೂ ಜನರನ್ನು ಜೀವಂತವಾಗಿ ಸೆರೆ ಹಿಡಿಯಿತು.

ಒಟ್ಟು ಇಪ್ಪತ್ತೆರಡು ದಿನಗಳ ಕಾಲ ಅವರನ್ನು ಸೆರೆಯಲ್ಲಿರಿಸಿಕೊಳ್ಳಲಾಗಿತ್ತು.

ಸೌರಭ್ ಕಾಲಿಯಾ

ಈ ನಡುವೆ ಪಾಕಿಸ್ತಾನದ 'ರೇಡಿಯೋ ಸ್ಕರ್ದು' ಪಾಕಿಸ್ತಾನಿ ಸೇನೆ ಕ್ಯಾಪ್ಟನ್ ಸೌರಭ್ ಕಾಲಿಯಾರನ್ನು ವಶಪಡಿಸಿಕೊಂಡಿರುವ ಸುದ್ದಿ ಪ್ರಕಟಿಸಿತ್ತು.

ಇಪ್ಪತ್ತೆರಡು ದಿನಗಳ ಕಾಲ ಸೌರಭ್ ಕಾಲಿಯಾರಿಗೆ ಭಯಾನಕವಾದ ಹಿಂಸೆ ನೀಡಲಾಗಿತ್ತು. ಅವರ ದೇಹವನ್ನು ಸಿಗರೇಟಿನಿಂದ ಸುಡಲಾಗಿತ್ತು. ಕಾದ ಕಬ್ಬಿಣದ ರಾಡನ್ನು ಕಿವಿಯೊಳಗೆ ತುರುಕಿ ಕಿವಿ ತಮಟೆಯನ್ನು ಒಡೆದು ಹಾಕಲಾಗಿತ್ತು. ಕಬ್ಬಿಣದ ಸಲಾಕೆಯಿಂದ ಕಣ್ಣುಗಳನ್ನು ಚುಚ್ಚಿ ಆನಂತರ ಕಿತ್ತು ಬಿಸಾಡಲಾಗಿತ್ತು. ಬಹುತೇಕ ಹಲ್ಲುಗಳನ್ನು ಮುರಿದು ಹಾಕಲಾಗಿತ್ತು. ತಲೆಬುರುಡೆಯನ್ನೂ ಸೇರಿಸಿದಂತೆ ದೇಹದ ಅನೇಕ ಮೂಳೆಗಳನ್ನು ಪುಡಿಗೈಯ್ಯಲಾಗಿತ್ತು. ತುಟಿ ಹರಿಯಲಾಗಿತ್ತು, ಮೂಗು ಕತ್ತರಿಸಲಾಗಿತ್ತು. ಮರ್ಮಾಂಗವನ್ನೂ ಕತ್ತರಿಸಿ ಬಿಡಲಾಗಿತ್ತು. ಮಾನಸಿಕವಾಗಿ–ದೈಹಿಕವಾಗಿ ಬಗೆ ಬಗೆಯ ಕಿರಿ ಕಿರಿ ಉಂಟು ಮಾಡಿದ ನಂತರ ತಮ್ಮ ತೃಪ್ತಿಗಾಗಿ ಕಾಲಿಯಾರಿಗೆ ಗುಂಡು ಹೊಡೆದು ಕೊಲ್ಲಲಾಗಿತ್ತು.

ಜೂನ್ 9ಕ್ಕೆ ಪಾಕೀಸೇನೆ ಅವರ ಶವವನ್ನು ಭಾರತಕ್ಕೆ ಹಸ್ತಾಂತರಿಸಿದಾಗ

ಸೇನೆಯ ಪ್ರತಿಯೊಬ್ಬ ಸೈನಿಕನೂ ಬೆಚ್ಚಿ ಬಿದ್ದಿದ್ದ. ಮರಣೋತ್ತರ ಪರೀಕ್ಷೆಯ ವರದಿ ದೇಶವನ್ನೇ ಗಾಬರಿಗೆ ನೂಕಿತ್ತು. ಪಾಕಿಸ್ತಾನದ ಕ್ರೌರ್ಯ ಜಗತ್ತಿನೆದುರು ಅನಾವರಣಗೊಂಡಿತ್ತು.

ಈ ಇಪ್ಪತ್ತೆರಡು ದಿನಗಳ ಕಾಲದ ಸೇನೆಯ ಅಸಹನೆ ಎಂಥದ್ದಿರಬೇಕು ಊಹಿಸಿ. ಆಕ್ರಮಣದ ಸುದ್ದಿ ಕೊಟ್ಟು ನಾಪತ್ತೆಯಾಗಿಬಿಟ್ಟ ಸೌರಭ್ ಕಾಲಿಯಾ ಮತ್ತು ಗೆಳೆಯರ ಚಿಂತೆ ಬಾಧಿಸುತ್ತಲೇ ಇತ್ತು. ಕಾಲಿಯಾರ ಅಪಹರಣವಾದ ದಿನವೇ ಪಾಕಿಸ್ತಾನದ ಮಾಧ್ಯಮಗಳು ನಿಯಂತ್ರಣ ರೇಖೆಯ ಸಮೀಪದ ಜಮ್ಮು ಕಾಶ್ಮೀರದ ಕೆಲ ಭಾಗಗಳನ್ನು ಜಿಹಾದಿಗಳು ವಶಪಡಿಸಿಕೊಂಡಿರುವ ಮಾಹಿತಿ ಪ್ರಕಟಿಸಿದ್ದವು. ಕೆಲ ಭಾರತೀಯ ಪತ್ರಿಕೆಗಳೂ ಈ ಕುರಿತಂತೆ ಉಲ್ಲೇಖ ಮಾಡಿದ್ದವಾದರೂ ಕೇಂದ್ರ ಸರ್ಕಾರ ಅಧಿಕೃತ ಪ್ರಕಟಣೆ ಹೊರಡಿಸಿರಲಿಲ್ಲ. ಸೈನ್ಯವೂ ಈಗ ಗುಡ್ಡದ ಮೇಲಿರುವ ಪಾಕಿಗಳ ಸಂಖ್ಯೆಯನ್ನು ಸ್ವಲ್ಪ ಹೆಚ್ಚಾಗಿ ಅಂದಾಜಿಸಿತ್ತು. 250 ರಿಂದ 300 ಜನ ಸೇರಿರಬಹುದೆಂಬ ಊಹೆ ಅವರದ್ದು. ಮರುದಿನ ಕಳೆದು ಹೋದ ಸೌರಭ್ ಕಾಲಿಯಾರನ್ನು ಹುಡುಕಲೆಂದು ಹೋದ ಮತ್ತೊಂದು ತುಕಡಿ ಗುಡ್ಡದ ಮೇಲಿನ ಭೂತಗಳೊಂದಿಗೆ ತಿಕ್ಕಾಟದಲ್ಲಿ ತೊಡಗಿತು. ಈ ಕಾದಾಟಗಳಿಂದ ಸೈನ್ಯಕ್ಕೆ ಪಾಕಿಗಳ ಸಂಖ್ಯೆಯ ಕುರಿತಂತೆ ನಿಧಾನವಾಗಿ ನಂಬಿಕೆ ಬರಲಾರಂಭಿಸಿತು. ಶ್ರೀನಗರದಲ್ಲಿ ನೆಲೆನಿಂತಿದ್ದ ಸೈನಿಕ ತುಕಡಿಗಳಿಗೆ ಹೇಳಿದಾಕ್ಷಣ ಬಂದು ಸೇರಿಕೊಳ್ಳುವಷ್ಟು ತಯಾರಿಯಲ್ಲಿರಲು ಆದೇಶಿಸಲಾಯಿತು. 8 ಸಿಖ್ ಬಟಾಲಿಯನ್ ಕೂಡಲೇ ದ್ರಾಸ್ ತಲುಪಿಕೊಂಡಿತ್ತು. ಅದಾಗಲೇ ಸೂಚಿಸಿದ್ದ ಜಾಗಗಳನ್ನು ಸೇರಿಕೊಳ್ಳುವಂತೆ ಅದಕ್ಕೆ ತಿಳಿಸಲಾಯ್ತು.

ಮತ್ತೆರಡು ದಿನ ಹೀಗೆಯೇ ಕಳೆಯಿತು. ಗುಡ್ಡದ ಮೇಲೆ ಕುಳಿತಿರುವವರನ್ನು ಓಡಿಸಲು ಹೆಲಿಕಾಪ್ಟರ್ ದಾಳಿ ನಡೆಸುವುದು ಸೂಕ್ತವೆಂಬ ನಿರ್ಧಾರಕ್ಕೆ ಸೈನ್ಯ ಬಂತು. ಹೆಲಿಕಾಪ್ಟರುಗಳನ್ನು ಬೆಟ್ಟದ ಬುಡ ತಲುಪಿಸುವಲ್ಲಿ ಆಸ್ಥೆ ತೋರಿದ ವಾಯುಸೇನೆ ಉಳಿದ ಕಾರ್ಯಾಚರಣೆಯಲ್ಲಿ ಹೆಚ್ಚು ಸಹಕಾರ ಮಾಡಲಾರೆನೆಂದು ಬಿಟ್ಟಿತು. ಕಾರ್ಗಿಲ್ನ ಎತ್ತರದ ಗುಡ್ಡಗಳ ಮೇಲೆ ಬಾಂಬು ದಾಳಿ ಗೈಯ್ಯುವುದು ಸುಲಭದ ಕೆಲಸವಾಗಿರಲಿಲ್ಲ.

19ನೇ ತಾರೀಖು ಲೆಫ್ಟಿನೆಂಟ್ ಜನರಲ್ ಕೃಷ್ಣಪಾಲ್ ಪತ್ರಿಕಾಗೋಷ್ಠಿ ಕರೆದು ದೇಶಕ್ಕೆ ಮಾಹಿತಿ ನೀಡಿದರು. ಸ್ಥಳೀಯವಾದ ನುಸುಳುಕೋರರ ಸಮಸ್ಯೆ

ಎಂದು ಪರಿಸ್ಥಿತಿಯನ್ನು ವರ್ಣಿಸಿದರು. ಪಾಕಿಸ್ತಾನದ ಸೇನೆ ಉಗ್ರರಿಗೆ ಹಿಂದಿನಿಂದ ಬೆಂಬಲ ನೀಡಿ ಯುದ್ಧದ ಸ್ಥಿತಿ ನಿರ್ಮಿಸಲು ಯತ್ನಿಸುತ್ತಿದೆ ಎಂದು ಆರೋಪಿಸಿದರು. ಆಗಲೂ ಬಂದು ಕುಳಿತಿರುವುದು ಪಾಕಿಸ್ತಾನೀ ಸೇನೆಯೇ ಎಂದು ಅಧಿಕೃತವಾಗಿ ವಾದ ಮಂಡಿಸಲು ಆಗಲಿಲ್ಲ. ಕೆಲವೇ ದಿನಗಳಲ್ಲಿ ಆತ್ಮಹತ್ಯಾ ದಾಳಿಯಲ್ಲಿ ನಿರತರಾದ ಉಗ್ರರನ್ನು ಓಡಿಸಲಾಗುವುದೆಂದು ಕೃಷ್ಣಪಾಲ್ ಪತ್ರಕರ್ತರಿಗೆ ಭರವಸೆ ಇತ್ತರು.

ಜಾರ್ಜ್ ಫರ್ನಾಂಡಿಸ್‌ರ 48ಗಂಟೆಗಳ ಕಾರ್ಯಾಚರಣೆ ಈಗ ಕೆಲವು ದಿನಗಳಿಗೆ ವಿಸ್ತಾರವಾಗಿತ್ತು!

ಭಾರತದ ಅಧಿಕಾರಿಗಳು ಪಾಕಿಸ್ತಾನದ ಅಧಿಕಾರಿಗಳೊಂದಿಗೆ ಮಾತುಕತೆ ನಡೆಸಿ ಕಪ್ಪು ಸಲ್ವಾರ್-ಕಮೀಜ್ ಧರಿಸಿರುವವರ ಕುರಿತು ಮಾಹಿತಿ ಕೊಡುತ್ತಿದ್ದರು. ಫೋನಿನ ಅತ್ತ ಕುಳಿತವರು ತಮಗೇನೂ ಗೊತ್ತಿಲ್ಲವೆಂಬಂತೆ ಅಚ್ಚರಿಯಿಂದ ಕೇಳುತ್ತಿದ್ದರು. ನಮ್ಮವರೆದಷ್ಟು ಮಾಹಿತಿ ಸಂಗ್ರಹಿಸಿದ್ದಾರೆಂಬ ವರದಿ ಅವರು ಅನಾಯಾಸವಾಗಿ ತಮ್ಮ ಮೇಲಿನವರಿಗೆ ಒಪ್ಪಿಸುತ್ತಿದ್ದರು.

ಪೂರಕವಾಗಿ ಭಾರತೀಯ ಸೇನೆ ಸೈನಿಕರನ್ನು ಕಾರ್ಗಿಲ್‌ನ ಬಳಿ ಗುಡ್ಡೆ ಹಾಕುತ್ತಲೇ ಇತ್ತು. 56 ಮೌಂಟೇನ್ ಬ್ರಿಗೇಡ್‌ನ್ನು ದ್ರಾಸ್‌ನ ಬುಡಕ್ಕೆ ತರಲಾಯ್ತು. ರಾಷ್ಟ್ರೀಯ ರೈಫಲ್ಸ್‌ನ ಜವಾನರನ್ನು ಹಿಂಬದಿಯ ಬೆಂಬಲಕ್ಕಾಗಿ ನಿಯೋಜಿಸಲಾಯ್ತು. ಯುದ್ಧದ ಪರಿಸ್ಥಿತಿಯನ್ನು ನಿಭಾಯಿಸಲೆಂದು ಸೇನೆಯ ಮುಖ್ಯಾಲಯವೊಂದನ್ನು ಲಡಾಖ್‌ನಲ್ಲಿ ತೆರೆಯಲಾಯ್ತು. ರಕ್ಷಣೆಯ ದೃಷ್ಟಿಯಿಂದ 6ನೇ ಮೌಂಟೇನ್ ಡಿವಿಶನ್‌ನನ್ನು ಹಿಮಾಚಲ ಮತ್ತು ಲಡಾಖ್‌ನ್ನು ಬೆಸೆಯುವ ಮನಾಲಿ ರಸ್ತೆಯ ದಿಕ್ಕಿಗೆ ಕಳಿಸಲಾಯ್ತು. ಉಳಿದ ತುಕಡಿಯನ್ನು ಆದೇಶ ದೊರೆತೊಡನೆ ಹೊರಡುವ ಸದಾ ಸನ್ನದ್ಧ ಸ್ಥಿತಿಯಲ್ಲಿರಿಸಲಾಯ್ತು. ಅಚ್ಚರಿಯೇನು ಗೊತ್ತೇ? ಈ ಹೊತ್ತಿನಲ್ಲಿ ಲಾಹೋರ್ ಘೋಷಣೆಯ ಆಧಾರದ ಮೇಲೆ ಭಾರತ-ಪಾಕಿಸ್ತಾನಗಳ ಅಧಿಕಾರಿ ಮಟ್ಟದ ಟ್ರ್ಯಾಕ್ 2 ಚರ್ಚೆ ನಡೆಯುತ್ತಿತ್ತು. ಅಲ್ಲಿಯೂ ಭಾರತ ಶಾಂತಿಯ ಸರ್ವ ಪ್ರಯತ್ನ ನಡೆಸುತ್ತಿತ್ತು. ಪಾಕಿಸ್ತಾನ ಲಾಹೋರ್ ಘೋಷಣೆಗೆ ಬದ್ಧವಾಗಿರುವ ನಾಟಕವಾಡುತ್ತಿತ್ತು. ಈ ಚರ್ಚೆಯ ಕಾರಣದಿಂದಲೇ ಭಾರತ ನಮ್ಮ ಸೈನಿಕರಿಗೆ ಗಡಿ ಭಾಗದಲ್ಲಿ ಕಾಳಗ ನಡೆಸಬೇಡಿ; ಹಂತ-ಹಂತವಾಗಿ ಭಯೋತ್ಪಾದಕರನ್ನು ನೂಕಿ ಬಿಡಿ ಎಂದು ಬೋಧಿಸುತ್ತಿತ್ತು. ಕಾರ್ಗಿಲ್ ಬೆಟ್ಟಗಳ ಮೇಲೆ ವಾಯು ದಾಳಿ ನಡೆಸುವುದನ್ನೂ ಕೇಂದ್ರ ಸರ್ಕಾರ ವಿರೋಧಿಸಿತು. ಈ ಕ್ರಮದಿಂದ

ಪಾಕಿಸ್ತಾನಕ್ಕೆ ಕೆಟ್ಟ ಸಂದೇಶ ಕೊಟ್ಟಂತಾಗುತ್ತದೆಂದು ಅದು ನಂಬಿತ್ತು!

ಸೈನ್ಯಕ್ಕೆ ಇಡಿಯ ಕೈವಾಡ ಪಾಕಿಸ್ತಾನದ್ದೇ ಮತ್ತು ಗುಡ್ಡ ವಶಪಡಿಸಿಕೊಂಡಿರುವವರು ಪಾಕಿಸ್ತಾನಿಯರೇ ಎಂದು ಮತ್ತೆ ಮತ್ತೆ ಖಾತ್ರಿಯಾಗುತ್ತಿತ್ತು. ಆದರೆ ಸೂಕ್ತ ಪುರಾವೆಗಳು ಮಾತ್ರ ದೊರಕುತ್ತಿರಲಿಲ್ಲ. ಅವರ ಕಣ್ಣೆದುರಿಗಿದ್ದುದು ಎರಡೇ. ಕಪ್ಪು ಸಲ್ವಾರ್ ಕುರ್ತಾ ಧರಿಸಿದವರು ಮತ್ತು ಜಿಹಾದಿ ಉಗ್ರರ ನಡುವಣ ಸಂಭಾಷಣೆಯ ರೇಡಿಯೋ ಸಂದೇಶಗಳು. ಇವೆರಡು ಮೋಸ ಮಾಡಲೆಂದೇ ಬಳಸಿಕೊಂಡ ತಂತ್ರಗಳೆಂದು ಅರಿವಾದರೂ ಬಾಯ್ಬಿಡುವಂತಿರಲಿಲ್ಲ. ಜನರಲ್ ಮಲಿಕ್‌ರಲ್ಲಿ ಚಡಪಡಿಕೆ ಮನೆ ಮಾಡಿತ್ತು. ರಕ್ಷಣೆಗೆ ಸಂಬಂಧಿಸಿದಂತ ಉನ್ನತ ಸಭೆಯಲ್ಲಿ ಈ ವಿಚಾರ ಅವರು ಮಂಡಿಸಿದರೆ ಪ್ರಧಾನ ಮಂತ್ರಿಯೂ ಅತ್ತ ಹೆಚ್ಚು ಕಿವಿಗೊಟ್ಟಂತೆ ಕಾಣಲಿಲ್ಲ; ಗುಪ್ತಚರ ಇಲಾಖೆಗಳ ಮಾನವನ್ನೂ ಕಾಪಾಡಬೇಕಿತ್ತಲ್ಲ !

ಈ ಹೊತ್ತಿಗೆ ಪಾಕಿಸ್ತಾನೀ ಸೇನೆಯ ಒಂದಷ್ಟು ಹೆಲಿಕಾಪ್ಟರುಗಳು ನಮ್ಮ ಗಡಿಗೆ ಸಮೀಪದಲ್ಲಿ ಹಾರಾಡುತ್ತಿರುವ ಸುದ್ದಿಯನ್ನು ದೆಹಲಿಯ ಏವಿಯೇಶನ್ ರೀಸರ್ಚ್ ಸೆಂಟರ್ ಹೊತ್ತು ತಂದಿತ್ತು. ಇದು ಸೈನ್ಯದ ಹಿರಿಯ ಅಧಿಕಾರಿಗಳಲ್ಲಿ ಆತಂಕ ಮತ್ತು ಆನಂದ ಎರಡನ್ನೂ ತಂದಿತ್ತು. ಆತಂಕ ಪಾಕಿಸ್ತಾನಿ ಸೇನೆ ಎಂಬುದು ಖಾತ್ರಿಯಾದುದಕ್ಕೆ ಇನ್ನು ಈ ಕದನ ಯುದ್ಧದ ಸ್ವರೂಪ ಪಡೆಯಲಿರುವುದು ನಿಚ್ಚಳವಾದುದಕ್ಕೆ. ಆನಂದವಾದುದೂ ಪಾಕಿಸ್ತಾನಿ ಸೇನೆ ಎಂಬುದು ಖಾತ್ರಿಯಾದುದಕ್ಕೇ! ನಮ್ಮ ನಾಯಕರು ಭ್ರಮೆ ಕಳಚಿ ಪಾಕಿಸ್ತಾನದೊಂದಿಗೆ ಇನ್ನಾದರೂ ಸೂಕ್ತವಾಗಿ ವ್ಯವಹರಿಸುತ್ತಾರಲ್ಲ ಎಂಬುದಕ್ಕೆ.

ಇದನ್ನು ಹೇಳುವಾಗ ಕೌಲ್ ಸರ್ ಮುಖ ಗಂಭೀರವಾಗಿತ್ತು. ಮೂಗು ಕೆಂಪೇರಿ ಅವರಿಗೆ ಕೋಪ ಬಂದಿರುವುದು ನಿಚ್ಚಳವಾಗಿ ಕಾಣುತ್ತಿತ್ತು. ಸೈನ್ಯದ ಕುರಿತಂತೆ, ಸೈನಿಕರ ಕುರಿತಂತೆ ಮಾತನಾಡುವಾಗ ಅವರ ಕಂಗಳಲ್ಲಿ ಕಾಣುತ್ತಿದ್ದ ಬೆಳಕು, ವ್ಯವಸ್ಥೆಯ ಕುರಿತಾಗಿ ಮಾತನಾಡುವಾಗ ಬೆಂಕಿಯಾಗಿ ಬಿಡುತ್ತಿತ್ತು. ಅವರು ಭಾವನೆಗಳ ಸಾಗರದಾಳದಲ್ಲಿ ಈಜುತ್ತಿದ್ದರು. ನವರಸಗಳ ಅಲೆಯಲ್ಲಿ ತೇಲುತ್ತಿದ್ದರು. ಉಫ್ ನಮ್ಮೆದುರಿನ ಕರಿಹಲಗೆ ಚಿತ್ರಪರದೆಯಾಗಿ ಕಾರ್ಗಿಲ್‌ನ ಚಲನಚಿತ್ರ ಮೂಡುತ್ತಿದೆಯೇನೋ ಎನ್ನಿಸುತ್ತಿತ್ತು. ಕೌಲ್‌ಸರ್ ಮಾತು ಮುಂದುವರಿಸುವ ವೇಳೆಗೆ ಸರಿಯಾಗಿ ಅವಧಿಯ ಗಂಟೆ ಬಾರಿಸಿತು.

ಇಡಿಯ ತರಗತಿ ಅಶಾಂತವಾಯ್ತು. ಕಾರ್ಗಿಲ್‌ನ ಕತೆ ಪೂರ್ಣ ಕೇಳುವವರೆಗೂ ಇಂದು ಮನೆಗೆ ಹೋಗಲಾರೆವೆಂಬ ನಿರ್ಧಾರಕ್ಕೆ ಬಂದುಬಿಟ್ಟಿದ್ದರೇನೋ ಎಂಬಂತಿತ್ತು ಎಲ್ಲರ ಮುಖಗಳೂ! ಈ ಕತೆ ಇವತ್ತು ಹೇಳಿಯೇ ಬಿಡಬೇಕೆಂಬ ಹಟಕ್ಕೆ ಬಿದ್ದಂತಿದ್ದರು ಕೌಲ್‌ಸರ್. ಮುಂದೇನು? ಎರಡು ನಿಮಿಷ ಎಲ್ಲವೂ ಶಾಂತ.

'ಸರ್ ಮುಂದಿನ ಪಿರಿಯಡ್ಡು ಖಾಲಿ ಇದೆ. ನೀವೆ ಮುಂದುವರಿಸಿಬಿಡಿ' ಸದ್ದು ಬಂದ ಕಡೆ ತಿರುಗಿ ನೋಡಿದೊಡನೆ ಗಾಬರಿಯಾಯ್ತು. ಹೇಮಂತನ ದನಿ ಅದು. ಅವನೊಂಥರಾ ಮುನ್ನಾಭಾಯಿ ಎಂ.ಬಿ.ಬಿ.ಎಸ್. ನಲ್ಲಿ ಆಸ್ಪತ್ರೆಯಲ್ಲಿ ವಿಚಿತ್ರ ರೋಗದಿಂದ ಬಳಲಿ ಮಾತನಾಡದೇ ವ್ಹೀಲ್ ಚೇರ್‌ನಲ್ಲಿ ಕುಳಿತಿರುತ್ತಿದ್ದನಲ್ಲ, ಆತನಂತೆ! ಹೊರಗಡೆ ಎಷ್ಟು ಮಾತನಾಡುತ್ತಿದ್ದನೋ ಒಳಗೆ ಅಷ್ಟೇ ಶಾಂತ. ಅವನ ದನಿಯನ್ನೇ ಕೇಳದ ಶಿಕ್ಷಕರು ನಮ್ಮ ಕಾಲೇಜಿನಲ್ಲಿ ಬೇಕಾದಷ್ಟಿದ್ದಾರೆ. ಇಂಥ ಹೇಮಂತ ಮಾತಾಡಿಬಿಟ್ಟನಾ? ನಮ್ಮ ಪಾಲಿಗಂತೂ ಮನಮೋಹನ ಸಿಂಗರ ಪತ್ರಿಕಾಗೋಷ್ಠಿಗಿಂತ ಶ್ರೇಷ್ಠ ಇದು. ನಾವೀಗ ಕೌಲ್ ಸರ್ ಪ್ರತಿಕ್ರಿಯೆಗೆ ಕಾಯುತ್ತಿದ್ದೆವು. ಅವರು ಒಂದಿನಿತೂ ಹಿಂದುಮುಂದಾಗದಂತೆ ನಿಲ್ಲಿಸಿದಲ್ಲಿಂದ ಮುಂದುವರೆಸಿದರು.

ಗೊಂದಲ ಎಲ್ಲರಿಗೂ ಇತ್ತು. ಇದನ್ನು ಭಯೋತ್ಪಾದಕರನ್ನು ಹೊರದಬ್ಬುವ ಕಾರ್ಯಾಚರಣೆ ಎಂದೇ ಭಾವಿಸಿದ್ದ ಸೇನೆ ಹುಚ್ಚಾಪಟ್ಟೆ ಸೈನಿಕರನ್ನು ಕರೆಸಿ ಕಾವಲಿಗೆ ನಿಲ್ಲಿಸಿಕೊಂಡಿತ್ತು. ನಾಳೆ ಇದು ಯುದ್ಧವಾಗಿ ಮಾರ್ಪಟ್ಟರೆ ಈ ಸೈನಿಕರಿಗೆ ಸಾಕಾಗುವಷ್ಟು ಶಸ್ತ್ರಾಸ್ತ್ರಗಳಿವೆಯೇ ಎಂಬುದನ್ನೂ ಯೋಚಿಸಿರಲಿಲ್ಲ. ಅದಾಗಲೇ ಬೆಟ್ಟದ ಬುಡದಲ್ಲಿ ನೆಲೆನಿಂತು ವಾರಗಳೇ ಉರುಳಿದರೂ ಯಾವ ಸಫಲತೆಯೂ ದೊರಕದಿದ್ದುದರಿಂದ ಸೈನಿಕರ ಆತ್ಮವಿಶ್ವಾಸ ಕುಂದಿಹೋಗಿತ್ತು. ಜನರಲ್ ಮಲಿಕ್ ಇದನ್ನು ಗಮನಿಸಿದರು. ಗೆಲುವಿನ ಸವಿ ದೊರಕದಿದ್ದರೆ ಜಮ್ಮು ಕಾಶ್ಮೀರದ ಬಹುಪಾಲು ಭಾಗ ಕಳಕೊಳ್ಳುವುದು ಖಾತ್ರಿಯೆಂದೆನಿಸಿತು ಅವರಿಗೆ. ಸುರಕ್ಷಾ ಸಮಿತಿಯ ಸಭೆಯಲ್ಲಿ ವಾಯುಸೇನೆ ಬಳಸಿ ಗುಡ್ಡದ ಮೇಲೆ ಬಾಂಬಿನ ಸುರಿಮಳೆಗೈಯ್ಯುವ ಭರ್ಜರಿ ಉಪಾಯ ಮುಂದಿಟ್ಟರು. ವಿದೇಶಾಂಗ ಸಚಿವ ಜಸ್ವಂತ್ ಸಿಂಗ್ ಸುತರಾಂ ಒಪ್ಪಲಿಲ್ಲ. ವಾಯುದಾಳಿ ಮಾಡುವುದಿರಲಿ, ಗಡಿ ನಿಯಂತ್ರಣ ರೇಖೆಯನ್ನೂ ದಾಟುವಂತಿಲ್ಲವೆಂದು ಮಲಿಕ್‌ರಿಗೆ ತಾಕೀತು ಮಾಡಿದರು. ಹೀಗೆ ನಿಯಂತ್ರಣ ರೇಖೆಯನ್ನು ದಾಟುವುದು ಸುರೆ ಕುಡಿದ ಪಾಕಿಗೆ ಅಫೀಮು ತಿನ್ನಿಸಿದಂತೆ; ಜಾಗತಿಕ

ಮಟ್ಟದಲ್ಲಿ ಇದಕ್ಕೆ ಉತ್ತರ ನೀಡುವುದು ಕಷ್ಟವೆಂದು ಎಲ್ಲರಿಗೂ ಗೊತ್ತಿತ್ತು. ಸರ್ಕಾರ ಈ ಒಟ್ಟಾರೆ ಪ್ರಕರಣದ ಹಿಂದೆ ಪಾಕೀ ಸೇನೆಯ ಕೈವಾಡವಿದೆ ಎಂಬುದನ್ನು ಈಗಲೂ ನಂಬಲು ತಯಾರಿರಲಿಲ್ಲ.

ಜನರಲ್ ಮಲಿಕ್ ಮರಳಿ ಶ್ರೀನಗರಕ್ಕೆ ಬಂದರು. ಅವರ ತಲೆಯಲ್ಲೀಗ ನೂರಾರು ಹುಳುಗಳು ಗೂಡುಕಟ್ಟಿ ಕುಳಿತುಬಿಟ್ಟಿದ್ದವು. ನಮ್ಮ ಶಕ್ತಿ ಸಾಮರ್ಥ್ಯಗಳು, ಕೊರತೆಗಳು; ಪಾಕಿಸ್ತಾನದ ಶಕ್ತಿಸಾಮರ್ಥ್ಯಗಳು, ಕೊರತೆಗಳನ್ನು ಅಂದಾಜಿಸಲಾರಂಭಿಸಿದರು. ಬಲಾಢ್ಯವಾದ ಕಾಲ್ದಳ, ವಾಯುಸೇನೆ, ನೌಕಾಸೇನೆ ನಮ್ಮ ಅಭೇದ್ಯ ಶಕ್ತಿ ಎಂಬುದರಲ್ಲಿ ಅನುಮಾನವಿರಲಿಲ್ಲ. ಆದರೆ ಪ್ರತಿಕೂಲ ವಾತಾವರಣ, ರಾಜಕೀಯ ಇಚ್ಛಾಶಕ್ತಿಯ ಕೊರತೆ, ಅನೇಕ ರಾಜತಾಂತ್ರಿಕ ಬಂಧನಗಳು ನಮ್ಮ ದೌರ್ಬಲ್ಯ. ಅತ್ತ ಪಾಕಿಸ್ತಾನಿ ಸೇನೆ ಹಣಕಾಸಿನ ಕೊರತೆಯಿಂದಾಗಿ ಹೊಸ ಶಸ್ತ್ರಗಳನ್ನು ಕೊಳ್ಳಲಾಗದೇ ಬಡವಾಗಿ, ಆಡಳಿತಾತ್ಮಕ ಚಟುವಟಿಕೆಗಳಲ್ಲಿ ಭಾಗವಹಿಸುತ್ತಿರುವುದು ಬಲು ದೊಡ್ಡ ಹಿನ್ನಡೆ. ನೌಕಾ ಮತ್ತು ವಾಯುಸೇನೆಯ ಅತ್ಯಂತ ದುರ್ಬಲ ಸ್ಥಿತಿಗತಿಯೂ ಅವರಿಗೆ ಮಾರಕ. ಅವರಿಗಿರುವ ಒಂದೇ ಮುನ್ನಡೆಯೆಂದರೆ ಮುಜಾಹಿದೀನ್‌ಗಳ ವೇಷ ಧರಿಸಿ ನಮ್ಮನ್ನು ಮೋಸ ಮಾಡಿ ಮೊದಲ ದಾಳಿಗೈಯ್ಯುವಲ್ಲಿ ಅವರು ಯಶಸ್ವಿಯಾಗಿದ್ದಾರೆ. ಎತ್ತರದ ಬೆಟ್ಟಗಳ ಮೇಲೆ ಆಯಕಟ್ಟಿನ ಜಾಗದಲ್ಲಿ ಕುಳಿತಿರುವುದರಿಂದ ಅವರ ಶಕ್ತಿ ತಾತ್ಕಾಲಿಕವಾಗಿ ಜೋರಾಗಿದೆ ಅಷ್ಟೇ.

ಮಲಿಕ್ ನಿರ್ಧಾರ ಸ್ಪಷ್ಟವಾಗಿತ್ತು. ಆಕಾಶದಿಂದ ವಾಯುಸೇನೆಯ ವಿಮಾನಗಳು ಬಾಂಬಿನ ಮಳೆ ಸುರಿಯಲಿ. ಆ ವೇಳೆಗೆ ಬೆಟ್ಟದ ಬುಡದಿಂದ ಸೈನಿಕರು ಬೆಟ್ಟ ಹತ್ತಿ ಪಾಕಿಗಳನ್ನು ಕೊಂದು ಬಿಸಾಡಲಿ ಈ ಹೊತ್ತಲ್ಲಿ ನೌಕಾಸೇನೆ ಪಶ್ಚಿಮ ತೀರದಲ್ಲಿ ಸನ್ನದ್ಧವಾಗಿ ನಿಂತು ಪಾಕಿನೊಂದಿಗೆ ಯುದ್ಧಕ್ಕೆ ಸಿದ್ಧ ಎಂಬುದನ್ನು ಬಿಂಬಿಸಲಿ. ಅಲ್ಲಿಗೆ ಇತ್ತ ಹೆಚ್ಚುವರಿ ಸೈನ್ಯ ಕಳಿಸಲಾಗದೇ ಪಶ್ಚಿಮದಲ್ಲಿ ಗಡಿ ಉಳಿಸಿಕೊಳ್ಳಲು ಪಾಕಿಸ್ತಾನ ಹೆಣಗಾಡುತ್ತದೆ. ಈ ಅವಕಾಶವನ್ನು ಬಳಸಿಕೊಂಡು ಕಾರ್ಗಿಲ್‌ನ್ನು ಮುಕ್ತಗೊಳಿಸಿಕೊಳ್ಳಬೇಕು. ಜನರಲ್ ಮಲಿಕ್ ಮುಖದಲ್ಲಿ ಮಂದಹಾಸ. ಅವರೀಗ ಜಂಟಿ ಯುದ್ಧ ವ್ಯೂಹಕ್ಕೆ ಅಣಿಯಾಗಲಾರಂಭಿಸಿದರು. ನೌಕಾಸೇನೆಯ ಮುಖ್ಯಸ್ಥರಾದ ಸುಶೀಲ್‌ಕುಮಾರ್‌ರನ್ನು ಕರೆಸಿಕೊಂಡು ಯೋಜನೆ ತೆರೆದಿಟ್ಟರು. ಈಗ ನಿರ್ಮಾಣಗೊಂಡಿರುವ ಸ್ಥಿತಿ ಮತ್ತು ಅದಕ್ಕೆ ಪರಿಹಾರ ಎರಡನ್ನೂ

ಕೇಳಿದಾಕ್ಷಣ ನೌಕಾಸೇನೆಯ ಮುಖ್ಯಸ್ಥರು ತಡಮಾಡಲಿಲ್ಲ. 'ನಾವು ಸಿದ್ಧ' ಎಂದರು. ಈಗ ಒಪ್ಪಿಸಬೇಕಿದ್ದುದು ವಾಯುಸೇನೆಯ ಮುಖ್ಯಸ್ಥರಾದ ಏರ್ ಚೀಫ್ ಮಾರ್ಷಲ್ ಅನಿಲ್ ಟಿಪ್ನಿಸ್‌ರನ್ನು ಮಾತ್ರ..

ಟಿಪ್ನಿಸ್‌ರಿಗೂ ಮಲಿಕ್‌ರಿಗೂ ಮೊದಲಿನಿಂದಲೂ ಅಷ್ಟಕ್ಕಷ್ಟೇ. ಯುದ್ಧ ಸ್ಥಿತಿ ನಿರ್ಮಾಣಗೊಂಡಿರುವಾಗಲೂ ಟಿಪ್ನಿಸ್‌ರು ತುಂಬಾ ತಲೆಕೆಡಿಸಿಕೊಂಡಿರಲಿಲ್ಲ. ಅದಕ್ಕೆ ಕಾರಣಗಳೂ ಇದ್ದವು. ಕಾರ್ಗಿಲ್‌ನ ವಾತಾವರಣದ ಪ್ರತಿಕೂಲ ಪರಿಸ್ಥಿತಿಗಳಲ್ಲಿ ವಿಮಾನಗಳನ್ನು ಹೊರಡಿಸುವುದು ಸುಲಭವಾಗಿರಲಿಲ್ಲ. ಹಾಗೇ ವಿಮಾನ ದಾಳಿಯನ್ನು ಕೇಂದ್ರ ಸರ್ಕಾರ ಒಪ್ಪುವ ಸ್ಥಿತಿಯಲ್ಲಿರಲಿಲ್ಲ. ಅಂದು ಸಂಜೆ 4 ಗಂಟೆಗೆ ಮಲಿಕ್‌ರ ಕಚೇರಿಯಲ್ಲಿ ನೌಕಾಸೇನೆಯ ಮುಖ್ಯಸ್ಥರೂ, ವಾಯುಸೇನೆಯ ಮುಖ್ಯಸ್ಥರೂ ಸೇರಿದರು. ಒಟ್ಟಾರೆ ಮೂವರೇ! ಜನರಲ್ ಮಲಿಕ್ ಪ್ರಸ್ತುತ ಪರಿಸ್ಥಿತಿಯನ್ನು ಎಳೆ ಎಳೆಯಾಗಿ ಬಿಡಿಸಿಟ್ಟರು. ನಮ್ಮ ಕಣ್ಣಿಗೆ ಮಣ್ಣೆರಚಿ ಪಾಕಿಸ್ತಾನ ಮಾಡಿರುವ ಸಾಹಸವನ್ನು ತೆರೆದಿಟ್ಟರು. ಈಗ ಕಾರ್ಗಿಲ್‌ನಲ್ಲಿ ಒಬ್ಬರೇ ಯುದ್ಧಕ್ಕಿಳಿಯಬಹುದು; ನಾಳೆ ಅಕ್ಷರಶಃ ಇದು ಪೂರ್ಣಪ್ರಮಾಣದ ಯುದ್ಧವಾಗಿ ತಿರುಗಿಬಿಟ್ಟರೆ ಅನಿವಾರ್ಯವಾಗಿ ಎಲ್ಲರೂ ರಣಾಂಗಣಕ್ಕೆ ಬರಲೇಬೇಕು. ಎಂದೋ ಬರುವುದು ಇಂದೇ ಬರೋಣ, ಶತ್ರುಗಳಿಗೆ ಒಟ್ಟಾಗಿ ಪಾಠ ಕಲಿಸೋಣ.

ದೇಶದ ವಿಚಾರ ಬಂದಾಗ ಒಬ್ಬ ನಿಷ್ಠಾವಂತ ಸೈನಿಕ ಎಲ್ಲವನ್ನೂ ಮರೆತು ಯುದ್ಧಕ್ಕೆ ಅಣಿಯಾಗಿಬಿಡುತ್ತಾನೆ. ಎಲ್ಲರೂ ಒಟ್ಟಾಗಿ ವ್ಯೂಹ ರಚಿಸಲು ಒಪ್ಪಿಕೊಂಡರು. ಮರುದಿನ ಮತ್ತೊಂದು ಮಹತ್ವದ ಸಭೆ. ರಕ್ಷಣಾ ಸಚಿವರು, ವಿದೇಶಾಂಗ ಸಚಿವರು, ಐಬಿ, ರಾಗಳ ಪ್ರಮುಖರೆಲ್ಲ ಬಂದು ಕುಳಿತಿದ್ದರು.

ಇನ್ನೊಂದಷ್ಟು ಮಂತ್ರಿಗಳು ಅಧಿಕಾರಿಗಳೂ ಸೇರಿಕೊಂಡು ಸಭೆಯ ಮಹತ್ವವನ್ನೇ ಕಳೆಗುಂದಿಸಿಬಿಟ್ಟಿದ್ದರು. ಎಲ್ಲರನ್ನೂ ಸಂಭಾಳಿಸಲು ಪ್ರಧಾನಮಂತ್ರಿಗಳು ಸಭೆಯ ಬಹುತೇಕ ದಿಕ್ಕನ್ನು ಜನರಲ್ ಮಲಿಕ್‌ರಿಗೆ ನಿಶ್ಚಯಿಸಲು ಬಿಟ್ಟರು.

'ಪಾಕಿಸೇನೆ ಅದಾಗಲೇ ಬಟಾಲಿಕ್, ಕಕ್ಸಾರ್, ದ್ರಾಸ್, ಮುಷ್ಕೋಹ್ ಭಾಗಗಳಲ್ಲಿನ ಎತ್ತರದ ಪರ್ವತಗಳನ್ನು ಆಕ್ರಮಿಸಿ ಶ್ರೀನಗರ-ಕಾರ್ಗಿಲ್‌ನ ಹೆದ್ದಾರಿಯ ಮೇಲೆ ಕಣ್ಣಿಟ್ಟು ಕುಳಿತಿದೆ. ಈ ಆಯಕಟ್ಟಿನ ಜಾಗದಿಂದ ಸಿಂಧೂ ನದಿಗೆ ತಾಕಿಕೊಂಡಂತಿರುವ ಕಾರ್ಗಿಲ್-ಲೇಹ್ ಹೆದ್ದಾರಿಯೂ ಸ್ಪಷ್ಟವಾಗಿ ಕಾಣುತ್ತದೆ. ಈ ಎತ್ತರದಲ್ಲಿ ಶತ್ರುವಿಗೆ ಸಾಕಷ್ಟು ಶಸ್ತ್ರಾಸ್ತ್ರಗಳು, ವಿಮಾನಯಾನ ನಿರೋಧಕ ಶಸ್ತ್ರಗಳ ಬೆಂಬಲವೂ ಇದೆ. ಮೆಶಿನ್ ಗನ್ನುಗಳು ಮತ್ತು ದೂರದವರೆಗೂ ಗುಂಡು ಹಾರಿಸುವ ಕ್ಷಮತೆಯ ಶಸ್ತ್ರಗಳೂ ಸಾಕಷ್ಟಿವೆ. ಈ ನುಸುಳುವಿಕೆಯಿಂದ ನಿಯಂತ್ರಣ ರೇಖೆಯೇ ವ್ಯತ್ಯಾಸವಾಗುವ ಲಕ್ಷಣಗಳಿವೆ. ಅಷ್ಟೇ ಅಲ್ಲ ಪಾಕಿಸ್ತಾನ ತುರ್ತುಕ್ ಭಾಗದಲ್ಲಿ ಗುಡ್ಡಗಳ ನಡುವಿರುವ ಸಣ್ಣ ಗಲ್ಲಿಗಳ ಮೂಲಕ ಒಳನುಸುಳುವ ಪ್ರಯತ್ನ ನಡೆಸುತ್ತಿದೆ. ಇದರಲ್ಲಿ ಅವರು ಯಶಸ್ವಿಯಾಗಿಬಿಟ್ಟರೆ ಶ್ಯೋಕ್ ನದಿಗೆ ಅಂಟಿರುವ ರಸ್ತೆ ಅವರ ಪಾಲಾಗಿ ಬಿಡುತ್ತದೆ. ಅಲ್ಲಿಗೆ ನಮ್ಮ ಕತೆ ಮುಗಿದಂತೆ' ಎಂದರು. ಅದುವರೆಗೂ ತಮಗೆ ಬೇಕಾದ ವರದಿಗಳನ್ನೇ ಕೇಳುತ್ತ ಇಂದು ನಾಳೆಯೊಳಗೆ ಪರಿಸ್ಥಿತಿ ಹಿಡಿತಕ್ಕೆ ಬರುವುದೆಂದು ನಂಬಿದ್ದ ರಾಜಕೀಯ ನಾಯಕರು ಅಪ್ರತಿಭರಾದರು. ಮಲಿಕ್‌ರು ತಮ್ಮೆದುರಿಗೆ ಚಾಚಿಕೊಂಡಿದ್ದ ಭೂಪಟದ ಮೇಲೆ ಕೈಯ್ಯಾಡಿಸುತ್ತಾ ಪ್ರದೇಶಗಳನ್ನು ಗುರುತಿಸಿ ಬೆರಳಿನಿಂದ ಕುಟ್ಟಿ ತೋರಿಸುತ್ತಿದ್ದರೆ ಮಂತ್ರಿ ಮಾಗಧರು ಬಿಟ್ಟು ಕಣ್ಣು ಬಿಟ್ಟುಕೊಂಡೇ ಕುಳಿತಿದ್ದರು. ಮಲಿಕ್‌ರು ಈಗ ಸ್ಪಷ್ಟವಾಗಿ ಹೇಳಿದರು. 'ಸೇನೆಯ ಮೂರು ವಿಭಾಗಗಳು ಜೊತೆಗೂಡಿ ಧಾಳಿಗೈದರೆ ಮಾತ್ರ ಪರಿಹಾರ. ಅನುಮತಿ ಕೊಡಿ'.

ಸೈನಿಕ ಮಾತನಾಡಿದರೆ ಹಾಗೆ. ಅವನು ತುಂಡು ಮಾಡಿದರೆ ಕಡ್ಡಿ ಎರಡಾಗಬೇಕು. ಅದು ಮೂರಾಗುವುದಿಲ್ಲ. ತುಂಡಾಗದೇ ನೇತಾಡುತ್ತ ಉಳಿಯುವುದೂ ಇಲ್ಲ. ಪ್ರಧಾನಮಂತ್ರಿ ವಾಜಪೇಯಿ ತಲೆಯಾಡಿಸಿದರು. ಕವಿಹೃದಯವೂ ಗಟ್ಟಿಯಾಗಿತ್ತು. ಮಲಿಕ್‌ರ ನಿರ್ಣಯಕ್ಕೆ ಅನುಮೋದನೆ ದೊರೆತಿತ್ತು.

ಕೌಲ್‌ಮೇಷ್ಟ್ರು ಇಷ್ಟು ಹೇಳುತ್ತಿದ್ದಂತೆ ತರಗತಿಯ ಎಲ್ಲ ಹುಡುಗರೂ ಜೋರಾಗಿ ಚಪ್ಪಾಳೆ ತಟ್ಟಿದರು. ಹಿಂದಿನ ಬೆಂಚಿನ ಹುಡುಗರಲ್ಲೊಬ್ಬ ಸೀಟಿಯೂ ಹೊಡೆದು ಬಿಟ್ಟ. ಸರ್ ಕೂಡ ಕೊಂಚ ನಿರಾಳವಾದಂತೆ ಕಂಡುಬಂದಿದ್ದರು. ನಮ್ಮ ಚಪ್ಪಾಳೆಯ ಸದ್ದನ್ನು ಮಧ್ಯದಲ್ಲೇ ತುಂಡರಿಸಿ ಕಥನ ಮುಂದುವರೆಸಿದರು.

ಇನ್ನು ಯುದ್ಧದ ದೃಷ್ಟಿಯಿಂದ ಒಂದು ಹೆಜ್ಜೆಯೂ ಮುಂದೆ ಹೋಗಿರಲಿಲ್ಲ. ಅನುಮತಿಯಷ್ಟೇ ದೊರೆತಿತ್ತು. ಜನರಲ್ ಮಲಿಕ್ ಸಭೆಯ ಕೊನೆಯಲ್ಲಿ ಎದ್ದು ನಿಂತು ಈ ಕಾಳಗಕ್ಕೆ ನಾಮಕರಣ ಮಾಡಿದರು. ನಿಶ್ಚಿತ ಗೆಲುವಿನ ಭರವಸೆಯಿಂದ ಇಡಿಯ ಹೋರಾಟವನ್ನು 'ಆಪರೇಶನ್ ವಿಜಯ್' ಎಂದು ಕರೆದರು. ಅವತ್ತು 24 ಮೇ.

5
ಬಟಾ ಬಯಲು

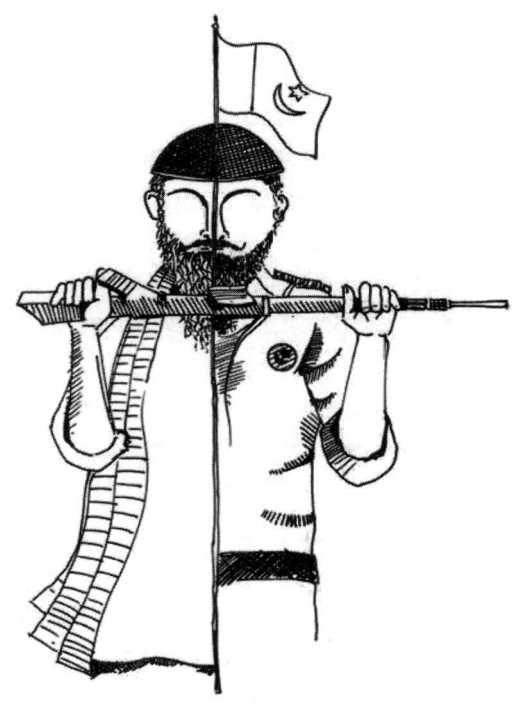

ಕಾರ್ಗಿಲ್ ಕದನಕ್ಕೆ ನಾಮಕರಣ ಮಾಡುವವರೆಗೆ ಉಸಿರು ಬಿಗಿ ಹಿಡಿದು ಹೇಳಿದ ಕೌಲ್‌ಸರ್ ಈಗ ನಿರಾಳವಾದಂತಿದ್ದರು. ಇಂದಿಗೆ ಇಷ್ಟೇ ಸಾಕು, ನಾಳೆ ಮತ್ತೆ ಸಿಗೋಣ ಎಂದರು. ಬಾಗಿಲ ಬಳಿ ಹೋದರವರೇ ತಿರುಗಿ ಮತ್ತೆ ನಮ್ಮತ್ತ ನೋಡಿ, ನಾಳೆ ಮೊದಲ ಅವಧಿ ಹೊಂದಾಣಿಕೆ ಮಾಡಿಕೊಂಡು ನಾನೇ ಬರುತ್ತೇನೆ ಎಂದರು. ನಾಳಿನ ಕಥನದ ಕಾತರತೆಯಿಂದ ತರಗತಿಯಿಂದ ಹೊರಬಂದೆವು. ಕ್ಯಾಂಟೀನಿನಲ್ಲಿ ಎಂದಿನಂತೆ ಅರ್ಧಗಂಟೆ ಕಳೆದು ಮನೆಗೆ ಹೋಗಬೇಕು. ಲೆಕ್ಕದಲ್ಲಿ ಎಷ್ಟು ಹಿಂದಿದ್ದರೂ ಕಳೆಯುವುದರಲ್ಲಿ ಮಾತ್ರ ನಾವೇ ಮುಂದು. ಕ್ಯಾಂಟೀನ್‌ನಲ್ಲಿ ಸಮಯ ಕಳೆಯೋದು; ಸಿನಿಮಾಗೆ ಹೋಗಿ ಹಣ ಕಳೆಯೋದು ಕೊನೆಗೆ ವ್ಯರ್ಥ ಕೆಲಸಗಳಿಂದ ಯೌವ್ವನವನ್ನೇ ಕಳೆಯೋದು! ಅರೇ. ಇಂತಹ ಯೋಚನೆ ಯಾವತ್ತೂ ನನ್ನ ತಲೆಗೆ ಬಂದಿರಲಿಲ್ಲ. ಇಂದೇನೋ ಬದಲಾಗಿದೆ. ಕ್ಯಾಂಟೀನ್ನಿನಲ್ಲಿ ಕುಳಿತಾಗಲೂ ಅನ್ಯಮನಸ್ಕನಾಗಿಯೇ ಇದ್ದೆ. ಗೆಳೆಯನೊಬ್ಬ ಮಾತಿಗೆಳೆದ. 'ಆಪರೇಶನ್ ವಿಜಯ್ ವಿಶೇಷ ಅನಿಸಲ್ವಾ? ಕಾಶ್ಮೀರದಲ್ಲಿ ಭಯೋತ್ಪಾದಕರನ್ನು ಗುರುತಿಸಿ ಕೊಲ್ಲುವ ಕಾರ್ಯಾಚರಣೆಗಳಿಗೂ ಆಪರೇಶನ್ ಅಂತಾನೇ ಕರೆಯೋದು. ನಕ್ಸಲರನ್ನು ಮಟ್ಟ ಹಾಕುವ ಕಾರ್ಯಾಚರಣೆಯೂ ಆಪರೇಷನ್ನೇ. ಹಾಗಿದ್ದ ಮೇಲೆ ಇದು ಯುದ್ಧವೋ, ಆಪರೇಷನ್ನೋ?'

ಆತನ ಪ್ರಶ್ನೆಯಲ್ಲಿ ನಿಜಕ್ಕೂ ಅರ್ಥವಿತ್ತು 'ಹೌದು. ಹೈದರಾಬಾದಿನ ರಜಾಕಾರರನ್ನು ಮಣಿಸಿ ಭಾರತದೊಳಕ್ಕೆ ಅದನ್ನೇ ವಿಲೀನಗೊಳಿಸಿಕೊಳ್ಳುವ ಪ್ರಕ್ರಿಯೆಯನ್ನು ಆಪರೇಶನ್ ಪೋಲೋ ಅಂದಿದ್ವಿ, ಆ ಮೂಲಕ ಸೈನ್ಯ ಬಳಸಿದರೂ ಯುದ್ಧವಿದಲ್ಲ ಎಂಬ ಸಂದೇಶ ಜಗತ್ತಿಗೆ ಕೊಟ್ಟಿದ್ವಿ' ನಾನೂ ಒಂದಷ್ಟು ಮಾಹಿತಿ ಸೇರಿಸಿದೆ.

ಹಾಗಿದ್ದರೆ ಕಾರ್ಗಿಲ್ ಯುದ್ಧವೋ, ಆಂತರಿಕ ಕದನವೋ? ಕ್ಯಾಂಟೀನಿನ ಟೇಬಲ್ ಮೇಲೆ ಬಿಸಿ ಬಿಸಿ ಚರ್ಚೆ ಶುರುವಾಯ್ತು.

ಯುದ್ಧವೆಂದು ಕರೆಯಬಹುದಾದಷ್ಟು ದೊಡ್ಡದಲ್ಲ; ಕದನವೆನ್ನಬಹುದಾದಷ್ಟು ಚಿಕ್ಕದಲ್ಲ. ಇದು ಇವೆರಡರ ನಡುವಿನದ್ದು ಎಂಬ ನಿರ್ಣಯಕ್ಕೆ ಬಂದೆವು. ಕಾಲೇಜಿನ ಹುಡುಗರೇ ಹಾಗೆ. ಸ್ವಲ್ಪ ತಿಳಿದುಕೊಂಡರೆ ಜಗತ್ತನ್ನೇ ಅರಿತೆವೆಂಬಂತೆ ಬೀಗುತ್ತಾರೆ. ಮೊದಲ ವರ್ಷದ ಪಿಯುಸಿಯಲ್ಲಿ ಕಾಂತೀಯ ಶಕ್ತಿಯ ಕುರಿತಂತೆ ಪಾಠವಿತ್ತು. ಅದು ಮುಗಿದ ಮೇಲೆ ಮನೆಗೆ ಹೋಗುವಾಗ 'ಬರ್ಮುಡಾ ಟ್ರಯಾಂಗಲ್‌ನಲ್ಲಿ ವಿಮಾನಗಳೂ ಪತನಗೊಳ್ಳೋದು ಈ ಆಯಸ್ಕಾಂತೀಯ ಶಕ್ತಿಯಿಂದಾಗಿಯೇ' ಎಂದು ಷರಾ ಬರೆದು ಬಿಟ್ಟಿದ್ದೆವು. ನಮ್ಮ ಚರ್ಚಾ ಸಾಮರ್ಥ್ಯದ ಎದುರು ದೊಡ್ಡ ದೊಡ್ಡ ವಿಜ್ಞಾನಿಗಳೂ ಮಂಕಾಗಿಬಿಡಬೇಕು ಹಾಗಿರುತ್ತಿತ್ತು ನಮ್ಮ ವಾದ ಸರಣಿ. ಈಗಲೂ ಅದು ಬಿಟ್ಟಿಲ್ಲ ನೋಡಿ.

ಆದರೆ ನನಗನ್ನಿಸಿದ್ದನ್ನು ಹೇಳಿಬಿಡ್ತೇನೆ. ಈ ಹೆಸರು ಕೊಡುವಾಗ ಪಾಕೀ ಸೈನಿಕರು ಆಕ್ರಮಣ ಮಾಡಿದ್ದಾರೆಂಬ ಖಾತ್ರಿಯಾದ ಮಾಹಿತಿ ಜನರಲ್ ಮಲಿಕ್‌ರಿಗೂ ಇರಲಿಲ್ಲ. ಇಲ್ಲವಾದರೆ 1948, 1965, 1971ರ ಪಾಕಿಸ್ತಾನ ಯುದ್ಧದಂತೆ 1999ರ ಪಾಕಿಸ್ತಾನ ಯುದ್ಧವೆಂದು ದಾಖಲಾಗಿ ಬಿಡುತ್ತಿತ್ತೇನೋ? ಇದಕ್ಕೆ ಆಪರೇಷನ್ ವಿಜಯ್ ಎಂಬ ನಾಮಕರಣವಾಗಿದ್ದರೂ ನಾವು ಕಾರ್ಗಿಲ್ ಯುದ್ಧವೆಂದೇ ಕರೆಯೊದು ಈ ಕಾರಣಕ್ಕೆ ಇರಬೇಕು. ಮನೆಗೆ ಬಂದು ನೆಟ್ಟಿನ ಮುಂದೆ ಕುಳಿತು ಫೇಸ್‌ಬುಕ್ ಅಕೌಂಟ್ ತೆರೆದೆ. ಐ ಲವ್ ಇಂಡಿಯನ್ ಆರ್ಮಿ ಅಂತ ಸ್ಟೇಟಸ್ ಹಾಕಿ ಕೈ ಕಾಲು ಮುಖ ತೊಳೆಯಲು ಹೊರಟೆ. ವಾಪಸು ಬಂದು ನೋಡುವ ವೇಳೆಗೆ 30ಕ್ಕೂ ಹೆಚ್ಚು ಲೈಕು, 8 ಕಾಮೆಂಟುಗಳು ಬಂದಿದ್ದವು. ಸಮಾಧಾನವಾಯ್ತು.

ಮತ್ತೆ ಮರುದಿನ ಮೊದಲ ಅವಧಿ ಸುಭಾಷ್ ಕೌಲ್‌ರದ್ದೇ. ಅವರು ಬರುವ ಮುನ್ನವೇ ಬೋರ್ಡಿನ ಮೇಲೆ ಅಂದಿನ ಪಾಠದ ಹೆಸರು ಬರೆದಿಟ್ಟಿದ್ದೆ, 'ಆಪರೇಷನ್ ವಿಜಯ್'

ಯುದ್ಧ ಅಂದರೆ ಸೈನಿಕರು ದಾಳಿ ಮಾಡಿ ಎದುರಾಳಿಗಳನ್ನು ನಾಶ ಮಾಡಿಬಿಡುವುದೆಂದುಕೊಂಡು ಬಿಡಬೇಡಿ. ಅದಕ್ಕೆ ಬಲು ದೀರ್ಘ ತಯಾರಿ ಬೇಕು. ಸರ್ಕಾರವೊಂದು ಸಾಕಷ್ಟು ಮುನ್ನೆಚ್ಚರಿಕೆ ತೆಗೆದುಕೊಳ್ಳಬೇಕು. ಯುದ್ಧದ ಅವಧಿಯನ್ನು ಸರ್ಕಾರ 'ಎಚ್ಚರಿಕೆಯ ಅವಧಿ' ಎಂದು ಘೋಷಿಸಿ ಎಲ್ಲ ಸಂಚಾರವನ್ನೂ ನಿರ್ಬಂಧಿಸಬೇಕು. ಈ ಅವಧಿಯಲ್ಲಿ ಎಲ್ಲ ಬಗೆಯ ನಿರ್ಬಂಧಗಳು ಸಹಜವಾಗಿಯೇ ಲಾಗೂ ಆಗುತ್ತವೆ. ಬರಿಯ ರಕ್ಷಣಾ

ಇಲಾಖೆಯಷ್ಟೇ ಅಲ್ಲ ರೇಲ್ವೆ, ರಸ್ತೆ ಸಾರಿಗೆ, ಪೆಟ್ರೋಲಿಯಂ ಇಲಾಖೆಗಳೂ ಕೂಡ ಪೂರಕವಾಗಿ ಕೆಲಸ ಮಾಡಲು ಶುರುಮಾಡಬೇಕು. ಅಧಿಕಾರಿಗಳ ತಂಟೆ ಕಡಿಮೆಯಾಗಿ ಸೈನ್ಯದ ಚಟುವಟಿಕೆಗೆ ಎಲ್ಲಕ್ಕಿಂತಲೂ ಪ್ರಮುಖವಾದ ಆದ್ಯತೆ ದೊರೆಯಬೇಕು. ಅತ್ತ ವಿದೇಶಾಂಗ ಇಲಾಖೆ ಜಗತ್ತಿನ ಇತರೆ ರಾಷ್ಟ್ರಗಳಿಗೆ ತನ್ನ ಉದ್ದೇಶವನ್ನು ವಿವರಿಸಿ ಯುದ್ಧದ ಅವಶ್ಯಕತೆಯನ್ನು ಮನಗಾಣಿಸಬೇಕು. ಇವಿಷ್ಟೇ ಅಲ್ಲದೇ ಸರ್ಕಾರ ಇನ್ನೂ ಅನೇಕ ಕಠೋರ ನಿರ್ಣಯಗಳನ್ನು ಕೈಗೊಳ್ಳಬೇಕಾಗುತ್ತದೆ.

ಆದರೆ ಭಾರತ–ಪಾಕಿಸ್ತಾನಗಳ ನಡುವಿನ ಈ ಪರಿಸ್ಥಿತಿ ಯುದ್ಧವೆಂದು ಮೇಲ್ನೋಟಕ್ಕೆ ಗುರುತಿಸಿಕೊಂಡಿರಲಿಲ್ಲ; ಆಂತರ್ಯದಲ್ಲಿ ಯುದ್ಧವೇ ಆಗಿತ್ತು. ಸರ್ಕಾರ ಹೊರಗೆ ಯಾವುದೇ ನಿರ್ಬಂಧಗಳನ್ನು ಹೇರದೇ ಸೈನ್ಯಕ್ಕೆ ಪೂರ್ಣಪ್ರಮಾಣದ ಸ್ವಾತಂತ್ರ್ಯ ಕೊಟ್ಟಿತ್ತು. ಪದೇ ಪದೇ ನಡೆಯುತ್ತಿದ್ದ ವಿಶೇಷ ಸಭೆಗಳಿಂದಾಗಿ ಅಧಿಕಾರಿ ವರ್ಗದ ಕಿರಿಕಿರಿಗಳಿಂದಲೂ ಸೈನ್ಯ ಮುಕ್ತವಾಗುವಂತೆ ಸರ್ಕಾರ ವ್ಯವಸ್ಥೆ ಮಾಡಿಕೊಟ್ಟಿತ್ತು.

ಜನರಲ್ ಮಲಿಕ್ ತುರ್ತಾಗಿ ನಿರ್ಣಯಗಳನ್ನು ಕೈಗೊಳ್ಳಲಾರಂಭಿಸಿದರು. ನಾರ್ದನ್ ಕಮಾಂಡ್‌ನ ಮುಖ್ಯಾಲಯವನ್ನೇ ವಿಭಜಿಸಿ, ಒಂದು ಭಾಗಕ್ಕೆ ನಿಯಂತ್ರಣ ರೇಖೆಯ ನಮ್ಮ ಭಾಗದೊಳಗೆ ನುಸುಳಿರುವವರನ್ನು ಹುಡುಹುಡುಕಿ ನಾಶಗೈಯ್ಯುವ ಜವಾಬ್ದಾರಿ ಕೊಡಲಾಯ್ತು. ಮತ್ತೊಂದು ಭಾಗಕ್ಕೆ ನಿಯಂತ್ರಣ ರೇಖೆಗೆ ಹೊಂದಿಕೊಂಡಂತೆ ಇರುವ ಕಾರ್ಯವನ್ನು ಹಸ್ತಾಂತರಿಸಲಾಯ್ತು. ಉಗ್ರರ ನಾಶದಲ್ಲಿ ವಿಶೇಷ ತರಬೇತಿ ಪಡೆದಿದ್ದ ರಾಷ್ಟ್ರೀಯ ರೈಫಲ್ಸ್‌ಗೆ ಮೊದಲ ಭಾಗದ ಜವಾಬ್ದಾರಿ ಸಹಜವಾಗಿಯೇ ಹೆಗಲೇರಿತು.

ಅಷ್ಟೂ ಸೈನಿಕರನ್ನು ಹೋರಾಟಕ್ಕೆ ಪೂರಕವಾದ ತುಕಡಿಗಳಾಗಿ ವಿಂಗಡಿಸಲಾಯ್ತು. ಉಗ್ರರನ್ನು ಮಟ್ಟಹಾಕುವಲ್ಲಿ ನಿರತವಾಗಿದ್ದ 8 ಮೌಂಟೇನ್ ಡಿವಿಶನ್ ಮತ್ತು 39 ಮೌಂಟೇನ್ ಡಿವಿಶನ್‌ಗಳನ್ನು ಪೂರ್ಣಪ್ರಮಾಣದ ಯುದ್ಧಕ್ಕೆಂದು ಕರೆತರಲಾಯ್ತು. ರಾಷ್ಟ್ರೀಯ ರೈಫಲ್ಸ್‌ನ ತುಕಡಿಗಳನ್ನು ಉಗ್ರರ ಮಟ್ಟ ಹಾಕಲೆಂದು ಕಳಿಸಲಾಯ್ತು. ಫಿರಂಗಿ ದಳವನ್ನು ಮತ್ತು 122 ಎಂಎಂ ರಾಕೆಟ್ ಬ್ಯಾಟರಿಯನ್ನು ಕಾರ್ಗಿಲ್‌ಗೆ ಕಳಿಸಲಾಯ್ತು. ಎಲ್ಲೆಂದರಲ್ಲಿ ಹಂಚಿಹೋಗಿದ್ದ ಸೈನ್ಯದ ತುಕಡಿಗಳನ್ನು ವ್ಯವಸ್ಥಿತವಾಗಿ ಗಡಿಯಗುಂಟ ನಿಲ್ಲಿಸಿ ಪಾಕಿಸ್ತಾನದ ಮೇಲೆ ಪರೋಕ್ಷ ಒತ್ತಡ ತರಲು

ಹೇಳಲಾಯ್ತು. ಮತ್ತೊಂದೆಡೆ ಶಸ್ತ್ರಗಳು ವಾಹನಗಳು ಇವುಗಳ ದಾಸ್ತಾನು ಪಡೆದು ಯುದ್ಧದ ಹೊತ್ತಲ್ಲಿ ದೊರಕಬಹುದಾದ ವಸ್ತುಗಳನ್ನು ಅಂದಾಜಿಸಲಾಯ್ತು.

446 ವಿಶೇಷ ಸೈನ್ಯ ರೈಲುಗಳನ್ನು ಪಶ್ಚಿಮದ ಗಡಿಯತ್ತ ಕಳಿಸಿ ಸೈನಿಕರನ್ನು ಗಡಿ ರೇಖೆಯ ಗುಂಟ ನಿಲ್ಲಿಸಲಾಯ್ತು. ನೌಕಾಸೇನೆಯೂ ತಯಾರಿ ಮಾಡಿಕೊಂಡು ಅಂಡಮಾನಿನ ಪೋರ್ಟ್‌ಬ್ಲೇರಿಗೆ ಸೈನಿಕರನ್ನೊಯ್ಯುದ್ದ ಗುಟುರು ಹಾಕಿಕೊಂಡು ನಿಂತಿತು. ಐಎನ್‌ಎಸ್ ತಾರಾಗಿರಿ ಗುಜರಾತಿನ ದ್ವಾರಕೆಯಲ್ಲಿ ನಿಂತು ಪಾಕಿಸ್ತಾನದ ಎದೆ ಬಡಿತ ಹೆಚ್ಚಿಸಿತ್ತು. ಅದರ ಹಿಂದೆ ಹಿಂದೆಯೇ ಐಎನ್‌ಎಸ್ ವೀರ್ ಮತ್ತು ಐಎನ್‌ಎಸ್ ನೀರ್ಘಾಟ್‌ಗಳೂ ಗುಜರಾತಿನ ತೀರದಲ್ಲಿ ಬೇರು ಬಿಟ್ಟವು. ಅನೇಕ ಮುಖ್ಯಾಲಯಗಳನ್ನು ಅಕ್ಷರಶಃ ವಿಮಾನಗಳಿಂದ ಎತ್ತಿ ಕಾರ್ಗಿಲ್‌ನ ರಣಾಂಗಣದಲ್ಲಿ ಇಳಿಸಲಾಯ್ತು. 19 ಸಾವಿರ ಟನ್‌ಗೂ ಅಧಿಕ ಮದ್ದು–ಗುಂಡುಗಳ ರಾಶಿಯನ್ನು ಜೋಜಿಲಾ ಪಾಸ್ ದಾಟಿಸಲಾಯ್ತು.

ನೌಕಾಸೇನೆ ತನ್ನ ಚಟುವಟಿಕೆಯ ತೀವ್ರತೆ ತೋರಲಾರಂಭಿಸಿತು. ಪಾಕಿಸ್ತಾನಕ್ಕೆ ಸಾಗಬೇಕಿದ್ದ ತೈಲ ಟ್ಯಾಂಕರ್‌ಗಳು ಸಮುದ್ರ ಮಾರ್ಗದಲ್ಲಿ ಹಾದು ಹೋಗುವಾಗ ಕಿರಿಕಿರಿ ಮಾಡಲಾರಂಭಿಸಿತು. ಪಾಕಿಸ್ತಾನ ಅನಿವಾರ್ಯವಾಗಿ ತನ್ನ ಟ್ಯಾಂಕರ್‌ಗಳಿಗೆ ಸೇನೆಯ ರಕ್ಷಣೆ ಪಡೆಯಬೇಕಾದ ಸ್ಥಿತಿ ಬಂತು. ನೌಕಾಸೇನೆಯ ಮುಖ್ಯಸ್ಥ ಅಡ್ಮಿರಲ್ ಸುಶೀಲ್ ಕುಮಾರ್ ಅದೆಷ್ಟು ಉತ್ಸಾಹಿತರಾಗಿದ್ದರೆಂದರೆ ಒಂದು ಆದೇಶ ದೊರೆತರೆ ಪಾಕಿಸ್ತಾನವನ್ನೇ ಪುಡಿ ಮಾಡುವಷ್ಟು!

ಅತ್ತ ಸೈನಿಕರನ್ನು ಸಾಗಿಸಿ ರಣಾಂಗಣಕ್ಕೆ ತಲುಪಿಸುವ ಕಾಯಕದಲ್ಲಿ ವಾಯುಸೇನೆಯ ಮಿಗ್ ವಿಮಾನಗಳು ಕಾರ್ಯನಿರತವಾದವು. ಕಾರ್ಗಿಲ್–ಲೇಹ್ ಮಾರ್ಗವಾಗಿ ನಿಯಂತ್ರಣ ರೇಖೆಯಗುಂಟ ಸಾಗುತ್ತಿದ್ದ ಎಮ್‌ಐ:–17 ಹೆಲಿಕಾಪ್ಟರಿಗೆ ಶತ್ರುಸೇನೆಯ ಗುರಿ ತಾಕಿತು. ಬೆಂಕಿ ಹೊತ್ತಿಕೊಂಡರೂ ಪೈಲಟ್ ಸಾಹಸದಿಂದ ಹೆಲಿಕಾಪ್ಟರನ್ನು ಅಪಾಯವಿಲ್ಲದ ಸ್ಥಳಕ್ಕೆ ತಂದಿಳಿಸಿದ. ಏರ್‌ಚೀಫ್‌ಮಾರ್ಷಲ್ ಟಿಪ್ನಿಸ್ ಈಗ ಕೆಂಡಾಮಂಡಲವಾಗಿದ್ದರು. 26ರ ಬೆಳಿಗ್ಗೆಯಿಂದ ಎಮ್‌ಐ–17 ಹೆಲಿಕಾಪ್ಟರುಗಳ ಮೂಲಕ ಗುಡ್ಡದ ಮೇಲೆ ಬಾಂಬುಗಳ ಮಳೆ ಸುರಿಸುವ ಪ್ರಯತ್ನ ಆರಂಭವಾಯಿತು.

ಆಗಲೇ ನಡೆದದ್ದು ಆ ದುರಂತ. 27 ಮೇ, ಮಿಗ್–27 ವಿಮಾನ

ಮಿಗ್–21 ವಿಮಾನ

ಬಟಾಲಿಕ್‌ನ ಭಾಗದಲ್ಲಿ ಹಾರಾಡುತ್ತಿರುವಾಗ ಬೆಳಿಗ್ಗೆ ಹನ್ನೊಂದು ಗಂಟೆಯ ವೇಳೆಗೆ ಇಂಜಿನ್‌ನಲ್ಲಿ ದೋಷ ಕಾಣಿಸಿಕೊಂಡಿತು. ಆಯ ತಪ್ಪಿದ ವಿಮಾನ ಕೆಳಗೆ ಬಿತ್ತು. ಆ ಹೊತ್ತಲ್ಲಿ ಜಿಗಿದ ಫ್ಲೈಟ್ ಲೆಫ್ಟಿನೆಂಟ್ ನಚಿಕೇತ ಪಾಕಿಸ್ತಾನಿಯರ ಕೈಲಿ ಸೆರೆಯಾದ. ಆತನ ಸಹೋದ್ಯೋಗಿ ಸ್ಕ್ವಾಡ್ರನ್ ಲೀಡರ್ ಅಜಯ್ ಅಹುಜಾ ನಚಿಕೇತನನ್ನು ಅರಸುತ್ತ ಮಿಗ್–21 ವಿಮಾನವನ್ನೊಯ್ದು ಗಡಿಯ ಗುಂಟ ಹುಡುಕಾಟದ ಸಾಹಸ ನಡೆಸುತ್ತಿದ್ದ. ಮೂಲತಃ ರಾಜಸ್ತಾನದ ಕೋಟದವನಾದ ಅಜಯ್ 1985ರಲ್ಲಿ ಯುದ್ಧ ವಿಮಾನದ ಪೈಲಟ್ ಆಗಿ ಸೈನ್ಯ ಸೇರಿಕೊಂಡ. ಮಿಗ್–23, ಮಿಗ್–21ರ ಹಾರಾಟದಲ್ಲಿ ನೈಪುಣ್ಯತೆ ಸಾಧಿಸಿದ್ದಲ್ಲದೇ, ತರಬೇತುದಾರನೂ ಆಗಿ ಸಾಕಷ್ಟು ಹೆಸರು ಗಳಿಸಿದ್ದ. 25ನೇ ತಾರೀಖು ತನ್ನ 36ನೇ ಹುಟ್ಟಿದ ಹಬ್ಬ ಆಚರಿಸಿಕೊಂಡು ತನ್ನ ಪತ್ನಿಗೆ ಬೇಗ ಮರಳುವ ಭರವಸೆ ನೀಡಿದ್ದ. ನಚಿಕೇತನನ್ನು ಅರಸಿಕೊಂಡು ಹೊರಟ ಅಜಯ್‌ನ ವಿಮಾನಕ್ಕೆ ಪಾಕಿಗಳು ಗುರಿಯಿಟ್ಟರು. ವಿಮಾನಕ್ಕೆ ಬೆಂಕಿ ಹೊತ್ತಿಕೊಂಡಿತು. ಅಜಯ್ ಪ್ಯಾರಾಚೂಟನ್ನು ಬೆನ್ನಿಗೇರಿಸಿಕೊಂಡು ಜಿಗಿದರು. ನೆಲಕ್ಕೆ ತಾಕುವಾಗ ಎಡವಟ್ಟಾಗಿ ಎಡಕಾಲಿನ ಮೂಳೆ ಮುರಿಯಿತು. ಅಜಯ್ ಕುಸಿದು ಬಿದ್ದರು. ಸುತ್ತುವರಿದ ಪಾಕಿಗಳು ಈ ವೀರನನ್ನು ಯುದ್ಧ ಕೈದಿಯಾಗಿಸಬೇಕಿತ್ತು. ಹೇಡಿಗಳು! ಕಾಲು ಮುರಿದುಕೊಂಡು ಬಿದ್ದಿದ್ದ ಅಜಯ್ ಅಹುಜಾರ ಬಲಗಿವಿಯ ಹತ್ತಿರಕ್ಕೆ ಗುಂಡು ಹಾರಿಸಿದರು. ಬಲಗಿವಿಯಿಂದ ಹೊಕ್ಕ

ಅಜಯ್ ಅಹುಜಾ

ಗುಂಡು ಎಡಗಿವಿಯಿಂದ ಹೊರಬಂತು. ಆ ವೇಳೆಗೇ ಅಜಯ್ ಅರ್ಧ ಸತ್ತಿದ್ದರು. ತೃಪ್ತಿಗೊಳ್ಳದ ಜಿಹಾದಿ ಪಿತ್ಥದ ಸೈನಿಕರು ಎದೆಗೆ ಗುಂಡಿಟ್ಟರು. ಅಲ್ಲಿಂದಾಚೆಗೆ ಅವರು ಉಸಿರಾಡಲೇ ಇಲ್ಲ. ಅವರ ಶವವನ್ನು ಭಾರತಕ್ಕೆ ಹಸ್ತಾಂತರಿಸಲಾಯ್ತು. ಶವ ಸ್ವೀಕಾರಕ್ಕೆ ಪತ್ನಿ ಅಲಕಾ ಬಂದಿದ್ದರು. ಪಂಜಾಬಿನ ಭಟಿಂಡಾದ ಬಳಿಯ ಹಳ್ಳಿಯಲ್ಲಿ ಅಂತ್ಯಸಂಸ್ಕಾರ ನೆರವೇರುವಾಗ ಸಾವಿರಾರು ಜನ ನೆರೆದಿದ್ದರು. ಒದ್ದೆಯಾಗದ ಕಣ್ಣು ಮಾತ್ರ ಒಂದೂ ಇರಲಿಲ್ಲ. ಅಜಯ್ ಅಹುಜಾರ ಆರು ವರ್ಷದ ಮಗ ಅಂಕುಶ್ ತಂದೆಯ ಶವಕ್ಕೆ ಕೊಳ್ಳಿ ಇಡುವಾಗ ಜನರ ಅಂತಃಕರಣ ಕಲಕಿ ಹೋಗಿತ್ತು. ಮಾಧ್ಯಮಗಳಲ್ಲಿ ವರದಿ ಓದಿದವರೂ ಕಣ್ಣೀರಿಟ್ಟರು. ವಾಯುಸೇನೆ ಮಾತ್ರ ಸಮರ್ಥ ಪ್ರತೀಕಾರದ ಸಮಯಕ್ಕೆ ಕಾಯುತ್ತಿತ್ತು.

ಮರುದಿನ ಮೇ 28ಕ್ಕೆ ವಾಯುಸೇನೆಗೆ ಮತ್ತೊಂದು ಆಘಾತ. ದ್ರಾಸ್‌ನ ಬಳಿ ತೊಲೋಲಿಂಗ್ ಬೆಟ್ಟದ ಆಸುಪಾಸಿನಲ್ಲಿ ತಿರುಗಾಡುತ್ತಿದ್ದ ಎಮ್‌ಐ–17

ಹೆಲಿಕಾಪ್ಟರ್ ಪಾಕಿಸ್ತಾನದ ಸೈನಿಕರ ಗುರಿಗೆ ಬಲಿಯಾಯ್ತು. 37ರ ಹರೆಯದ ಸ್ಕ್ವಾಡ್ರನ್ ಲೀಡರ್ ಪುಂಧಿರ್, 28ರ ತಾರುಣ್ಯದ ಸಾರ್ಜೆಂಟ್ ಸಾಹು, 33ರ ಸಾರ್ಜೆಂಟ್ ಪಿಳ್ಳಾ ವೆಂಕಟ್ ನಾರಾಯಣ್ ರವಿ ಮತ್ತು ಕರ್ನಾಟಕದ 27ರ ಹಸಿ ವಯಸ್ಸಿನ ಫ್ಲೈಟ್ ಲೆಫ್ಟಿನೆಂಟ್ ಮುಹಿಲನ್ ಈ ದಾಳಿಯಲ್ಲಿ ಪ್ರಾಣಾರ್ಪಣೆಗೈದರು.

ವಾಯುಸೇನೆ ಕೊತ ಕೊತ ಕುದಿಯುತ್ತಿತ್ತು. ಪ್ರತೀಕಾರಕ್ಕಾಗಿ ಹಾತೊರೆಯುತ್ತಿತ್ತು. ಜನರಲ್ ಮಲಿಕ್ ಹೇಳಿದ ಮಾತುಗಳು ಸತ್ಯವೆಂದು ಟಿಪ್ನಿಸ್‌ರಿಗೆ ಖಾತ್ರಿಯಾಗಲಾರಂಭಿಸಿತ್ತು. ಅವರೀಗ ವಾಯುದಾಳಿಯನ್ನು ತೀವ್ರಗೊಳಿಸಿದ್ದಲ್ಲದೇ ಗ್ಲೋಬಲ್ ಪೊಸಿಷನಿಂಗ್ ಸಿಸ್ಟಮ್ ಬಳಸಿ ಬಾಂಬನ್ನು ಸರಿಯಾದ ಸ್ಥಳಕ್ಕೆಸೆಯುವ ಪ್ರಯತ್ನಕ್ಕೆ ಚಾಲನೆ ನೀಡಿದರು. ಇವುಗಳೂ ಸೂಕ್ತ ಗುರಿಯೆಡೆಗೆ ಬಾಂಬುಗಳನ್ನು ನಿರ್ದೇಶಿಸುವಲ್ಲಿ ಸೋಲುತ್ತಿವೆಯೆಂಬ ಸುದ್ದಿ ಬಂದಾಗ ಟಿಪ್ನಿಸ್ ಮುಲಾಜಿಲ್ಲದೇ ಲೇಸರ್ ನಿರ್ದೇಶಿತ ಬಾಂಬುಗಳನ್ನೆಸೆಯುವ ಮಿರಾಜ್ ವಿಮಾನಗಳನ್ನು ಬಳಸಲು ಆದೇಶಿಸಿದರು. ಇವೆಲ್ಲ ಪಾಕಿಸ್ತಾನಕ್ಕೆ ಸ್ಪಷ್ಟ ಸಂದೇಶ ರವಾನಿಸಿದ್ದವು. ಭಾರತ ಶತಾಯಗತಾಯ ಉಗ್ರರನ್ನು ಹೊರದಬ್ಬಬೇಕೆಂಬ ಸಂಕಲ್ಪ ಮಾಡಿಬಿಟ್ಟಿತ್ತು.

ಆಗಲೇ ಮಹತ್ವದ ಸುಳಿವು ಗುಪ್ತಚರ ವಿಭಾಗದ ಕೈಸೇರಿ ಇಡಿಯ ಜಗತ್ತನ್ನೇ ಗಾಬರಿಗೆ ತಳ್ಳಿತು. 26ರ ರಾತ್ರಿ ಸುಮಾರು ಒಂಭತ್ತು ಗಂಟೆಗೆ ರಾ ಕಛೇರಿ ಮಹತ್ವದ ಟೆಲಿಫೋನ್ ಸಂಭಾಷಣೆಯೊಂದನ್ನು ಕದ್ದಾಲಿಸಿ ದಾಖಲಿಸಿಕೊಂಡಿತ್ತು. ಕಾರ್ಗಿಲ್ ಕದನ ಯುದ್ಧದ ಸ್ವರೂಪ ಪಡೆಯುತ್ತಿದ್ದಂತೆ ಮುಷರ್ರಫ್ ಚೀನಾಕ್ಕೆ ಧಾವಿಸಿದ್ದ. ಆತ ಬೀಜಿಂಗ್‌ನಲ್ಲಿರುವಾಗ ಪಾಕೀ ಸೇನಾ ಪ್ರಮುಖ ಮೊಹಮ್ಮದ್ ಅಜೀಜ್‌ಖಾನ್ ಕರೆಮಾಡಿ ಮಾತನಾಡಿದ್ದ. ಈ ಮಾತುಕತೆಯಲ್ಲಿ ಆತ ಅನೇಕ ಗುಪ್ತ ಮಾಹಿತಿಗಳನ್ನು ಹೊರಹಾಕಿದ್ದ. ಭಾರತಕ್ಕೆ ಅಂತರರಾಷ್ಟ್ರೀಯ ಮಟ್ಟದಲ್ಲಿ ಆರಂಭದ ವಿಜಯ ದೊರಕಲು ಈ ಮಾಹಿತಿ ಸಾಕಷ್ಟಿತ್ತು. ಆದರೂ ಯಾರೂ ಆತುರ ಮಾಡಲಿಲ್ಲ. ಎರಡೂ ಫೋನ್ ನಂಬರುಗಳ ಮೇಲೆ ನಿಗಾ ಇಟ್ಟರು. ದಿನಗಳೆದಂತೆ ಪಾಕಿಸ್ತಾನದ ವ್ಯವಸ್ಥಿತ ಆಕ್ರಮಣ ಇದು ಎಂಬುದಕ್ಕೆ ಸ್ಪಷ್ಟ ಸಾಕ್ಷಿಗಳು ದೊರೆತವು. ಭಾರತ ಈ ಸಾಕ್ಷಿಗಳ ಆಧಾರದ ಮೇಲೆ ಪಾಕಿಸ್ತಾನದ ಮೇಲೆ ವಾಗ್ದಾಳಿ ನಡೆಸಲಾರಂಭಿಸಿತು. ಅತ್ತ ಸೈನ್ಯ ಪರಿಪೂರ್ಣ ಯುದ್ಧಕ್ಕೆ ಸಜ್ಜಾಯ್ತು.

ಸರ್ಕಾರಕ್ಕೂ ಮುಂದಿನ ನಡೆ ನಿಚ್ಚಳವಾಗಿತ್ತು. ಪ್ರಧಾನಿ ಅಟಲ್ ಬಿಹಾರಿ

ವಾಜಪೇಯಿ ಈಗ ದೃಢವಾಗಿದ್ದರು. ಹೆಚ್ಚೂ ಕಡಿಮೆ ಪ್ರತಿದಿನ ರಕ್ಷಣೆಗೆ
ಸಂಬಂಧಿಸಿದ ಸಂಪುಟ ಸಭೆ ನಡೆಯುತ್ತಿತ್ತು. ಪ್ರಧಾನಮಂತ್ರಿಗಳೇ ನೇತೃತ್ವ
ವಹಿಸುತ್ತಿದ್ದರು. ಈ ಸಭೆಗೆ ಪ್ರಧಾನಮಂತ್ರಿಗಳ ಭದ್ರತಾ ಸಲಹೆಗಾರ ಬ್ರಿಜೇಶ್
ಮಿಶ್ರಾ, ಮೂರೂ ಸೇನೆಗಳ ಮುಖ್ಯಸ್ಥರು, ಐಬಿ ರಾಗಳ ಪ್ರಮುಖರು, ಗೃಹ,
ಹಣಕಾಸು ಮತ್ತು ವಿದೇಶಾಂಗ ಮಂತ್ರಿಗಳು ಜೊತೆಗೆ ಒಂದಷ್ಟು ಪ್ರಮುಖ
ಅಧಿಕಾರಿಗಳು ಭಾಗವಹಿಸುತ್ತಿದ್ದರು. ಎಲ್ಲ ರಾಜಕೀಯ ಸೈನಿಕ–ರಾಜತಾಂತ್ರಿಕ
ನಿರ್ಧಾರಗಳೂ ಅಲ್ಲಿಯೇ ತೆಗೆದುಕೊಳ್ಳಲ್ಪಡುತ್ತಿದ್ದವು. ವಿದೇಶಾಂಗ ಖಾತೆಯ
ಕಾರ್ಯದರ್ಶಿ ಅಂತರರಾಷ್ಟ್ರೀಯ ಮಟ್ಟದಲ್ಲಿ ನಮ್ಮ ಸ್ಥಿತಿಗತಿಗಳನ್ನು
ವಿವರಿಸಿದರೆ, ಗೃಹ ಸಚಿವಾಲಯದ ಕಾರ್ಯದರ್ಶಿ ದೇಶದೊಳಗಿನ
ಕಾನೂನು–ಸುವ್ಯವಸ್ಥೆಯ ಕುರಿತಂತೆ ಮಾಹಿತಿ ನೀಡುತ್ತಿದ್ದ. ರಕ್ಷಣಾ ಮತ್ತು
ಹಣಕಾಸು ಕಾರ್ಯದರ್ಶಿಗಳು ಸೈನ್ಯಕ್ಕೆ ಬೇಕಾದ ಅಗತ್ಯವಸ್ತುಗಳನ್ನು
ಒದಗಿಸುವುದು, ಪೂರಕವಾದ ಹಣದ ವ್ಯವಸ್ಥೆ ಮಾಡುವುದರ ಕುರಿತು
ಟಿಪ್ಪಣಿ ಬರೆದುಕೊಂಡು ಅದರಂತೆ ಕಾರ್ಯಶೀಲರಾಗುತ್ತಿದ್ದರು.

ಪ್ರಧಾನ ಮಂತ್ರಿಗಳು ಮೊದಲು ಸೇನಾ ಮುಖ್ಯಸ್ಥರ ಬಳಿ ಮಾಹಿತಿಗಳನ್ನು
ಕೇಳುತ್ತಿದ್ದರು. ಅದಕ್ಕೆ ತಕ್ಕಂತೆ ಇತರರ ಪ್ರತಿಕ್ರಿಯೆಗಳನ್ನು ಗಮನಿಸಿ
ಮಾರ್ಗದರ್ಶನ ಮಾಡುತ್ತಿದ್ದರು. ರಾಷ್ಟ್ರೀಯ ಭದ್ರತಾ ಸಲಹೆಗಾರ ಬ್ರಿಜೇಶ್
ಮಿಶ್ರಾ ಈ ಸಂದರ್ಭದಲ್ಲಿ ನಿರ್ವಹಿಸಿದ ಪಾತ್ರ ವಿಶಿಷ್ಟವಾದದ್ದು. ಸಮಸ್ಯೆಗಳು
ಬಂದಾಗ ಅದನ್ನು ಪರಿಹರಿಸುವುದರಲ್ಲಷ್ಟೇ ಅವರು ನಿಸ್ಸೀಮರಲ್ಲ, ಸೇನೆಗೆ
ಸಮಸ್ಯೆಗಳು ಎದುರಾಗದಂತೆ ನೋಡಿಕೊಳ್ಳುವಲ್ಲಿಯೂ ಅವರ ಪಾತ್ರ
ಮಹತ್ವದ್ದು. ಒಟ್ಟಾರೆಯಾಗಿ ಆರಂಭದ ಕೆಲದಿನಗಳ ಕರಿ ಮೋಡ ಸರಿದ
ಮೇಲೆ ಏಕತೆಯ ಸೂರ್ಯ ಪ್ರಜ್ವಲಿಸಲಾರಂಭಿಸಿದ.

ಸೈನಿಕರಲ್ಲೂ ಆತ್ಮಸ್ಥೈರ್ಯ ವೃದ್ಧಿಸಲಾರಂಭಿಸಿತು. ಈಗವರಿಗೆ ಸ್ಪಷ್ಟ
ನಿರ್ದೇಶನಗಳು ದೊರೆಯಲಾರಂಭಿಸಿದ್ದವು. ಇದರ ನೇರ ಪರಿಣಾಮ
ಪಾಕಿಸ್ತಾನದ ಮೇಲೆ ಎರಡೂ ರಾಷ್ಟ್ರಗಳ ನಡುವೆ ದೂರವಾಣಿಯ ಮೂಲಕ
ಮಾತುಕತೆ ನಡೆದಾಗ ವೈಮಾನಿಕ ದಾಳಿಯನ್ನು ಅತ್ತಲಿಂದ ಖಂಡಿಸಲಾಗಿತ್ತು.
ಒಳ ನುಸುಳಿರುವವರನ್ನು ಹೊರದಬ್ಬಲು ಗಡಿ ನಿಯಂತ್ರಣ ರೇಖೆಯೊಳಗೆ
ಏನನ್ನು ಮಾಡಲೂ ನಾವು ಸಿದ್ಧ ಎಂದಿತು ಭಾರತ. ಈ ಕಡಕ್ಕುತನವನ್ನು
ನಿರೀಕ್ಷಿಸಿರದ ಪಾಕಿಸ್ತಾನ ನಿಧಾನವಾಗಿ ಪರಿಸ್ಥಿತಿಯನ್ನು ಸಂಭಾಳಿಸುವ
ಮಾತನಾಡತೊಡಗಿತು.

ಪ್ರಧಾನಿ ವಾಜಪೇಯಿ ಪತ್ರಿಕಾಗೋಷ್ಠಿ ಕರೆದು ಈಗಿನ ಸ್ಥಿತಿ ನುಸುಳುಕೋರರಿಂದ ನಿರ್ಮಾಣವಾದುದಲ್ಲ. ಅಕ್ಷರಶಃ ಪಾಕಿಸ್ತಾನೀ ಸೇನೆಯ ಕೃತ್ಯ ಎಂದರು. ರಕ್ಷಣಾ ಸಚಿವ ಜಾರ್ಜ್ ಫರ್ನಾಂಡೀಸ್ ದೆಹಲಿಯಲ್ಲಿರುವ ಅಮೆರಿಕಾ, ಯುರೋಪುಗಳ ರಾಜತಾಂತ್ರಿಕ ಪ್ರಮುಖರಿಗೆ ಪಾಕಿಸ್ತಾನದ ಪಾತ್ರವನ್ನು ಸಾಕ್ಷಿಸಹಿತ ವಿವರಿಸಿದರು. ನವಾಜ್ ಷರೀಫ್ 'ಯುದ್ಧವಾದರೆ ಅಣ್ವಸ್ತ್ರ ಬಳಸಲು ಸಿದ್ಧ' ಎಂದು ಹೆದರಿಸಿದ. ಆದರೆ ಜಾಗತಿಕ ಮಟ್ಟದಲ್ಲಿ ಪಾಕಿಸ್ತಾನ ಬೆತ್ತಲಾಗುತ್ತ ನಡೆದಂತೆ ನಮ್ಮ ಶಕ್ತಿ ಹೆಚ್ಚಿತು. ನವಾಜ್‌ಷರೀಫ್ ವಿದೇಶಾಂಗ ಸಚಿವ ಸರ್ತಾಜ್ ಅಜೀಜ್‌ರನ್ನು ಮಾತುಕತೆಗಾಗಿ ಭಾರತಕ್ಕೆ ಕಳಿಸುವೆನೆಂದ.

ಈ ವೇಳೆಗಾಗಲೇ ಭಾರತೀಯ ಸೇನೆ ಮೂವ್ವತ್ತಕ್ಕೂ ಹೆಚ್ಚು ಸೈನಿಕರನ್ನು ಕಳಕೊಂಡಿತ್ತು. ಮೂವ್ವತ್ತಕ್ಕೂ ಹೆಚ್ಚು ಜನ ಗಾಯಾಳುಗಳಾಗಿದ್ದರು. ಶತ್ರು ಪಾಳಯಕ್ಕೂ ಸಾಕಷ್ಟು ನಷ್ಟವುಂಟಾಗಿತ್ತು. ಆದರೆ ನಮಗೆ ದಕ್ಕಬೇಕಾದ ಜಯ ಇನ್ನೂ ಆರಂಭವೂ ಆಗಿರಲಿಲ್ಲ. ಸೇನೆ ಸ್ಪಷ್ಟ ನಿರ್ಣಯಕ್ಕೆ ಅಣಿಯಾಯ್ತು. ನಿಯಂತ್ರಣ ರೇಖೆಯ ಗುಂಟ ಸೈನಿಕರನ್ನು ಬಲಾಢ್ಯ ಕೋಟೆಯಾಗಿ ನಿಲ್ಲಿಸಲು ತಯಾರಾಯಿತು. ಕಾರ್ಗಿಲ್‌ಗೆ ವಿಶೇಷ ಪಡೆ ಕಳಿಸಿ ಅದಾಗಲೇ ಕಾದಾಡುತ್ತಿರುವವರಿಗೆ ಶಕ್ತಿ ತುಂಬಲು ನಿರ್ಧರಿಸಲಾಯ್ತು. ಚೀನಾದ ಗಡಿಯೊಂದಿಗೆ ವಿಶೇಷ ಎಚ್ಚರಿಕೆಯೊಂದಿಗೆ ವ್ಯವಹರಿಸುವ ಅಗತ್ಯವಿತ್ತು. ನಾರ್ದರ್ನ್ ಕಮಾಂಡ್‌ನ ಮುಖ್ಯಾಲಯ ಟೈಗರ್ ಹಿಲ್, ಪಾಯಿಂಟ್ 5100 ಮತ್ತು ತೋಲೋಲಿಂಗ್ ವಶಪಡಿಸಿಕೊಳ್ಳುವ ಕದನಕ್ಕೆ ರೂಪುರೇಷೆ ಸಿದ್ಧಪಡಿಸಲಾರಂಭಿಸಿತು.

ಈ ಹೊತ್ತಿಗೇ ರಕ್ಷಣಾ ಸಚಿವ ಜಾರ್ಜ್ ಫರ್ನಾಂಡಿಸ್ ಕಾರ್ಗಿಲ್‌ನ ಬೆಟ್ಟದ ಬುಡಕ್ಕೆ ಬಂದರು. ಅನೇಕ ಕಚೇರಿಗಳಿಗೆ ಭೇಟಿಕೊಟ್ಟರು. ಕಾರ್ಗಿಲ್‌ನಲ್ಲಿ ಸ್ಥಳೀಯರೊಂದಿಗೆ ಮಾತನಾಡಿ ಸೈನಿಕರನ್ನೂ ಹುರಿದುಂಬಿಸಿ ಬಂದರು. ಯುದ್ಧ ಭೂಮಿಯಲ್ಲಿ ಜಾರ್ಜ್‌ರನ್ನು ಕಂಡ ಸೈನಿಕನೂ ಚುರುಕಾಗಿಬಿಟ್ಟಿದ್ದ. ದೇಶವೂ ಕುಣಿದಾಡಿತ್ತು. ಅಂತರಾಷ್ಟ್ರೀಯ ಒತ್ತಡಗಳು ಹೆಚ್ಚಾದಾಗ ವಾಜಪೇಯಿ ಪಾಕಿಸ್ತಾನದ ವಿದೇಶ ಮಂತ್ರಿಯೊಂದಿಗೆ ಮಾತಾಡಲೇಬೇಕಾಗಿ ಬಂತು. ಸೈನ್ಯವೂ ಸೇರಿದಂತೆ ಎಲ್ಲರಿಗೂ ಚಡಪಡಿಕೆ. 'ರಾಜಕೀಯ ನೇತಾರರು ಒತ್ತಡಕ್ಕೆ ಬಾಗಿ ಬಿಡುತ್ತಾರಾ?' ಪ್ರಧಾನಿ ವಾಜಪೇಯಿ ಅಂದು ದೇಶವನ್ನುದ್ದೇಶಿಸಿ ಮಾತನಾಡುತ್ತಾ

ರಕ್ಷಣಾ ಸಚಿವ ಜಾರ್ಜ್ ಫರ್ನಾಂಡಿಸ್

'ನುಸುಳುಕೋರರನ್ನು ಬಳಸಿ ನಿಯಂತ್ರಣ ರೇಖೆಯನ್ನು ಬದಲಿಸುವ ಉದ್ದೇಶ ಹೊತ್ತು ಬರುವುದಾದರೆ ಮಾತುಕತೆಯೇ ನಡೆಯಲಾರದು ಎಂದು ಸ್ಪಷ್ಟಪಡಿಸುತ್ತೇನೆ' ಎಂದರು. ಮುಂದುವರೆಸಿ 'ನಮ್ಮ ಸೇನೆಯ ಮೇಲೆ ನಂಬಿಕೆ ಇಡಿ. ಅವರು ನುಸುಳುಕೋರರನ್ನು ಹೊರದಬ್ಬುವ ಕೆಲಸ ಸಮರ್ಥವಾಗಿ ನಿರ್ವಹಿಸುವರಲ್ಲದೇ ಮುಂದಿನ ದಿನಗಳಲ್ಲಿ ಯಾರೂ ಇಂತಹ ದುಸ್ಸಾಹಸ ಮಾಡದಂತಹ ಪಾಠ ಕಲಿಸುತ್ತಾರೆ' ಎಂದರು. ಈ ಮಾತುಗಳಂತೂ ಸೈನಿಕರಿಗೆ ಟಾನಿಕ್‌ನಂತೆ ಒದಗಿ ಬಂದವು.

ಸರ್ತಾಜ್ ಅಜೀಜ್ ಭಾರತದೊಡನೆ ಮಾತುಕತೆಗೆ ಬಂದ. ಯುದ್ಧ ವಿರಾಮ, ನಿಯಂತ್ರಣ ರೇಖೆಯ ಕುರಿತಂತೆ ಮರುಚರ್ಚೆ ಮತ್ತು ಭಾರತದ ವಿದೇಶಾಂಗ ಮಂತ್ರಿಗಳ ಪಾಕಿಸ್ತಾನ ಭೇಟಿಯ ಮೂರಂಶದ ಸಂದೇಶ ಹೊತ್ತು ತಂದ. ಭಾರತದ ವಿದೇಶಾಂಗ ಸಚಿವ ಜಸ್ವಂತ್‌ಸಿಂಗ್ ಈ ಮೂರು ಅಂಶಗಳನ್ನು ಸಾರಾಸಗಟಾಗಿ ತಿರಸ್ಕರಿಸಿದರು. ನಮ್ಮ ಗುಡ್ಡಗಳನ್ನು ಖಾಲಿ ಮಾಡಿ ಈಗಿನ ನಿಯಂತ್ರಣರೇಖೆ ದಾಟುವವರೆಗೆ ಚರ್ಚೆಯೂ ಇಲ್ಲ, ಮಾತುಕತೆಯೂ ಇಲ್ಲ ಎಂದರು. ಮಾಧ್ಯಮಗಳಲ್ಲಿ ರಾರಾಜಿಸಿದ ಜಸ್ವಂತಸಿಂಗ್‌ರೆದುರು ಸರ್ತಾಜ್ ಅಜೀಜ್‌ಗೆ ಮಂಕು ಬಡಿದು ಹೋಯ್ತು.

ಜಸ್ವಂತಸಿಂಗ್ ದೃಢವಾಗಿದ್ದರು. 'ಒಳನುಗ್ಗಿದವರನ್ನು ಹೊರಗಟ್ಟಬೇಕು. ಅದು ರಾಜತಾಂತ್ರಿಕ ಮಾರ್ಗವಾದರೂ ಸರಿ, ಸೈನಿಕ ಶಕ್ತಿಯಿಂದಲಾದರೂ ಸರಿ. ನಾವು ಎರಡಕ್ಕೂ ಸಿದ್ಧ'. ದೇಶದೆಲ್ಲೆಡೆ ಸೈನಿಕರ ಮೇಲಿನ ಭರವಸೆ ವೃದ್ಧಿಯಾಗುತ್ತಲಿತ್ತು.

ಅದೇ ವೇಳೆಗೆ ರಾಜತಾಂತ್ರಿಕ ಒತ್ತಡಗಳಿಗೆ ಮಣಿದಂತೆ ಕಂಡ ವಾಜಪೇಯಿ ಭಾರತ ಎಂದಿದ್ದರೂ ನಿಯಂತ್ರಣ ರೇಖೆ ಉಲ್ಲಂಘಿಸಲಾರದೆಂದು ಪತ್ರಿಕಾ ಹೇಳಿಕೆ ಕೊಟ್ಟರು. ಸೈನ್ಯ ಪ್ರತಿಭಟಿಸಿತು. ಯುದ್ಧದ ಹೊತ್ತಲ್ಲಿ ಯಾವುದನ್ನೂ ಹೇಳಿಕೆಯಾಗಿ ದಾಖಲಿಸಬಾರದೆಂದಿತು. ಬ್ರಿಜೇಶ್ ಮಿಶ್ರಾ ಇದನ್ನು ಅರ್ಥೈಸಿಕೊಂಡರು. ವ್ಯವಸ್ಥಿತವಾದ ಟಿವಿ ಸಂದರ್ಶನವೊಂದರಲ್ಲಿ ವಾಜಪೇಯಿಯವರನ್ನು ಕೂರಿಸಿ 'ನಿಯಂತ್ರಣ ರೇಖೆ ದಾಟದಿರುವ ನಮ್ಮ ನಿರ್ಣಯಕ್ಕೆ ಇಂದಿಗೂ ನಾವು ಬದ್ಧ. ಆದರೆ ನಾಳೆ ಏನಾಗುವುದೋ ಕಂಡವರಾರು?' ಎಂದು ಉತ್ತರಿಸುವಂತೆ ಪ್ರಶ್ನೆ ಕೇಳಿಸಿದರು. ಪಾಕಿಸ್ತಾನಕ್ಕೆ ಸ್ಪಷ್ಟ ಸಂದೇಶ ಹೋಗಿತ್ತು. ಒಂದಿಬ್ಬರು ನಿವೃತ್ತ ಸೇನಾ ಮುಖ್ಯಸ್ಥರು ಪತ್ರಿಕೆಗಳಿಗೆ ಮಾತನಾಡುತ್ತ ನಿಯಂತ್ರಣ ರೇಖೆ ದಾಟದೇ ನುಸುಳುಕೋರರನ್ನು ಹೊರದಬ್ಬಲು ಸಾಧ್ಯವೇ ಇಲ್ಲ ಎಂದರು. ಭಾರತ ನಿಯಂತ್ರಣ ರೇಖೆ ದಾಟಿದಾಗಲೇ ಪಾಕಿಸ್ತಾನಕ್ಕೆ ಬುದ್ಧಿ ಕಲಿಸಲು ಸಾಧ್ಯವೆಂದು ಖಡಕ್ಕು ಹೇಳಿಕೆ ಕೊಟ್ಟರು. ಪಾಕಿಸ್ತಾನಕ್ಕೆ ಈಗ ನಡುಕ ಹುಟ್ಟಿತ್ತು.

6
ಬೆಂಕಿಯ ಮಳೆ

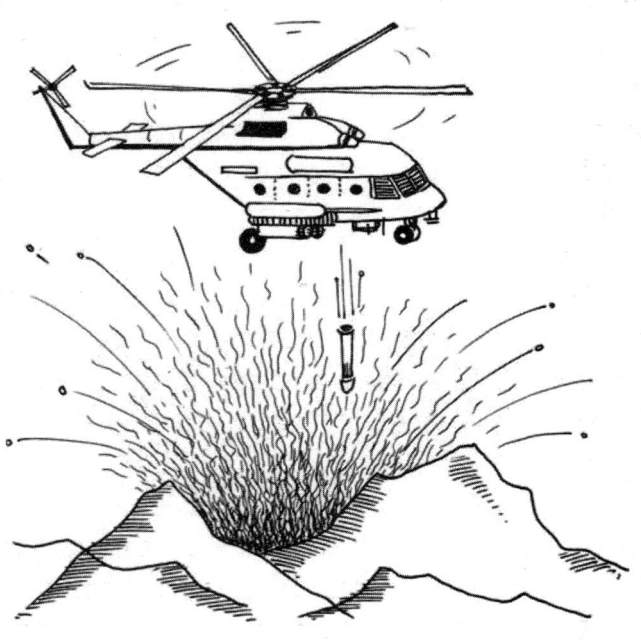

'ಎಲ್ಲವೂ ರಾಜತಾಂತ್ರಿಕ ನೆಲೆಯಲ್ಲಿಯೇ ನಡೆಯುವಂತಿದ್ದರೆ ನಾವು ಯುದ್ಧಕ್ಕೆ ತಯಾರಾದರೂ ಅದೇಕೆ ಆಗಬೇಕು. ಜಾಗತಿಕವಾಗಿ ಮಾತನಾಡಿಯೇ ಎಲ್ಲವನ್ನೂ ಪರಿಹರಿಸಿಕೊಳ್ಳಬಹುದಲ್ಲ'. ಈ ಬಾರಿ ಕೌಲ್ ಸರ್‌ಗೆ ನನ್ನದೇ ಪ್ರಶ್ನೆ. ಅವರು ನಕ್ಕರು. 'ರಾಜಕೀಯ ನಾಯಕರ ಮಾತಿಗೆ ಸೈನ್ಯದ ಶಕ್ತಿ ಜೊತೆಗೂಡಲಿಲ್ಲವೆಂದರೆ ಆ ಮಾತಿಗೆ ಬೆಲೆಯೆಲ್ಲಿರುತ್ತದೆ ಹೇಳು' ಎಂದರು. ಭಾರತ–ಚೀನಾ ಯುದ್ಧದ ವೇಳೆಗೆ ನೆಹರೂ ಬಾಯಿಗೆ ಬಂದದ್ದನ್ನು ಬಡಬಡಿಸುತ್ತಿದ್ದರು. ಪ್ರತ್ಯಕ್ಷ ಯುದ್ಧಭೂಮಿಯಲ್ಲಿ ಸೈನಿಕ ನಿಸ್ತೇಜನಾಗಿದ್ದ. ಪರಿಣಾಮವೇನಾಯ್ತು ಗೊತ್ತೇ? ಜಗತ್ತಿನ ಯಾವ ರಾಷ್ಟ್ರಗಳೂ ಭಾರತದ ಸಹಾಯಕ್ಕೆ ಬರಲಿಲ್ಲ. ಭಾರತ ಚೀನಿಯರ ಕ್ರೌರ್ಯದಲ್ಲಿ ನಲುಗಿ ಹೋಯ್ತು. ನಾವು ಯುದ್ಧವನ್ನು ಸೋತುಬಿಟ್ಟೆವು. ಸೈನಿಕರು ದೃಢವಾಗಿದ್ದರೆ ಯುದ್ಧವೇನು ಜಗತ್ತನ್ನೇ ಗೆಲ್ಲಬಹುದು. ಇನ್ನೂ ಒಂದು ಹೆಜ್ಜೆ ಮುಂದೆ ಹೋಗಿ ಹೇಳಬೇಕೆಂದರೆ ಸೈನ್ಯ ಬಲಾಢ್ಯವಾಗಿದ್ದರೆ ಯುದ್ಧ ಮಾಡದೆಯೂ ಯುದ್ಧ ಗೆಲ್ಲಬಹುದು!

ನನ್ನ ದೃಷ್ಟಿಯಲ್ಲಿ ಯುದ್ಧದ ವಿಚಾರ ಬಂದಾಗ ಕೌಲ್ ಸರ್ ವಿಶ್ವಕೋಶವೇ ಸರಿ. ಅವರಿಗೆ ಈ ದೇಶದೊಂದಿಗಿನ ಎಲ್ಲ ಯುದ್ಧಗಳೂ ಕರತಲಾಮಲಕ. ದಿನಾಂಕಗಳನ್ನು, ವರ್ಷಗಳನ್ನು ಅಷ್ಟು ಸಲೀಸಾಗಿ ನೆನಪಿಟ್ಟುಕೊಳ್ಳೋದು ಅದು ಹೇಗೆ ಸಾಧ್ಯವೋ ದೇವರೇ ಬಲ್ಲ. ನಾನು ತಲೆಕೆರೆದುಕೊಳ್ಳುತ್ತಲೇ ಕೇಳಿದೆ. 'ಸರ್ ನಮ್ಮ ಸೈನಿಕ ಅಷ್ಟು ಬಲಾಢ್ಯನಾಗಿದ್ದಾನಾ?'

ಕೌಲ್ ಸರ್ ಮುಖ ಅಗಲವಾಯ್ತು. ಎದೆ ಉಬ್ಬಿತು. ಕದನದ ವಿಚಾರ ಬಂದಾಗ ನಮ್ಮ ಸೈನಿಕರ ಶೌರ್ಯದ ಪರಂಪರೆ ಸಹಸ್ರ ಸಹಸ್ರ ಮಾನಗಳಷ್ಟು ಹಿಂದಿನಿಂದ ಬಂದದ್ದು. ರಾಮಾಯಣ ಕಾಲದ ವಾನರ ಸೇನೆ ನೆನಪಿದೆಯಲ್ಲ. ರಾಕ್ಷಸರೆದುರು ವಾನರರು ಗೆದ್ದುದೇಕೆ ಗೊತ್ತೇನು? ಸತ್ಯವನ್ನು–ಧರ್ಮವನ್ನು ಗೆಲ್ಲಿಸುವ ಮಹತ್ವದ ಜವಾಬ್ದಾರಿ ಅವರು

ಹೊತ್ತಿದ್ದರು. ಅದಕ್ಕೇ ನಿಸ್ವಾರ್ಥ, ಕರ್ತವ್ಯ ಬದ್ಧತೆ, ತ್ಯಾಗ, ಶೌರ್ಯಗಳಲ್ಲಿ ಭಾರತೀಯ ಸೈನಿಕರಿಗೆ ಸರಿಸಮ ಮತ್ತಾರೂ ಇಲ್ಲ. ಆತ ಆಧ್ಯಾತ್ಮಿಕವಾಗಿ ಬೆಳೆದಿದ್ದಾನೆ, ಮಾನಸಿಕವಾಗಿ ಗಟ್ಟಿಗನಾಗಿದ್ದಾನೆ. ದೈಹಿಕವಾಗಿ ಬಲಾಢ್ಯನೂ, ಚುರುಕೂ ಆಗಿದ್ದಾನೆ. ಸೂಕ್ತ ನಾಯಕನ ನೇತೃತ್ವದಲ್ಲಿ ಅವನು ಅದ್ಭುತವಾದ ಕೊಡುಗೆಗಳನ್ನೇ ಕೊಟ್ಟಿದ್ದಾನೆ'. ಹಾಗಂತ ಜನರಲ್ ಮಲಿಕ್ ಹೇಳುತ್ತಾರೆ. ಹಿಂದಿನ ಅನೇಕ ಯುದ್ಧಗಳಲ್ಲಿ, ಶಾಂತಿ ಸ್ಥಾಪನೆಯ ಜಾಗತಿಕ ಪ್ರಯತ್ನಗಳಲ್ಲಿ ಭಾರತೀಯ ಸೈನಿಕರ ಕಾರ್ಯಕ್ಷಮತೆಯನ್ನು ಜಗತ್ತು ಕೊಂಡಾಡಿದೆ. ಅನೇಕ ಯುದ್ಧಗಳಲ್ಲಿ ಗೆದ್ದು ಸೂರ್ಯ ಮುಳುಗದ ಸಾಮ್ರಾಜ್ಯವನ್ನು ಗಟ್ಟಿಯಾಗಿ ಉಳಿಸಿಕೊಳ್ಳುವಲ್ಲಿ ಬ್ರಿಟೀಷರಿಗೆ ಸಹಕಾರ ನಮ್ಮ ಸೈನಿಕರದೇ. ಈ ಸೈನಿಕರ ಶೌರ್ಯವನ್ನು ಆಳರಸರೂ ಕೊಂಡಾಡಿದ್ದರು. ಇಂದಿಗೂ ಶಿವಾಜಿಯ ಸೇನೆಯ ತಾನಾಸಿಂಹ, ಬಾಜೀಪ್ರಭುಗಳು; ನಾನಾಸಾಹೇಬನ ಸೇನಾಪತಿ ತಾತ್ಯಾಟೋಪೆಯರು ಈ ನಾಡಿನ ಸೇನೆಯಲ್ಲಿಯೇ ಇದ್ದಾರೆ. ಇವರೆಲ್ಲರ ಇರುವಿಕೆಯನ್ನು ಸಾಬೀತುಪಡಿಸಿದ ಯುದ್ಧ ಕಾರ್ಗಿಲ್‌ನದು. ನಮ್ಮ ಸೈನಿಕರ ಶೌರ್ಯ ಪ್ರತಾಪಗಳನ್ನು ಜಗತ್ತಿಗೆ ಅರುಹಿದ ಒರೆಗಲ್ಲು ಈ ಕದನ.

ನಮ್ಮೆಲ್ಲರ ಕಿವಿ ಈಗ ಸೈನಿಕರ ಶೌರ್ಯಗಾಥೆಗಳನ್ನು ಕೇಳಲು ಹಾತೊರೆಯುತ್ತಿತ್ತು. ಸೌರಭ್ ಕಾಲಿಯಾರಂತಹ ಅದೆಷ್ಟು ಸೈನಿಕರು ಕಾರ್ಗಿಲ್ ಭೂಮಿಯನ್ನು ತಮ್ಮ ರಕ್ತದಿಂದ ತೋಯಿಸಿದ್ದಾರೋ! ಅವರೆಲ್ಲರನ್ನು ಅರಿತುಕೊಳ್ಳಬೇಕೆಂಬ ಕಾತುರ ನಮಗಿತ್ತು. ಕೌಲ್‌ಸರ್ ನಮ್ಮ ಸಹನೆಯ ಪರೀಕ್ಷೆಗೆ ತೊಡಗಿದ್ದಂತೆ ಕಾಣುತ್ತಿತ್ತು.

ಭಾರತೀಯ ಸೇನೆಗೆ ಎದುರಾದ ಮೊದಲ ಸವಾಲು ತೊಲೋಲಿಂಗ್ ಬೆಟ್ಟ. ಹೆದ್ದಾರಿಗೆ ಹೊಂದಿಕೊಂಡ ಈ ಬೆಟ್ಟವನ್ನೂ, ಟೈಗರ್ ಹಿಲ್ಸ್‌ನ್ನೂ ವಶಪಡಿಸಿಕೊಳ್ಳದಿದ್ದರೆ ಬರಲಿರುವ ದಿನಗಳು ಬಲುಕಷ್ಟವೆಂದು ಮುನ್ಪಡೆಯ ಪ್ರತಿಯೊಬ್ಬರಿಗೂ ಗೊತ್ತಿತ್ತು. ಹೀಗಾಗಿ ಮೇ 3ನೇ ವಾರದ ವೇಳೆಗಾಗಲೇ ನಮ್ಮ ಸೈನಿಕರು ತೊಲೋಲಿಂಗ್ ಬೆಟ್ಟದ ಮೇಲೆ ಮತ್ತು ಅದಕ್ಕೆ ಹೊಂದಿಕೊಂಡ ಪಾಯಿಂಟ್ 5140 ಮತ್ತು ಪಾಯಿಂಟ್ 4815 ಮೇಲೆ ಕುಳಿತಿರುವ ಪಾಕೀ ಸೈನಿಕರೊಂದಿಗೆ ಗನ್ನುಗಳಿಂದ ಸಂಪರ್ಕ ಏರ್ಪಡಿಸಿಕೊಂಡಿದ್ದರು. ಆರಂಭದಲ್ಲಿ ಮಾಹಿತಿಯ ಕೊರತೆಯಿಂದಾಗಿ ಸೈನ್ಯ ಆತುರದ ನಿರ್ಧಾರಗಳನ್ನು ಮಾಡಿತು. ತೊಲೋಲಿಂಗ್‌ನ ಮೇಲೆ ಆರರಿಂದ ಎಂಟು ಉಗ್ರರು ಇರಬಹುದೆಂಬ ವರದಿಯ ಆಧಾರದ ಮೇಲೆ 18

ಗ್ರೆನೇಡಿಯರ್‌ಗೆ ನಾಲ್ಕು ದಿನಗಳಲ್ಲಿ ಉಗ್ರರನ್ನು ಖಾಲಿ ಮಾಡಿಸುವ ಜವಾಬ್ದಾರಿ ಕೊಡಲಾಯ್ತು. ಈ ನಾಲ್ಕು ದಿನಗಳಲ್ಲಿ 18 ಗ್ರೆನೇಡಿಯರ್ಸ್‌ನ ಸೈನಿಕರು ವಾತಾವರಣಕ್ಕೆ ಹೊಂದಿಕೊಂಡು, ಎತ್ತರದ ಬೆಟ್ಟಗಳನ್ನೇರಿ–ಕಾದಾಡಿ ಗುಡ್ಡದ ಮೇಲೆ ಹಿಡಿತ ಸ್ಥಾಪಿಸಬೇಕಿತ್ತು. ಮೇ 22–23 ರಂದು ಮೋರ್ಟಾರುಗಳಿಂದ, ಮೀಡಿಯಂ ಮೆಷಿನ್‌ಗನ್ನುಗಳಿಂದ ಬೆಂಕಿಯುಗುಳುತ್ತಾ ತೊಲೋಲಿಂಗ್‌ನ್ನು ಸೈನಿಕರು ಸುತ್ತುವರಿದರು. ಸೈನಿಕರು ಶತ್ರುಪಡೆಯ ಹತ್ತಿರಕ್ಕೆ ಹೋದಾಗ ಅತ್ತಲಿಂದ ಭಯಾನಕವಾದ ದಾಳಿ ಶುರುವಾಯ್ತು. ಅತ್ತಲಿಂದ ಮೀಡಿಯಂ ಮೆಶಿನ್‌ಗನ್ನುಗಳು ದಾಳಿಗೈದವು. 18 ಗ್ರೆನೇಡಿಯರ್‌ಗೆ ಗಾಬರಿ. ತಾವು ನಿಂತಿರುವುದು ಸಾಮಾನ್ಯ ಭಯೋತ್ಪಾದಕರೆದುರಿಗಲ್ಲ; ಸಮರ್ಥವಾದ ತರಬೇತಿ ಪಡಕೊಂಡ ಪಾಕೀ ಸೈನಿಕರೆದುರಿಗೆ ಎನ್ನುವುದು ಅವರಿಗೆ ಅರಿವಾಯ್ತು. ಮೀಡಿಯಂ ಮೆಷಿನ್‌ಗನ್‌ಗಳನ್ನು ಹೊತ್ತುಕೊಂಡ ಚೀತಾ ಹೆಲಿಕಾಪ್ಟರುಗಳು ದಾಳಿಗೈಯುವ ಯತ್ನ ನಡೆಸಿ ಸೋತು ಹೋದವು.

ಆಗಲೇ ಸೈನ್ಯ ವಾಯುದಾಳಿಯ ಯೋಜನೆಗಳನ್ನು ರೂಪಿಸಿದ್ದು. ಮೇ 26ಕ್ಕೆ ಮೇಜರ್ ರಾಜೇಶ್‌ಸಿಂಗ್ ಅಧಿಕಾರಿಯ ನೇತೃತ್ವದಲ್ಲಿ ಎಮ್‌ಐ–17 ಹೆಲಿಕಾಪ್ಟರ್‌ನ್ನು ತೊಲೋಲಿಂಗ್‌ನ ಬಳಿಗೊಯ್ದು ಶತ್ರುಗಳ ಮೇಲೆ ನೇರ ದಾಳಿ ಮಾಡುವ ಯೋಜನೆಯಾಯ್ತು. ಹೆಲಿಕಾಪ್ಟರಿನ ಪ್ರಯತ್ನವೂ ಜೋರಾಗಿಯೇ ನಡೆಯಿತು. ಫಲಿತಾಂಶ ಮಾತ್ರ ಸೊನ್ನೆ. 16 ಸಾವಿರ ಅಡಿ ಎತ್ತರದಲ್ಲಿ ಪಾಕೀಗಳು ಕಟ್ಟಿದ್ದ ಬಂಕರ್ ವಶಪಡಿಸಿಕೊಳ್ಳುವ ಹೊಣೆ ಅವರಿಗಿತ್ತು. ತಡರಾತ್ರಿಯವರೆಗೂ ಕದನ ನಡೆಯಿತು. ಅಧಿಕಾರಿಯ ತಂಡದ ಒಬ್ಬ ಶತ್ರುಗಳ ಗುಂಡಿಗೆ ಬಲಿಯಾದ. ರಾತ್ರಿಯ ತಾಪಮಾನ ಸೊನ್ನೆಯ ಕೆಳಗೆ 6 ಡಿಗ್ರಿ ತಲುಪಿತು. ಅನಿವಾರ್ಯವಾಗಿ ಅಂದಿನ ಕಾರ್ಯಾಚರಣೆ ಸ್ಥಗಿತಗೊಳಿಸಿ ಮರಳಬೇಕಾಯ್ತು. ಮೇಜರ್ ರಾಜೇಶ್ ಅಧಿಕಾರಿಯ ಪಾಲಿಗೆ ಇದು ಅವಮಾನಕರ ಪ್ರಸಂಗ. ಗುಡ್ಡವನ್ನು ಗೆಲ್ಲದೇ ಹಿಂದೆ ಸರಿಯಬೇಕಾಯಿತಲ್ಲ. ಆತ ರಾತ್ರಿಯಿಡೀ ತಲೆ ಕೆಡಿಸಿಕೊಂಡು ಬೆಳಿಗ್ಗೆ ತನ್ನ ತಂಡವನ್ನು ಒಂದೆಡೆ ಸೇರಿಸಿಕೊಂಡರು. ಕ್ಯಾಪ್ಟನ್ ನಿಂಬಾಳ್ಕರ್, ಲೆಫ್ಟಿನೆಂಟ್ ಬಲವಾನ್‌ಸಿಂಗ್‌ರೂ ಅದರಲ್ಲಿದ್ದರು. ಅಧಿಕಾರಿ ಮಾತನಾಡುತ್ತ ನನ್ನ ಪಾಲಿಗೆ ಜೂನ್ ಒಳ್ಳೆಯ ತಿಂಗಳು ನಾವೀಗ ಮೇ ತಿಂಗಳ ಕೊನೆಯಲ್ಲಿದ್ದೇವೆ. ಇನ್ನೆರಡು ದಿನ ಕಳೆದರೆ ಜೂನ್! ಗೆಲುವು ಬಹಳ ಹತ್ತಿರದಲ್ಲಿದೆ ಎಂದರು.

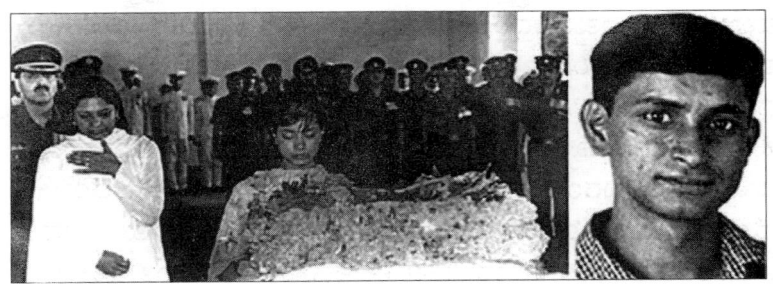

ರಾಜೇಶ್ ಅಧಿಕಾರಿ

ಹೌದು ಮೇಜರ್‌ಸಾಹೇಬರಿಗೆ ಜೂನ್ ಬಗ್ಗೆ ಅಪಾರ ವಿಶ್ವಾಸ. ಅವರ ಜೀವನದ ಅನೇಕ ಪ್ರಮುಖ ಘಟನೆಗಳು ಜೂನ್‌ನಲ್ಲಿಯೇ ಆದದ್ದು. 26ರ ಈ ತರುಣ ಮದುವೆಯಾದದ್ದು ಜೂನ್‌ನಲ್ಲಿಯೇ. ಜೂನ್ 9 ಅವರ ಮದುವೆಯ ಮೊದಲ ವಾರ್ಷಿಕೋತ್ಸವ.

ಇನ್ನೇನು ಮುಂದೆ ಹೊರಡಬೇಕು ಅಷ್ಟರಲ್ಲಿ ಅವರಿಗೊಂದು ಪತ್ರ ಬಂತು. ಹತ್ತು ತಿಂಗಳ ಹಿಂದೆ ಕೈ ಹಿಡಿದ ಹೆಂಡತಿಯ ಪತ್ರ ಅದು. 16 ಸಾವಿರ ಅಡಿ ಎತ್ತರದಲ್ಲಿ ಅಕ್ಕಪಕ್ಕ ಹಾದು ಹೋಗುತ್ತಿರುವ ಶತ್ರುಗಳ ಗುಂಡಿನ ನಡುವೆ ಪ್ರಿಯತಮೆಯ ಪತ್ರ ಓದುವ ರಸಿಕತೆ ಯಾರಿಗಿರಲು ಸಾಧ್ಯ? ರಾಜೇಶ್ ಅಧಿಕಾರಿ ಪತ್ರವನ್ನು ಜೇಬಿನಲ್ಲಿಟ್ಟುಕೊಂಡು ಒಮ್ಮೆ ಈ ಬೆಟ್ಟ ಗೆದ್ದು ಮರಳಿದೊಡನೆ ಶಾಂತವಾಗಿ ಪತ್ರ ಓದುತ್ತೇನೆ ಎಂದು ಮಿತ್ರನಿಗೆ ಹೇಳುತ್ತ ಗುರಿಯೆಡೆಗೆ ತೆವಳಲಾರಂಭಿಸಿದರು. ಎಲ್ಲರಿಗಿಂತ ಮುಂದಿದ್ದ ಅಧಿಕಾರಿ ಶತ್ರುವಿನ ಬಂಕರ್‌ನ ಬಳಿಗೂ ಎಲ್ಲರಿಗಿಂತಲೂ ಮುಂಚೆಯೇ ತಲುಪಿದರು. ಅತ್ತಲಿಂದ ಧಾವಿಸಿ ಬಂದ ಗುಂಡುಗಳಿಗೆ ಮೊದಲು ಎದೆ ಕೊಟ್ಟವರೂ ಅವರೇ ಆದರು. ರಕ್ತಸಿಕ್ತವಾಗಿದ್ದ ದೇಹ, ನಿಲ್ಲಲಾಗದೇ ತೂರಾಡುತ್ತಿತ್ತು. ಆದರೆ ಹೃದಯ ಮಾತ್ರ ಗಟ್ಟಿಯಾಗಿಯೇ ಇತ್ತು. ಬಂಕರ್‌ನ ಕಾಯುತ್ತಿದ್ದ ಸೈನಿಕರತ್ತ ಗುರಿಯಿಟ್ಟು ಗುಂಡು ಹಾರಿಸಿದರು. ಶತ್ರು ಪಡೆಯ ಅನೇಕರು ಶವವಾದರು. ಬಂಕರ್ ಛಿದ್ರವಾಯ್ತು. ಗುರಿ ಮುಟ್ಟಲು ಇನ್ನು 20 ಮೀಟರ್ ಬಾಕಿ ಇತ್ತು. ಅಷ್ಟರಲ್ಲಿ ಮೇಜರ್ ರಾಜೇಶ್ ಅಧಿಕಾರಿ ಧರಾಶಾಯಿಯಾಗಿದ್ದರು. ಹೆಂಡತಿಯ ಪತ್ರ ಓದಲು ಶಾಂತಿ ಬೇಕೆಂದು ಅವರು ಹೇಳಿದ್ದರು. ಈಗ ಶಾಂತ ಲೋಕಕ್ಕೆ ಪಯಣಿಸಿಬಿಟ್ಟಿದ್ದರು. ಅವರ

ಪ್ರಾಣ ಪಕ್ಷಿ ಹಾರಿತ್ತು. ಆದರೆ ಬಂಕರ್‌ನ್ನು ಭಾರತಕ್ಕೆ ಸಮರ್ಪಿಸಿ ಹೋಗಿತ್ತು. ಮೇಜರ್ ಅಧಿಕಾರಿಯೊಂದಿಗೆ ಸುಬೇದಾರ್ ರಣಬೀರ್ ಸಿಂಗ್, ಲ್ಯಾನ್ಸ್ ನಾಯಕ್ ಆರ್.ಕೆ. ಯಾದವ್ ಮತ್ತು ಗ್ರೆನೇಡಿಯರ್ ಪ್ರವೀಣ್ ಕುಮಾರ್ ಕೊಲ್ಲಲ್ಪಟ್ಟಿದ್ದರು. ಕ್ಯಾಪ್ಟನ್ ಸಚಿನ್ ನಿಂಬಾಳ್ಕರ್ ಮತ್ತು ಆತನ ಜೊತೆಗಾರರು ಪಾಕಿಸ್ತಾನದ ನಿರಂತರ ಗುಂಡಿನ ದಾಳಿಯಿಂದ ರಕ್ಷಣೆ ಪಡೆಯಲು ದೊಡ್ಡದೊಂದು ಬಂಡೆಯ ಹಿಂದೆ ಅವಿತುಕೊಳ್ಳಬೇಕಾಗಿ ಬಂತು. ಒಂದಲ್ಲ ಎರಡಲ್ಲ; ಬರೋಬ್ಬರಿ ಮೂರು ದಿನ! ಈ ನಡುವೆ ಮೇಲೆ ನಿಂತ ಪಾಕೀಗಳು ತಾಕತ್ತಿದ್ದರೆ ಅಧಿಕಾರಿಯ ಶವವನ್ನೊಯ್ಯಿರಿ ಎಂದು ಸವಾಲು ಹಾಕಿದರು. ಕೊರಕಲ ಹಿಂದೆ ಅವಿತಿದ್ದ ಸೈನಿಕರಿಗೆ ಅಚ್ಚರಿ – ಗಾಬರಿ ಒಟ್ಟೊಟ್ಟಿಗೇ. ಅವರಿಗೆ ಈ ಸುದ್ದಿ ಜೀರ್ಣಿಸಿಕೊಳ್ಳಲು ಅಸಾಧ್ಯವಾಗಿತ್ತು. ರೇಡಿಯೋ ಸಂದೇಶಗಳ ಮೂಲಕ ಸುದ್ದಿ ಡೇರೆಗೆ ತಲುಪಿತು. ಡೇರೆಯಲ್ಲಿ ಅಂದು ರಾತ್ರಿ ಒಲೆ ಹಚ್ಚಲಿಲ್ಲ. ತಮ್ಮ ಪ್ರೀತಿಯ ಮೇಜರ್ ಅಧಿಕಾರಿಯ ಸಾವಿಗೆ ಸೈನಿಕರು ತೋರಿದ ಗೌರವ ಅದು.

ಈ ಶವ ಅನೇಕ ದಿನಗಳ ಕಾಲ ಗುಡ್ಡದ ಮೇಲೆಯೇ ಇತ್ತು. ಅವರನ್ನು ಎಳೆತರುವ ಪ್ರಯತ್ನಕ್ಕೆ ಕೈ ಹಾಕಿದರೆ ಮೇಲಿನಿಂದ ಮಿಷನ್ ಗನ್‌ಗಳು ಬೆಂಕಿಯನ್ನೇ ಉಗುಳುತ್ತಿದ್ದವು. ಪಾಕಿಸ್ತಾನಿಯರು ಈ ಶವದ ಸುತ್ತ ಕಣ್ಣಿಗೆ ಕಾಣದ ಲ್ಯಾಂಡ್ ಮೈನಿನಂತಹ ಶಸ್ತ್ರಗಳನ್ನಿಟ್ಟು ಭಾರತೀಯ ಸೈನಿಕರನ್ನು ವಂಚಿಸಿದ್ದರು. ಸೈನಿಕನೊಬ್ಬ ಈ ಪ್ರಯತ್ನಕ್ಕೆ ಕೈ ಹಾಕಿ ತನ್ನ ಕೈಯನ್ನೇ ಕಳಕೊಂಡಿದ್ದ! ಮುಂದೆಯೂ ರಾಜೇಶ್ ಅಧಿಕಾರಿಯವರ ಶವ ಕೈಸೇರಿದ್ದು ಆ ಗುಡ್ಡವನ್ನು ವಶಪಡಿಸಿಕೊಂಡ ನಂತರವೇ.

ಅವರ ಶವ ಮನೆಗೆ ಬಂದಾಗ ತಾಯಿಯ ಆಕ್ರಂದನ ಮುಗಿಲು ಮುಟ್ಟಿತ್ತು. ಆತನ ಶವ ಸಿಗದೇ ಹೋಗಿದ್ದರೆ ಆತ ಬದುಕಿದ್ದಾನೆಂದು ಸುಮ್ಮನಾಗಿ ಬಿಡುತ್ತಿದ್ದೆ ಎಂದರು ಆ ತಾಯಿ. ನನ್ನ ಮಗ ಈಗಲೂ ನಗು ನಗುತ್ತಾ ಬಂದು ಬಿಡುತ್ತಾನೇನೋ ಎಂದು ಕಾಯುತ್ತಿದ್ದೇನೆ ಎಂದು ಆಕೆ ಹೇಳುವಾಗ ನೆರೆದವರ ಕಂಗಳು ತುಂಬಿ ಬಿಟ್ಟಿದ್ದವು.

ಕೌಲ್ ಸರ್ ಭಾವುಕರಾಗಿ ಹೇಳುತ್ತಲಿದ್ದರು. ಅವರ ಕಣ್ಣಾಲಿಗಳಿಂದ ಒಂದೇ ಸಮನೆ ನೀರು ಹರಿಯುತ್ತಲೆ ಇತ್ತು. ನಾವೂ ಭಾವುಕರಾಗಿದ್ದೆವು. ಬುದ್ಧಿ ಬಲಿತ ಮೇಲೆ ನಾನು ಇಷ್ಟು ಅತ್ತ ಉದಾಹರಣೆಯೇ ಇರಲಿಲ್ಲ. ಅಕ್ಕಪಕ್ಕದಲ್ಲಿಯೂ ಎಲ್ಲರ ಕಂಗಳು ತುಂಬಿಬಿಟ್ಟಿದ್ದವು. ರಾಜೇಶ್ ಅಧಿಕಾರಿಯ

ವಯಸ್ಸು 26 ಮಾತ್ರ ಎಂಬುದಂತೂ ನನ್ನಿಂದಲೂ ಜೀರ್ಣಿಸಿಕೊಳ್ಳಲಾಗಲಿಲ್ಲ. ನನಗೆ ಅದಾಗಲೇ ಇಪ್ಪತ್ತಾಯ್ತು. ರಾಜೇಶ್ ಅಧಿಕಾರಿಯ ಶವದೆದುರಿಗೆ ನಿಂತ ಅವನ ತಂದೆ-ತಾಯಿ, ಹೆಂಡತಿಯರನ್ನು ಸ್ಮರಿಸಿಕೊಂಡು ಎದೆ ಭಾರವಾಗಿತ್ತು. ಕೌಲ್ ಸರ್‌ರ ಕಥನ ಮುಂದುವರಿಯಿತು.

ತೊಲೋಲಿಂಗ್‌ನ್ನು ನೇರವಾಗಿ ವಶಪಡಿಸಿಕೊಳ್ಳುವ ಮುನ್ನ ಸುತ್ತಮುತ್ತಲಿನ ಗುಡ್ಡಗಳನ್ನು, ಬಂಕರ್‌ಗಳನ್ನು ವಶಪಡಿಸಿಕೊಳ್ಳಬೇಕಿತ್ತು. ಅಂತಹ ಒಂದು ಕೆಲಸವನ್ನು ರಾಜೇಶ್ ಅಧಿಕಾರಿಯವರ ತಂಡ ಮಾಡಿ ಮುಗಿಸಿತ್ತು. ನಾಗಾ ಬ್ರಿಗೇಡ್‌ನ ಸೈನಿಕರೊಂದಷ್ಟು ಜನ ಮೇ 27ಕ್ಕೆ ತೊಲೋಲಿಂಗ್‌ನ ಹಿಂಭಾಗದ ಪಾಯಿಂಟ್ 5140 ವಶಪಡಿಸಿಕೊಳ್ಳಲು ಯತ್ನ ಶುರುಮಾಡಿದರು. ಎಂದಿನಂತೆ ಸೈನಿಕರು ಗುಡ್ಡದ ತುದಿಗೆ ಹತ್ತಿರ ಹೋದಾಗ ಮೇಲಿಂದ ವಿಪರೀತ ಗುಂಡಿನ ದಾಳಿ ಆರಂಭವಾಯ್ತು. ಸೈನಿಕರು ಗುಡ್ಡದ ಕೊರಕಲುಗಳಲ್ಲಿ ಸೇರಿಕೊಂಡು ರಕ್ಷಣೆ ಪಡೆಯಬೇಕಾಯ್ತು. ಕಂಪನಿ ಕಮಾಂಡರ್ ಸೇರಿದಂತೆ 13 ಜನ ಗಾಯಗೊಂಡರು.

ಮರುದಿನ ವಾಯುದಾಳಿಯನ್ನು ತೀವ್ರಗೊಳಿಸುವ ಪ್ರಯತ್ನ ಶುರುವಾಯ್ತು. ಎಮ್‌ಐ 17 ಹೆಲಿಕಾಪ್ಟರುಗಳು ಗುಟುರು ಹಾಕಿದವು.

ಇಷ್ಟು ಹೇಳುತ್ತಿದ್ದಂತೆ ನಮ್ಮ ಕಿವಿಗಳು ನೆಟ್ಟಗಾದವು. ಇದೇ ಹೆಲಿಕಾಪ್ಟರು ಪಾಕಿಗಳ ಗುಂಡಿಗೆ ಸಿಲುಕಿ ಭಸ್ಮವಾಯಿತೆಂದು ಈ ಹಿಂದೆ ಕೌಲ್ ಸರ್ ಹೇಳಿದ್ದರಲ್ಲ. ನಾನು ಮಧ್ಯೆಯೇ ಬಾಯಿ ಹಾಕಿ ಸರ್ ಈ ಹೆಲಿಕಾಪ್ಟರು ನಾಶವಾಯಿತೆಂದು ಈ ಹಿಂದೆ ನೀವು ಹೇಳಿದ್ದೀರಿ ಸರ್. ಈ ಬಾರಿ ಸ್ವಲ್ಪ

ಎಮ್‌ಐ 17 ಹೆಲಿಕಾಪ್ಟರ್

ಅದನ್ನು ವಿಸ್ತರಿಸಿ ಸರ್ ಎಂದೆ. ತರಗತಿಯ ಎಲ್ಲ ಹುಡುಗರೂ ಯುದ್ಧದ ವಿಶೇಷಜ್ಞರಂತೆ ಆಗಿಬಿಟ್ಟಿದ್ದೆವು. ನಮಗೆ ಸೈನ್ಯದ ತುಕಡಿಗಳ ಪರಿಚಯವಾಗಿತ್ತು. ಯುದ್ಧ ವಿಮಾನಗಳ, ಶಸ್ತ್ರಾಸ್ತ್ರಗಳ ಹೆಸರೂ ಗೊತ್ತಾಗಿತ್ತು. ನಾವೀಗ ಕತೆ ಕೇಳುವವರಲ್ಲ. ನಮ್ಮೊಳಗಿನ ವಿಜ್ಞಾನದ ವಿದ್ಯಾರ್ಥಿ ಜಾಗೃತನಾಗಿ ವಿಷಯದ ಆಳಕ್ಕಿಳಿಯಲು ತಯಾರಿ ನಡೆಸಿದ್ದ. ಕೌಲ್ ಸರ್ ಕೂಡ ಭೌತಶಾಸ್ತ್ರದ ಅಧ್ಯಾಪಕರೇ ಆಗಿದ್ದರಿಂದ ನಮ್ಮ ಕುತೂಹಲವನ್ನು ತಣಿಸಬಲ್ಲವರಾಗಿದ್ದರು.

'ಕಾರ್ಗಿಲ್ ಯುದ್ಧದ ಒಂದು ಸುವರ್ಣ ಅಧ್ಯಾಯ, ವಾಯು ಆಕ್ರಮಣ ಅನುಮಾನವೇ ಇಲ್ಲ' ಕೌಲ್ ಸರ್ ದೃಢವಾದ ದನಿಯಲ್ಲಿ ಹೇಳಿದ್ದರು. ಕಾರ್ಗಿಲ್ ಗುಡ್ಡಗಳು 14 ಸಾವಿರದಿಂದ 18 ಸಾವಿರ ಅಡಿ ಎತ್ತರದ ವಿಭಿನ್ನ ಪರ್ವತಗಳ ಸಮುಚ್ಚಯ. ಈ ಎತ್ತರದಲ್ಲಿ ಯುದ್ಧ ವಿಮಾನಗಳ ಹಾರಾಟವೇ ಕಷ್ಟ. ಅದರಲ್ಲೂ ಕಡು ಬೆಟ್ಟಗಳ ಪರದೆಯ ಮೇಲೆ ಮಂಜಿನ ಚಿತ್ತಾರ ನಿರ್ಮಿತಿಗೊಂಡಂತೆ ಕಾಣುವ ಈ ಪರಿಸರದಲ್ಲಿ ವೈಮಾನಿಕ ದಾಳಿ ಸುಲಭ ಸಾಧ್ಯವಾಗಿರಲಿಲ್ಲ. ತುರ್ತಾಗಿ ಪರಿಸ್ಥಿತಿಗೆ ತಾವು ಹೊಂದಿಕೊಳ್ಳಬೇಕಲ್ಲದೇ ಆ ವಾತಾವರಣದಲ್ಲಿ ಯುದ್ಧ ವಿಮಾನಗಳನ್ನು ಸಂಭಾಳಿಸುವ ಜವಾಬ್ದಾರಿಯನ್ನೂ ಹೊರಬೇಕು. ಇವುಗಳ ನಡುವೆ ನಿಯಂತ್ರಣ ರೇಖೆ ದಾಟದಿರುವ ಎಚ್ಚರಿಕೆಯನ್ನೂ ಹೊಂದಿರಬೇಕು.

ಭಾರತದ ವಾಯುಸೇನೆ ಜಗತ್ತಿನ ಅತ್ಯಂತ ಪ್ರಾಚೀನ ಸೇನೆಗಳಲ್ಲೊಂದು. ಹಾಗೆ ನೋಡಿದರೆ ಹಿಮಾಲಯದ ನೀರ್ಗಲ್ಲುಗಳಿಂದ ಹಿಡಿದು ದಕ್ಷಿಣದ ಸಾಗರದವರೆಗೆ, ರಾಜಸ್ಥಾನದ ಮರುಭೂಮಿಯಿಂದ ಶುರು ಮಾಡಿ ಈಶಾನ್ಯದ ಕಾಡುಗಳವರೆಗೆ ಎಲ್ಲ ಬಗೆಯ ವಾತಾವರಣದಲ್ಲೂ ಕೆಲಸ ಮಾಡಬಲ್ಲ ಸೇನೆ ಬಹುಶಃ ಭಾರತದ ವಾಯುಸೇನೆಯೇ!

ಕಾರ್ಗಿಲ್‌ನಲ್ಲಿ ಯುದ್ಧ ವಿಮಾನ ಹೊತ್ತೊಯ್ದು ಗುಡ್ಡದ ಮೇಲೆ ಬಾಂಬ್‌ದಾಳಿ ನಡೆಸಿ ಪಾಕಿಗಳನ್ನು ಕೊಂದ ವಾಯುಸೇನೆಯ ಸಾಹಸ ಅಪರೂಪದ್ದೇ ಸರಿ. ಮೊದಲಿಗೆ ಎಮ್‌ಐ–25 ಮತ್ತು ಎಮ್‌ಐ–31 ಬಗೆಯ ಹಿಂಬದಿಯಿಂದ ದಾಳಿ ಮಾಡುವ ಹೆಲಿಕಾಪ್ಟರುಗಳು ಪೂರ್ಣ ಇಂಧನ ಮತ್ತು ಶಸ್ತ್ರಗಳನ್ನು ಹೇರಿಕೊಂಡರೆ ಬಲು ಭಾರವಾಗಿ ಬಿಡುತ್ತವೆ. ಇಂಥವನ್ನು ಅಷ್ಟು ಅಡಿ ಎತ್ತರಕ್ಕೆ ಒಯ್ಯುವುದೇ ಕಷ್ಟ, ಹೀಗಿರುವಾಗ ಅವುಗಳನ್ನು ಯುದ್ಧಕ್ಕೆ ಬಳಸುವುದು ಸುಲಭವಲ್ಲ. ಪಾಕಿಸ್ತಾನಿ ಸೈನಿಕರು ಕಡಿಮೆ

ಸಂಖ್ಯೆಯಲ್ಲಿರುವುದರಿಂದ ಮಂಜಿನಿಂದಾವೃತವಾದ ಆ ಬೆಟ್ಟಗಳಲ್ಲಿ ಅವರನ್ನು ಅಷ್ಟು ಎತ್ತರದಿಂದ ಗುರುತಿಸುವುದು ಸಾಧ್ಯವಾಗುವುದಿಲ್ಲ. ಗುಡ್ಡದ ಮೇಲೆ ಭೂ ಮಟ್ಟಕ್ಕೆ ಬಂಕರ್‌ಗಳನ್ನು, ಸಾಮಾನ್ಯ ಸಂಗರ್‌ಗಳನ್ನು ಕಟ್ಟಿಕೊಂಡು ಒಳಹೊಕ್ಕು ಕುಳಿತು ಬಿಡುವವ ಕಣ್ಣಿಗೆ ಕಾಣುವುದೇ ಇಲ್ಲ. ಇಂಥವರ ಮೇಲೆ ನಿಖರ ದಾಳಿ ಬಲು ಕಷ್ಟ. ಬಂಕರ್‌ಗಳ ಮೇಲೆ ಮಂಜು ಮುಸುಕಿಬಿಟ್ಟರಂತೂ ಗುಡ್ಡ–ಗುಡ್ಡವೇ ಬಿಳಿಯ ಸಾಗರದಂತೆ ಕಾಣುತ್ತದಷ್ಟೇ. ಹೀಗಾಗಿಯೇ ವಾಯುಸೇನೆ ಆಪರೇಷನ್ ವಿಜಯ್ ಅಂತರ್ಗತ ಈ ಕದನವನ್ನು ಆಪರೇಷನ್ ಸಫೇದ್ ಸಾಗರ್ (ಬಿಳಿ ಸಮುದ್ರ) ಎಂದೇ ಕರೆಯಿತು.

ಪೈಲಟ್‌ಗಳ ಸಮಸ್ಯೆ ಇಲ್ಲಿಗೇ ಮುಗಿಯಲಿಲ್ಲ. ವಿಮಾನ ಒಯ್ಯುವಾಗ ಸ್ವಲ್ಪ ಆಯತಪ್ಪಿ ಪಕ್ಕದ ಕಣಿವೆಗೆ ಹೊಕ್ಕುಬಿಟ್ಟರೆ ಬೆಟ್ಟಗಳ ಎತ್ತರವೂ ಭಿನ್ನ, ಹವಾಮಾನವೂ ಭಿನ್ನ. ಆ ಗುಡ್ಡಗಳಿಂದ ಪಾರಾಗಿ ಬರುವುದರೊಳಗೆ ಪೈಲಟ್ ಹೈರಾಣಾಗಿ ಬಿಡುತ್ತಾನೆ.

ಗುಡ್ಡದ ಮೇಲೆ ನಿಂತ ಪಾಕೀ ಸೈನಿಕ ಹೆಗಲ ಮೇಲೆ ಸ್ಟಿಂಜರ್ ಮಿಸೈಲ್‌ಗಳನ್ನು ಇಟ್ಟುಕೊಂಡು ವಿಮಾನ ಧ್ವಂಸ ಮಾಡಲು ಕಾಯುತ್ತಿದ್ದಾನೆ. ಅವನಿಂದ ತಪ್ಪಿಸಿಕೊಳ್ಳಲೆಂದು ಅದರ ವ್ಯಾಪ್ತಿಗಿಂತ ಮೇಲೆ ವಿಮಾನ ಒಯ್ಯಬೇಕು. ಹಾಗೆ ಮೇಲೆ ಒಯ್ದ ವಿಮಾನವನ್ನು ತಿರುಗಿಸಬೇಕೆಂದರೆ ಸ್ವಲ್ಪ ವಿಶಾಲ ತಿರುವು ಹಾಕಬೇಕು. ಹಾಗೆ ಸುತ್ತುವಾಗ ನಿಯಂತ್ರಣ ರೇಖೆ ದಾಟಿಬಿಟ್ಟರೆ ಎಂಬ ಹೆದರಿಕೆ ಬೇರೆ!

ವಾಯುವಿನ ಕೊರತೆ ಇರುವುದರಿಂದ ಸಿಡಿಮದ್ದು ಉರುಳಿಸುವ ಮುನ್ನ ಎಚ್ಚರಿಕೆ ಇರಬೇಕು. ಸಮುದ್ರಮಟ್ಟದ ಕದನದಲ್ಲಿ ಮಾಡುವಂತೆ ಸ್ವಲ್ಪ ನಿಧಾನ ಮಾಡಿದರೂ ವಿಮಾನವೇ ಸುಟ್ಟು ಹೋಗುವ ಪರಿಸ್ಥಿತಿ. ಇಷ್ಟೆಲ್ಲಾ ಪ್ರತಿಕೂಲ ಪರಿಸ್ಥಿತಿಗಳ ನಡುವೆಯೂ ನಮ್ಮ ಪೈಲಟ್‌ಗಳು ಯುದ್ಧಕ್ಕೆ ಅಣಿಯಾದರು. ಅವರಿಗೆ ಮಾಹಿತಿ ಏನೂ ಇರಲಿಲ್ಲ. ಗುಡ್ಡಗಳ ಮೇಲೆ ಒಂದಷ್ಟು ಜಿಹಾದಿಗಳಿದ್ದಾರೆ. ಅವರ ಮೇಲೆ ದಾಳಿ ಮಾಡಿ ಅವರನ್ನು ವಿಮಾನಗಳು ಹೈರಾಣಗೊಳಿಸುತ್ತಿದ್ದರೆ ಅಷ್ಟರ ವೇಳೆಗೆ ಗುಡ್ಡ ಹತ್ತಿ ಬರುವ ಸೈನಿಕರು ಅವರನ್ನು ನಾಶ ಮಾಡುತ್ತಾರೆ ಇಷ್ಟೇ.

ಈ ಹಂತದಲ್ಲಿ ಮೊದಲು ಗುಡ್ಡದತ್ತ ಹೊರಟಿದ್ದು ಕ್ಯಾನ್‌ಬೆರ್ರಾ. ಇದು ಸ್ಥಳ ಪರಿಶೋಧನೆಯ ಹೆಲಿಕಾಪ್ಟರ್ ಇದರ ಹಿಂಭಾಗಕ್ಕೆ ಕ್ಯಾಮರಾಗಳು ಜೋತಾಡುತ್ತಿರುತ್ತವೆ. ಇದು ಯುದ್ಧ ನಿರತ ಪ್ರದೇಶದ ಮೇಲೆ ಹಾರಾಡುತ್ತ

ಕ್ಯಾನ್‌ಬೆರ್ರಾ

ಶತ್ರುಗಳ ಸಂಖ್ಯೆ, ಅವರೊಂದಿಗಿರುವ ಶಸ್ತ್ರಾಸ್ತ್ರಗಳ ದಾಸ್ತಾನನ್ನು ಚಿತ್ರದಲ್ಲಿ ಸೆರೆ ಹಿಡಿದು ಬರುವ ಸಾಮರ್ಥ್ಯವಿರುವ ಅತ್ಯಂತ ಹಳೆಯ ವಿಮಾನ. 1962ರಲ್ಲಿ ಚೀನಿಯರ ಓಡಾಟವನ್ನು ದೃಢಗೊಳಿಸಿದ್ದು ಕ್ಯಾನ್‌ಬೆರ್ರಾದ ಚಿತ್ರಗಳೇ. 1965 ಮತ್ತು 1971ರ ಯುದ್ಧಗಳಲ್ಲೂ ಸಾಕಷ್ಟು ಕೆಲಸ ಮಾಡಿದ ಹಿನ್ನೆಲೆ ಈ ವಿಮಾನಕ್ಕಿದೆ. ನಾಲ್ಕು ಗಂಟೆಗಳ ಕಾಲ 25 ಸಾವಿರ ಅಡಿ ಎತ್ತರದಲ್ಲಿ ಹಾರಾಟ ನಡೆಸಬಲ್ಲ ಸಾಮರ್ಥ್ಯ ಇದರದ್ದು. ಕ್ಯಾನ್‌ಬೆರ್ರಾ ಎರಡು ಮಿಗ್-29ರ ರಕ್ಷಣೆಯಲ್ಲಿ ಹಾರಾಟ ನಡೆಸಲು ಸಿದ್ಧವಾಯ್ತು. ಸ್ಕ್ವಾಡ್ರನ್ ಲೀಡರ್ ಅಳಗರಾಜ ಪೆರುಮಾಳ ಕ್ಯಾನ್‌ಬೆರ್ರಾ ಏರಿ ಕುಳಿತರು.

ನಿಯಂತ್ರಣ ರೇಖೆಯೊಳಗಿನ 5 ಕಿ.ಮೀ. ವ್ಯಾಪ್ತಿಯಲ್ಲಿ ಕ್ಯಾನ್‌ಬೆರ್ರಾ ಹಾರಾಟ ನಡೆಸುತ್ತಿತ್ತು. ಆಗಲೇ ಸ್ಟಿಂಜರ್‌ನಿಂದ ಹೊರಟ ಕ್ಷಿಪಣಿಯೊಂದು ಬಂದು ಬಡಿಯಿತು. ಸ್ಟಿಂಜರ್‌ಗಳೆಂದರೆ ಹೆಗಲ ಮೇಲೆ ಹೊರುವ ಬ್ಯಾಟರಿ ಚಾಲಿತ ಕೊಳವೆಯಾಕಾರದ ರಾಕೆಟ್ ಲಾಂಚರ್‌ಗಳು. ರಷ್ಯಾದ ವಿರುದ್ಧದ ಕದನದ ವೇಳೆ ಅಮೆರಿಕ ತಾಲೀಬಾನಿಗಳ ಕೈಗಿಟ್ಟ ಸರಳ ಶಸ್ತ್ರ ಇದು. ವಿಮಾನ ಕಂಡೊಡನೆ ಅತ್ತ ಗುರಿಯಿಟ್ಟು ಹಾರಿಸಿದರೆ ಸಾಕು. ವಿಮಾನ ಭಸ್ಮ! ಅಮೆರಿಕದಿಂದ ತಾಲೀಬಾನಿಗಳಿಗೆ ಇದನ್ನು ತಲುಪಿಸುವ ಮಧ್ಯವರ್ತಿಯಾಗಿದ್ದ ಪಾಕಿಸ್ತಾನ ಒಂದಷ್ಟು ಸ್ಟಿಂಜರ್‌ಗಳನ್ನು ತಾನೇ ಕದ್ದು ಮುಚ್ಚಿ ಇರಿಸಿಕೊಂಡಿತ್ತಂತೆ. ಅದೂ ಅಲ್ಲದೇ ನಮ್ಮ ವಿರುದ್ಧ ಬಳಸಲು ಇಂತಹ ಸ್ಟಿಂಜರ್‌ಗಳನ್ನು ಚೀನಾ ತಯಾರಿಸಿ ಕೊಟ್ಟಿತ್ತೆಂಬುದೂ ಆಮೇಲೆ ದೃಢಗೊಂಡಿತು.

ಮಿಸ್ಸೈಲು ಬಂದು ಬಡಿದೇಟಿಗೆ ಕ್ಯಾನ್‌ಬೆರ್ರಾ ಆಯತಪ್ಪಿ

ಉರುಳಾಡಲಾರಂಭಿಸಿತು. ಸಂಭಾಳಿಸಿಕೊಂಡ ಪೆರುಮಾಳ್ ಮೇಲೆ ಹತ್ತಿ ನೋಡಿದರು ಇಂಜಿನ್‌ಗೆ ಸಮಸ್ಯೆಯಾಗಿರಲಿಲ್ಲ. ಆದರೆ ಅದರಿಂದ ವಿಮಾನಕ್ಕೆ ದೊರೆಯಬೇಕಿದ್ದ ಶಕ್ತಿಯೂ ದೊರೆಯುತ್ತಿರಲಿಲ್ಲ. ರೇಡಿಯೋ ಸಂಪರ್ಕ ತಪ್ಪಿತ್ತು. ಇಡಿಯ ವಿಮಾನ ಬಲಗಡೆಗೆ ಎಳೆಯಲ್ಪಡುತ್ತಿತ್ತು. ವಿಮಾನ ಪತನವಾಗುವುದು ಖಾತ್ರಿಯೆಂದರಿತ ಪೆರುಮಾಳ್ ತನ್ನ ಜೊತೆಗಾರ ಸ್ಕ್ವಾಡ್ರನ್ ಲೀಡರ್ ಉದಯಕಾಂತ್ ಝಾ ಗೆ 30 ಸೆಕೆಂಡುಗಳಲ್ಲಿ ವಿಮಾನದಿಂದ ಧುಮುಕಲು ಸಿದ್ಧನಾಗಲು ಸೂಚನೆ ಕೊಟ್ಟರು. ಮಿಗ್‌ವಿಮಾನಗಳು ಅಕ್ಕಪಕ್ಕದಲ್ಲಿಯೇ ಇದ್ದುದರಿಂದ ಅವು ತಮ್ಮನ್ನು ರಕ್ಷಿಸುತ್ತವೆಂಬ ಭರವಸೆ ಅವರಿಗೆ.

ಪೆರುಮಾಳ್ 42 ವರ್ಷ ಹಳೆಯ ಕ್ಯಾನ್‌ಬೆರ್ರಾವನ್ನು 2 ಸಾವಿರ ಗಂಟೆಗಳ ಕಾಲ ಹಾರಾಡಿಸಿದ ಅನುಭವ ಇದ್ದವರು. ಅದನ್ನು ಬಿಟ್ಟು ಹೋಗಲು ಮನಸ್ಸಾಗಲಿಲ್ಲ. ಮಿಸ್ಸೈಲು ಎಲ್ಲಿಗೆ ಬಡಿದಿದೆ ಎಂಬುದು ಗೊತ್ತಾಗುತ್ತಿರಲಿಲ್ಲ. ಆದರೆ ಮಿಗ್ ವಿಮಾನಗಳು ಕಾಣುತ್ತಿದ್ದವು. ಧೈರ್ಯ ತಂದುಕೊಂಡ ಪೆರುಮಾಳ್ ವಿಮಾನವನ್ನು ಶ್ರೀನಗರದಲ್ಲಿ ಇಳಿಸುವ ನಿರ್ಧಾರ ಕೈಗೊಂಡರು. ಎತ್ತರದಿಂದ ವಿಮಾನ ಕೆಳಗಿಳಿಯುತ್ತಿದ್ದಂತೆ ವೇಗಮಾಪಕ ಕೆಲಸ ಶುರುಮಾಡಿತು. ಸ್ವಲ್ಪ ಹೊತ್ತಿನಲ್ಲಿಯೇ ರೇಡಿಯೋ ಸಂಪರ್ಕಕ್ಕೆ ಬಂತು. ಒಂದೆಡೆಗೇ ವಿಮಾನ ವಾಲುತ್ತಿದ್ದರೂ ಅದು ಹಿಡಿತಕ್ಕೆ ಸಿಕ್ಕಿತು. ಶ್ರೀನಗರದಲ್ಲಿ ಸುರಕ್ಷಿತವಾಗಿ ಇಳಿಯಿತು.

ಪೆರುಮಾಳ್ ಜೊತೆಗಾರನನ್ನು ಎಡಗಡೆಗೆ ಕಳಿಸಿ ವಿಮಾನಕ್ಕೆ ಆಗಿರುವುದೇನೆಂದು ನೋಡಿಕೊಂಡು ಬರಹೇಳಿದರು. ಆತ ಕೂಲಂಕಷವಾಗಿ ಗಮನಿಸಿ 'ಏನೂ ಆಗಿಲ್ಲ' ಎಂದ. ಪೆರುಮಾಳ್ ನಾಚಿಕೊಂಡರು. 'ನಾವೇ ಇಲ್ಲದ್ದನ್ನು ಊಹಿಸಿಕೊಂಡು ವಿಮಾನದಿಂದ ಧುಮುಕುವ ಯೋಜನೆ ಹಾಕಿಕೊಂಡಿದ್ದೆವಲ್ಲ!' ಹಾಗೆನ್ನುತ್ತ ಇಳಿದು ಬಂದು ಅವಾಕ್ಕಾಗಿ ನಿಂತರು. ವಿಮಾನ ಬಲಭಾಗ ಪೂರ್ತಿ ಚಿಂದಿಯಾಗಿ ಹೋಗಿತ್ತು. ಈ ಪರಿ ನಾಶವಾಗಿರುವ ವಿಮಾನವನ್ನು ಹಾರಾಡಿಸಿ ಭೂಸ್ಪರ್ಶ ಮಾಡಿಸಿದ್ದು ಅಂದಿನ ಮಟ್ಟಿಗೆ ಸಾಧನೆಯೇ. ಕ್ಯಾನ್‌ಬೆರ್ರಾ ಏಟು ತಿಂದರೂ ಕ್ಯಾಮೆರಾ ಸುರಕ್ಷಿತವಾಗಿತ್ತು. ಗುಡ್ಡಗಳ ಮೇಲೆ ಪಾಕೀಯರು ಕಟ್ಟಿಕೊಂಡ ಮನೆಗಳು, ಬಂಕರ್‌ಗಳು ಸ್ಪಷ್ಟವಾಗಿ ಕಾಣುತ್ತಿದ್ದವು.

ವಾಯುಸೇನೆಗೆ ಸಾಕಷ್ಟು ಮಾಹಿತಿ ದೊರೆತಿತ್ತು. ಗುರಿಯ ಮೇಲೆ ದಾಳಿ

Sqn Ldr R. Pundir Pilot, Flt Lt. S. Muhilan Co-pilot, Sgt. R.K. Sahu Flt. Engineer, Sgt. Pilla Ravi

ಮಾಡಲು ಅದು ಸನ್ನದ್ಧವಾಯ್ತು. ಕ್ಯಾನ್‌ಬೆರ್ರಾದ ಮಾಹಿತಿಯನ್ನು ಆಧರಿಸಿಯೇ ಎಮ್‌ಐ–17 ಹೆಲಿಕಾಪ್ಟರುಗಳನ್ನು ಕಳಿಸಿ ಗುರಿಯೆಡೆಗೆ ದಾಳಿ ಮಾಡಲು ಏರ್‌ಚೀಫ್ ಮಾರ್ಷಲ್ ಟಿಪ್ನಿಸ್‌ರು 128 ರಾಕೆಟ್‌ಗಳನ್ನು ಒಳಗೊಂಡ ಸುಲಭವಾಗಿ ಹಾರಾಡಿಸಬಲ್ಲ ಈ ಹೆಲಿಕಾಪ್ಟರುಗಳನ್ನು ದಾಳಿಗೆಂದು ಆಯ್ದುಕೊಂಡರು. ದುರ್ದೈವವೆಂದರೆ ಈ ಹೆಲಿಕಾಪ್ಟರುಗಳನ್ನು ಇಷ್ಟು ಎತ್ತರದಲ್ಲಿ ಹಾರಾಡಿಸುವ ಪರೀಕ್ಷಣೆಯನ್ನು ನಡೆಸಿರಲಿಲ್ಲ. ಈಗ ಒಟ್ಟೊಟ್ಟಿಗೆ ಮೂರು ಹೆಲಿಕಾಪ್ಟರುಗಳು ದಾಳಿಗೆ ಸಜ್ಜಾಗಿ ಹಾರಾಡಲಾರಂಭಿಸಿದವು. ಒಂದೆರಡು ಕಡೆ ದಾಳಿಯೂ ಆಯ್ತು. ಅಷ್ಟರೊಳಗೆ ತೂರಿಬಂದ ಸ್ಟಿಂಜರ್‌ಮಿಸೈಲು ಮೂರನೇ ಹೆಲಿಕಾಪ್ಟರಿಗೆ ಬಡಿಯಿತು. ಆ ಹೆಲಿಕಾಪ್ಟರಿನ ಇಂಜಿನ್ನು ಛಿದ್ರವಾಯ್ತು. ಎಮ್‌ಐ–17 ಗಿರಗಿರನೆ ತಿರುಗುತ್ತಾ ತೋಲೋಲಿಂಗ್‌ನ ಕಣಿವೆಯೊಳಗೆ ಉರುಳಿ ಬಿತ್ತು. ದೊಡ್ಡ ಸದ್ದಿನೊಂದಿಗೆ ಉರುಳಿದ ಈ ಹೆಲಿಕಾಪ್ಟರಿನೊಳಗೆ ಕರ್ನಾಟಕದ ಫ್ಲೈಟ್ ಲೆಫ್ಟಿನೆಂಟ್ ಮುಹಿಲನ್ ಇದ್ದರು, ಯುದ್ಧಕ್ಕೆ ಮುನ್ನ ಉತ್ತರಪ್ರದೇಶದ ಸಾರ್ಸ್ವಾದಲ್ಲಿದ್ದ ಮುಹಿಲನ್ ತುರ್ತು ಶ್ರೀನಗರಕ್ಕೆ ಹೋಗಬೇಕಾಗಿ ಬಂತು. ಅವನಿಗಿಷ್ಟವಾದ ಕೇಸರೀಬಾತು ಮಾಡಿ ತಟ್ಟೆಯಲ್ಲಿಟ್ಟರೆ ಆತುರದಲ್ಲಿಯೇ ಒಂದು ತುತ್ತು ತಿಂದು ಓಡಿದ್ದ. ಕಾರ್ಗಿಲ್‌ಗೆ ಹೋಗುವಾಗ ಆತ ಕ್ಯಾಪ್ಟನ್ ಆಗಿ ಭಡ್ತಿ ಪಡೆದಿದ್ದ ಖುಷಿಯನ್ನು ಹೆಂಡತಿಯೊಂದಿಗೆ ಹಂಚಿಕೊಂಡಿದ್ದ. ಮುಂದಿನ ತಿಂಗಳು ಮಗನ ಹುಟ್ಟಿದ ಹಬ್ಬಕ್ಕೆ ಹಾಜರಾಗಿ ಬಿಡುವ ಭರವಸೆಯನ್ನೂ ಕೊಟ್ಟಿದ್ದ. ವಿಧಿ ಅಟ್ಟಿಸಿಕೊಂಡು ಬಂತು. ಪಾಕಿಸ್ತಾನದ ನೆಲೆಗಳ ಮೇಲೆ ದಾಳಿ ಮಾಡಿ ಮರಳುತ್ತಿರುವಾಗ ಬಂದ ಮಿಸೈಲು ಅವನನ್ನು ತೋಲೋಲಿಂಗ್ ಬೆಟ್ಟಗಳಲ್ಲಿಯೇ ಸಮಾಧಿಯಾಗುವಂತೆ ಮಾಡಿತ್ತು. ಸುದ್ದಿ ತಿಳಿದ ಹೆಂಡತಿ

ಬೀನಾ ಗಂಡನ ಶವದ ಮುಂದೆ ಕಣ್ಣೀರಿಟ್ಟರೂ 'ಆತ ಹಿಂದಿರುಗಿ ಬರದಿದ್ದರೂ ತನ್ನ ಗುರಿ ಸಾಧಿಸಿ ಶತ್ರು ನೆಲೆಯನ್ನು ಧ್ವಂಸಗೊಳಿಸಿದ್ದಾನೆ' ಎಂದು ಹೆಮ್ಮೆ ಪಡುತ್ತಾಳೆ.

ಕೌಲ್ ಸರ್ ಇಲ್ಲಿಗೆ ಒಂದು ಕ್ಷಣ ನಿಲ್ಲಿಸಿದರು. ಅದು ಭಾವನೆಗಳನ್ನು ಒತ್ತಿ ಹಿಡಿಯಲು ಬೇಕಾಗುವ ಅತಿ ಕಡಿಮೆ ಸಮಯ. ಅಂದು ನಾನು ಮನೆಗೆ ಬಂದು ಕ್ಯಾಪ್ಟನ್ ಮುಹಿಲನ್ ಕುರಿತಂತೆ ಹಳೆಯ ಪತ್ರಿಕೆಗಳಲ್ಲಿ ತಡಕಾಡಿದೆ. ಆತ ಮೂಲತಃ ತಮಿಳುನಾಡಿನವನು. ಆದರೆ ಹುಟ್ಟಿ ಬೆಳೆದದ್ದೆಲ್ಲ ಕರ್ನಾಟಕದಲ್ಲಿಯೇ ಆದ್ದರಿಂದ ಕನ್ನಡಿಗನೇ ಆಗಿಬಿಟ್ಟಿದ್ದ. ಪತ್ನಿ ಬೀನಾ ಬೆಳಗಾವಿಯವಳು. ಇಬ್ಬರೂ ಪ್ರೀತಿಸಿ ಕೈ ಹಿಡಿದವರು. ಹುಟ್ಟುವ ಮಗು ಹೆಣ್ಣಾಗಿರಲೆಂಬ ಬಯಕೆ ಬಲವಾಗಿತ್ತು. ಆದರೆ ಗಂಡಾಯ್ತು. ಧ್ರುವ ಎಂದು ನಾಮಕರಣ ಮಾಡಿದರು. ಧ್ರುವ ಹುಟ್ಟಿದ್ದು ಜೂನ್ 22ರಂದು. ಮುಹಿಲನ್ ತೀರಿಕೊಂಡಿದ್ದು ಮೇ 28ಕ್ಕೆ. ಛೆ! ಅದೆಂತಹ ದುರ್ದೈವ.

ಕೌಲ್ ಸರ್ ದೀರ್ಘವಾದ ನಿಟ್ಟುಸಿರು ಬಿಟ್ಟು 'ಅರೆ! ವಾಯುಸೇನೆಯ ಆಳಕ್ಕಿಳಿದು ತೋಲೋಲಿಂಗ್‌ನ್ನೇ ಮರೆತುಬಿಟ್ಟೆನಲ್ಲ' ಎಂದರು. ನಮಗೂ ಎಚ್ಚರವಾಗಿದ್ದು ಆಗಲೇ. ನಾಗಾ ಬ್ರಿಗೇಡ್‌ನ ಸೈನಿಕರು ಪಾಕೀ ಸೈನಿಕರಿಂದ ಬಚಾವಾಗುವ ಪ್ರಯತ್ನ ನಡೆಸುತ್ತ ವೈಮಾನಿಕ ದಾಳಿಗಾಗಿ ಕಾಯುತ್ತಿದ್ದ ಹಂತದಲ್ಲಿದ್ದೆವು ನಾವು.

ತೋಲೋಲಿಂಗ್‌ನ್ನು ಕಸಿಯಲೇಬೇಕೆಂಬ ಹಟಕ್ಕೆ ಬಿದ್ದಿದ್ದರು ಸೈನಿಕರು. ಕಲ್ಲು ಬಂಡೆಗಳಿಂದ ಕೂಡಿದ್ದ ಬೆಟ್ಟದ ನಡುವೆ ಸಿಕ್ಕಿ ಹಾಕಿಕೊಂಡುಬಿಟ್ಟಿದ್ದರು ಅವರು. ಮೇಲಿನಿಂದ ಅವ್ಯಾಹತವಾದ ಗುಂಡಿನದಾಳಿ; ಮುಂದಡಿ ಇಡುವಂತಿಲ್ಲ. ಮರಳಿ ಹೋಗಲು ಮನಸ್ಸು ಕೇಳುತ್ತಿಲ್ಲ. ದೊಡ್ಡ-ದೊಡ್ಡ ಬಂಡೆಗಳ ಸಂದಿಯಲ್ಲಿಯೇ ಅವಿತುಕೊಂಡು ಒಂದೊಂದೇ ಅಡಿ ಮುಂದೆ ಸಾಗುವ ಯತ್ನದಲ್ಲಿದ್ದಾರೆ. ಒಂದೆಡೆ ಹಸಿವು ನೀರಡಿಕೆಗಳು ಬಾಧಿಸುತ್ತಿದ್ದರೆ ಮತ್ತೊಂದೆಡೆ ರಾತ್ರಿ ಕೊಲ್ಲುವ ಚಳಿ; ಬೆಳಗಾದರೆ ಸೆಖೆಗೆ ತೊಯ್ದು ತೊಪ್ಪೆಯಾಗುವಷ್ಟು ಕೆಲಸ. ಆರಂಭದಲ್ಲಿ ಅವಘಡಗಳ ಸಂಖ್ಯೆ ಕಡಿಮೆ ಎನ್ನಿಸಿದರೂ ದಿನಗಳೆದಂತೆ ಸಾವು-ನೋವುಗಳು ಹೆಚ್ಚುತ್ತಲೇ ನಡೆದವು. ಕರ್ನಲ್ ಕುಶಾಲ್ ಠಾಕೂರ್ ಮತ್ತು ಲೆಫ್ಟಿನೆಂಟ್ ಕರ್ನಲ್ ಆರ್. ವಿಶ್ವನಾಥನ್ ಗುಡ್ಡದ ಮೇಲೆ ಕಾದಾಡುತ್ತಿದ್ದ ಸೈನಿಕರಿಗೆ ಅನ್ನ ನೀರು, ಮದ್ದು ಗುಂಡು ತಲುಪಿಸುವಲ್ಲಿ ಮತ್ತು ಗಾಯಾಳುಗಳನ್ನು ಮರಳಿ ಡೇರೆಗೆ ತರುವಲ್ಲಿ

ಪಾಕ್ ಸೈನಿಕರು ಗುಡ್ಡದ ಮೇಲೆ ಕಟ್ಟಿಕೊಂಡ ಬಂಕರ್‌ಗಳು(ಸಂಗರ್)

ಅವಿರತವಾಗಿ ಶ್ರಮಿಸುತ್ತಿದ್ದರು.

ತೊಲೋಲಿಂಗ್‌ಗೆ ಹೊಂದಿಕೊಂಡ ಪಾಯಿಂಟ್ 4590ನ ಮೇಲೆ ಒಂದಷ್ಟು ತಾತ್ಕಾಲಿಕ ಬಂಕರ್ (ಸಂಗರ್)ಗಳು ಗಮನಕ್ಕೆ ಬಂದವು. ಒಡನೆಯೇ ತೋಪುಗಳು ಗರ್ಜಿಸಲಾರಂಭಿಸಿದವು. ಗುಡ್ಡದ ಮೇಲೆ ಸಹಸ್ರ ಸೂರ್ಯರು ಬೆಳಗಿದಂತಹ ಬೆಳಕು. ಬೋಫೋರ್ಸ್‌ನ ದಾಳಿಯ ನಡುವೆ ಸೈನಿಕರು ಗುಡ್ಡ ಹತ್ತಲಾರಂಭಿಸಿದರು. ಇನ್ನೇನು ಗುಡ್ಡದ ತುದಿ ಮುಟ್ಟಬೇಕೆನ್ನುವಾಗ ಮೂರು ಜನ ಸೈನಿಕರು ಗುಂಡೇಟು ತಿಂದು ಗಾಯಾಳುಗಳಾದರು. ಲೆಫ್ಟಿನೆಂಟ್ ಕರ್ನಲ್ ವಿಶ್ವನಾಥನ್ ತನ್ನ ಪಡೆ ಕರೆದುಕೊಂಡು ಹೊರಟೇ ಬಿಟ್ಟರು. ಆರು ಗಂಟೆಗಳ ನಿರಂತರ ಪ್ರಯತ್ನದ ನಂತರ ಅವರು ಗುಡ್ಡದ ತುದಿಗೆ ಹತ್ತಿರ ತಲುಪಿದರು. ಗುಡ್ಡದ ತುದಿಯಲ್ಲಿ ಪಾಕಿಸ್ತಾನದ ದಾಳಿ ಜೋರಾಗಿಯೇ ಇತ್ತು. ಗಾಯಾಳು ಸೈನಿಕರನ್ನು ತರಬೇಕೆಂದರೆ ಪಾಕಿನೊಂದಿಗೆ ಕಾದಾಡಲೇಬೇಕಿತ್ತು. ವಿಶ್ವನಾಥನ್‌ರ ಪಡೆ ಶತ್ರುಗಳ ಮೇಲೆ ಮುಗಿಬಿತ್ತು. ತೀವ್ರವಾದ ಮುಖಾಮುಖಿ ಹಣಾಹಣಿಯಿಂದ

ಮೂರೂ ಬಂಕರ್‌ಗಳು ಭಾರತೀಯರ ಪಾಲಾದವು. ಆಗ ತೂರಿ ಬಂದ ಗುಂಡುಗಳು ವಿಶ್ವನಾಥನ್‌ರ ಬಲ ತೊಡೆಯನ್ನು ಅಪ್ಪಳಿಸಿದವು. ತೊಡೆಯ ಮಾಂಸದ ತುಣುಕು ಗುಡ್ಡದ ಮೇಲೆ ಚೆಲ್ಲಾಡಿತು. ಗಾಯಾಳುಗಳನ್ನು ಹೊತ್ತೊಯ್ಯಲು ಬಂದಿದ್ದವ ತಾನೇ ಗಾಯಾಳುವಾಗಿದ್ದ. ಆದರೆ ಗುಡ್ಡದ ಮೇಲಿನ ಮೂರು ಬಂಕರ್‌ಗಳನ್ನು ಭಾರತದ ತೆಕ್ಕೆಗಿಟ್ಟು ಬಿದ್ದುಕೊಂಡಿದ್ದ. ಸೈನಿಕರು ಓಡಿ ಬಂದು ವಿಶ್ವನಾಥರನ್ನು ಹೊತ್ತು ಕೆಳಗೆ ಬಂದರು. ಹೇಗಾದರೂ ಮಾಡಿ ಅವರನ್ನು ಉಳಿಸಿಕೊಳ್ಳಬೇಕೆಂಬ ಹಠ ಸೈನಿಕರಿಗೆ. ಸೈನ್ಯದ ಆಸ್ಪತ್ರೆಗೆ ಬರುವ ವೇಳೆಗಾಗಲೇ ಅವರ ಪ್ರಾಣಪಕ್ಷಿ ಹಾರಿಹೋಗಿತ್ತು. ಆತ ಕೊಟ್ಟ ಕೆಲಸಕ್ಕಿಂತಲೂ ಹೆಚ್ಚಿನದನ್ನು ಸಾಧಿಸಿ ತಣ್ಣಗೆ ಮಲಗಿಬಿಟ್ಟಿದ್ದ.

ಅವನ ಶವ ಮನೆಗೆ ಬಂದಾಗ ತಂದೆ ರಾಮಕೃಷ್ಣನ್ ಅದನ್ನು ಸ್ವೀಕರಿಸಲೆಂದು ಕೊಚ್ಚಿನ್‌ಗೆ ಹೋಗಿದ್ದರು. ಮನೆಗೆ ಬಂದ ಶವವನ್ನು ತಡಕಾಡಿದರೆ ಹೆಂಡತಿಗೆಂದು ಬರೆದ ಪತ್ರ ಜೇಬಿನಲ್ಲಿ ಭದ್ರವಾಗಿತ್ತು. 'ನಾನು ಪರಿಚಯವೇ ಇಲ್ಲದ ಗುರಿಯತ್ತ ಹೊರಟಿದ್ದೇನೆ. ಇದು ಅಪಾಯಕಾರಿಯೂ ಆಗಬಹುದು' ಎಂದು ಬರೆದಿತ್ತು. ಹೆಂಡತಿ ಜಲಜಾ ಅದನ್ನು ಓದಿ ಬಿಕ್ಕಳಿಸಿ ಬಿಕ್ಕಳಿಸಿ ಅತ್ತಳು. ವಾಸ್ತವವಾಗಿ ಆತ ಜೂನ್ 4ಕ್ಕೆ ಹೆಂಡತಿ ಮತ್ತು ಮಗಳನ್ನು ಕರೆದೊಯ್ಯಲು ಬರಬೇಕಿತ್ತು. ಅದೇ ದಿನ ಆತ ಬಂದನಾದರೂ ಕರೆದೊಯ್ಯುವ ಸ್ಥಿತಿಯಲ್ಲಿರಲಿಲ್ಲ ಅಷ್ಟೇ.

ವಿಶ್ವನಾಥನ್‌ರ ತಂದೆ ಮಗನ ಕುರಿತಂತೆ ಹೆಮ್ಮೆಯಿಂದ 'ನನ್ನ ಮಗ ಅಸಾಮಾನ್ಯ. ಶಾಂತಿ ಪಡೆಯ ಮೂಲಕ ಶ್ರೀಲಂಕಾ, ಅಂಗೋಲಾಗಳಿಗೆಲ್ಲ ಹೋಗಿ ಬಂದಿದ್ದಾನೆ' ಎಂದು ಎಲ್ಲರಿಗೂ ಹೇಳುತ್ತಾರೆ. ಆ ವೇಳೆಗೆ ಜನರಿಗೆ ತೋರಿಸಲೆಂದು ತಾಯಿ ವಿಶ್ವನಾಥರ ಸಮವಸ್ತ್ರ ತಂದರೆ ಕೂಗಾಡುತ್ತಾರೆ, 'ಇದಲ್ಲ, ಆತ ಸಾಯುವಾಗ ಧರಿಸಿದ್ದನ್ನು ತೋರಿಸು. ಅದು ಗುಂಡಿನ ದಾಳಿಗಳಿಂದ ಜರ್ಝರಿತವಾಗಿಬಿಟ್ಟಿದೆ' ಎನ್ನುತ್ತಾರೆ. ಆಗೆಲ್ಲ ನೆರೆದವರ ಕಂಗಳು ಒದ್ದೆಯಾಗಿ ಬಿಡುತ್ತವೆ. ಮಕ್ಕಳ ಸಾವನ್ನೂ ಹೀಗೆ ಸಹಜವಾಗಿ ಸ್ವೀಕರಿಸುವಲ್ಲಿ ಅವರಿಗಿರುವ ಶಕ್ತಿ 'ದೇಶಭಕ್ತಿ' ಒಂದೇ.

ಮುಂದುವರಿಸುವ ಸ್ಥಿತಿಯಲ್ಲಿ ಸರ್ ಇರಲಿಲ್ಲ. ನಾವು ಏನನ್ನೋ ಕಳೆದುಕೊಂಡವರಂತೆ ಕುಳಿತಿದ್ದೆವು. ಮೊದಲ ಎರಡು ಪಿರಿಯಡ್ಡು ಕಳೆದು ಹೋಗಿತ್ತು. ಕೌಲ್‌ಸರ್ ಗಡಿಯಾರ ನೋಡಿಕೊಂಡು ತರಗತಿಯಿಂದ ಬಿರಬಿರನೆ ನಡೆದುಬಿಟ್ಟರು. ಪ್ರತಿಯೊಬ್ಬರಿಗೂ ತಮ್ಮ ತಮ್ಮ ತೂಕ ಹೆಚ್ಚಿರುವ

ಭಾವನೆ ಬಂತು. ಅದು ನಿಜವೇ ಭಾವನೆಗಳು ಆವರಿಸಿಕೊಂಡಾಗ ತೂಕ ಹೆಚ್ಚಾದಂತೆ ಅನಿಸುತ್ತದೆ!

ಅಂದು ಮನೆಗೆ ಬಂದು ಹಳೆಯ ಮ್ಯಾಗಜೀನ್‌ಗಳನ್ನು ಓದುತ್ತಿದ್ದೆ. ಇಂಗ್ಲೀಷ್ ಪತ್ರಿಕೆಯೊಂದು ಕಾರ್ಗಿಲ್ ಕದನದ ಕುರಿತಂತೆ ಬರೆದ ಲೇಖನ ಸಿಕ್ಕಿತು. ಕೌಲ್ ಸರ್ ಬಂದಾಗಿನಿಂದ ಸೈನ್ಯದ ಕುರಿತಂತೆ ಸಣ್ಣ ಮಾಹಿತಿ ಸಿಕ್ಕರೂ ಓದೋಣವೆನಿಸುತ್ತದೆ, ಇನ್ನು ಕಾರ್ಗಿಲ್‌ನ ಕುರಿತಂತೆ ದೀರ್ಘ ಲೇಖನ ಓದದೇ ಇರಲಿಕ್ಕಾಗುವುದೇನು? ಈ ಪತ್ರಿಕೆಯೂ ಲೆಫ್ಟಿನೆಂಟ್ ಕರ್ನಲ್ ವಿಶ್ವನಾಥ್‌ರ ಬಲಿದಾನದ ಘಟನೆಗಳನ್ನೇ ವರ್ಣಿಸಿತ್ತು.

ತೀರಿಕೊಳ್ಳುವ ಮುನ್ನ ಆತ ಬರೆದ ಕೊನೆಯ ಪತ್ರದಲ್ಲಿ ತನ್ನ ತಂದೆಗೆ 'ಕುಟುಂಬದ ಬದ್ಧತೆಗಳಿಗೆ ತಕ್ಕಂತೆ ಬದುಕಲಾಗಲಿಲ್ಲದ್ದಕ್ಕೆ ಕ್ಷಮಿಸಿ' ಎಂದಿದ್ದರಂತೆ. ಲೆ. ಕರ್ನಲ್ ವಿಶ್ವನಾಥನ್ ತೋಪುಗಳ ಸಹಕಾರ ಹೆಚ್ಚು ಹೆಚ್ಚು ಬೇಕು ಎಂದು ಬಹುವಾಗಿ ಹಿರಿಯ ಅಧಿಕಾರಿಗಳನ್ನು ಆಗ್ರಹಿಸುತ್ತಿದ್ದರು. ಆದರೆ ಯಾರೂ ಒಪ್ಪಿರಲಿಲ್ಲ. ಈಗ ಅವರ ಸಾವಿನ ನಂತರ ಸೈನ್ಯದ ಹಿರಿಯ ಅಧಿಕಾರಿಗಳು ನಮ್ಮವರನ್ನು ಉಳಿಸಿಕೊಂಡು ಸಮರ್ಥವಾದ ಹೊಡೆತ ಪಾಕಿಗಳಿಗೆ ಕೊಡಬೇಕೆಂದರೆ ತೋಪುಗಳ ಸಹಕಾರ ಬೇಕೇ ಬೇಕೆಂದು ನಿರ್ಧರಿಸಿದರು. ಯುದ್ಧಕ್ಕೆ ತಿರುವು ಸಿಕ್ಕಿದ್ದು ಆನಂತರವೇ.

7
ತೊಲೋಲೆಂಗ್ ತೊಳಲಾಟ

ಕೌಲ್ ಮೇಷ್ಟ್ರು ಮೊದಲ ತರಗತಿ ತೊಗೊಂಡಿದ್ದು ಬುಧವಾರ ಇವತ್ತು ಅದಾಗಲೇ ಶನಿವಾರ. ಮೂರು ದಿನ ಕಳೆದು ಆಗಲೇ ನಾಲ್ಕನೇ ದಿನಕ್ಕೆ ಬಂದು ಬಿಟ್ಟಿದ್ದೆವು. ಮೇಷ್ಟ್ರು ತಮಗೆ ಬೇಕಾದಂತೆ ನಮ್ಮನ್ನು ರೂಪಿಸಿಕೊಂಡಿದ್ದರು. ಭೌತಶಾಸ್ತ್ರದ ಪಾಠ ಮಾಡಿಲ್ಲವೆಂದಲ್ಲ. ನಮಗೆ ಯೂರೇನಿಯಮ್ಮು, ಪ್ಲುಟೋನಿಯಮ್ಮುಗಳನ್ನು ಪರಿಚಯಿಸಿದರು. ನ್ಯಾನೋ ಟೆಕ್ನಾಲಜಿಯನ್ನು ಮಧ್ಯೆ ತಂದರು. ಎಲ್ಲಕ್ಕೂ ಮಿಗಿಲಾಗಿ ಅವರ ತರಗತಿಗಾಗಿ ಕಾಯುವಷ್ಟು ಹುಚ್ಚು ನಮ್ಮಲ್ಲಿ ಹುಟ್ಟಿಸಿದರು. ಇಂದು ಮಧ್ಯಾಹ್ನ ಮೊದಲನೇ ಅವಧಿ ಕೌಲ್ ಸರ್‌ದು. ಅಕ್ಷರಶಃ ಅದು ನಿದ್ದೆಯ ಅವಧಿ. ಸದ್ಯಕ್ಕಂತೂ ನಮಗ್ಯಾರಿಗೂ ನಿದ್ದೆ ಸುಳಿಯುತ್ತಿಲ್ಲ. ಕೌಲ್ ಸರ್ ದಾರಿ ಕಾಯುತ್ತಿದ್ದೇವೆ.

ಮಧ್ಯಾಹ್ನದ ಬೆಲ್‌ನೊಂದಿಗೆ ಒಳಬಂದ ಮೇಷ್ಟ್ರು ಕಾರ್ಗಿಲ್ ಕದನ ಮುಂದುವರಿಸಲೋ, ಅಥವಾ ಪಾಠಕ್ಕೆ ಹೋಗೋಣವೋ ಅಂದರು. ಅದು ಬುದ್ಧಿವಂತರ ಲಕ್ಷಣ. ತಾವು ಕೊಡುತ್ತಿರುವುದನ್ನು ಸ್ವೀಕರಿಸುವ ಆಸಕ್ತಿ ಇದೆಯೋ ಇಲ್ಲವೋ ಎಂದು ಪರೀಕ್ಷಿಸುವ ತಂತ್ರ. ಇಡಿಯ ತರಗತಿ ಒಮ್ಮೆಲೆ 'ಕಾರ್ಗಿಲ್' ಎಂದು ಕೂಗಿತು. ಇಷ್ಟು ಜನ ಇಷ್ಟು ಜೋರಾಗಿ ಗಡಿರೇಖೆಯಲ್ಲಿ ಕೂಗಿದ್ದರೆ ಪಾಕೀಗಳು ಓಡಿಯೇ ಹೋಗಿರುತ್ತಿದ್ದರೇನೋ!

ಕೌಲ್‌ಸರ್ ಎಂದಿನ ಶೈಲಿಯಲ್ಲಿ ಕದನ ಕಥನ ಶುರುಮಾಡಿದರು.

ಜೂನ್ 1ರ ನಂತರ ಸೈನ್ಯದ ಚಟುವಟಿಕೆಗಳು ತೀವ್ರಗತಿ ಪಡೆದುಕೊಂಡವು. ಮುನ್ನಡೆ ಹೋರಾಟದ ಸ್ವರೂಪ ಬದಲಾಯಿಸಲಾಯಿತು. ಜನರಲ್ ಮೊಹಿಂದರ್ ಪುರಿಯವರಿಗೆ ದ್ರಾಸ್ ಮತ್ತು ಬಟಾಲಿಕ್‌ಗಳ ಉಸ್ತುವಾರಿ ಕೊಡಲಾಯ್ತು. ಸೈನಿಕರ ಸಂಖ್ಯೆ ಹೆಚ್ಚಿಸಲಾಯ್ತು. ಶಸ್ತ್ರಗಳ ಸಂಗ್ರಹಣೆಗೆ ಹೆಚ್ಚು ಒತ್ತು ಕೊಡಲಾಯ್ತು. ಸಿಡಿತೋಪುಗಳನ್ನು ಹೆಚ್ಚು ವಿಸ್ತಾರಕ್ಕೆ ಹರಡಿಸಲಾಯ್ತು. 45 ಕೆ.ಜಿ. ಸಿಡಿತಲೆಯನ್ನು ಹೊತ್ತೊಯ್ಯಬಲ್ಲ ಬೋಫೋರ್ಸ್‌ನ 155 ಎಂ.ಎಂ. ಹೋವಿಟ್ಜರ್ ತೋಪುಗಳನ್ನು ಪಾಕಿಸ್ತಾನಿ ಬಂಕರ್‌ಗಳು, ಸಂಗರ್‌ಗಳತ್ತ ಮುಖ ಮಾಡಿಡಲಾಯ್ತು.

ತೊಲೋಲಿಂಗ್‌ನ್ನು ಮರಳಿ ಪಡೆಯುವ ಕೆಲಸವನ್ನು ರಜಪುತಾನಾ ರೈಫಲ್ಸ್‌ನ (ರಾಜ್ ರೈಫ್) ಎರಡನೇ ವಿಭಾಗಕ್ಕೆ ವಹಿಸಿಕೊಡಲಾಯ್ತು. ಇಂತಹ ಆಯಕಟ್ಟಿನ ಜಾಗವನ್ನು ವಶಪಡಿಸಿಕೊಳ್ಳುವ ಅವಕಾಶ ಸಾಹಸಿ ರಾಜ್‌ರೈಫ್‌ಗೆ ಸಹಜವಾಗಿಯೇ ದೊರಕಿತ್ತು. ರಾಜ್‌ರೈಫ್ ಉತ್ತರ ಪ್ರದೇಶ, ರಾಜಸ್ಥಾನಗಳ ರಜಪೂತರಿಂದ ಕೂಡಿದ ಸೈನಿಕರ ತಂಡ. ವೀರಭೋಗ್ಯಾ ವಸುಂಧರಾ (ವಸುಂಧರೆಯನ್ನು ವೀರರೇ ಆಳುವುದು) ಎಂಬ ಘೋಷವಾಕ್ಯ ಅವರದ್ದು. 1947–48ರ ಯುದ್ಧದಲ್ಲಿ ಶತ್ರು ಸೈನಿಕರ ವಿರುದ್ಧ ಕಾಶ್ಮೀರದಲ್ಲಿ ಕಾದಾಡಿ ಪರಮ ವೀರ ಚಕ್ರ ಪಡೆದ ರಾಜ್‌ರೈಫ್ 1971ರಲ್ಲಿ ಮೈನಾಮತಿ ಗುಡ್ಡವನ್ನು ವಶಪಡಿಸಿಕೊಂಡು ಅಚ್ಚರಿಯ ಗೆಲುವು ತಂದುಕೊಟ್ಟಿತ್ತು. ಈ ಸಾಹಸದಲ್ಲಿ 36 ಸೈನಿಕರ ಆತ್ಮಾಹುತಿಯಾಗಿತ್ತು. 1977ರಲ್ಲಿ ಪ್ರವಾಹದ ಭೀತಿ ಎದುರಾದಾಗ 1200 ಅಡಿ ಉದ್ದದ ಒಡ್ಡು ಕಟ್ಟಿ ನಗರ ರಕ್ಷಿಸಿದ್ದರು.

ರಾಜ್‌ರೈಫ್‌ನ ಸೈನಿಕರ ಹುಚ್ಚು ಅಸೀಮವಾದುದು. ಕಾರ್ಗಿಲ್ ಯುದ್ಧದ ವೇಳೆ ಎರಡನೇ ತುಕಡಿಯನ್ನು ತೊಲೋಲಿಂಗ್ ಬೆಟ್ಟ ವಶಪಡಿಸಿಕೊಳ್ಳಲು ಕಳಿಸಿದಾಗ ಡೇರೆಯಲ್ಲಿ ಉಳಿದುಕೊಂಡ 300 ಸೈನಿಕರು ಹಠಹಿಡಿದು ಯುದ್ಧ ಭೂಮಿಗೆ ತಮ್ಮನ್ನೂ ಕಳಿಸುವಂತೆ ಪ್ರತಿಭಟನೆ ಮಾಡಿದ್ದರು. ಇವರನ್ನು ಸಮಾಧಾನ ಪಡಿಸುವ ವೇಳೆಗೆ ಬ್ರಿಗೇಡಿಯರ್ ಚೌಧರಿಯವರಿಗೆ ಸಾಕು ಸಾಕಾಗಿ ಹೋಗಿತ್ತು. ಅಷ್ಟೇ ಅಲ್ಲ, ನಿವೃತ್ತ ರಾಜ್ ರೈಫ್‌ನ ಸೈನಿಕರನೇಕರು ಈ ಹೊತ್ತಲ್ಲಿ ತಮಗೂ ಯುದ್ಧ ಭೂಮಿಗೆ ಹೋಗಲು ಅನುಮತಿ ಕೊಡಿರೆಂದು ಪತ್ರಗಳನ್ನು ಬರೆದಿದ್ದರು. ಮುಂಬೈನಿಂದ ಲೆಫ್ಟಿನೆಂಟ್ ಕರ್ನಲ್ ವಿಶ್ವಾಸ್ ರಾವ್ "ನನ್ನನ್ನು ಪ್ಲಟೂನ್ ಕಮಾಂಡರ್ ಮಾಡಿ, ಸೆಕ್ಷನ್ ಕಮಾಂಡರ್ ಮಾಡಿ ಕೊನೆಗೆ ರೈಫಲ್ ಮ್ಯಾನ್ ಆಗಿಯಾದರೂ ಸರಿ ಯುದ್ಧಕ್ಕೆ ಹೋಗಲು ಅನುಮತಿ ಕೊಡಿ' ಎಂದು ಗೋಗರೆದಿದ್ದರು.

ರಜಪೂತಾನಾ ರೈಫಲ್ಸ್ ಈ ಸೋಲನ್ನು ತೆರೆದೆದೆಯಿಂದ ಸ್ವೀಕರಿಸಿತು. ತಡಮಾಡದೇ ಬಂಕರ್‌ಗಳನ್ನು ನಾಶ ಮಾಡುವ ತಂತ್ರಗಳನ್ನು ಅಭ್ಯಾಸ ಮಾಡಿತು. ಎತ್ತರದ ಪ್ರದೇಶಗಳಲ್ಲಿನ ವಾತಾವರಣಕ್ಕೆ ಹೊಂದಿಕೊಳ್ಳುವ ತರಬೇತಿ ಪಡೆಕೊಂಡಿತು. ಬೋಫೋರ್ಸ್ ತೋಪುಗಳು ಗುಡ್ಡ ವಶಪಡಿಸಿಕೊಳ್ಳುವಲ್ಲಿ ಪೂರ್ಣ ಬೆಂಗಾವಲಾಗಿ ನಿಂತಿತು. ಈ ಹೊತ್ತಿಗೆ ದ್ರಾಸ್‌ನ ತೋಪುಗಳ ಬ್ರಿಗೇಡ್‌ನ ಬ್ರಿಗೇಡಿಯರ್ ಲಖಿಂದರ್ ಸಿಂಗ್ ರಣಾಂಗಣಕ್ಕೆ ಬಂದರು. ತೋಪುಗಳನ್ನು ಅಳವಡಿಸಿರುವ ರೀತಿ, ಅದನ್ನು

ಬಳಸಲು ಆಯ್ದುಕೊಂಡಿರುವ ಆಯಕಟ್ಟಿನ ಸ್ಥಳ ಅವರಿಗೆ ಹಿಡಿಸಲಿಲ್ಲ. ತಮ್ಮ ಯೋಜನೆಯನ್ನು ರೂಪಿಸಿ ಅಧಿಕಾರಿಯ ಮುಂದಿಟ್ಟರು. ಅವರ ಯೋಜನೆಗೆ ಹಸಿರು ನಿಶಾನೆ ದೊರೆಯಿತು. ಆರೂವರೆ ಅಡಿ ಉದ್ದದ ಈ ಬಲಾಢ್ಯ ಸಿಖ್ ತನ್ನ ಕೆಲಸ ಶುರುಮಾಡಿದ. 130 ಎಂ.ಎಂ. ಮತ್ತು 150 ಎಂ.ಎಂ. ತೋಪುಗಳನ್ನು ತರಿಸಿಕೊಂಡ. ಟೈಗರ್ ಹಿಲ್, ತೋಲೋಲಿಂಗ್, ಮುಷ್ಕೋಹ್ ಕಣಿವೆಗಳಲ್ಲಿ ಕುಳಿತುಕೊಂಡು ಹೆದ್ದಾರಿಯಲ್ಲಾಗುತ್ತಿರುವ ಚಲನವಲನಗಳನ್ನು ಗಮನಿಸುತ್ತ. ಪಾಕಿಸ್ತಾನೀಯರ ಕಣ್ತಪ್ಪಿಸಿ ಎಲ್ಲ ಕೆಲಸ ಮಾಡಬೇಕಿತ್ತು. ಒಮ್ಮೆಲೆ ದಾಳಿ ಶುರುವಾದರೆ ಅಚ್ಚರಿಗೆ ತಳ್ಳಲ್ಪಡುವ ಶತ್ರುಗಳು ಕಕ್ಕಾಬಿಕ್ಕಿಯಾಗಿ ಕೈ ಚೆಲ್ಲುವಂತೆ ಮಾಡಬೇಕೆಂದು ಲಖಿಂದರ್ ಸಿಂಗ್‌ರ ಅಪೇಕ್ಷೆ. ಅದಕ್ಕೇ ತೋಪುಗಳನ್ನು ಜೋಡಿಸಲು ರಾತ್ರಿಯ ಸಮಯ ಆಯ್ದುಕೊಳ್ಳಲಾಯ್ತು. ಬಲಾಢ್ಯ ಟ್ರಕ್ಕುಗಳು ತೋಪುಗಳನ್ನ ಬೆನ್ನಿಗೆ ಕಟ್ಟಿಕೊಂಡು ನಿಗದಿತ ಸ್ಥಳಕ್ಕೆ ಎಳೆದೊಯ್ದು ನಿಲ್ಲಿಸಬೇಕು. ಹೀಗೆ ಸಾಗುವಾಗ ಹೆಡ್‌ಲೈಟುಗಳನ್ನು ಉರಿಯದಂತೆ ನೋಡಿಕೊಳ್ಳಬೇಕು.

ಹೆಡ್‌ಲೈಟ್‌ಗಳ ಬೆಳಕನ್ನು ಅನುಸರಿಸಿ ಪಾಕಿಸ್ತಾನ ಮೇಲಿನಿಂದ ಗುರಿಯಿಟ್ಟು ಗ್ರೆನೇಡು ಹಾರಿಸಿದರೆ ಟ್ರಕ್ಕು – ತೋಪು ಎಲ್ಲದರ ಕತೆಯೂ ಮುಗಿದು ಹೋದಂತೆ! ಬರಿ ಬಯಲಲ್ಲಿಯಷ್ಟೇ ಅಲ್ಲ, ನಾವು ವಶಪಡಿಸಿಕೊಂಡಿರುವ ಆಯಕಟ್ಟಿನ ಕೊರಕಲುಗಳಲ್ಲೂ ತೋಪುಗಳನ್ನು ಜೋಡಿಸಬೇಕಿತ್ತು. ಪ್ರತಿ ಟ್ರಕ್ಕಿನೆದುರಿಗೆ ಇಬ್ಬರು ಸೈನಿಕರು ಕೈಲಿ ಬ್ಯಾಟರಿ ಟಾರ್ಚುಗಳನ್ನು ಹಿಡಿದು ಕೊರಕಲುಗಳನ್ನು ಅಂದಾಜಿಸಲು ಚಾಲಕನಿಗೆ ಸಹಾಯ ಮಾಡುತ್ತಿದ್ದರು. ಜೂನ್ ಮೊದಲವಾರದ ಕೊನೆಯ ವೇಳೆಗೆ ತೋಪುಗಳು ಪ್ರಮುಖ ಸ್ಥಾನವನ್ನು ಆಕ್ರಮಿಸಿಕೊಂಡಿದ್ದವು. ಈಗ ಅವುಗಳನ್ನು ಶತ್ರುಗಳಿಗೆ ಅಪಾರ ಹಾನಿಯಾಗುವಂತೆ ಸೂಕ್ತ ಕೋನದಲ್ಲಿ ಜೋಡಿಸುವ ಕೆಲಸವಿತ್ತು. ಅದನ್ನೂ ಮಾಡಲಾಯ್ತು. ದಾಳಿಯ ಕ್ಷಣಗಳು ಸಮೀಪಿಸುತ್ತಿದ್ದಂತೆ ಇಂಜಿನಿಯರಿಂಗ್ ವಿಭಾಗದ ಸೈನಿಕರು ಆ ಕೆಟ್ಟ ಚಳಿಯಲ್ಲೂ ತೋಪುಗಳು ಸಿಡಿಯಲು ಸಿದ್ಧವಾಗಿರುವುದನ್ನು ದೃಢಪಡಿಸಿಕೊಂಡರು. ತೋಪುಗಳನ್ನು ನಾಶಗೈಯ್ಯುವ ಮಿಶನ್ನುಗಳನ್ನು ಪಾಕಿಸ್ತಾನ ತಯಾರಾಗಿಟ್ಟಿದೆ ಎಂಬ ಗುಸುಗುಸು ಇತ್ತು. ಸೇನೆಯ ವೀರ ಜವಾನರು ಲಭ್ಯವಿರುವ ಆಧುನಿಕ ತಂತ್ರಜ್ಞಾನ ಬಳಸಿ ಆಕಾಶವನ್ನೇ ಸ್ಕ್ಯಾನ್ ಮಾಡಿಬಿಟ್ಟರು. ಇಲ್ಲಿಯವರೆಗೆ ಶತ್ರುವನ್ನು ಅತ್ಯಂತ ಸಹಜವಾಗಿ ಸ್ವೀಕರಿಸಿದ್ದ ಭಾರತ, ಮೊದಲಬಾರಿಗೆ ಆತನನ್ನು ಪ್ರತಿಸ್ಪರ್ಧಿಯಾಗಿ ಗುರುತಿಸಿ ಅದಕ್ಕೆ ತಕ್ಕಂತಹ ಪ್ರತ್ಯುತ್ತರಕ್ಕೆ ಸಜ್ಜಾಗಿತ್ತು.

ಈಗ ಹಿಂಬದಿಯ ದಾಳಿಗೆ ಭರಪೂರ ಶಕ್ತಿಯೊಂದಿಗೆ ಸೈನ್ಯ ತಯಾರಾಗಿತ್ತು. ಗ್ರೆನೇಡಿಯರ್‌ಗಳು ಅದಾಗಲೇ ಪಾಕಿಸ್ತಾನದ ಆಕ್ರಮಿತ ಜಾಗದಿಂದ 300 ಮೀಟರ್ ಕೆಳಗೆ ಮೂರು ಸ್ಥಳಗಳನ್ನು ಗುರುತಿಸಿದ್ದರು. ಅಲ್ಲಿಂದ ದಾಳಿಯನ್ನು ಮಾಡಬೇಕೆಂಬುದು ನಿಶ್ಚಯವಾಗಿತ್ತು.

ರಜಪೂತಾನಾ ರೈಫಲ್ಸ್‌ನ ತೊಂಭತ್ತು ಸೈನಿಕರ ಒಂದು ಪಡೆಯನ್ನು 'ಸಿ' ತಂಡವೆಂದು ಕರೆದು ಮೇಜರ್ ವಿವೇಕ್ ಗುಪ್ತಾರ ನೇತೃತ್ವಕ್ಕೆ ಕೊಡಲಾಯ್ತು. ಮತ್ತೊಂದು ಸೈನಿಕರ ತಂಡಕ್ಕೆ ಮೇಜರ್ ಮೋಹಿತ್ ಸಕ್ಸೇನಾರನ್ನು ನಾಯಕರನ್ನಾಗಿಸಿ 'ಡಿ' ತಂಡವೆನ್ನಲಾಯ್ತು. 'ಎ' ಮತ್ತು 'ಬಿ' ತಂಡಗಳನ್ನು ಅಗತ್ಯ ಬಿದ್ದಾಗ ಕದನಕ್ಕೆಂದು ಸಿದ್ಧವಾಗಿರಿಸಲಾಯ್ತು. ತೊಲೋಲಿಂಗ್‌ಗೆ ಹೊಂದಿಕೊಂಡಂತೆ ಇರುವ ಪಾಯಿಂಟ್ 4590ರ ಮೇಲೆ 'ಡಿ' ತಂಡ ನೈರುತ್ಯ ದಿಕ್ಕಿನಿಂದ ಆಕ್ರಮಣಕ್ಕೆ ಸಿದ್ಧವಾಯ್ತು. ಮತ್ತೊಂದು ದಿಕ್ಕಿನಲ್ಲಿ 'ಸಿ' ತಂಡ.

ಬೋಫೋರ್ಸ್

12ರ ಜೂನ್ ಸಂಜೆ 6.30ನ್ನು ದಾಳಿಯ ಸಮಯವೆಂದು ಗುರುತಿಸಲಾಗಿತ್ತು. ಅದಕ್ಕೂ ಮುನ್ನ ನಮ್ಮ ಸೈನಿಕರು ತೆವಳಿಕೊಂಡು ಆಕ್ರಮಣಕ್ಕೆ ಅಗತ್ಯವಿರುವ ಸೂಕ್ತ ಸ್ಥಳದಲ್ಲಿ ಸಿದ್ಧರಾಗಿರಬೇಕೆಂದು ಸೂಚಿಸಲಾಗಿತ್ತು. ಸೈನಿಕರು ಇಡುವ ಒಂದೊಂದು ಹೆಜ್ಜೆಗೂ ಪಾಕಿಸ್ತಾನದಿಂದ ಬಲವಾದ ಪ್ರತಿರೋಧವಿರುತ್ತಿತ್ತು. ಗುಂಡಿನ ಸುರಿಮಳೆಯೇ ಆಗುತ್ತಿತ್ತು. ಈ ನಡುವೆಯೂ ನಿಗದಿತ ಸ್ಥಳ ತಲುಪಿಕೊಂಡು ಸಂಜೆ ಆರುದಾಟಿ ಮುವ್ವತ್ತು ನಿಮಿಷವಾಗುವುದನ್ನೇ ಸೈನಿಕರು ಕಾತರದಿಂದ ಕಾಯುತ್ತಿದ್ದರು.

ಅಗೊಳ್ಳಿ! ಸಂಜೆಯ ನಿಗದಿತ ಸಮಯಕ್ಕೆ 120 ತೋಪುಗಳು ಒಮ್ಮೆಲೇ ತೊಲೋಲಿಂಗ್‌ನ ಶಿಖರದತ್ತ ಬೆಂಕಿಯುಂಡೆಗಳನ್ನು ಉಗುಳಲು ಶುರುಮಾಡಿದವು. 155 ಎಂ.ಎಂ. ಬೋಫೋರ್ಸ್ ಫಿರಂಗಿಗಳು ಈ

ದಾಳಿಯನ್ನು ಆರಂಭಿಸಿದವು. ಅದಾದ ಕೆಲವು ನಿಮಿಷಗಳಲ್ಲಿ 130 ಎಂ.ಎಂ.ನ ಮತ್ತು 105 ಎಂ.ಎಂ.ನ ಫಿರಂಗಿಗಳು ಅದೇ ದಾರಿ ಹಿಡಿದವು. ಪ್ಯಾರಾ ಕಮಾಂಡರ್‌ಗಳು ಗುರುತಿಸಿದ ಪಾಕಿಸ್ತಾನದ ಫಿರಂಗಿಗಳಿವೆ ಎಂದು ತೋರಿದ ಜಾಗದ ಮೇಲೆಯೇ ಈ ಫಿರಂಗಿಗಳು ಗುಡುಗುತ್ತಿದ್ದವು. ನಾವೆಣಿಸಿದಂತೆ ನಮ್ಮ ದಾಳಿಗೆ ಉತ್ತರಿಸಲು ಪಾಕಿಸ್ತಾನದ ಫಿರಂಗಿಗಳೂ ಬೆಂಕಿಯುಗುಳಲಾರಂಭಿಸಿತಲ್ಲ ಆಗ ಅವುಗಳ ಸ್ಥಾನ ನಮಗೆ ಮತ್ತೂ ಸ್ಪಷ್ಟವಾಯಿತು. ಫಿರಂಗಿ ದಳಗಳು ಯಾವ ಪರಿ ದಾಳಿ ಗೈದವೆಂದರೆ ಕೆಲವೇ ಕ್ಷಣದಲ್ಲಿ ಪಾಕಿಸ್ತಾನದ ತೋಪುಗಳ ಸದ್ದು ಅಡಗಿಯೇ ಹೋಯ್ತು. ಮೋರ್ಟರ್ ಗನ್ನುಗಳಿಂದ ದಾಳಿ ಮಾಡಲಷ್ಟೇ ಶಕ್ತವಾಯ್ತು ಪಾಕಿಸ್ತಾನ.

ಆಗೀಗ ಅಕ್ಕಪಕ್ಕದಲ್ಲಿ ಶೆಲ್ಲುಗಳು ಬಂದು ಬೀಳುತ್ತಿದ್ದವು ಬಿಟ್ಟರೆ ನಾವೀಗ ಕದನದಲ್ಲಿ ಮೇಲುಗೈ ಸಾಧಿಸಿದ್ದೆವು. ನಮ್ಮ ಅನಿರೀಕ್ಷಿತ ದಾಳಿಗೆ ಪಾಕಿಸ್ತಾನ ಬೆಚ್ಚಿಬಿದ್ದಿತ್ತು.

ಮಧ್ಯರಾತ್ರಿಯ ವೇಳೆಗೆ ಭಾರತೀಯ ಪಡೆ ಫಿರಂಗಿ ದಾಳಿಯನ್ನು ನಿಲ್ಲಿಸಿಬಿಟ್ಟಿತು. ಅದು ಬೆಟ್ಟದ ಬುಡದಲ್ಲಿ ಕಾಯುತ್ತ ಕುಳಿತಿದ್ದ ಸೈನಿಕನಿಗೆ ಆಕ್ರಮಣ ಮಾಡಬಹುದೆನ್ನುವ ಸೂಚನೆ, ಮೇಜರ್ ಮೋಹಿತ್ ಸಕ್ಸೇನಾ ತನ್ನ ತಂಡವನ್ನು ಪಾಯಿಂಟ್ 4590 ತುದಿಯ ನೈರುತ್ಯ ಭಾಗದ ಹತ್ತಿರಕ್ಕೊಯ್ದು ನಿಲ್ಲಿಸಿಕೊಂಡರು. ಅವಡುಗಚ್ಚಿ ಬೆಟ್ಟವನ್ನೇ ಆತುಕೊಂಡು ಇಟ್ಟ ಒಂದೊಂದು ಹೆಜ್ಜೆ ಕೆಲಸ ಮಾಡಿತು. ಪಾಕೀ ಸೈನಿಕರ ದಾಳಿಯನ್ನು ಹಿಮ್ಮೆಟ್ಟಿಸಿ ಪಾಯಿಂಟ್ 4590ನ್ನು ವಶಪಡಿಸಿಕೊಳ್ಳುವಲ್ಲಿ ಭದ್ರ ಅಡಿಪಾಯ ಹಾಕಲಾಯ್ತು. ಇತ್ತ ಮೇಜರ್ ವಿವೇಕ್ ಗುಪ್ತಾ ತನ್ನ ತಂಡವನ್ನು ಮೂರುಭಾಗಗಳಾಗಿ ವಿಂಗಡಿಸಿ ಅಭಿಮನ್ಯು, ಭೀಮ ಮತ್ತು ಅರ್ಜುನ್ ಎಂದು ಕರೆದು ಮೂರು ದಿಕ್ಕಿನಿಂದ ತೊಲೋಲಿಂಗ್ ಮೇಲೆ ದಾಳಿ ಮಾಡಲು ಯೋಜನೆ ರೂಪಿಸಿಕೊಂಡರು. ಒಂದು ನೇರವಾಗಿ ಗುಡ್ಡ ಹತ್ತಲು. ಮತ್ತೊಂದು ಕೆಳ ಭಾಗದಿಂದ ಪಾಕೀ ಸೈನಿಕರು ಓಡಿಹೋಗದಂತೆ ತಡೆಯಲು. ಮೂರನೆಯದು ಹಿಂಭಾಗದಿಂದ ಅನಿರೀಕ್ಷಿತ ದಾಳಿಗಾಗಿ!

ಇದರಲ್ಲಿ ಒಂದು ಗುಂಪು ತೋಮರ್‌ಗಳದ್ದು. ಒಟ್ಟಾರೆ ಹನ್ನೊಂದು ಜನ ಅವರು. ಗುಡ್ಡಕ್ಕೆ ಹೊರಡುವ ಮುನ್ನ ಕರ್ನಲ್ ರವೀಂದ್ರನಾಥರ ಮುಂದೆ ನಿಂತು ಹವಾಲ್ದಾರ್ ಯಶವೀರ್ ಸಿಂಗ್ ತೋಮರ್ 'ಸರ್ ಹಂ ತೊ ಗ್ಯಾರಾ ತೋಮರ್ ಜಾಯೇಂಗೆ, ಗ್ಯಾರಾ ಜೀತ್‌ಕರ್ ವಾಪಿಸ್ ಆಯೇಂಗೆ' (ಸರ್.

ಹನ್ನೊಂದು ಜನ ತೋಮರ್‌ಗಳು ಹೋಗುತ್ತೇವೆ, ಹನ್ನೊಂದು ಜನ ಗೆದ್ದು ಮರಳಿ ಬರುತ್ತೇವೆ) ಎಂದಿದ್ದ. ಈ ಮಾತಿನಿಂದ ಬೀಗಿದ ಕರ್ನಲ್ ಸಾಹೇಬರು ಪ್ರೇರಣೆಯ ಒಂದೆರಡು ಮಾತುಗಳನ್ನಾಡಿದರು. 'ನಿಮಗೆ ಬೇಕಾಗಿದ್ದೆಲ್ಲವನ್ನೂ ನಾನು ಕೊಟ್ಟಿದ್ದೇನೆ; ಈಗ ನನಗೆ ಬೇಕಾದ್ದನ್ನು ನೀವು ಕೊಡಿ' ಹೊರಡುವ ಮುನ್ನ ಜ್ಯೂನಿಯರ್ ಕಮ್ಯಾಂಡಿಂಗ್ ಆಫೀಸರ್ ಭವರ್‌ಸಿಂಗ್ 'ಸರ್ ನಾಳೆ ಬೆಳಿಗ್ಗೆ ತೊಲೋಲಿಂಗ್‌ನ ತುದಿಗೆ ಬನ್ನಿ. ಅಲ್ಲಿಯೇ ಭೇಟಿಯಾಗೋಣ' ಎಂದು ಹೇಳಿದ್ದ. ಮನೆಯವರಿಗೆಲ್ಲ ಪತ್ರ ಬರೆದು ಮುಖ್ಯಸ್ಥರ ಕೈಲಿಟ್ಟರು. ಬೆಟ್ಟದಿಂದ ಮರಳಿ ಬರದಿದ್ದರೆ ಕಳಿಸಲು ಅನುಕೂಲವಾಗಲಿ ಅಂತ!

ತೋಮರ್‌ಗಳ ಪಡೆಯ ಸಹನೆಯ ಕಟ್ಟೆ ಒಡೆಯುತ್ತಿತ್ತು. ಅದಾಗಲೇ ಜೊತೆಗಾರ ಸೈನಿಕರನೇಕರು ಬೆಟ್ಟದ ಮೇಲೆ ಕಾದಾಡುತ್ತ ಪ್ರಾಣ ಬಿಟ್ಟುಬಿಟ್ಟಿದ್ದರು. ಯಶವೀರ್ ಸಿಂಗ್ ತೋಮರ್ ಸಿಡಿಸಿಡಿಯಾಗಿದ್ದ. ಪಾಕಿಸ್ತಾನಿ ಪಡೆ ಬಹಳ ದೂರವಿರಲಿಲ್ಲ. ಆದರೆ ಗುಡ್ಡದ ನಡುವಿನ ಗುಹೆಗಳಲ್ಲಿ ಅಡಗಿದ್ದರಿಂದ ತೋಪುಗಳ ಬೆಂಕಿಯುಂಡೆಗಳಿಂದ ಬಚಾವಾಗುತ್ತಿದ್ದರು. ಅವರ ಮೇಲೆ ಹತ್ತಿರದಿಂದ ಗ್ರೆನೇಡುಗಳನ್ನು ಎಸೆದು ಕೊಲ್ಲುವುದೊಂದೇ ದಾರಿ. ತನ್ನ ಬಳಿ ಇದ್ದ ಗ್ರೆನೇಡುಗಳ ಸಂಗ್ರಹ ಖಾಲಿಯಾಗಿರುವುದನ್ನು ಗಮನಿಸಿದ ಯಶ್‌ವೀರ್ ಸತ್ತ ಸೈನಿಕರ ಬಳಿ ಹೊರಳಿದ. ಅವರ ಸಂಗ್ರಹದಲ್ಲಿದ್ದ ಗ್ರೆನೇಡುಗಳನ್ನು ತನ್ನ ಚೀಲಕ್ಕೆ ತುಂಬಿಕೊಂಡು ಅಕ್ಷರಶಃ ಶತ್ರುಗಳೆದುರಿಗೆ ಯಮನಾಗಿ ನಿಂತ. ಒಂದೊಂದೇ ಗ್ರೆನೇಡುಗಳನ್ನು ಎಸೆದು, ಪಾಕೀ ದಾಳಿಯನ್ನು ಕಕ್ಕಾಬಿಕ್ಕಿಗೊಳಿಸಿದ. ಒಟ್ಟೊ 18 ಗ್ರೆನೇಡುಗಳನ್ನು ಒಂದಾದ-ಮೇಲೊಂದೆಸೆದು ವಿಕ್ರಮ ಗೈದಿದ್ದ. 19ನೇ ಗ್ರೆನೇಡು ಕೈಲಿರುವಾಗಲೇ ಶತ್ರು ಪಡೆಯ ಗುಂಡುಗಳು ಯಶವೀರ್‌ನ ದೇಹವನ್ನು ಚೀರಿ ಬಿಟ್ಟವು. ಆತ ಅಲ್ಲಿಯೇ ಕೊನೆಯುಸಿರೆಳೆದ. ಆತನ ಶವವನ್ನು ಆನಂತರ ತರುವಾಗ ಒಂದು ಕೈಲಿ ಗ್ರೆನೇಡು ಮತ್ತೊಂದು ಕೈಲಿ ಗನ್ನು ಭದ್ರವಾಗಿದ್ದವಂತೆ.

ಯಶವೀರ್ ತೋಮರ್ ಉತ್ತರ ಪ್ರದೇಶದ ಭಾಗ್‌ಪತ್ ಜಿಲ್ಲೆಯ ಸಿರ್‌ಸಿಲಿ ಹಳ್ಳಿಯವನು. ಅವನ ತಮ್ಮ ಹರ್ಬಿರ್‌ಸಿಂಗ್ ತೋಮರ್ ಜಾಟ್ ರೆಜಿಮೆಂಟಿನ ಮೂಲಕ ಅದೇ ಬೆಟ್ಟಗಳಲ್ಲಿ ಕಾದಾಡುತ್ತಿದ್ದ. ಅವನ ಶವ ಮನೆಗೆ ಬಂದಾಗ ಅವನ ತಂದೆ ಗಿರವಾರ್‌ಸಿಂಗ್ ತೋಮರ್ ಶವದೆದುರು

ಅಳಲು ನಿರಾಕರಿಸಿದರು. 'ನಮ್ಮ ಪರಂಪರೆ ಯುದ್ಧದಲ್ಲಿ ಸೋತು ಬರಲು ಅನುಮತಿಸುವುದಿಲ್ಲ. ನನ್ನ ಮಗ ಗೆದ್ದು ಸತ್ತಿದ್ದಾನೆ, ನಾನೇಕೆ ಅಳಲಿ' ಎಂದು ಪ್ರಶ್ನಿಸುತ್ತಿದ್ದರು. ಯಶವೀರ್‌ನ ಹನ್ನೊಂದು ವಯಸ್ಸಿನ ಮಗ ಉದಯ ಮತ್ತು ಹತ್ತರ ಪಂಕಜ್ ಕೂಡ ಕಣ್ಣೀರು ಹಾಕಲಿಲ್ಲ. ಅಪ್ಪನಂತೆ ನಾವೂ ಸೈನಿಕರಾಗುತ್ತೇವೆ ಎಂದಾಗ ನೆರೆದಿದ್ದ ಜನ ದುಃಖದ ಮಡುವಿನಲ್ಲಿ ಮುಳುಗಿದ್ದರು.

ಇತ್ತ ಗುಡ್ಡ ಗೆದ್ದ ಸುದ್ದಿ ಡೇರೆಗೆ ಬಂತು. ತೋಮರ್ ಹೇಳಿದ್ದ ಮಾತು ಅರ್ಧ ಸತ್ಯವಾಗಿತ್ತು. ಯುದ್ಧಗೆದ್ದು ಹನ್ನೊಂದು ಜನ ತೋಮರ್‌ಗಳು ಮರಳಿ ಬರುತ್ತೇವೆ. ಹೌದು. ಯುದ್ಧವನ್ನು ಗೆದ್ದಿದ್ದರು ಆದರೆ ಮರಳಿ ಬಂದದ್ದು ಮಾತ್ರ ಕೆಲವೇ ಜನ. ಯಶವೀರ್ ಸಿಂಗ್ ತೋಮರ್ ಗುಡ್ಡದಲ್ಲಿ ಲೀನವಾಗಿ ಬಿಟ್ಟಿದ್ದ. 'ನಾಳೆ ಬೆಳಿಗ್ಗೆ ತೊಲೋಲಿಂಗ್‌ನಲ್ಲಿ ಭೇಟಿಯಾಗೋಣ' ಎಂದಿದ್ದ ಭವರ್ ಸಿಂಗ್ ಗುಡ್ಡವನ್ನು ಗೆದ್ದು ಕೊಟ್ಟಿದ್ದ. ಆದರೆ ಆ ಪ್ರಯತ್ನದಲ್ಲಿ ಗುಡ್ಡಕ್ಕೇ ಬಲಿಯಾಗಿದ್ದ.

ಮತ್ತೊಂದು ದಿಕ್ಕಿನಲ್ಲಿ ಈ ತಂಡದ ನೇತೃತ್ವ ವಹಿಸಿದ್ದ ಮೇಜರ್ ವಿವೇಕ್ ಗುಪ್ತಾ ಗುರಿಯೆಡೆಗೆ ನಿಧಾನವಾಗಿ ಮುನ್ನಡೆಯುತ್ತಿದ್ದರು. ಮೇಜರ್ ವಿವೇಕ್ ಗುಪ್ತಾ ಸೈನ್ಯಕ್ಕೆ ಸೇರಲು ಬಲು ಆಸೆಯಿದ್ದವರೇನಲ್ಲ. ಡೆಹ್ರಾಡೂನಿನ ಇಂಡಿಯನ್ ಮಿಲಿಟರಿ ಅಕಾಡೆಮಿಯಲ್ಲಿದ್ದ ಗೆಳೆಯರೊಂದಿಗೆ ಆಡಲು, ಈಜಲು ಹೋಗುತ್ತಿದ್ದನಷ್ಟೇ. ತಂದೆ ಲೆಫ್ಟಿನೆಂಟ್ ಕರ್ನಲ್ ಬಿ.ಆರ್.ಎಸ್. ಗುಪ್ತಾ ಸೈನ್ಯದಿಂದ ನಿವೃತ್ತಿ ಹೊಂದಿದ ಮೇಲೆ ತಾನು ಸೈನ್ಯಕ್ಕೆ ಸೇರಲು ನಿಶ್ಚಯಿಸಿದ. ತಂದೆ ತನ್ನ ಪ್ರಭಾವ ಬಳಸಿ ಮಗನಿಗೆ ಸೈನ್ಯದ ಸುರಕ್ಷಿತವಾದ ದಾಸ್ತಾನು ವಿಭಾಗದಲ್ಲಿ ಜವಾಬ್ದಾರಿ ಕೊಡಿಸಲೆತ್ನಿಸಿದರು. ವಿವೇಕ್ ಧಿಕ್ಕರಿಸಿದ. 'ಸಾಕ್ಸುಗಳನ್ನು, ಪ್ಯಾಂಟುಗಳನ್ನು ಎಣಿಸುವುದು ನನಗಿಷ್ಟವಿಲ್ಲ' ಎಂದು ಮುನ್ನಡೆಯ ಜವಾಬ್ದಾರಿಯನ್ನೇ ನಿಭಾಯಿಸಲು ಮುಂದೆ ಬಂದ. ಬಲುಬೇಗ ಮುಖ್ಯ ಹುದ್ದೆಗಳನ್ನಲಂಕರಿಸುತ್ತ ನಡೆದು ಕಾರ್ಗಿಲ್ ಯುದ್ಧದ ವೇಳೆಗೆ ಕಂಪನಿ ಕಮಾಂಡರ್ ಆಗಿ ಮಹತ್ವದ ಜವಾಬ್ದಾರಿ ಪಡೆದ. ಅವನನ್ನು ಜೊತೆಗಾರರು 'ಡೂನ್ ಡೆವಿಲ್' ಎಂದೇ ಕರೆಯುತ್ತಿದ್ದರು. ಡೆಹ್ರಾಡೂನಿನ ದೆವ್ವ ಅನ್ನೋದು ಅದರರ್ಥ, ಸೈನಿಕರನ್ನು ಒಂದು ನಿಮಿಷ ಸುಮ್ಮನಿರಲು ಬಿಡುತ್ತಿರಲಿಲ್ಲ. 'ಶಾಂತಿಯ ವೇಳೆ ಬೆವರು ಹೆಚ್ಚು ಹರಿಸಿದರೆ ಯುದ್ಧದಲ್ಲಿ ರಕ್ತ ಕಡಿಮೆ ಹರಿಯುತ್ತದೆ' ಎನ್ನುತ್ತಿದ್ದ. ಈಗ ಯುದ್ಧದ ಹೊತ್ತು ಬಂದಾಗ

ಮೇಜರ್ ವಿವೇಕ್ ಗುಪ್ತಾ

ತನ್ನ ಸದಸ್ಯರನ್ನು ಹಿಂದೆ ಬಿಟ್ಟು ತಾನು ಮುಂದೆ ಮುಂದೆ ಸಾಗುತ್ತಿದ್ದ. ಒಂದೆಡೆ ಯಶ್ ವೀರ್‌ನ ದಾಳಿ ನಡೆಯುವಾಗ ಮತ್ತೊಂದೆಡೆ ವಿವೇಕ್‌ಗುಪ್ತಾ ಪಾಕೀಗಳಿಗೆ ಸಹಿಸಲಾಗದಂತಹ ಹೊಡೆತ ಕೊಡುತ್ತಿದ್ದರು. ಎರಡೆರಡು ಬಂಕರ್‌ಗಳನ್ನು ನಾಶ ಮಾಡಿದರು. ಅದೇ ವೇಗದಲ್ಲಿ ಮುನ್ನುಗ್ಗುತ್ತಿರುವಾಗಲೇ ಎದುರಾಳಿಗಳಿಂದ ಮಳೆಯಾಗಿ ಸುರಿದ ಗುಂಡುಗಳು ವಿವೇಕರ ದೇಹವನ್ನು ಚಿಂದಿಯಾಗಿಸಿಬಿಟ್ಟವು. ಗುಡ್ಡದ ಮೇಲೆ ಅವರು ಉರುಳಿ ಬೀಳುತ್ತಿರುವುದನ್ನು ಕಂಡ ಸೈನಿಕರ ಕಂಗಳು ಕೆಂಡ ಕೆಂಡವಾಗಿದ್ದವು. ತಾವು ಸಾಯುವ ಮುನ್ನ ಏಳು ಜನ ಪಾಕೀಗಳ ಅಂತ್ಯಗೈದ ನಾಯಕನ ಕುರಿತಂತೆ ಅವರಿಗೆ ಹೆಮ್ಮೆಯಿತ್ತು. ಪ್ರತೀಕಾರದ ಅಗ್ನಿಯೂ ಉರಿಯುತ್ತಿತ್ತು. ನೇರ ದಾಳಿ ನಡೆದು ಗುಡ್ಡ ಭಾರತದ ತೆಕ್ಕೆಗೆ ಬಿತ್ತು.

ಹಾಗಂತ ಗುಡ್ಡವನ್ನು ಗೆದ್ದಂತಲ್ಲ, ಪಾಕೀ ಸೈನಿಕರು, ಭಾರತೀಯರು

ಗುಡ್ಡದ ಮೇಲೆ ಬಂದು ಸೇರುತ್ತಿದ್ದಂತೆ ತಾವು ನಿಧಾನವಾಗಿ ಮತ್ತೊಂದು ಬದಿಯ ಇಳಿಜಾರಿನ ಕೊರಕಲುಗಳಲ್ಲಿ ಮುಚ್ಚಿಟ್ಟುಕೊಂಡು ಬಿಡುತ್ತಾರೆ. ಸೈನಿಕರೆಲ್ಲ ಮೇಲೆ ಬಂದು ಮೈಮರೆತಿದ್ದಾಗ ಮತ್ತೊಂದು ಅಚಾನಕ್ಕು ದಾಳಿಗೆ ತಯಾರಿ ಅದು. ತೋಲೋಲಿಂಗ್‌ನ ಬೆಟ್ಟದ ಮೇಲೆ ಮೊದಲ ಬಾರಿ ಈ ಅನುಭವವಾಯ್ತು. ವಿವೇಕ್ ಗುಪ್ತರಿಲ್ಲದ ತುಕಡಿಯನ್ನು ತಡಮಾಡದೇ ಫಾರ್ವರ್ಡ್ ಆಪರೇಷನ್ ಆಫೀಸರ್ ಕ್ಯಾಪ್ಟನ್ ಮೃದುಲ್ ಸಿಂಗ್ ತಮ್ಮ ವಶಕ್ಕೆ ತೆಗೆದುಕೊಂಡು ಸೈನಿಕರನ್ನು ಸೂಕ್ತ ಸ್ಥಾನದಲ್ಲಿ ನಿಯೋಜಿಸಿ ಮತ್ತೆ ಕದನ ಮುಂದುವರೆಸಿದರು. ಎರಡು ದಿನಗಳ ಹೋರಾಟ ಅದು. ಈ ದಾಳಿಯನ್ನು ಯಶಸ್ವಿಯಾಗಿ ಕೊನೆಗೂ ನಮ್ಮ ಸೈನಿಕರು ಗೆದ್ದರು.

ಎರಡು ದಿನಗಳ ನಂತರ ಮೇಜರ್ ವಿವೇಕ್ ಗುಪ್ತಾರ ಶವ ಬೇಸ್ ಕ್ಯಾಂಪಿಗೆ ಬಂತು. ಅವರ ಪತ್ನಿ ಕ್ಯಾಪ್ಟನ್ ರಾಜಶ್ರೀ ಗುಪ್ತಾ ಸೇವೆಯಲ್ಲಿ ವೈದ್ಯೆ. ಆಕೆ ಪತಿಯ ಶವಕ್ಕೆ ಅಂತಿಮ ಸೆಲ್ಯೂಟ್ ಸಲ್ಲಿಸಿ ಉಮ್ಮಳಿಸಿ ಬರುತ್ತಿರುವ ದುಃಖವನ್ನು ನುಂಗಿಕೊಂಡು ಗಾಯಾಳುಗಳ ಶುಶ್ರೂಷೆಗೆಂದು ಹೊರಟುಬಿಟ್ಟರು.

ಗುಡ್ಡ ಏರುವ ಮುನ್ನ ವಿವೇಕ್ ತಂದೆಗೆ ಬರೆದ ಪತ್ರದಲ್ಲಿ 'ನೀವು ನನ್ನ ಕುರಿತಂತೆ ಹೆಮ್ಮೆ ಪಡಬೇಕು. ನಾನು ಧರಿಸಿರುವ ಈ ಸಮವಸ್ತ್ರದ ಮೂಲಕ ನನ್ನ ದೇಶಕ್ಕೆ ಸ್ವಲ್ಪವಾದರೂ ಕೊಡುಗೆ ನೀಡುತ್ತಿದ್ದೇನೆ. ಇಂತಹ ಸಂದರ್ಭದಲ್ಲಿ ಕಂಪನಿಯ ಕಮಾಂಡರ್ ಆಗಿರುವುದು ಶ್ರೇಷ್ಠ ಅನುಭವ ನೀಡುತ್ತಿದೆ' ಎಂದಿದ್ದರು. ಮಗನ ಅಂತ್ಯ ಸಂಸ್ಕಾರ ನೆರವೇರಿಸಿದ ತಂದೆ 'ನನ್ನ ಮಗನ ಬಗ್ಗೆ ನನಗೆ ಹೆಮ್ಮೆಯಿದೆ. ನನ್ನ ಕಂಗಳಲ್ಲಿ ಅವನಿಂದು ಹೀರೋ' ಎನ್ನುವಾಗ ಅವರ ಕಂಗಳು ನೀರಾಡಿದ್ದವು. ಮೇಜರ್ ವಿವೇಕ್ ಗುಪ್ತಾ, ಇಂದು ದೇಶದ ಕೋಟ್ಯಂತರ ಜನರ ದೃಷ್ಟಿಯಲ್ಲಿ ನಿಜವಾದ ಹೀರೋ.

ರಾಜ್ ರೈಫಲ್ಸ್ ತನಗೆ ಕೊಟ್ಟ ಕೆಲಸ ಮುಗಿಸಿ ತೋಲೋಲಿಂಗ್ ಬೆಟ್ಟದ ಮೇಲೆ ಭಾರತದ ಹಿಡಿತ ಮರು ಸ್ಥಾಪಿಸಿತ್ತು. ಸೈನಿಕರು ಭಾರತದ ಧ್ವಜ ಹಿಡಿದು ಗುಡ್ಡವನ್ನೇರಿ ಕುಳಿತರು. ಅಲ್ಲಿದ್ದ ಎಲ್ಲ ಕ್ಯಾಮೆರಾಗಳು ಲಕಲಕನೆ ಈ ಸಂದರ್ಭವನ್ನು ಕ್ಲಿಕ್ಕಿಸಿದವು. ಸುದ್ದಿ ಭಾರತೀಯ ಪಾಳಯಕ್ಕೆ ಬಂದೊಡನೆ ಸಂಭ್ರಮದ ಹಬ್ಬ. ಸೈನ್ಯ ಸಿಹಿ ಮಾಡಲೆಂದು ವಿಶೇಷ ರೇಷನ್ನನ್ನು ಬಿಡುಗಡೆ ಮಾಡಿತು. ದೇಶದ ಮಾಧ್ಯಮಗಳೆಲ್ಲ ಇದನ್ನು ವಿಶೇಷ ಸುದ್ದಿಯಾಗಿ ಪ್ರಕಟಿಸಿದವು. ಇಡಿಯ ದೇಶ ಕಾರ್ಗಿಲ್‌ನ ಗೆಲುವೆಂದೇ ಇದನ್ನು

ಟೈಗರ್ ಹಿಲ್ ಗೆದ್ದ ಸಂಭ್ರಮದಲ್ಲಿ

ಸಂಭ್ರಮಿಸಿತು. ಬೇಸರದಲ್ಲಿದ್ದವರು ರಜಪುತಾನಾ ರೈಫಲ್ಸ್‌ನವರು ಮಾತ್ರ! ಅವರು 4 ಅಧಿಕಾರಿಗಳನ್ನು ಇಬ್ಬರು ಜೂನಿಯರ್ ಕಮ್ಯಾಂಡಿಗ್ ಆಫೀಸರ್‌ಗಳನ್ನು, 17 ಜವಾನರನ್ನು ರಣಾಂಗಣದಲ್ಲಿ ಕಳೆದುಕೊಂಡಿದ್ದರು. 70 ಜನ ಗಾಯಾಳುಗಳಾಗಿದ್ದರು. ಅದರಲ್ಲಿ 26 ಜನ ಇನ್ನೆಂದಿಗೂ ಸೈನ್ಯದಲ್ಲಿ ಸೇವೆ ಸಲ್ಲಿಸಲಾಗದಷ್ಟು ಗಾಯಾಳುಗಳಾಗಿ ಬಿಟ್ಟಿದ್ದರು.

ತೋಲೋಲಿಂಗನ್ನು ಕಳಕೊಂಡ ಆಕ್ರೋಶ ಪಾಕಿಸ್ತಾನದ ಆಕ್ರಮಣದ ಶೈಲಿಯಲ್ಲಿ ವ್ಯಕ್ತವಾಗುತ್ತಿತ್ತು. 18 ಗ್ರೆನೇಡಿಯರ್‌ನ ಮೇಜರ್ ದಾಸ್ ಗುಪ್ತರಿಗೆ ಇದನ್ನು ತಡೆಯುವ ಹೊಣೆ ಹೊರಿಸಲಾಯ್ತು. ಅತ್ತ ಮೇಜರ್ ಪದ್ಮಪಾಣಿ

ಆಚಾರ್ಯರಿಗೆ ಪಾಯಿಂಟ್ 4590 ಪೂರ್ಣ ಪ್ರಮಾಣದಲ್ಲಿ ವಶಕ್ಕೆ ಪಡೆಯಲು ಮೇಜರ್ ಮೋಹಿತ್ ಸಕ್ಸೇನಾರ ಜೊತೆಗೆ ಆತುಕೊಳ್ಳುವಂತೆ ಕೇಳಲಾಯ್ತು. ರಾಜ್ ರೈಫಲ್ಸ್‌ನ 'ಬಿ' ತಂಡವನ್ನು ತೋಲೋಲಿಂಗ್‌ನ ಉತ್ತರದ ಇಳಿಜಾರಿನ ಭಾಗವನ್ನು ವಶಪಡಿಸಿಕೊಳ್ಳಲು ಕಳಿಸಿಕೊಡಲಾಯ್ತು. ಹವಾಲ್ದಾರ್ ದಶರಥ ಲಾಲ್ ದುಬೆ ಮತ್ತು ಹವಾಲ್ದಾರ್ ಉಧಮ್ ಸಿಂಗ್ ಭಿನ್ನ ಭಿನ್ನ ತುಕಡಿಗೆ ಸೇರಿದವರಾದರೂ ಕದನ ಭೂಮಿಯಲ್ಲಿ ಒಂದಾಗಿ ದಾಳಿ ನಡೆಸಿದರು. ಅವರ ಒಗ್ಗಟ್ಟಿನ ದಾಳಿಗೆ ಪಾಕೀ ಬಂಕರ್‌ಗಳು ನಾಶವಾಗಿ ಹೋದವು. ಈ ಹೋರಾಟದ ಕೊನೆಯಲ್ಲಿ ಉಧಂಸಿಂಗ್ ಬಲಿಯಾದ. ಹವಾಲ್ದಾರ್ ಸುಲ್ತಾನ್ ಸಿಂಗ್ ನರ್ವಾರಿಯಾ ಮತ್ತು ನಾಯಕ್ ದಿಗೇಂದ್ರ ಕುಮಾರ್ ರಂತಹ 12 ವೀರರು ಪ್ರಾಣಾರ್ಪಣೆ ಗೈದು ತೋಲೋಲಿಂಗ್ ಬೆಟ್ಟವನ್ನು ಪುನೀತಗೊಳಿಸಿದರು.

ತೋಲೋಲಿಂಗನ್ನು ವಶಪಡಿಸಿಕೊಂಡಿದ್ದು ಸೈನ್ಯಕ್ಕೆ ಶಕ್ತಿಮದ್ದಾಗಿತ್ತು. ಎಲ್ಲ ಪ್ರತಿಕೂಲ ಪರಿಸ್ಥಿತಿಗಳ ನಡುವೆಯೂ ಕದನ ಗೆಲ್ಲಬಲ್ಲ ಸಾಮರ್ಥ್ಯ ನಮಗಿದೆ ಎಂಬುದು ಈಗ ಸಾಬೀತಾಗಿತ್ತು. ಸ್ವತಃ ಜನರಲ್ ವಿಪಿ ಮಲಿಕ್ ಅಲ್ಲಿಯವರೆಗೂ ಮಾಧ್ಯಮಗಳ ಮುಂದೆ ಬಂದಿರಲಿಲ್ಲ. ಈಗ ಜೂನ್ 23ಕ್ಕೆ ಮಾಧ್ಯಮ ಪ್ರತಿನಿಧಿಗಳನ್ನು ಅವರು ಎದುರಿಸಲು ಸಿದ್ಧರಾಗಿ ನಿಂತಿದ್ದರು. ತೋಲೋಲಿಂಗ್‌ನ್ನು ಮರಳಿ ಕಸಿದ ಗರಿ ಅವರ ಕಿರೀಟಕ್ಕೇರಿತಲ್ಲ! ತೋಲೋಲಿಂಗ್ ಬೆಟ್ಟದ ಮೇಲೆ ಪಾಕಿಸ್ತಾನ ಸೈನಿಕರ ಐಡಿ ಕಾರ್ಡುಗಳು ದೊರೆತಿದ್ದವು. ಸ್ವತಃ ನಿಯಂತ್ರಣ ರೇಖೆಯನ್ನು ಗುರುತು ಹಾಕಿದ್ದ ಭೂಪಟಗಳು ಪಾಕಿಸ್ತಾನಿ ಸೈನಿಕರ ಬಳಿಯಿದ್ದವು. ಜನರಲ್ ಮಲಿಕ್ ಅವೆಲ್ಲವನ್ನೂ ಸ್ವಹಸ್ತದಿಂದಲೇ ಮಾಧ್ಯಮಗಳ ಮುಂದೆ ಪ್ರಕಟಿಸಿ ನವಾಜ್ ಷರೀಫ್ ಮಾಡಿದ ಮೋಸವನ್ನು ಎಳೆಎಳೆಯಾಗಿ ಬಿಡಿಸಿಟ್ಟರು.

ಪಾಕಿಸ್ತಾನ ಈಗ ಪೂರ್ಣ ಬೆತ್ತಲಾಗಿ ನಿಂತಿತ್ತು. ಜಿನ್ನಾ ಅವಮಾನಿತನಾಗಿದ್ದ, ಭುಟ್ಟೋಗಳು ಮಾನ ಕಳಕೊಂಡಿದ್ದರು. ಈಗ ನವಾಜ್ ಷರೀಫ್‌ನ ಸರದಿ! ಪಾಕೀ ಮಾಧ್ಯಮಗಳು ಅದಾಗಲೇ ನವಾಜ್ ಷರೀಫರಿಗೆ ಬುರ್ಖಾ ಧರಿಸುವಂತೆ ತಾಕೀತು ಮಾಡುತ್ತಿದ್ದವು.

ಅದ್ಯಾವಾಗಲೋ ಪಿರಿಯಡ್ಡು ಮುಗಿದ ಗಂಟೆ ಹೊಡೆದಾಗಿತ್ತು. ಮೈಮರೆತು ಕೌಲ್‌ಸರ್ ಹೇಳುತ್ತಿದ್ದರು. ಅಷ್ಟೇ ಮೈಮರೆತು ನಾವೂ ಕೇಳುತ್ತಿದ್ದೆವು. ಕೆಮಿಸ್ಟ್ರಿ ಮೇಷ್ಟ್ರು ಬಾಗಿಲ ಹೊರಗೆ ಹತ್ತು ನಿಮಿಷದಿಂದ

ಕಾಯುತ್ತ ನಿಂತಿರುವುದು ನಮಗೂ ಈಗಲೇ ಗೊತ್ತಾಗಿದ್ದು. ಕಾರ್ಗಿಲ್‌ನ ಗುಂಗಿನಿಂದ ಹೊರಬರಲು ನಮಗಂತೂ ಇಚ್ಛೆ ಇರಲಿಲ್ಲ. ಕೌಲ್‌ಸರ್ ಹಿಂದು ಹಿಂದೆಯೇ ನಾವೊಂದಷ್ಟು ಜನ ಹೋದೆವು. 'ಸರ್ ನಾಳೆ ಭಾನುವಾರ. ಯಾರ ಅಡೆ–ತಡೆಯೂ ಇರೋಲ್ಲ. ನಮಗೂ ಅರ್ಧರ್ಧ ಕೇಳಿ ಸಾಕಾಗಿದೆ. ಒಮ್ಮೆಲೇ ಪೂರ್ತಿ ಕಥನ ಕೇಳುತ್ತೇವೆ, ಹೇಳುತ್ತೀರಾ?' ಅಂದೆವು. ಕೌಲ್‌ಸರ್ ನಕ್ಕು 'ಸರಿ, ಬೆಳಗ್ಗೆ 10 ಗಂಟೆಗೆ ಆಸಕ್ತರೆಲ್ಲ ಬನ್ನಿ' ಎಂದು ಹೊರಟುಬಿಟ್ಟರು. ಅವರು ನಡೆಯುವ ಠೀವಿ ಯಾಕೋ ಬಲು ಖುಷಿ ಕೊಟ್ಟಿತು.

8
ದಿಲ್ ಮಾಂಗೇ ಮೋರ್

ನನ್ನ ವಿದ್ಯಾರ್ಥಿ ಜೀವನದ ಇತಿಹಾಸದಲ್ಲಿಯೇ ಮೊದಲ ಬಾರಿಗೆ ನಾನೇ ಕೇಳಿಕೊಂಡು ಭಾನುವಾರದ ತರಗತಿ ಹಾಕಿಸಿಕೊಂಡಿದ್ದೆ. ಆಸಕ್ತರು ಮಾತ್ರ ಬನ್ನಿ ಎಂದಿದ್ದೆ. ನನಗೇ ಅಚ್ಚರಿ. ತರಗತಿ ಅಷ್ಟು ತುಂಬಿತ್ತು. ಕೌಲ್ ಸರ್ ಈ ಹಿಂದಿನ ಕಥನದ ಒಂದಷ್ಟು ಘಟನೆಗಳನ್ನು ನಮ್ಮಿಂದ ಮೆಲುಕು ಹಾಕಿಸಿಕೊಂಡು ಮುಂದಿನ ಕಥನಕ್ಕೆ ಅಣಿಯಾದರು.

ತೊಲೋಲಿಂಗ್, ಅದಕ್ಕೆ ಹೊಂದಿಕೊಂಡ ಇಳಿಜಾರಿನ ಹಂಪ್ ಮತ್ತು ಎತ್ತರದ ಬೆಟ್ಟ ಪಾಯಿಂಟ್ 4590 ಇವಿಷ್ಟನ್ನೂ ಗೆಲ್ಲುವಾಗ ಜೂನ್ 17. ಸುಮ್ಮನೆ ಹಿಂದೆ ಹೊರಳಿ ನೋಡಿದರೆ ಭಯೋತ್ಪಾದಕರು ಒಳನುಸುಳಿರುವ ಸುದ್ದಿ ನಮಗೆ ಸಿಕ್ಕಿದ್ದು ಮೇ 3ಕ್ಕೆ. ಅಲ್ಲಿಂದಾಚೆಗೆ ಜೂನ್ 1ರ ವರೆಗೆ ನಾವು ತಪ್ಪು ಗ್ರಹಿಕೆಯಿಂದಲೇ ಯೋಜನೆಗಳನ್ನು ರೂಪಿಸಿದ್ದು. ಜನರಲ್ ಮೊಹಿಂದರ್ ಪುರಿಗೆ ಯುದ್ಧದ ಜವಾಬ್ದಾರಿ ಹಸ್ತಾಂತರಿಸಿದ ನಂತರ ಬದಲಾವಣೆಗಳು ವೇಗವಾಗಿ ಕಾಣಲಾರಂಭಿಸಿದವು. ಅವರು ಎಲ್ಲ ವಿಭಾಗಗಳನ್ನೂ ವಿಶ್ವಾಸಕ್ಕೆ ತೆಗೆದುಕೊಂಡು ದುಡಿಸತೊಡಗಿದರು. ಮೂರೇ ವಾರಗಳಲ್ಲಿ ರಾಷ್ಟ್ರೀಯ ಹೆದ್ದಾರಿಗೆ ಬಲು ಹತ್ತಿರದ ತೊಲೋಲಿಂಗ್ ಬೆಟ್ಟ ನಮ್ಮ ವಶವಾಯ್ತು. ಇದರಿಂದ ಇನ್ನು ಗೆಲುವು ನಮ್ಮದೇ ಎಂಬ ವಿಶ್ವಾಸ ಸೈನಿಕರಿಗೆ ಬಲಿತುಹೋಯ್ತು. ಯುದ್ಧದಲ್ಲಿ ಮೊದಲ ಗೆಲುವು ವಿಶ್ವಾಸದ್ದು. ಅದು ಗಟ್ಟಿಯಾಗಿ ಬಿಟ್ಟರೆ ಯುದ್ಧ ನಮ್ಮನ್ನು ಅನುಸರಿಸುತ್ತದೆ ಅಷ್ಟೇ.

ಹ್ಞಾಂ, ಒಂದು ಮಾತು ಹೇಳಿ ಬಿಡುತ್ತೇನೆ. ತೊಲೋಲಿಂಗ್ ಗೆಲ್ಲುವ ಪ್ರಯತ್ನ ದ್ರಾಸ್‌ನಲ್ಲಿ ನಡೆಯುತ್ತಿದ್ದಂತೆ ಅತ್ತ ಬಟಾಲಿಕ್, ಕಾರ್ಗಿಲ್ ಮತ್ತು ಮುಷ್ಕೋಹ್‌ಗಳಲ್ಲೂ ಸಮಸಮ ಪ್ರಯತ್ನ ನಡೆದಿತ್ತು. ಈ ಒಂದು ವಿಭಾಗದ ಕಥನ ಮುಗಿಸಿಯೇ ಮುಂದಡಿಯಿಡುವುದು ಒಳಿತಾದ್ದರಿಂದ ದ್ರಾಸ್‌ನ ಅಷ್ಟೂ ಸಾಹಸಗಾಥೆಯನ್ನು ಕೇಳಿಬಿಡೋಣ.

ತೊಲೋಲಿಂಗ್‌ನ ಗೆಲುವು ಖಾತ್ರಿಯಾಗುತ್ತಿದ್ದಂತೆ ಅಲ್ಲಿಂದ ಒಂದೂವರೆ ಕಿ.ಮೀ. ದೂರದ ಅದೇ ರೇಖೆಯಲ್ಲಿ ಇರುವ ಪಾಯಿಂಟ್ 5140ನ್ನು

ವಶಪಡಿಸಿಕೊಳ್ಳುವ ತಯಾರಿ ಶುರುವಾಯ್ತು. 18 ಗ್ರೇನೇಡಿಯರ್ ಮತ್ತು 13 ಜಮ್ಮು ಮತ್ತು ಕಾಶ್ಮೀರ ರೈಫಲ್ಸ್‌ಗೆ ಈ ಜವಾಬ್ದಾರಿ ನೀಡಲಾಯ್ತು. ಇದಕ್ಕೆ ಮೊದಲ ಹೆಜ್ಜೆ ರಾಕಿ ನಾಬ್ (ಕಲ್ಲು ಮೂಟೆ)ನ್ನು ಗೆಲ್ಲುವುದು ಜೂನ್ 15ಕ್ಕೆ ಆಕ್ರಮಣ ಶುರುವಾಯ್ತು. ತೊಲೋಲಿಂಗ್‌ನ ಸೋಲಿನ ಆಕ್ರೋಶದಲ್ಲಿದ್ದ ಪಾಕೀಪಡೆ ಎರ್ರಾಬಿರ್ರಿ ದಾಳಿ ನಡೆಸಿತು. ಕಮ್ಯಾಂಡಿಂಗ್ ಆಫೀಸರ್‌ರ ಆರೋಗ್ಯ ಕೆಟ್ಟಿತು. ಅವರ ಜಾಗಕ್ಕೆ ಮೇಜರ್ ವೈ.ಕೆ. ಜೋಶಿಯನ್ನು ಲೆಫ್ಟಿನೆಂಟ್ ಕರ್ನಲ್ ಆಗಿ ಭಡ್ತಿಕೊಟ್ಟು ದಾಳಿಯ ಜವಾಬ್ದಾರಿ ಹೆಗಲೇರಿಸಲಾಯ್ತು. ಯುದ್ಧದ ನಡುವೆಯೇ ನಡೆದ ಈ ಬದಲಾವಣೆ ಸ್ಮರಣೆಗೆ ಯೋಗ್ಯ.

ಪಾಕೀ ಪಡೆಯತ್ತ ನಡೆಸಿದ ಯಾವ ಶೆಲ್ ದಾಳಿಯೂ ಯಶಸ್ವಿಯಾಗಲಿಲ್ಲ. ಅವರು ಗುಡ್ಡದ ಮೇಲೆ ಬಂಕರ್ ಕಟ್ಟಿರಲಿಲ್ಲ, ಗುಡ್ಡವನ್ನು ಕೊರೆದು ಒಳಗೆ ಸೇರಿಕೊಂಡಿದ್ದರು. ಪರೋಕ್ಷ ದಾಳಿಗಳಿಂದ ಲಾಭವಿಲ್ಲ ನೇರ ದಾಳಿಯೇ ಆಗಬೇಕೆಂದು ಸೇನೆ ನಿಶ್ಚಯಿಸಿತು.

ಅರೆ! ನೇರ ದಾಳಿ, ಪರೋಕ್ಷ ದಾಳಿ ಅಂದರೇನು? ಶತ್ರುಗಳ ಮೇಲೆ ಪರೋಕ್ಷ ದಾಳಿ ಮಾಡಬೇಕಾದರೂ ಯಾಕೆ? ನಾನು ಎದ್ದುನಿಂತು ಕೇಳಿ ಬಿಟ್ಟೆ. ಆ ಕ್ಷಣದಲ್ಲಿಯೇ ಅನುಮಾನಗಳನ್ನು ಪರಿಹರಿಸಿಕೊಳ್ಳೋದು ನನ್ನ ರೂಢಿ. ಕೌಲ್ ಸರ್ ಕೂಡ ಅದನ್ನು ಆನಂದಿಸುತ್ತಾರೆ.

ಈ ಪ್ರಶ್ನೆ ಕೇಳಿದೊಡನೆ ಕೌಲ್ ಸರ್ ಚಾಕ್‌ಪೀಸ್ ತೊಗೊಂಡು ಬೋರ್ಡಿನ ಬಳಿ ಹೋಗಿ ಚಿತ್ರ ಬಿಡಿಸಿದರು. ಮೊದಲ ಚಿತ್ರ ತೋರಿಸಿ, ಫಿರಂಗಿ ದೂರದಲ್ಲಿದ್ದು 45 ಡಿಗ್ರಿ ಕೋನದಲ್ಲಿ ಸಿಡಿದರೆ ಮೂರನೇ ಗುಡ್ಡದವರೆಗೂ ಶೆಲ್ ಹಾರಿಸಬಹುದು. ಮೂರನೇ ಗುಡ್ಡ ಹತ್ತುವ ಸೈನಿಕರಿಗೂ ಇದರಿಂದ ಸಹಾಯವಾಗುತ್ತೆ ಅಂತ ಮೇಲ್ನೋಟಕ್ಕೆ ಅನಿಸುತ್ತೆ. ಆದರೆ ಈ ಗುರಿಗಿಂತ ಕೆಳಗಿರುವ ಬಂಕರ್‌ಗಳಿಗೆ ಈ ದಾಳಿಯಿಂದ ಯಾವ ಹೊಡೆತವೂ ಆಗಲಾರದು. ಗುಡ್ಡ ಹತ್ತುವ ಸೈನಿಕರು ಬಲವಾದ ಪ್ರತಿರೋಧ ಎದುರಿಸಬೇಕು. ಅದರ ಬದಲಾಗಿ ತೋಪುಗಳನ್ನು ಬೆಟ್ಟದ ಬುಡದಲ್ಲಿಟ್ಟು ಬೇಕಾದ ಕೋನಕ್ಕೆ ಹೊಂದಿಸಿ ಗುಂಡು ಸಿಡಿಸಿದರೆ ಅಡಗಿರುವ ಬಂಕರ್‌ಗಳನ್ನು ಬುಡಮೇಲುಗೊಳಿಸಬಹುದು. ಇದನ್ನು ನೇರ ದಾಳಿ ಅಂತ ಕರೀತಾರೆ. ಅರ್ಥ ಆಯ್ತಲ್ವಾ? ಅಂದರು ಮೇಷ್ಟ್ರು. ಹೌದು ಅಂತ ತಲೆಯಾಡಿಸಿದೆ.

ಪರೋಕ್ಷ ದಾಳಿ

ಕಥೆ ಮುಂದುವರಿಯಿತು. ಫಿರಂಗಿಗಳ ಜಾಗ ಬದಲಿಸಲಾಯ್ತು. ಮೇಲೆ ಹತ್ತಿದ ಸೈನಿಕರು ಕೊಟ್ಟ ದಿಕ್ಕು ಸ್ಥಳಗಳ ಆಧಾರದ ಮೇಲೆ ಬೋಫೋರ್ಸ್‌ಗಳನ್ನು ನಿಲ್ಲಿಸಲಾಯ್ತು. 155 ಎಂ.ಎಂ. ಮೀಡಿಯಂ ಬೋಫೋರ್ಸ್‌ಗಳು ತಮ್ಮ ಚಟುವಟಿಕೆ ಶುರು ಮಾಡಿದವು. ಅಲ್ಲಿಂದಾಚೆಗೆ ಭಾರತೀಯರ ಕೈ ಮೇಲಾಯ್ತು. ಬೋಫೋರ್ಸ್‌ಗಳು ಗುಡ್ಡದ ಮೇಲೆ ಧಾಂದಲೆ ಮಾಡಿಬಿಟ್ಟವು. ಪಾಕಿಗಳು ಬಂಕರ್ ಬಿಟ್ಟು ಜೀವವುಳಿಸಿಕೊಳ್ಳಲು ಓಡತೊಡಗಿದರು. ಮೇಜರ್ ಎಸ್. ವಿಜಯ್ ಭಾಸ್ಕರ್ ನೇತೃತ್ವದಲ್ಲಿ ಜಮ್ಮು ಕಾಶ್ಮೀರ ರೈಫಲ್ಸ್ ಪಡೆ ಗುಡ್ಡಕ್ಕೆ ಧಾವಿಸಿತು, ಮುಖಾ ಮುಖಿ ಯುದ್ಧ ಅದು. ಎಂಟು ಜನ ಪಾಕಿಗಳನ್ನು ಕೊಲ್ಲಲಾಯ್ತು. ಅನೇಕರು ಗಾಯಾಳುಗಳಾದರು. ಜಮ್ಮು ಕಾಶ್ಮೀರ ರೈಫಲ್ಸ್ ಯಾವುದೇ ಸಾವು–ನೋವುಗಳಿಲ್ಲದೇ ರಾಕಿ ನಾಬ್ ಮತ್ತು ಹಂಪ್ 9–10ನ್ನು ವಶಪಡಿಸಿಕೊಂಡು ತ್ರಿವರ್ಣ ಧ್ವಜ ಹಾರಿಸಿದವು.

ಈಗ ಅತ್ಯಂತ ಮಹತ್ವದ ಕದನ ಪಾಯಿಂಟ್ 5140ನ್ನು ವಶಡಿಸಿಕೊಳ್ಳಬೇಕು. 18ರ ಬೆಳಿಗ್ಗೆಯೊಳಗೆ ಸೇನೆ ಆ ಗುಡ್ಡದ ಅಷ್ಟೂ ಮಾಹಿತಿಯನ್ನು ಸಂಗ್ರಹಿಸಿತು. ಸ್ಥಳ ಪರಿಶೀಲನೆ ನಡೆಸಲಾಯಿತು. ಶತ್ರುಗಳ ಶಕ್ತಿಯನ್ನು ಅಕ್ಕಪಕ್ಕದ ಗುಡ್ಡಗಳಲ್ಲಿ ನಿಂತು ಸಣ್ಣ ಪುಟ್ಟ ಕದನಗಳಿಗೆಳೆದು ಅಂದಾಜಿಸಲಾಯ್ತು. ಒಟ್ಟಾರೆ ಮಾಹಿತಿ ಭಯ ಮೂಡಿಸುವಂತೆಯೇ ಇತ್ತು.

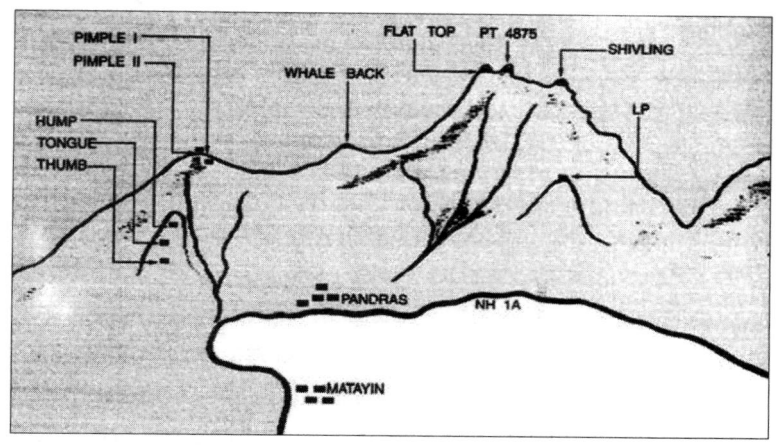

ಪಾಕೀಗಳು ಎರಡು ಸಂಗರ್‌ಗಳನ್ನು ಬೆಟ್ಟದ ತುದಿಯಲ್ಲಿ ನಿರ್ಮಿಸಿದ್ದಾರೆ ಮತ್ತು ಪೂರ್ವದಿಕ್ಕಿಗೆ ಐದು ಸಂಗರ್‌ಗಳನ್ನು ಕಟ್ಟಿದ್ದಾರೆ. ಒಟ್ಟು ಏಳು ಸಂಗರ್‌ಗಳು. ಆ ಅಂದಾಜಿನ ಪ್ರಕಾರ ಸೈನಿಕರು, ಶಸ್ತ್ರಗಳು, ಮದ್ದು-ಗುಂಡುಗಳೂ ಸಾಕಷ್ಟಿರಲೇಬೇಕು. ಈ ಮಾಹಿತಿ ಎಂತಹ ಗಂಡೆದೆಯವನನ್ನೂ ನಡುಗಿಸಿಬಿಡುವಂಥದ್ದು. 5140 ವಶಪಡಿಸಿ ಕೊಳ್ಳಲೇಬೇಕೆಂದು ನಿಶ್ಚಯಿಸಿಬಿಟ್ಟಿತ್ತು ಸೇನೆ. ಅದಕ್ಕಾಗಿ ತಯಾರಿ ಶುರು ಮಾಡಿಕೊಂಡಿತು. ದ್ರಾಸ್ ವಲಯದಲ್ಲಿದ್ದ ಎಲ್ಲ ಫಿರಂಗಿಗಳನ್ನು, ಮೋರ್ಟಾರ್ ಗನ್ನುಗಳನ್ನು ಪಾಯಿಂಟ್ 5140 ಸುತ್ತ ನಿಲ್ಲಿಸಲಾಯ್ತು. ಕೆಲವು ಬೆಟ್ಟದ ಬುಡದಲ್ಲಿ, ಇನ್ನು ಕೆಲವು ಅದಾಗಲೇ ವಶಪಡಿಸಿಕೊಂಡ ಬೆಟ್ಟಗಳ ಆಯಕಟ್ಟಿನ ಜಾಗದಲ್ಲಿ.

ಯೋಜನೆ ರೂಪುಗೊಂಡಿತು. 18 ಗಢವಾಲ್ ರೈಫಲ್ಸ್ ಪೂರ್ವದಿಂದ, 1 ನಾಗಾ ನೈರುತ್ಯದಿಂದ ಮತ್ತು 13 ಜ್ಯಾಕ್ (ಜೆ ಅಂಡ್ ಕೆ – ಜಮ್ಮು ಮತ್ತು ಕಾಶ್ಮೀರ) ರೈಫಲ್ಸ್ ದಕ್ಷಿಣದಿಂದ.

ಜ್ಯಾಕ್‌ನ ಎರಡು ತುಕಡಿಗಳು ದಕ್ಷಿಣದಿಂದ ಎರಡು ಪ್ರತ್ಯೇಕ ಝರಿಗಳಾಗಿ ಬೆಟ್ಟ ಏರತೊಡಗಿದರು. ಶತ್ರುವಿನ 5 ಸಂಗರ್‌ಗಳು ಪೂರ್ವ ದಿಕ್ಕಾಗಿದ್ದುದರಿಂದ ಗಢವಾಲಿಗಳು ನೇರವಾಗಿ ಅವರನ್ನು ಯುದ್ಧಕ್ಕೆಳೆದು ಕಾದಾಡುತ್ತಿರುವಾಗ ದಕ್ಷಿಣದಿಂದ ಅನಿರೀಕ್ಷಿತ ದಾಳಿ ನಡೆಸುವ ಬಯಕೆ ಜ್ಯಾಕ್‌ಗಳದ್ದು. ಜಮ್ಮು ಕಾಶ್ಮೀರ ರೈಫಲ್‌ನ ಈ ದಾಳಿಯ ಒಂದು ಗುಂಪಿನ

('ಡಿ' ಕಂಪನಿ) ನೇತೃತ್ವ ಕ್ಯಾಪ್ಟನ್ ವಿಕ್ರಂ ಬಾತ್ರಾರದ್ದು.

ವಿಕ್ರಂ ಬಾತ್ರಾ 1974ರ ಸೆಪ್ಟೆಂಬರ್ 9ರಂದು ಹಿಮಾಚಲ ಪ್ರದೇಶದ ಪಾಲಂಪುರದ ಗುಗ್ಗರ್ ಎಂಬ ಹಳ್ಳಿಯಲ್ಲಿ ಹುಟ್ಟಿದವ. ಡೆಹ್ರಾಡೂನಿನ ಇಂಡಿಯನ್ ಮಿಲಿಟರಿ ಅಕಾಡೆಮಿಯಲ್ಲಿ ಅಧ್ಯಯನ ಮುಗಿಸಿ ಜಮ್ಮು ಕಾಶ್ಮೀರ ರೈಫಲ್ಸ್‌ಗೆ ಸೇರಿಕೊಂಡರು. ಬಲುಬೇಗ ಕ್ಯಾಪ್ಟನ್ ಹಂತಕ್ಕೂ ಏರಿದರು. ಅದು ಅವರ ಕಾರ್ಯಕ್ಷಮತೆಗೆ ಸಿಕ್ಕ ಗೌರವ.

ಪಾಯಿಂಟ್ 5140 ಸಾವಿರ ಅಡಿ ಎತ್ತರದ ಪರ್ವತ. ಇದನ್ನು ವಶಪಡಿಸಿಕೊಳ್ಳುವ ಕಾದಾಟವಿರಲಿ ಏರುವುದೇ ಬಲು ದೊಡ್ಡ ಸಾಹಸ. ವಿಕ್ರಂ ಬಾತ್ರಾ ತನ್ನೊಂದಿಗಿನ ಸೈನಿಕರನ್ನು ಹುರಿದುಂಬಿಸಿದರು. ಹೋಗುವಾಗ ಎಷ್ಟು ಜನರಿದ್ದೀವೋ, ಮರಳುವಾಗಲೂ ಅಷ್ಟೇ ಇರಬೇಕು' ಎಂದರು, 'ನಾವು ಬಂದಿರುವುದು ದೇಶಕ್ಕಾಗಿ ಪ್ರಾಣ ನೀಡಲಲ್ಲ; ದೇಶದ ವಿರೋಧಿಗಳ ಪ್ರಾಣ ತೆಗೆಯಲು, ನೆನಪಿರಲಿ' ಎನ್ನುತ್ತ ರಕ್ತ ಬೆಚ್ಚಗಾಗಿಸಿದರು. ಈ ಆಪರೇಷನ್ನಿನಲ್ಲಿ ಅವರಿಗೆ ಕೊಟ್ಟ ಹೆಸರು ಶೇರ್ ಶಾಹ್. ಕದನದ ವಿಚಾರ ಬಂದರೆ ಬಾತ್ರಾ ಅಕ್ಷರಶಃ ಹುಲಿಯೇ, ಹಸಿದ ಹುಲಿ.

ಅಂದು ಸಂಜೆ ಬೆಟ್ಟವೇರಲು ಶುರುಮಾಡಿತು ಬಾತ್ರಾ ಪಡೆ. ವಾತಾವರಣ ಹದಗೆಡುತ್ತಲೇ ಸಾಗಿತ್ತು. ಬೆಟ್ಟ ಹತ್ತಲು ಶುರುಮಾಡಿದಾಗ ಒಣಹವೆ ಇತ್ತು ಹೆಜ್ಜೆ ಹೆಜ್ಜೆಗೂ ಬೆವರು ಸುರಿದು ಹೋಗುತ್ತಿತ್ತು. ಸ್ವಲ್ಪ ಹೊತ್ತಿನಲ್ಲಿಯೇ ಛಳಿ ಶುರುವಾಗಿ ಮಂಜು ಸುರಿಯಲಾರಂಭಿಸಿತು. ಈಗ ಒಂದೊಂದು ಹೆಜ್ಜೆಯೂ ಜಾರುತ್ತಿತ್ತು. ಬಿದ್ದರೆ ಬಂಡೆ ತಾಕಿ ಕೈಕಾಲು ಮುರಿದು ಹೋಗುವಂತಹ ಪರಿಸ್ಥಿತಿ. ಸ್ವಲ್ಪ ಮೇಲಕ್ಕೆ ಹೋದರೆ ಮಡಿಗಟ್ಟಿದ ಮಂಜು. ಅದನ್ನು ಏರುವುದು ಮತ್ತೂ ಕಠಿಣ. ಗನ್ನು ಹೊಡೆತಕ್ಕೆ ಸಿಕ್ಕುವಷ್ಟು ಹತ್ತಿರ ಬಂದೊಡನೆ ಮೇಲಿಂದ ದಾಳಿ ಶುರುವಾಯ್ತು. ಯಾವ ದಿಕ್ಕಿನಿಂದಲೂ ಪರಿಸ್ಥಿತಿ ಅನುಕೂಲಕರವಾಗಿರಲಿಲ್ಲ. ಅಷ್ಟಾದರೂ ಸೈನಿಕರ ಉತ್ಸಾಹ ಮಾತ್ರ ತಗ್ಗಲಿಲ್ಲ. 'ನಾವು ಗುಡ್ಡ ಏರಲೇಬೇಕು, ಪ್ರತೀಕಾರ ಕೈಗೊಳ್ಳಲೇಬೇಕು' ಎಂದು ದೃಢವಾದ ನಿಶ್ಚಯವನ್ನು ಪುನರುಚ್ಚರಿಸುತ್ತಲೇ ಇದ್ದರು.

ಅದು ಘನಘೋರ ಕತ್ತಲು, ಭಾರತೀಯ ಸೈನಿಕರು ಬೆಟ್ಟ ಏರುತ್ತಿರುವುದು ಪಾಕೀ ಪಡೆಗಳಿಗೆ ಗೊತ್ತಿದೆ. ಆದರೆ ಯಾರೂ ಕಣ್ಣಿಗೆ ಕಾಣುತ್ತಿಲ್ಲ. ಅಂತಹ ಹೊತ್ತಲ್ಲಿ ಸೈನಿಕರು ಬೆಳಕು ಬೀರುವಂತಹ ಮದ್ದು ಸಿಡಿಸುತ್ತಾರೆ. ಪಾಕಿಸ್ತಾನವೂ ನಾಲ್ಕಾರು ಸುತ್ತು ಬೆಳಕು ಬೀರುವ ಗುಂಡು ಹಾರಿಸಿತು. ಆ

ಕಡುಗತ್ತಲಿನಲ್ಲೂ ಬೆಟ್ಟ ಬೆಳಕು ಬೆಳಕಾಯ್ತು. ಅದೊಂದು ಬಗೆಯಲ್ಲಿ ಕೆಲವು ಕ್ಷಣಗಳ ಸೂರ್ಯೋದಯವಿದ್ದಂತೆ. ಈ ಬೆಳಕಿನಲ್ಲಿ ನಮ್ಮ ಸೈನಿಕರ ಜಾಡನ್ನು ಪತ್ತೆ ಹಚ್ಚಿದ ಪಾಕೀಗಳು ಭಯಾನಕವಾದ ಶೆಲ್ ದಾಳಿ ಆರಂಭಿಸಿದರು. ಅದರಿಂದ ಬಚಾವಾಗುತ್ತ ಬಂಡೆಗಳ ಸಂದಿಯಲ್ಲಿ ಬಚ್ಚಿಟ್ಟುಕೊಂಡು ಏರುವುದು ಸಾಮಾನ್ಯವಾದ ಸಾಹಸವಲ್ಲ. ಪಾಕಿಗಳು ನಮ್ಮವರ ರೇಡಿಯೋ ಸಿಗ್ನಲ್‌ಗಳನ್ನು ಕದ್ದಾಲಿಸುತ್ತಿದ್ದುದರಿಂದ ನಮ್ಮ ಚಲನವಲನಗಳಾಗಲಿ, ಸಾವು-ನೋವುಗಳಾಗಲಿ ಇವುಗಳ ಮೇಲೆ ನಿಗಾ ಇರಿಸಲು ಸಾಧ್ಯವಾಗಿತ್ತು.

ಬಾತ್ರಾರ ಡೆಲ್ಟಾ ಪಡೆ ಬೆಟ್ಟದ ತುದಿಯ ಬಳಿ ತಲುಪುತ್ತಿದ್ದಂತೆ ಪಾಕೀ ಸೈನಿಕನೊಬ್ಬ "ಓಹ್ ಶೇರ್‌ಶಾ, ನೀನು ಬಂದಿದ್ದೀಯಾ, ಹೋಗುವುದಿದ್ದರೆ, ಈಗಲೇ ಮರಳಿ ಹೋಗಿಬಿಡು. ಇಲ್ಲಿ ನಿನಗೆ ಬಲವಾದ ಪ್ರತಿರೋಧ ಎದುರಾಗಲಿದೆ' ಎಂದಿದ್ದು ರೇಡಿಯೋದಲ್ಲಿ ಮಾರ್ದನಿಸಿತು.

ಇನ್ನು ಐವತ್ತು ಮೀಟರ್‌ಗಳಷ್ಟು ಅಂತರ ಅಷ್ಟೇ. ಅತ್ತ ಪಾಕೀ ಪಡೆ ಕಾಣುತ್ತಿದೆ. ನಡುವೆ ಮಂಜಿನ ರಾಶಿ. ಪಾಕಿಗಳು ಬೆಳಕಿನ ಮತಾಪು ಹಾರಿಸಿದಾಗ ಬಾತ್ರಾ ಪಡೆ ಅಂಗಾತ ಮೈಚೆಲ್ಲಿ ಸತ್ತಂತೆ ನಟಿಸಿ ಬಿದ್ದಿತ್ತು. ಭಾರತೀಯ ಸೈನಿಕರು ಹೆಣವಾಗಿದ್ದಾರೆಂದು ಸ್ವಲ್ಪ ನಿರಾಳವಾಗುತ್ತಿದ್ದಂತೆ ನಮ್ಮೆಲ್ಲ ಸೈನಿಕರು ಎದ್ದು ಪಾಕೀ ಸೈನಿಕರತ್ತ ಧಾವಿಸಲಾರಂಭಿಸಿದರು. 'ಜೈ ದುರ್ಗಾ' ಘೋಷಣೆ ಪಾಕಿಗಳ ಎದೆ ನಡುಕ ಹೆಚ್ಚಿಸಿತು. ಅವರಿಗೆ ಒಮ್ಮೆಲೇ ಗಾಬರಿ. ಕೈಯಲ್ಲಿರುವ ಬಂದೂಕಿನಿಂದ ದಾಳಿ ಮಾಡುತ್ತ ಸಾಗಿದ ನಮ್ಮ ಸೇನೆಯ ಸುಮಾರು ನೂರು ಜನ ಸೈನಿಕರ ಏಕರೂಪಿ ಆಕ್ರಮಣಕ್ಕೆ ಶತ್ರುಗಳು ತತ್ತರಿಸಿ ಅತ್ತಿಂದಿತ್ತ ಓಡಿದರು. ನಾಲ್ಕು ಜನರ ಶವ ಗುಡ್ಡದ ಒಂದು ಬದಿಯಲ್ಲಿ ಉರುಳಿಬಿತ್ತು. ಯುದ್ಧ ಅರ್ಧ ಗೆದ್ದಂತಾಯ್ತು ಅಷ್ಟೇ. ಕೆಲವು ಪಾಕೀಸೈನಿಕರು ಬಂಡೆಗಳ ಹಿಂದೆ ಅವಿತಿದ್ದು ಆನಂತರ ದಾಳಿ ಮಾಡುತ್ತಾರೆಂಬುದು ನಮ್ಮವರಿಗೆ ಗೊತ್ತಿರದ ಸಂಗತಿಯೇನಲ್ಲ.

ಇಡಿಯ ಪಡೆ ಕಾರ್ಯಪ್ರವೃತ್ತವಾಗಿ ಲ್ಯಾಂಡ್ ಮೈನ್‌ಗಳಿಗಾಗಿ ತಡಕಾಡಿತು. ಪ್ರದೇಶವನ್ನು ಸ್ವಚ್ಛಗೊಳಿಸಿದ ಮೇಲೆ ಬಂಕರ್‌ಗಳನ್ನು ಹೊಕ್ಕು ಕುಳಿತರು. ಅಲ್ಲಿಂದ ಪಾಕೀಯರು ಅಡಗಿರಬಹುದಾದ ಮತ್ತೆರಡು ಬಂಕರ್‌ಗಳ ಮೇಲೆ ವ್ಯವಸ್ಥಿತ ದಾಳಿಗೈದು ಅಳಿದುಳಿದ ಪಾಕಿಗಳನ್ನು ಕೊಂದು ಬಿಸಾಡಿದರು. ಸ್ವತಃ ಬಾತ್ರಾರ ನೇರ ದಾಳಿಗೆ ಸಿಕ್ಕ ಸುಬೇದಾರ್ ಸೈಯ್ಯದ್ ಮೊಹಮ್ಮದ್ ಶಾಹ್ ಮತ್ತು ಮತ್ತೊಬ್ಬ ಸೈನಿಕ ಯಮಪುರಿಗೆ ಹೋದರು.

ವಿಕ್ರಂ ಬಾತ್ರಾ

ಇನ್ನು ಯಾವ ಪಾಕೀಸೈನಿಕನೂ ಉಳಿದಿಲ್ಲವೆಂದು ಖಾತ್ರಿಯಾದಾಗ ವಿಕ್ರಂ ಬಾತ್ರಾ ಬೇಸ್ ಕ್ಯಾಂಪಿಗೆ ಸಂದೇಶ ಕಳಿಸಿದರು 'ಯೇ ದಿಲ್ ಮಾಂಗೇ ಮೋರ್', ಈ ಗುಡ್ಡದ ತುದಿಯನ್ನು ವಶಪಡಿಸಿಕೊಂಡಾಗಿದೆ, ಈ ಹೃದಯ ಇನ್ನೂ ಬೇಕೆನ್ನುತ್ತಿದೆ ಎಂಬ ಅರ್ಥ ಹೊಮ್ಮಿಸುವ ಸಾಲು ಅದು. ಅಂದಿನ ದಿನಗಳಲ್ಲಿ ಪೆಪ್ಸಿ ಕಂಪನಿಯ ಜಾಹೀರಾತಿನ ಪಂಚ್ ಲೈನ್ ಆಗಿತ್ತು ಅದು. ಬೆಳಗಾಗುವುದರೊಳಗೆ ಬಾತ್ರಾ ಪಾಯಿಂಟ್ 5140 ತುದಿತಲುಪಿ ಕೀರ್ತಿ ಶಿಖರವನ್ನೇ ಏರಿಬಿಟ್ಟಿದ್ದರು. ಈ ಗುಡ್ಡದ ತುದಿ ತಲುಪುವಲ್ಲಿ ತನ್ನ ತಂಡದ ಒಬ್ಬೇ ಒಬ್ಬ ಸೈನಿಕನನ್ನೂ ಬಲಿಕೊಡಲಿಲ್ಲವೆಂಬುದು ಅವರ ಕೀರ್ತಿ ಕಿರೀಟಕ್ಕೆ ಗರಿಯಾಗಿತ್ತು.

ಈ ಕದನದಲ್ಲಿ ಮರೆಯಲಾಗದ ಮತ್ತೊಬ್ಬ ವೀರ ತರುಣ ಕ್ಯಾಪ್ಟನ್ ಸಂಜೀವ್ ಸಿಂಗ್ ಜಮವಾಲ್. ಆತ ತನ್ನದೊಂದು ತುಕಡಿಯನ್ನೇ ಪಶ್ಚಿಮದಿಂದ ಒಯ್ದು ಪೂರ್ಣ ಅನಿರೀಕ್ಷಿತ ದಾಳಿ ನಡೆಸಿದ. ಅಲ್ಲಿ ಬಲುದೊಡ್ಡ ಸಂಖ್ಯೆಯ ಸೈನಿಕರನ್ನು ಕಂಡರೂ ಬೆಚ್ಚದೇ ತನ್ನ ಪಡೆಗೆ ಪೂರ್ಣ ವಿಶ್ವಾಸ ತುಂಬಿ ದಾಳಿ ನಡೆಸಿದ. ಶತ್ರುಗಳ ಸಂಗರ್ ಒಂದನ್ನು ತಾನೇ ಮುಂದೆ ನಿಂತು ನಾಶಗೈದ. ಗಾಬರಿಗೊಂಡ ಶತ್ರುಗಳು ಅನಿವಾರ್ಯವಾಗಿ ನೇರ ಯುದ್ಧಕ್ಕೆ ಬರಲೇಬೇಕಾಯ್ತು. ಆರು ಜನ ಶತ್ರು ಸೈನಿಕರು ಸತ್ತು ಬಿದ್ದರು. ಮತ್ತೊಂದು ಸಂಗರ್ ಕುಸಿದು ಬಿತ್ತು. ಉಳಿದವರು

ಚೆಲ್ಲಾಪಿಲ್ಲಿಯಾಗಿ ಓಡಿದರು. ಸಂಜೀವ್‌ರ ಸಾಹಸ ಅವರಿಗೆ ಕಿರಿಯ ವಯಸ್ಸಿನಲ್ಲಿಯೇ ವೀರ್ ಚಕ್ರ ದೊರಕಿಸಿಕೊಟ್ಟಿತು.

ಪಾಯಿಂಟ್ 5140 ಗೆಲ್ಲುವಲ್ಲಿ ಎಲ್ಲ ಸೈನಿಕರ ಪಾತ್ರ ಪ್ರಮುಖವೇ. ಆದರೆ ರಣಾಂಗಣದಲ್ಲಿ, ಶತ್ರುಗಳೊಂದಿಗೆ ಕಾದಾಡುತ್ತಿರುವಾಗಲೇ ಕಮಾಂಡಿಂಗ್ ಆಫೀಸರ್ ಆಗಿ ಭಡ್ತಿ ಪಡೆದು ತುಕಡಿಯನ್ನು ಸಮರ್ಥವಾಗಿ ಮುನ್ನಡೆಸಿದ ಮತ್ತು ಗೆಲುವಿನತ್ತ ಕೊಂಡೊಯ್ದ ಲೆಫ್ಟಿನೆಂಟ್ ಕರ್ನಲ್ ವೈ.ಕೆ. ಜೋಶಿಯವರ ಆನಂದ ಅದೆಷ್ಟು ಹಿರಿದಾಗಿರಬೇಡ!

ಗೆದ್ದ ಆನಂದವನ್ನು ಕೆಳಗೆ ಡೇರೆಯಲ್ಲಿ ಹಂಚಿಕೊಳ್ಳುವ ಹೊತ್ತಲ್ಲಿಯೇ ಮತ್ತೊಂದು ಗುಡ್ಡದಿಂದ ಕೆಟ್ಟ ಸುದ್ದಿ, ಒಳ್ಳೆಯ ಸುದ್ದಿಗಳು ಬಂದು ಅಪ್ಪಳಿಸುತ್ತಿದ್ದವು. ಈ ಪಾಯಿಂಟ್ 5140ಗಾಗಿ ಕದನ ನಡೆಯುತ್ತಿದ್ದ ಹೊತ್ತಲ್ಲಿಯೇ ನಾಗಾಗಳ ಪಡೆ ಅದರ ನೈರುತ್ಯಕ್ಕೇರುವ ಬ್ಲ್ಯಾಕ್ ಟೂತ್ ಮತ್ತು ಏರಿಯಾ ರಾಕೀಗಳನ್ನು ವಶಪಡಿಸಿಕೊಳ್ಳುವಲ್ಲಿ ಮಹತ್ವದ ಹೆಜ್ಜೆ ಇಟ್ಟಿತ್ತು. ಜೂನ್ 18ಕ್ಕೆ ಇವುಗಳ ಬುಡದಲ್ಲಿ ಬಲವಾದ ನೆಲೆಯೂರಲು ಪ್ರಯತ್ನಿಸಿತ್ತು. ಮರುರಾತ್ರಿ ಆಲ್ಫಾ ಕಂಪನಿ ಏರಿಯಾ ರಾಕಿಯತ್ತ ಹೊರಟರೆ ಬೀಟಾ ಕಂಪನಿ ಬ್ಲ್ಯಾಕ್ ಟೂತ್‌ನತ್ತ ದೃಷ್ಟಿ ನೆಟ್ಟಿತು. ಎರಡೂ ಬೆಟ್ಟಗಳು ಅದೆಷ್ಟು ಕಡಿದಾಗಿದ್ದವೆಂದರೆ ಆ ಕೊರಕಲುಗಳಲ್ಲಿ ಎರಡೂ ಮೊಣಕಾಲನ್ನೇ ಊರಿ, ಎರಡೂ ಕೈಗಳನ್ನೂ ಜೊತೆಗೂಡಿಸಿಕೊಂಡೇ ಹೋಗಬೇಕಿತ್ತು. ಹಾಗೆಯೇ ಸಾಗುತ್ತಾ ಸಾಗುತ್ತಾ ಗುಡ್ಡದ ತುದಿಯನ್ನೇನೋ ಮುಟ್ಟಿಬಿಟ್ಟರು, ಕಾಳಗ ಈಗ ಶುರುವಾಗಬೇಕಿತ್ತು. ನಾಗಾಗಳೆಂದರೆ ಪಾಕಿಸ್ತಾನಿಯರಿಗೆ ಸಹಿಸಲಾಗದಷ್ಟು ಕೋಪ ಮತ್ತು ಅಷ್ಟೇ ಭಯ ಯುದ್ಧ ವಲಯದಲ್ಲಿ ನಾಗಾಗಳನ್ನು ಹೆಡ್ ಹಂಟರ್ಸ್ (ತಲೆ ಕಟುಕರು) ಎಂದೇ ಕರೆಯೋದು. ಅವರು ಶತ್ರುವಿನ ಬಂದೂಕಿನ ನಳಿಕೆಗೆ ಎದುರಾಗಿ ನಿಂತರೂ ತಮ್ಮ ಜೊತೆಯಿರುವ ದಾವಿನಿಂದಲೇ (ಒಂದು ಬಗೆಯ ಕತ್ತಿ) ಆಕ್ರಮಣ ನಡೆಸುತ್ತಾರಂತೆ. ಸಿಕ್ಕಿ ಬಿದ್ದ ಶತ್ರುವಿನ ತಲೆ ಬುರುಡೆಯ ಚರ್ಮ ತೆಗೆಯುತ್ತಾರಂತೆ. ಶತ್ರುವಿನ ತಲೆ ಕಡಿದರೇನೇ ಅವರ ಪ್ರತೀಕಾರದ ತೃಷೆ ಆರುವುದಂತೆ. ಹೀಗೆಲ್ಲ ಅವರು ದಂತ ಕಥೆಯಾಗಿ ಬಿಟ್ಟಿದ್ದರು.

ನೈರುತ್ಯದಿಂದ ಏರುತ್ತಿದ್ದ ನಾಗಾಗಳು ಎದುರಿನಿಂದ ಬರುತ್ತಿದ್ದ ಗುಂಡಿಗೆ ಸ್ವಲ್ಪವೂ ಅಳುಕದೆ ಸಹಜವಾಗಿಯೇ ಮುಂದೆ ಸಾಗಿದರು. ಶತ್ರುಗಳೆದುರು ಮುಖಾಮುಖಿಯಾಗುವ ಹೊತ್ತು ಬಂತು. ಅತ್ತಲಿಂದ ಸೈನಿಕ ಹಾರಿಸಿದ

ಗುಂಡು ನಮ್ಮ ಅಧಿಕಾರಿಯೊಬ್ಬರಿಗೆ ತಾಕಿತು. ಕುಪಿತ ನಾಗಾ ಸೈನಿಕ ನಡೆಯುತ್ತ ಹೋಗಿ ಗುಂಡು ಹಾರಿಸಿದ ಸೈನಿಕನ ಕೈಯ್ಯನ್ನು ತನ್ನ ಕತ್ತಿಯಿಂದ ಕತ್ತರಿಸಿ ಬಿಸಾಡಿದನಂತೆ. 'ನನ್ನ ದಾವು ಉಪಯೋಗಕ್ಕೆ ಬಂತು' ಅಂತ ಆಮೇಲೆ ಬಹಳ ಹೊತ್ತು ಆನಂದಿಸುತ್ತಿದ್ದನಂತೆ. ನಾಗಾಗಳು ಶತ್ರುಗಳನ್ನು ಬಂಧಿಸಿ ಜೀವಂತ ಹಿಡಿದು ತರುವಲ್ಲಿ ನಂಬಿಕೆಯನ್ನೇ ಇಟ್ಟುಕೊಂಡಿರಲಿಲ್ಲ. ಅವರಿಗೆ ಗೊತ್ತಿದ್ದುದು ಎರಡೇ, ಯುದ್ಧದಲ್ಲಿ ಗೆಲುವು ಮತ್ತು ಶತ್ರುಗಳ ಸಾವು!

ನಾಗಾಗಳ ಆಲ್ಫಾ ಪಡೆ ಸಾವು-ನೋವುಗಳಿಲ್ಲದೇ ಏರಿಯಾ ರಾಕಿಯನ್ನು ವಶಪಡಿಸಿಕೊಂಡೇ ಬಿಟ್ಟಿತು. ಅದಕ್ಕೇ ತಗುಲಿದ್ದು 12 ರಿಂದ 16 ಗಂಟೆಗಳು ಮಾತ್ರ. 19ರ ಸಂಜೆ ಸೂರ್ಯ ನೆತ್ತಿಯ ಮೇಲಿರುವಾಗಲೇ ಗೆಲುವಿನ ಸುದ್ದಿಯನ್ನು ಅವರು ಬೇಸ್ ಕ್ಯಾಂಪಿಗೆ ಮುಟ್ಟಿಸಿದ್ದರು.

ಬೀಟಾ ಕಂಪನಿಯ ಪರಿಸ್ಥಿತಿ ಅನುಕೂಲಕರವಾಗಿರಲಿಲ್ಲ. ಅವರು ಪೂರ್ಣ 2 ದಿನಗಳ ಕಾಲ ಗುಡ್ಡದ ತುದಿ ತಲುಪಲು ಸಾಹಸ ಮಾಡಬೇಕಾಯ್ತು. ಪಾಕೀ ಪಡೆ ಮೇಲಿನಿಂದ ಗುಂಡನ್ನು ಸುರಿಸುತ್ತಲೇ ಇತ್ತು. ಒಂದು ಹಂತದಲ್ಲಿ ಬೆಟ್ಟವನ್ನೇರಲು ಮೇಲಿರುವ ಕಡಿದಾಗಿರುವ ಬಂಡೆಗೆ ಹಗ್ಗ ಹಾಕಬೇಕಿತ್ತು. ಅದನ್ನು ಹಿಡಿದು ಒಬ್ಬೊಬ್ಬರೇ ಏರಬಹುದಿತ್ತು. ಆದರೆ ಈ ಕೆಲಸ ಅಂದುಕೊಂಡಷ್ಟು ಸುಲಭವಲ್ಲ. ಬೆಟ್ಟವನ್ನು ಏರುವಾಗಲೇ ಜಾರಿ ಬೀಳಬಹುದು. ಹಾಗೆ ಬಿದ್ದರೆ ಪ್ರಪಾತವೇ ಗತಿ. ಪ್ರಪಾತಕ್ಕೆ ಬೀಳದೇ ಯಾವುದಾದರೂ ಕಲ್ಲಿಗೆ ಬಡಿದುಕೊಂಡರೆ ಮೂಳೆ ಮುರಿದು ನರಳುವ ಪರಿಸ್ಥಿತಿ. ಬಂಡೆ ಹತ್ತಿ ಮೇಲೆ ಹೋದರೂ ಪಾಕೀಗಳ ಗುಂಡಿಗೆ ಬಲಿಯಾಗಬಹುದಾದ ವಿಷಮ ಅವಸ್ಥೆ. ಹಾಗಂತ ಹಗ್ಗ ಕಟ್ಟದಿದ್ದಲ್ಲಿ ಗುಡ್ಡವನ್ನೇರಲಾಗದೇ ಅಲ್ಲಿಯೇ ಕೊಳೆಯಬೇಕು. ಅದಾಗಲೇ ಎರಡು ದಿನ ಕಳೆದಿದೆ. ಯಾರಾದರೊಬ್ಬರು ಸಾವಿಗೆ ಎದೆಕೊಟ್ಟೇ ಮುಂದೆ ಬರಬೇಕಲ್ಲ? ಸಿಪಾಯಿ ಕೆ. ಅಶುಲಿ ಮುಂದಡಿಯಿಟ್ಟರು.

ಬಂಡೆಗಳು ಸೀಳಿದ್ದ ಸಣ್ಣ ಸಣ್ಣ ಸಂದುಗಳನ್ನೇ ಬಳಸಿಕೊಂಡರು. ಅಲ್ಲಿ ಒಂದು ಕೈಯಿಟ್ಟು ಮತ್ತೊಂದನ್ನು ಮೇಲಕ್ಕೇರಿಸಿ ಮತ್ತೊಂದು ರಂಧ್ರವನ್ನು ಹಿಡಿದು ಕಾಲುಗಳನ್ನು ಜಾರುವ ಬಂಡೆಗಳ ಮೇಲೆ ಬಲವಾಗಿ ಊರುತ್ತಾ ನಿಧಾನವಾಗಿ ಮೇಲೇರತೊಡಗಿದರು. ದೀರ್ಘ ಪ್ರಯಾಸದ ನಂತರ ಆ ಬಂಡೆಯನ್ನು ಏರಿ ಹಗ್ಗ ಕಟ್ಟಿದರು. ಅಷ್ಟರ ವೇಳೆಗೆ ಅವರ ದೇಹ ನುಜ್ಜುಗುಜ್ಜಾಗಿಬಿಟ್ಟಿತ್ತು. ಈ ಹಗ್ಗವನ್ನೇ ಬಳಸಿ ಉಳಿದ ಸೈನಿಕರು

ಒಬ್ಬೊಬ್ಬರಾಗಿ ಮೇಲೇರಿದರು. ಈ ಅನಿರೀಕ್ಷಿತ ಬೆಳವಣಿಗೆಯಿಂದ ಗಾಬರಿಗೊಂಡ ಶತ್ರುಸೈನಿಕರಿಗೆ ಮುಂದೇನೆಂದು ತೋಚಲಿಲ್ಲ. ಕೈ-ಕೈ ಮಿಲಾಯಿಸುವ ಯುದ್ಧ ನಡೆಯಿತು. ಅಂತಿಮವಾಗಿ ಗೆಲುವಿನ ನಗು ನಮ್ಮದೇ. ನಾಗಾ ದಳ ತಮ್ಮ ಪರಂಪರೆಯನ್ನು ಉಳಿಸಿದ್ದರು. ಜೂನ್ 22ಕ್ಕೆ ಬ್ಲ್ಯಾಕ್ ಟೂತ್ ಮರಳಿ ನಮ್ಮ ಕೈ ಸೇರಿತು. ಆದರೆ ಇದರಲ್ಲಿ ಮಹತ್ವದ ಪಾತ್ರ ವಹಿಸಿದ್ದ ಅಶುಲಿ ತಮಗಾದ ಏಟಿಗೆ ಮರುದಿನ ಬಲಿಯಾದರು. ಸಹಜವಾಗಿಯೇ ವೀರ್ ಚಕ್ರ ಅವರಿಗೆ ಆಭೂಷಣವಾಯ್ತು.

ಒಟ್ಟಾರೆ ತೋಲೋಲಿಂಗ್ ಮತ್ತು ಅದರ ಸುತ್ತಲಿನ ಗುಡ್ಡಗಳನ್ನು ಕಾಪಾಡಿಕೊಳ್ಳುವ ಹೊಣೆಯನ್ನು ನಾಗಾಗಳಿಗೇ ವಹಿಸಲಾಯ್ತು. ಮುಂದೆ ನಿಯಂತ್ರಣ ರೇಖೆಯವರೆಗೂ ಮರು ನುಸುಳುವಿಕೆ ನಡೆಯದಂತೆ ನೋಡಿಕೊಳ್ಳುವ ಜವಾಬ್ದಾರಿಯೂ ಅವರಿಗೇ ಬಿತ್ತು.

ಪಾಯಿಂಟ್ 4700 ಭಾರತದ ತೆಕ್ಕೆಗೆ ಬರಲು ಹಾತೊರೆಯುತ್ತಿತ್ತು. ಇದು ಪಾಯಿಂಟ್ 5140ನ ಪಶ್ಚಿಮಕ್ಕಿರುವ ಗುಡ್ಡ. ತೋಲೋಲಿಂಗ್ ಮತ್ತು 5140ಗಳಿಂದ ಕಾಲಿಗೆ ಬುದ್ಧಿ ಹೇಳಿದ ಶತ್ರುಗಳೆಲ್ಲ ಈಗ 4700ರ ಮೇಲೆ ಸಾಂದ್ರವಾಗಿದ್ದರು. ಜೂನ್ 28ಕ್ಕೆ ಗಢವಾಲಿಗಳಿಗೆ ಈ ಗುಡ್ಡ ವಶಪಡಿಸಿಕೊಳ್ಳುವ ಜವಾಬ್ದಾರಿ ವಹಿಸಲಾಗಿತ್ತು. ಕ್ಯಾಪ್ಟನ್ ಸುಮಿತ್ ರಾಯ್ ಡೆಲ್ಟಾ ಕಂಪನಿಯ ತನ್ನ ತುಕಡಿಯೊಂದಿಗೆ ಹೊರಟರು. ಅವರಿಗೆ ಶತ್ರುಗಳ ಅವಲೋಕನ ಠಾಣ್ಯವನ್ನು ವಶಪಡಿಸಿಕೊಳ್ಳುವ ಹೊಣೆಗಾರಿಕೆ ಇತ್ತು. ಸುಮಿತ್ ರಾಯ್ ಶತ್ರುಗಳಿಗೆ ವಿಸ್ಮಯವುಂಟುಮಾಡುವ ದಾಳಿಯನ್ನು ರೂಪಿಸಿದರು. ಸುಲಭದ ನೇರ ಮಾರ್ಗಬಿಟ್ಟು ಅತ್ಯಂತ ಕಠಿಣವಾಗಿದ್ದ ಅಡ್ಡದಾರಿ ಹಿಡಿದರು. ಆ ದಾರಿಯಲ್ಲಿಯೇ ಶತ್ರುಗಳ ಅವಲೋಕನ ಠಾಣ್ಯದ ಬುಡಕ್ಕೆ ಬಂದು ನಿಂತರು. ರಾತ್ರಿ 11.30ಕ್ಕೆ ಅಲ್ಲಿ ಬಂದು ಕುಳಿತ ಡಿ ಕಂಪನಿ ಬೆಳಗ್ಗಿನ ಜಾವ 2 ಗಂಟೆಯವರೆಗೆ ಶತ್ರುಗಳನ್ನು ಗಮನಿಸುತ್ತಲೇ ಉಳಿಯಿತು. ಅದೊಂದು ಹಂತದಲ್ಲಿ ದಾಳಿಯ ನಿರ್ಣಯ ತೆಗೆದುಕೊಂಡ ಸುಮಿತ್ ರಾಯ್ ಉಸಿರು ಬಿಗಿ ಹಿಡಿದು ಕಡಿದಾದ ಬೆಟ್ಟವನ್ನೇರಿ ಶತ್ರುಗಳೇ ನಿಜಕ್ಕೂ ಬೆರಗಾಗುವಂತಹ ದಾಳಿ ಮಾಡಿಬಿಟ್ಟರು. ಈ ಅನಿರೀಕ್ಷಿತ ದಾಳಿಯಿಂದ ಗಲಿಬಿಲಿಗೊಳಗಾದ ಶತ್ರುಪಡೆ ನೇರ ಕಾಳಗಕ್ಕೆ ಬಂತು. ಅನೇಕರು ಗುಡ್ಡ ಬಿಟ್ಟು ಪರಾರಿಯಾಗಿ ಬಿಟ್ಟರು. ಈ ಕಾಳಗದಲ್ಲಿ ಕ್ಯಾಪ್ಟನ್ ಸುಮಿತ್ ರಾಯ್ ಗಂಭೀರವಾಗಿ ಗಾಯಗೊಂಡರು. ಅವರ ಶ್ರೇಷ್ಠ ಹೋರಾಟದಿಂದ ಪಾಯಿಂಟ್ 4700ನ್ನು

ಆನಂತರ ಸುಲಭವಾಗಿ ಗೆಲ್ಲಲು ಸಾಧ್ಯವಾಯ್ತು. ಗುಡ್ಡದಿಂದ ಕೆಳಗೆ ಸುಮಿತ್‌ರನ್ನು ಹೊತ್ತು ತರಲಾಯ್ತು. ಆಸ್ಪತ್ರೆಯಿಂದ ತನ್ನ ತಾಯಿಯೊಂದಿಗೆ ಮಾತನಾಡಿದ ಸುಮಿತ್ ಇದ್ದ ಶಕ್ತಿಯನ್ನೆಲ್ಲಾ ಕ್ರೋಢೀಕರಿಸಿ ಸಹಜವಾಗಿ ಮಾತನಾಡಿ "ಆರಾಮಾಗಿದ್ದೇನೆ' ಎಂದ. ಆ ವೇಳೆಗೆ ಆತನ ಸಾವು ಹೆಚ್ಚು ಕಡಿಮೆ ಖಚಿತವಾಗಿತ್ತು. ಜುಲೈ 3ಕ್ಕೆ ಕ್ಯಾಪ್ಟನ್ ಸುಮಿತ್ ರಾಯ್ ಆ ಗುಡ್ಡಗಳ ಋಣ ತೀರಿಸಿ ಹೊರಟುಬಿಟ್ಟಿದ್ದರು. ಸುದ್ದಿ ತಿಳಿದ ನಂತರ ಆ ತಾಯಿಯ ಸಂಕಟ ಹೇಗಿದ್ದಿರಬಹುದು! ಯೋಚಿಸಿದರೆ ರಕ್ತ ಬೆಚ್ಚಗಾಗುತ್ತದೆ.

ಮೇಜರ್ ರಾಜೇಶ್ ಶಾಹ್, ಕ್ಯಾಪ್ಟನ್ ಸೂರಜ್, ನಾಯ್ಕ ಕಾಶ್ಮೀರ ಸಿಂಗ್, ಮೊದಲಾದವರ ಅಸೀಮ ಶೌರ್ಯದಿಂದಾಗಿ ಪಾಯಿಂಟ್ 4700 ನಮ್ಮ ತೆಕ್ಕೆಗೆ ಬಂತು. ಗಢವಾಲಿಗಳ ಉತ್ಸಾಹ ಆರಿರಲಿಲ್ಲ. ಅವರು ಪಾಕಿಸ್ತಾನಿಯರಿಂದ ಆಕ್ರಮಣಕ್ಕೊಳಗಾದ ಅದರ ಹತ್ತಿರದ ಗುಡ್ಡಗಳತ್ತ ಕಣ್ಣಿಟ್ಟರು. ರಾಕಿ ಮತ್ತು ಸಂಗರ್ ಎಂಬ ಈ ಎರಡೂ ಗುಡ್ಡಗಳನ್ನು ವಶಪಡಿಸಿಕೊಳ್ಳಲು ಜೂನ್ 30ಕ್ಕೆ ಯೋಜನೆ ರೂಪಿಸಿದರು. ಈ ಯೋಜನೆ ರೂಪಿಸಲಿಕ್ಕೆ ಬಹಳ ಹೊತ್ತು ಹಿಡಿಯಿತೆನ್ನಬೇಕು. ಅಂದು ಸಂಜೆ 7.30ರ ವೇಳೆಗೆಲ್ಲಾ ಆ ಎರಡೂ ಗುಡ್ಡಗಳಿಂದ ಪಾಕೀಗಳು ಓಡಿ ಹೋಗಿದ್ದರು. ಈ ಗುಡ್ಡ ನಮ್ಮ ಕೈ ಸೇರಿದ ಮೇಲೆ ನಾವು ಪಾಕೀಗಳ ಪೂರೈಕೆ ವ್ಯವಸ್ಥೆಯ ಮೇಲೆ ಕಣ್ಣಿಡಲು ಅನುಕೂಲವಾಗಿತ್ತು. ತೊಲೋಲಿಂಗ್‌ನ ಮೇಲೆ ಕುಳಿತು ಅವರು ನಮ್ಮ ಹೆದ್ದಾರಿಯ ಮೇಲೆ ದೃಷ್ಟಿ ನೆಟ್ಟಂತೆ ಅದು. ಈ ಗುಡ್ಡ ಥ್ರೀ ಪಿಂಪಲ್‌ನ ರೇಖೆ ಮತ್ತು ಪಾಯಿಂಟ್ 5100ರ ರೇಖೆ ಸಂಧಿಸುವ ಸ್ಥಳದಲ್ಲಿದ್ದುದರಿಂದ ಮುಂದಿನ ಕದನಕ್ಕೆ ನಮಗೆ ಬಲು ಅನುಕೂಲವಾಗಲಿತ್ತು.

ಅನುಕೂಲದ ಸ್ಥಳ ಸಿಕ್ಕ ಮೇಲೆ ದಾಳಿಯಷ್ಟೇ ಬಾಕಿ ತಾನೇ? ಥ್ರೀ ಪಿಂಪಲ್ ಗೆಲ್ಲಲು ತುಕಡಿಗಳು ಸಜ್ಜಾದವು. ಥ್ರೀ ಪಿಂಪಲ್ಸ್ ಗೆಲ್ಲುವುದೆಂದರೆ ಅದಕ್ಕೇ ಹೊಂದಿಕೊಂಡ ನಾಲ್, ಲೋನ್ ಹಿಲ್‌ಗಳನ್ನೂ ಗೆಲ್ಲುವುದೆಂದರ್ಥ. ಇದು ಎತ್ತರದಲ್ಲಿದ್ದುದರಿಂದ ಇಲ್ಲಿರುವ ಶತ್ರುಗಳು ನಮ್ಮ ಹೆದ್ದಾರಿಯನ್ನು ಭಾರತೀಯ ಪಡೆಯ ಚಲನವಲನವನ್ನು, ಗಮನಿಸಬಹುದು. ಅಷ್ಟೇ ಅಲ್ಲ ನಮ್ಮ ಫಿರಂಗಿ ಪಡೆ ಫಿರಂಗಿ ನಿಯೋಜಿಸಿರುವ ಜಾಗಗಳನ್ನೂ ಗುರುತಿಸಿ ಅದಕ್ಕೆ ತಕ್ಕಂತೆ ದಾಳಿ ಸಂಘಟಿಸಬಹುದು. ಈ ಜಾಗ ಅತ್ಯಗತ್ಯವಾಗಿ ಮರಳಿ ಪಡೆಯಲೇ ಬೇಕಿತ್ತು.

9
ಸಾವಿನ ಗೆಲುವು

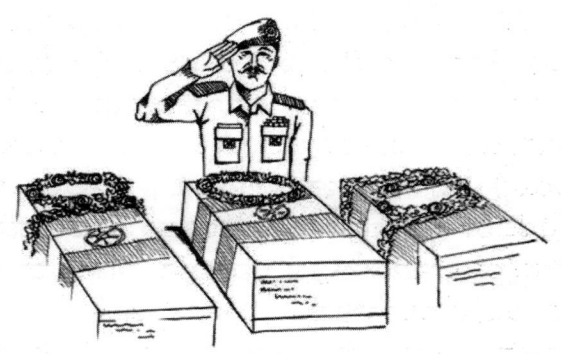

ತೋಲೋಲಿಂಗನ್ನು ವಶಪಡಿಸಿಕೊಂಡು ವಿಕ್ರಮ ಮೆರೆದಿದ್ದ 2 ರಜಪೂತಾನಾ ರೈಫಲ್ಸ್‌ಗೆ ಥ್ರೀ ಪಿಂಪಲ್ಸ್‌ನ ಜವಾಬ್ದಾರಿಯೂ ಹೆಗಲೇರಿತು. ಅದಾಗಲೇ ರಾಜ್‌ರೈಫ್ ಥ್ರೀ ಪಿಂಪಲ್ಸ್ ಗುಡ್ಡದ ಮೇಲೆ ಕನಿಷ್ಠ ಆರು ಸಂಗರ್‌ಗಳಿವೆ ಎಂಬ ಮಾಹಿತಿ ಸಂಗ್ರಹಿಸಿತ್ತು. ಜೂನ್ 27ಕ್ಕೆ ಆಕ್ರಮಣಕ್ಕೆ ಸಜ್ಜಾಗಬೇಕಿತ್ತು. ಬೆಳಗಿನಿಂದಲೇ ಕರ್ನಲ್ ರವೀಂದ್ರನಾಥರ ನೇತೃತ್ವದಲ್ಲಿ ಸ್ಥಳ ಪರಿಶೀಲನೆ ನಡೆಯಿತು. ಮರಳಿನಲ್ಲಿ ಥ್ರೀಪಿಂಪಲ್ಸ್‌ನ ಗುಡ್ಡಗಳನ್ನು ನಿರ್ಮಿಸಿ ಆಕ್ರಮಣದ ಮಾದರಿಯನ್ನು ಯೋಜಿಸಲಾಗುತ್ತಿತ್ತು. ಅಂದೇ ಜನರಲ್ ವಿಪಿ ಮಲಿಕ್‌ರು ದ್ರಾಸ್ ಭಾಗದಲ್ಲಿ ಓಡಾಟ ನಡೆಸಿದ್ದರು. ಈ ದಾಳಿಯ ಮಾಹಿತಿ ಸಿಕ್ಕೊಡನೇ ಅವರು ಮಹೇಂದ್ರ ಪುರಿಯವರ ಮೂಲಕ ಥ್ರೀ ಪಿಂಪಲ್ಸ್‌ನ ಬುಡದಲ್ಲಿದ್ದ ರವೀಂದ್ರ ನಾಥರನ್ನು ರೇಡಿಯೋ ಮೂಲಕ ಸಂಪರ್ಕಿಸಿದರು. ಮುಖ್ಯಸ್ಥರು ಮಾತನಾಡಲಿಚ್ಛಿಸಿದ್ದಾರೆಂಬುದನ್ನು ಕೇಳಿದೊಡನೆ ಕರ್ನಲ್ ಸಾಹೇಬರು ಸ್ವಲ್ಪ ಗಲಿಬಿಲಿಗೊಳಗಾದರು. ಶತ್ರು ಠಾಣ್ಯಕ್ಕೆ ಹತ್ತಿರವಿದ್ದುದರಿಂದಲೋ ಏನೋ ಅವರು ಮೆಲುದನಿಯಲ್ಲಿ ಮಾತನಾಡುತ್ತಿದ್ದರು. ರವೀಂದ್ರನಾಥರಿಗೇಕೆ ಇದು ಇಡಿಯ ಸೈನ್ಯ ಪರಂಪರೆಯಲ್ಲಿಯೇ ಅಪರೂಪದ ಘಟನೆ. ಸೇನೆಯ ಸರ್ವೋಚ್ಚ ಮುಖ್ಯಸ್ಥರೊಬ್ಬರು ಆಪರೇಷನ್‌ನ ಕಮಾಂಡರ್ ಜೊತೆ ಮಾತನಾಡುವ ಘಟನೆ ಬೇರೆಲ್ಲಿಯೂ ನಡೆದಿರುವುದು ಅನುಮಾನ. ಇಡಿಯ ರಾಜ್ ರೈಫಲ್ಸ್ ಸ್ಫೂರ್ತಿಯ ಚಿಲುಮೆಯಂತಾಗಿತ್ತು.

ಮೋರ್ಟಾರ್ ಆರ್ಟಿಲರಿ ರೆಜಿಮೆಂಟಿನ ಮೇಜರ್ ಅಶೋಕ್ ಶರ್ಮಾರಿಗೆ ಬಿಡುವಿಲ್ಲದ ಕೆಲಸ. ಸೂಕ್ತ ಸ್ಥಳಗಳನ್ನು ಆಯಬೇಕು. ಅಲ್ಲಿ ಫಿರಂಗಿಗಳನ್ನು ಜೋಡಿಸಬೇಕು. ಈ ಚಟುವಟಿಕೆಗಳೆಲ್ಲ ರಾತ್ರಿಯ ವೇಳೆಯೇ ನಡೆಯಬೇಕು. ಹೀಗೆ ಹೊರಡುವ ಮುನ್ನ ಶರ್ಮಾ ತನ್ನ ಸೈನಿಕರನ್ನು ತೋಲೋಲಿಂಗ್‌ನ ಬುಡದಲ್ಲಿ ಸೇರಿಸಿ 'ಶತ್ರುಗಳು ನಿಮ್ಮ ಜಾಗಕ್ಕೆ ಬಂದು ಸೇರಿಕೊಂಡಿದ್ದಾರೆ. ನಾವು ಮಾತೃಭೂಮಿಯ ರಕ್ಷಣೆಗಾಗಿಯೇ ಸೈನ್ಯ ಸೇರಿದ್ದೇವೆ. ಇದು ನಮ್ಮ ಸಾಮರ್ಥ್ಯವನ್ನು ಸಾಬೀತುಪಡಿಸುವ ಸಮಯ. ದೇವರ, ಅಪ್ಪ-ಅಮ್ಮನ,

ನಿಮ್ಮೂರಿನ ಋಣ ನಿಮ್ಮ ಮೇಲಿದೆ, ನೆನಪಿರಲಿ' ಎಂದರು. ಒಡನೆಯೇ ಉತ್ತರ ಬಂತು, "ಸಾಬ್ ಶತ್ರುಗಳ ಬಾಂಬುಗಳಿಗೆ ನಾವು ಹೆದರುವುದಿಲ್ಲ. ಅವರಿಗೆ ಸಮರ್ಥ ಪ್ರತ್ಯುತ್ತರ ನೀಡಿಯೇ ನೀಡುತ್ತೇವೆ'.

42 ಕೇಜಿಯ ಬಾಂಬುಗಳನ್ನು ಶತ್ರು ಠಾಣ್ಯದತ್ತ ಎಸೆಯುವ ರಾಕ್ಷಸೀ ಫಿರಂಗಿಗಳು ಸಿಡಿಯುವಂತೆ ಮಾಡುವ ಹೊಣೆ ಶರ್ಮಾರ ತಂಡಕ್ಕಿತ್ತು. ಈ ಫಿರಂಗಿಗಳು ಬೆಂಕಿಯ ಚೆಂಡಿನ ಮೂಲಕ ಗುಡ್ಡವನ್ನು ಸುತ್ತುವರಿದು ಮೇಲೇರುವ ಸೈನಿಕರಿಗೆ ರಕ್ಷಣೆ ಕೊಡುತ್ತದೆ. ಅಂದು ರಾತ್ರಿ 8.30ಕ್ಕೆ ಭೋಫೋರ್ಸುಗಳು ಸಿಡಿಯಲಾರಂಭಿಸಿದವು. ಅವುಗಳಿಗೆ ಜೊತೆಯಾಗಿ ಮಲ್ಟಿ ಬಾರೆಲ್ಡ್ ರಾಕೆಟ್ ಲಾಂಚರ್‌ಗಳು, ಮೋರ್ಟಾರುಗಳು ಸಮಸಮವಾಗಿ ನಿಂತವು. ಆರಂಭದಲ್ಲಿ ಶತ್ರುವಿನ ಕೈ ಮೇಲಾಯ್ತು. ಮೇಲೆ ಕುಳಿತಿದ್ದವನಿಗೆ ಗುಂಡೆಸೆಯೋದು ಬಲು ಸುಲಭ. ಗುರುತ್ವಾಕರ್ಷಣೆಯೇ ಕೆಳಗಿರುವವನನ್ನು ಕೊಲ್ಲಲು ಸಾಕು. ಮೇಲಿನಿಂದ ಹಾರಿದ ಶೆಲ್‌ಗಳು ಫಿರಂಗಿ ಚಲಾಯಿಸುತ್ತಿದ್ದ ಅನೇಕ ಸೈನಿಕರನ್ನು ಕೊಂದು ಹಾಕಿದವು. ಅನೇಕ ಬ್ಯಾಟರಿ ಕಮಾಂಡರುಗಳು ಏಟು ತಿಂದರು. ಕ್ಯಾಪ್ಟನ್ ಅಖಿಲೇಶ್ ಶರ್ಮಾಗೆ ತಗುಲಿದ ಸೀಸದ ಗುಂಡು ಅವರಿಂದ ಸಾಕಷ್ಟು ರಕ್ತ ಹರಿಸಿತು. ನೋಡನೋಡುತ್ತಲೇ ಗುಡ್ಡ ಹತ್ತುತ್ತಿದ್ದ ಸೈನಿಕರಿಗೆ ರಕ್ಷಣೆ ಕೊಡಬೇಕಿದ್ದ ಒಂದೊಂದೇ ಫಿರಂಗಿಗಳ ಸದ್ದು ಅಡಗತೊಡಗಿತು. ಈ ಫಿರಂಗಿಗಳ ಭರವಸೆಯಲ್ಲಿ ಗುಡ್ಡ ಹತ್ತಲು ಶುರುಮಾಡಿದ್ದ ಸೈನಿಕರೀಗ ಅತಂತ್ರರಾಗಿಬಿಟ್ಟರು. ಪಾಕಿಸ್ತಾನದ ರೈಫಲ್ಲುಗಳು ಅವರತ್ತ ಗುರಿನೆಟ್ಟು ಗುಂಡು ಹಾರಿಸಲಾರಂಭಿಸಿದವು. ರಾಜ್‌ರೈಫ್‌ನ ಸೈನಿಕರು ಸುಲಭದ ತುತ್ತಾಗಲಾರಂಭಿಸಿದರು. ಎಲ್ಲೆಡೆಯಿಂದಲೂ ರೇಡಿಯೋ ಸಂದೇಶಗಳು ಬರತೊಡಗಿದವು. ಒಂದಷ್ಟು ಹೊತ್ತು ರೇಡಿಯೋ ಟ್ರಾಫಿಕ್ ಜಾಮ್ ಆಗಿಬಿಟ್ಟಿತ್ತು. ಏಟು ತಿಂದ ಸೈನಿಕರ ಪರವಾಗಿ ರಕ್ಷಣೆಯ ಆಕ್ರಂದನ ಕೇಳುತ್ತಿತ್ತು. ರೇಡಿಯೋ ಸಿಗ್ನಲ್ ಕಳಿಸುವ ಪದ್ಧತಿಯನ್ನೂ ಪಕ್ಕಕ್ಕಿಟ್ಟು ಅಲ್ಲಿಂದ ಸೈನಿಕರು ಸಂದೇಶ ಕಳಿಸುತ್ತಿದ್ದರೆಂದರೆ ಪರಿಸ್ಥಿತಿಯ ಗಂಭೀರತೆಯನ್ನು ಊಹಿಸಬೇಕು. 'ನಾವು ಸಾಯುತ್ತಿದ್ದೇವೆ, ಬೇಗ ಆರ್ಟಿಲರಿ ಫೈರ್ ಮಾಡಿ' ಇದು ಎಲ್ಲೆಡೆಯಿಂದಲೂ ಬರುತ್ತಿದ್ದ ಏಕ ಮಾತ್ರ ಸಂದೇಶ.

ಕರ್ನಲ್ ರವೀಂದ್ರನಾಥ್ ಮುಖ್ಯಾಲಯದಲ್ಲಿ ಕುಳಿತು ನಿರ್ದೇಶಿಸಬೇಕಿತ್ತು. ತಮ್ಮ ಪಡೆ ಹೀಗೆ ಶತ್ರುಗಳ ಕೈಗೆ ಸಿಕ್ಕಿ ಹೊಸಕಿ ಹೋಗುವುದನ್ನು ನೋಡಲಾಗದೇ ರವೀಂದ್ರನಾಥರು ರಣಾಂಗಣಕ್ಕೆ ಧಾವಿಸಿ ಬಂದರು.

ಕರ್ನಲ್ ರವೀಂದ್ರನಾಥರ ಕದನ ಕಲಿತನವನ್ನು ನಾಯಕತ್ವದ ಗುಣಗಳನ್ನು ಬಹುವಾಗಿ ಕೊಂಡಾಡಲಾಗಿದೆ. ಕರ್ನಾಟಕದ ದಾವಣಗೆರೆಯ ರವೀಂದ್ರನಾಥರ ತಂದೆ ನಿವೃತ್ತ ಶಿಕ್ಷಕರು. ಚಿಕ್ಕಂದಿನಿಂದಲೂ ಸೈನ್ಯಕ್ಕೆ ಸೇರುವ ಕನಸನ್ನೇ ಹೊತ್ತು ಬೆಳೆದ ರವೀಂದ್ರನಾಥರು ಸೇನೆಯ ಅರುಣಾಚಲಪ್ರದೇಶದ ಭಾಗದಲ್ಲಿ ಮೊದಲ ಸೇವೆಗೆ ಸಿದ್ಧರಾದರು. ಭಯೋತ್ಪಾದಕರನ್ನು ಹೊರಗಟ್ಟುವ ಚಟುವಟಿಕೆಯಿಂದ ಹಿಡಿದು ಅನೇಕ ಕದನಗಳವರೆಗೆ ಎಲ್ಲ ಬಗೆಯ ಹೋರಾಟಗಳಲ್ಲೂ ಪಾಲ್ಗೊಂಡು ಕರ್ನಲ್ ಪದವಿಗೇರಿದ್ದರು. ತೊಲೋಲಿಂಗ್‌ನ್ನು, ಬ್ಲ್ಯಾಕ್ ರಾಕ್ ಅನ್ನು ಗೆಲ್ಲುವಲ್ಲಿ ಅವರ ನೇತೃತ್ವ ಅಪರೂಪದ್ದು. ತೊಲೋಲಿಂಗನ್ನು ಅವರ ಪಡೆ ಗೆದ್ದು ಬಂದಾಗ ಎಲ್ಲರೂ ಸಂತಸದಲ್ಲಿದ್ದರೆ ತಮ್ಮ ಕೋಣೆಯಲ್ಲಿ ಕರ್ನಲ್ ರವೀಂದ್ರನಾಥ್ ಬಿಕ್ಕಳಿಸಿ ಬಿಕ್ಕಳಿಸಿ ಅಳುತ್ತಿದ್ದರಂತೆ. ಮಕ್ಕಳಂತಿದ್ದ ಅಷ್ಟೊಂದು ತರುಣರನ್ನು ಕಳಕೊಂಡ ದುಃಖ ಯಾರಿಗೆ ತಾನೇ ಆಗೋದಿಲ್ಲ ಹೇಳಿ. ಅಪ್ಪ ಅಮ್ಮನೊಂದಿಗೆ ಮಾತನಾಡುವಾಗ 'ನಾನು ನಿಮ್ಮ ಮಗನಲ್ಲ, ದೇಶದ ಮಗ' ಎನ್ನುತ್ತಿದ್ದರಂತೆ ಅವರು. ಆ ಮಾತನ್ನು ಈ ಕದನದ ವೇಳೆ ಸಾಬೀತು ಪಡಿಸಿದರು ಕರ್ನಲ್ ರವೀಂದ್ರನಾಥ್.

ಫಿರಂಗಿಗಳ ಸ್ಥಾನ ಬದಲಿಸಲು ಅಗತ್ಯ ಕ್ರಮ ಕೈಗೊಂಡರು. ಪರೋಕ್ಷ ದಾಳಿ ಸಾಕು, ಪಾಕೀ ಬಂಕರ್‌ಗಳ ಮೇಲೆ ನೇರ ದಾಳಿಯಾಗಬೇಕೆಂದು ತಾಕೀತು ಮಾಡಿದರು.

ಮೇಜರ್ ಶರ್ಮಾ ಈಗ ನೇರ ದಾಳಿಗೆ ಸಿದ್ಧರಾದರು. 160 ಎಂ.ಎಂ. ಬೋಫೋರ್ಸ್ ಫಿರಂಗಿಗಳು ಮೊದಲ ಬಾರಿಗೆ ನೇರವಾಗಿ ಬೆಂಕಿಯುಗುಳಲು ಸಿದ್ಧವಾಗಿದ್ದವು. ಇಲ್ಲಿಂದ ಹಾರಿದ ಸಿಡಿಗುಂಡು 400 ಮೀ.ಗಳ ದೂರದಲ್ಲಿ ದೊಡ್ಡ ಸದ್ದಿನೊಂದಿಗೆ ಸಿಡಿಯುತ್ತಿತ್ತು. ಈ ನೇರ ದಾಳಿಯಿಂದ ಪಾಕೀ ಬಂಕರುಗಳ ಸದ್ದು ತುಸು ಕಡಿಮೆಯಾಗಿತ್ತು. ಕತ್ತಲು ಕಳೆಯುವುದರೊಳಗಾಗಿ ಗುಡ್ಡ ಹತ್ತಿ ಮುಗಿಸಬೇಕಿತ್ತು. ಒಟ್ಟಾರೆ ಆರು

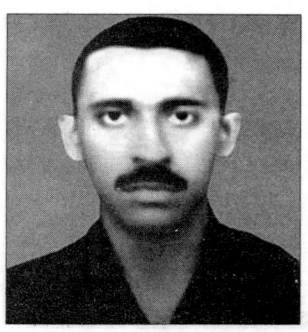

ಮೇಜರ್ ಪದ್ಮಪಾಣಿ ಆಚಾರ್ಯ

ಗಂಟೆಗಳ ಕಾಲದ ಕಠಿಣ ತೆವಳುವಿಕೆ ಅದು. ದೊಡ್ಡ ದೊಡ್ಡ ಬಂಡೆಗಳನ್ನು ಹತ್ತಬೇಕು, ಹಗ್ಗ ಹಿಡಿದು ನೇತಾಡಬೇಕು. ಇವುಗಳ ನಡುವೆ ಪಾಕಿಸ್ತಾನದ ದಾಳಿಗೆ ಮೈಯ್ಯೊಡ್ಡಬೇಕು.

ಡೆಲ್ಟಾ ಕಂಪನಿಯ ನೇತೃತ್ವ ಮೇಜರ್ ಮೋಹಿತ್ ಸಕ್ಸೇನಾರದ್ದು ಮತ್ತು ಆಲ್ಫಾ ಕಂಪನಿಯ ಹೊಣೆ ಮೇಜರ್ ಪದ್ಮಪಾಣಿ ಆಚಾರ್ಯರದ್ದು. ಆಲ್ಫಾ ಕಂಪನಿ ಅನೇಕ ಸೈನಿಕರನ್ನು ಕಳಕೊಂಡ ನಂತರವೂ ಮುನ್ನುಗ್ಗುವುದನ್ನು ನಿಲ್ಲಿಸಲಿಲ್ಲ. ಶತ್ರುಗಳನ್ನು ಬಗ್ಗುಬಡಿಯಲು ಕೆಲವೇ ಮೀಟರುಗಳ ಅಂತರ ಬಾಕಿ ಇತ್ತು. ಮೇಜರ್ ಆಚಾರ್ಯ ಉಳಿದ ಕೆಲವೇ ಸೈನಿಕರನ್ನು ಹುರಿದುಂಬಿಸಿ ಮುನ್ನುಗ್ಗಿದ್ದರು. ಕಡಿದಾದ ಬಂಡೆಯನ್ನೇರಿ ಮುನ್ನುಗ್ಗಲೆತ್ನಿಸುತ್ತಿದ್ದಂತೆ ಪಾಕಿಸ್ತಾನದ ಬಂಕರಿನಿಂದ ಒಂದೇ ಸಮನೆ ಗುಂಡುಗಳು ತೂರಿಬಂದು ಮೇಜರ್ ಸಾಹೇಬರ ದೇಹ ಹೊಕ್ಕಿದವು. ಅವರನ್ನು ಉಳಿಸುವ ಯತ್ನ ಮಾಡುತ್ತಿದ್ದ ಇತರ ಸೈನಿಕರಿಗೆ, ನನ್ನ ಚಿಂತೆ ಬಿಡಿ; ಶತ್ರು ನಾಶಕ್ಕೆ ಸಿದ್ಧರಾಗಿ, ಎನ್ನುತ್ತ ತಾವು ತೆವಳಿಕೊಂಡೇ ಬಂಕರ್‌ನತ್ತ ನುಗ್ಗಿ ತಮ್ಮ ಕೈಲಿರುವ ಬಂದೂಕಿನಿಂದ ದಾಳಿ ಮಾಡುತ್ತಲಿದ್ದರು. ಕೆಲ ಹೊತ್ತಿನಲ್ಲಿಯೇ ಅವರ ಪ್ರಾಣ ಪಕ್ಷಿ ಹಾರಿತು. ಮೇಜರ್ ಪದ್ಮಪಾಣಿ ಆಚಾರ್ಯರ ಪ್ರಾಣತ್ಯಾಗದಿಂದ ಕ್ಯಾಪ್ಟನ್ ವಿಜಯಂತ್ ಥಾಪರ್ ಕೆಂಡಕೆಂಡವಾದ. ತನ್ನ ಜೊತೆಗಾರ ನಾಯಕ್ ತಿಲಕ್ ಸಿಂಗ್‌ನನ್ನು ಕೂಡಿಕೊಂಡು ಮುನ್ನುಗ್ಗಿ ಹದಿನೈದು ಮೀಟರ್ ದೂರದಿಂದ ಶತ್ರುವಿನೊಡನೆ ಕಾದಾಡತೊಡಗಿದ. ಅವರತ್ತ ಶತ್ರುಗಳ ಎರಡು ಮೆಷಿನ್ ಗನ್ನುಗಳು

ಕ್ಯಾಪ್ಟನ್ ವಿಜಯಂತ್

ನೆಟ್ಟಿದ್ದವು. ಸುಮಾರು ಒಂದೂವರೆ ಗಂಟೆಗಳ ನಿಲ್ಲದ ಕದನ ಅದು. ಒಂದಷ್ಟು ಬೈಗುಳಗಳು ಅತ್ತಿಂದಿತ್ತ ವಿನಿಯೋಗಿಸಲ್ಪಟ್ಟವು. ವಿಜಯಂತ್ ಸಹನೆ ಕಟ್ಟೆ ಒಡೆದಿತ್ತು. ತಾನು ದಾಳಿಮಾಡುತ್ತ ಮುನ್ನುಗ್ಗುವೆ, ಉಳಿದವರು ಹಿಂದೆ ಬಂದು ಶತ್ರುಗಳ ಕತೆ ಮುಗಿಸಿರೆಂದು ಆದೇಶ ನೀಡಿ, ಸಾವಿನ ಗುಹೆಗೇ ನುಗ್ಗಿದ. ಇದನ್ನು ನಿರೀಕ್ಷಿಸದಿದ್ದ ಪಾಕೀಸೈನಿಕರು ತಬ್ಬಿಬ್ಬುಗೊಂಡರು. ಮೆಷಿನ್ ಗನ್ನು ಚಲಾಯಿಸಲಾರಂಭಿಸಿದರು. ಕ್ಯಾಪ್ಟನ್ ವಿಜಯಂತ್ ಹಣೆಗೆ ಬಡಿದ ಗುಂಡು ಅವರನ್ನು ತಿಲಕ್ ಸಿಂಗ್‌ರ ತೆಕ್ಕೆಗೆ ತಳ್ಳಿತು. ಈ ಸಂದರ್ಭದಲ್ಲಿ ಹಿಂದಿನಿಂದ ಧಾವಿಸಿಬಂದ ಉಳಿದ ಸೈನಿಕರು ಅನಿರೀಕ್ಷಿತ ದಾಳಿ ಸಂಘಟಿಸಿ ನಾಲ್‌ನ್ನು ಗೆದ್ದುಕೊಂಡರು.

ಆಲ್ಫಾ ಮತ್ತು ಬೀಟಾ ಕಂಪನಿಗಳೆರಡೂ ನಾಲ್‌ನ ಮೇಲೆ ಗಟ್ಟಿಯಾಗಿ ನೆಲೆಯೂರಿದವು. ಅಲ್ಲಿಂದ ಥ್ರೀ ಪಿಂಪಲ್ಸ್‌ನ ಮೇಲೆ ಮೋರ್ಟಾರು ದಾಳಿ ಮಾಡಲು ಅನುಕೂಲದ ವಾತಾವರಣವಿತ್ತು.

ಅತ್ತ ಲೋನ್‌ಹಿಲ್ ದಾಳಿಗೆ ಮೇಜರ್ ಮೋಹಿತ್ ಸಕ್ಸೇನಾರ ಡೆಲ್ಟಾ ಕಂಪನಿ ಸಜ್ಜಾಗಿತ್ತು. ಈ ದಾಳಿ ಹಿಂದೆಂದಿಗಿಂತಲೂ ಕಠಿಣವಾಗಿತ್ತು. ಏಕೆಂದರೆ ಅಂದು ಹುಣ್ಣಿಮೆಯ ದಿನ. ನಮ್ಮ ಸೈನಿಕರ ಸಣ್ಣ ಚಲನವಲನವೂ ಪಾಕೀಗಳಿಗೆ ಸುಲಭವಾಗಿ ಗೊತ್ತಾಗಿಬಿಡುತ್ತಿತ್ತು. ಚಂದ್ರನಿಗೆ ಮೋಡ ಮುಸುಕಿದೊಡನೆ ಸರಸರನೆ ಹತ್ತಿ ಕಾಯುತ್ತ ಕುಳಿತಿರಬೇಕಿತ್ತು. ಈ ಬಾರಿ ಸಕ್ಸೇನಾ ಶತ್ರುಗಳಿಗೆ ಚಳ್ಳೇ ಹಣ್ಣು ತಿನ್ನಿಸಲು ದಕ್ಷಿಣದ ಕಠಿಣವಾದ ರಸ್ತೆಯೊಂದನ್ನು ಹುಡುಕಿದರು. ಈ ಹೋರಾಟದಲ್ಲಿ ಸ್ವಯಂ ಸ್ಫೂರ್ತಿಯಿಂದ

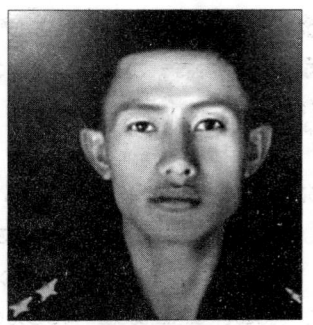

ಕೆಂಗುರುಸೆ

ಪಾಲ್ಗೊಂಡ ಘಾತಕ್ ಪ್ಲಟೂನ್‌ನ ಲೆಫ್ಟಿನೆಂಟ್ ನೀಕೆಜುಕುವ್ಯೆ ಕೆಂಗುರುಸೆ, ಸಕ್ಸೇನಾರೊಂದಿಗೆ ಕಡಿದಾದ ಬೆಟ್ಟವನ್ನೇರಲು ಶುರುಮಾಡುತ್ತಿದ್ದಂತೆ ಸೈನಿಕರ ಚಲನವಲನ ಗಮನಿಸಿದ ಪಾಕೀಸೇನೆಯ ಮೋರ್ಟಾರು ಗನ್ನು ಇತ್ತ ತಿರುಗಿಸಿ ಬೆಂಕಿಯುಗುಳ ತೊಡಗಿತು. ಎಷ್ಟು ಹೊತ್ತಾದರೂ ಇದು ನಿಲ್ಲುತ್ತಿಲ್ಲವೆನಿಸಿದಾಗ ಕೆಂಗುರುಸೆ ಮುನ್ನುಗ್ಗಿ ಆಕ್ರಮಿಸಿದ. ಒಂದು ಗುಂಡು ಕಿಬ್ಬೊಟ್ಟೆಯ ಭಾಗಕ್ಕೆ ಬಡಿಯಿತು. ಊಹೂಂ ಕೆಂಗುರುಸೆ ಮರಳಲೊಪ್ಪಲಿಲ್ಲ. ಮುಂದಿನ ದಾಳಿಗೆ ಪ್ರೇರಣೆ ನೀಡುತ್ತಲೇ ಇದ್ದ. ಸೈನಿಕರು ತೆವಳಿಕೊಂಡು ಪಾಕಿಸ್ತಾನ ಸೇನೆಗೆ ಮುಖಾಮುಖಿಯಾಗಿ ನಿಂತರು. ಇಬ್ಬರ ನಡುವೆ ಎತ್ತರದ ಬಂಡೆಯೊಂದು ಅಡ್ಡಲಾಗಿ ನಿಂತಿತ್ತು. ಕೆಂಗುರುಸೆ ಬಹುಕಾಲ ಯೋಚನೆ ಮಾಡುತ್ತ ಉಳಿಯಲಿಲ್ಲ. ಕಾಲಿಗೆ ತೊಟ್ಟ 'ಶೂ' ತೆಗೆದರು. ರಾಕೆಟ್ ಲಾಂಚರ್‌ನ್ನು ಬೆನ್ನಿಗೆ ಹಾಕಿಕೊಂಡು ಆ ಬಂಡೆಯನ್ನು ಏರಲಾರಂಭಿಸಿದರು. ಆಗಲೇ ಉಳಿದವರಿಗೆ ಗೊತ್ತಾದದ್ದು ಬಂಡೆಯ ಮೇಲೆ ಹಿಡಿತ ಸಿಗಲೆಂದೇ ಬರಿಗಾಲಲ್ಲಿ ಹತ್ತುತ್ತಿದ್ದಾನೇಂತ. ಬಂಡೆಯನ್ನು ಹತ್ತಿ ನಿಂತ ಕೆಂಗುರುಸೆ ತನ್ನ ಕೈಲಿರುವ ರಾಕೆಟ್ ಲಾಂಚರಿನಿಂದ ಬಂಕರಿನತ್ತ ಮಿಸ್ಸೈಲೊಂದನ್ನು ಹಾರಿಬಿಟ್ಟ. ಬಂಡೆಯ ಹಿಂಬದಿಯಿಂದ ಭಾರತೀಯ ಸೈನಿಕರು ಮುಂದೆ ಬರಬಹುದೆಂದು ಕಾಯುತ್ತಿದ್ದ ಪಾಕೀ ಸೈನಿಕರು ಕಣ್ಮುಚ್ಚಿ ತೆಗೆಯುವುದರೊಳಗೆ ಬಂಕರು ಸಿಡಿದು ಬಿದ್ದಿತ್ತು. ಸ್ವತಃ ತಾನೇ ಮೆಷಿನ್ ಗನ್ನು ಚಲಾಯಿಸುತ್ತಿದ್ದ ಇಬ್ಬರು ಪಾಕೀ ಸೈನಿಕರನ್ನು ಕೊಂದ. ಪಾಕೀ ಸೈನಿಕರು ತೀವ್ರ ಗಾಯಗೊಳಿಸಿ ಕೊಲ್ಲುವ ಮುನ್ನ ತನ್ನ ಕಮಾಂಡೋ ಚಾಕುವಿನಿಂದ

ಮತ್ತಿಬ್ಬರು ಪಾಕೀಸೈನಿಕರನ್ನು ಕೊಂದಿದ್ದ. ಲೋನ್ ಹಿಲ್‌ನಲ್ಲಿ ಏಕಾಂಗಿಯಾಗಿ ಬಿದ್ದುಕೊಂಡ ಕೆಂಗುರುಸೆಯ ಪ್ರಾಣಪಕ್ಷಿ ಹಾರಿತ್ತು. ಆನಂತರ ಬಟಾಲಿಯನ್ನು ಮುನ್ನುಗ್ಗಿ ನೇರ ಯುದ್ಧದಲ್ಲಿ ಪಾಕೀಗಳನ್ನು ಸೋಲಿಸಿ ಆ ಗುಡ್ಡವನ್ನು ತೆಕ್ಕೆಗೆ ಹಾಕಿಕೊಂಡಿತು.

ಥ್ರೀ ಪಿಂಪಲ್ಸ್ ಇವೆರಡರ ನಂತರ ಸಲೀಸಾಗಿ ತೆಕ್ಕೆಗೆ ಬಿತ್ತು. ಪಾಕೀಯರು ಇರುವ ನೆಲ ಬಿಟ್ಟು ಓಡುತ್ತಿದ್ದರು! ನಮ್ಮವರೂ ಬಿಡದೇ ಅಟ್ಟಿಸಿಕೊಂಡು ಹೋಗಿ ಕೊಲ್ಲುತ್ತಿದ್ದರು. ತಮ್ಮವರನ್ನು ಕಳಕೊಂಡ ಕೋಪ ಹಾಗಿತ್ತು ಅಷ್ಟೇ. ಗುಡ್ಡವನ್ನು ಗೆದ್ದವರು ನಾವೇ ಎನ್ನುವಷ್ಟು ಸಂತೋಷ ನಮಗಾಗುತ್ತಿತ್ತು. ನಮ್ಮ ತರಗತಿಯ ಕಬಡ್ಡಿ ತಂಡದ ನಾಯಕ ಶ್ರೀಕಾಂತ ಎದ್ದು ನಿಂತು 'ತಪ್ಪೇನು ಬಿಡಿ ಸರ್! ಅವರನ್ನು ಹಿಡಿದು ಸಾಯುವವರೆಗೆ ಬಡಿದು ಕೊಲ್ಲಬೇಕಿತ್ತು' ಎಂದ. ಅದು ಅವನಿಂದ ಅಯಾಚಿತವಾಗಿ ಹೊರಟ ಮಾತು. ನಮ್ಮ ಸೈನಿಕರ ಹೋರಾಟ, ಅವರ ಕದನ ಚಾತುರ್ಯಗಳು ಅವನೊಳಗಿನ ಭಾರತೀಯನನ್ನು ಬಡಿದೆಬ್ಬಿಸಿಬಿಟ್ಟಿತ್ತು. ಈಗ ಅವನನ್ನೇ ಕಬಡ್ಡಿ ಆಡಲು ಕಳಿಸಿದರೆ ಒಬ್ಬನೆ ಎದುರಾಳಿ ತಂಡವನ್ನು ಮುಗಿಸಿಬಿಡಬಲ್ಲ. ಹಾಗಿದ್ದವು ಅವನ ಕಣ್ಣುಗಳು!

ಸುದ್ದಿ ತಿಳಿದವರೆಲ್ಲ ಮುಖ್ಯಾಲಯಕ್ಕೆ ಕರೆ ಮಾಡಿ ಪ್ರಮುಖರಿಗೆ ಅಭಿನಂದನೆ ತಿಳಿಸುತ್ತಿದ್ದರೆ ಕರ್ನಲ್ ರವೀಂದ್ರನಾಥ್ ಮತ್ತು ಮೇಜರ್ ಶರ್ಮಾ ದುಃಖಭರಿತರಾಗಿದ್ದರು. ವರ್ಷಗಟ್ಟಲೆ ಜೊತೆಗಿದ್ದ ವೀರ ಸೇನಾನಿಗಳನ್ನು ಕಳೆದುಕೊಂಡ ನೋವು ಅವರನ್ನು ಬಾಧಿಸುತ್ತಿತ್ತು. ಹೌದು. ಈ ನೋವು ಮಗನನ್ನು ಕಳಕೊಂಡ ತಾಯಿಯ ನೋವಿಗೆ ಸಮ. ಅನುಭವಿಸಿದವರಿಗೆ ಮಾತ್ರ ಗೊತ್ತು. ಇನ್ನು ಗೆಲ್ಲಲು ಬಾಕಿ ಇದ್ದದ್ದು ಟೈಗರ್ ಹಿಲ್ ಮಾತ್ರ.

10
ಹುಲಿ ಮರ್ದನ

‘ಟೈಗರ್ ಹಿಲ್’ ಅದರ ಹೆಸರೇ ಅದಕ್ಕೊಂದು ಘನತೆ ತಂದುಕೊಟ್ಟುಬಿಟ್ಟಿತ್ತು. ತನ್ನ ಸುತ್ತಲಿನ ಬೇರೆಲ್ಲ ಗುಡ್ಡಗಳಿಗಿಂತ ಎತ್ತರದಲ್ಲಿರುವ ಬೆಟ್ಟ ಅದು. ಶ್ರೀನಗರ – ಕಾರ್ಗಿಲ್ – ಲೇಹ್ ಹೆದ್ದಾರಿಯಿಂದ 10 ಕಿ.ಮೀ. ಉತ್ತರಕ್ಕಿದ್ದರೂ ಇದರ ಮೇಲೆ ಕುಳಿತ ಸೈನಿಕನಿಗೆ ಹೆದ್ದಾರಿ ಸ್ಪಷ್ಟವಾಗಿಯೇ ಕಾಣುತ್ತದೆ. ಅಲ್ಲಿಂದ ಆತ ದೂರಗಾಮಿ ಕ್ಷಿಪಣಿಗಳನ್ನು ಹಾರಿಸಿದರೆ ಹೆದ್ದಾರಿ ಪಡ್ಚ! ಟೈಗರ್ ಹಿಲ್‌ನ ಭಾಗ ಮುಷ್ಕೋಹ್ ಕಣಿವೆಯೊಳಕ್ಕೆ ಬಂದು ಇಳಿಯುವುದರಿಂದ ಇದು ಪಾಕೀಯರಿಗೂ ಅಷ್ಟೇ ಪ್ರಮುಖವಾದ ಜಾಗ. ಮುಷ್ಕೋಹ್ ಕಣಿವೆ ಪಾಕ್ ಆಕ್ರಮಿತ ಕಾಶ್ಮೀರಕ್ಕೆ ಹೊಂದಿಕೊಂಡಿದೆ. ಈ ಮೂಲಕ ನಿರಂತರ ನುಸುಳುಕೋರರನ್ನು ತಳ್ಳಲು ಪಾಕಿಸ್ತಾನ ಯತ್ನಿಸುತ್ತಲೇ ಇರುತ್ತದೆ. ಈಗ ಟೈಗರ್ ಹಿಲ್‌ಗೂ ಈ ಮೂಲಕವೇ ನೇರ ಪೂರೈಕೆ ವ್ಯವಸ್ಥೆ ಇರುವುದರಿಂದ ಅಪಾರ ಸಂಖ್ಯೆಯ ಸೈನಿಕರು, ಶಸ್ತ್ರಾಸ್ತ್ರಗಳು ರಕ್ಷಣೆಗೆ ಸಿದ್ಧವಾಗಿವೆ. ತೊಲೋಲಿಂಗನ್ನು ಸೋತ ಬಳಿಕ ಪಾಕೀಸೇನೆಗೆ ನಿರಂತರ ಹೊಡೆತಗಳೇ ಬಿದ್ದಿದ್ದವು. ಒಂದಾದ ಮೇಲೊಂದರಂತೆ ಗುಡ್ಡಗಳನ್ನು ಭಾರತೀಯರು ಕಸಿದದ್ದಲ್ಲದೇ ಅಲ್ಲಿಂದ ಮರುದಾಳಿ ಸಂಘಟಿಸಿ ಪಾಕಿಸ್ತಾನ ಸೇನೆಗೆ ಅಪಾರ ನಷ್ಟವುಂಟು ಮಾಡಿದ್ದರು. ಈ ಎಲ್ಲಕ್ಕೂ ಪ್ರತೀಕಾರ ಟೈಗರ್ ಹಿಲ್ ಬೆಟ್ಟದ ಮೇಲೆಯೇ ಆಗಬೇಕೆಂದು ನಿಶ್ಚಯಿಸಿತ್ತು ಪಾಕಿಸ್ತಾನ. ತಯಾರಿ ಜೋರಾಗಿಯೇ ನಡೆದಿತ್ತು.

ಕೇಂದ್ರ ಸರ್ಕಾರ ಪತ್ರಕರ್ತರಿಗೆ ಯುದ್ಧ ಭೂಮಿಗೆ ಹೋಗಲು ಮುಕ್ತ ಅವಕಾಶ ನೀಡಿದ್ದರಿಂದ ಅದಾಗಲೇ ಟೀವಿ ಚಾನಲ್ಲುಗಳು ಯುದ್ಧ ಭೂಮಿಯಲ್ಲಿ ರಾರಾಜಿಸುತ್ತಿದ್ದವು. ಟೈಗರ್ ಹಿಲ್ ಕದನ ಭಾರತ – ಪಾಕಿಸ್ತಾನ ಕ್ರಿಕೇಟ್ ಮ್ಯಾಚಿಗಿಂತ ಕುತೂಹಲಕಾರಿಯಾಗಿ ನೇರ ಪ್ರಸಾರಕ್ಕೆ ದಕ್ಕಿತು. ‘ಟೈಗರ್ ಹಿಲ್’ ಹೆಸರು ‘ರ್‍ಯಾಟ್ ಹಿಲ್’ ಎಂದಿದ್ದರೆ ಅದು ಎಷ್ಟರ ಮಟ್ಟಿಗೆ ಜನ ಮಾನಸವನ್ನು ತಟ್ಟುತ್ತಿತ್ತೋ ಇಲ್ಲವೋ ದೇವರೇ ಬಲ್ಲ.

ಟೈಗರ್ ಹಿಲ್

ಈಗಂತೂ ಇಡಿಯ ಜಗತ್ತು ಭಾರತೀಯರ ಶೌರ್ಯ ದರ್ಶನಕ್ಕೆ ಹಾತೊರೆಯುತ್ತಿತ್ತು. ನೆನಪಿಡಿ. ಇದುವರೆಗಿನ ಯುದ್ಧದ ಇತಿಹಾಸದಲ್ಲಿ ಟೀವಿ ಚಾನೆಲ್ಲುಗಳಲ್ಲಿ ನೇರ ಪ್ರಸಾರ ಕಂಡ ಮೊದಲ ಯುದ್ಧ ಇದೇ ಇರಬೇಕು!

ಬ್ರಿಗೇಡಿಯರ್ ಎಂ.ಪಿ.ಎಸ್. ಬಾಜ್ವಾ ಈ ಕಾರ್ಯಾಚರಣೆಯನ್ನು 18 ಗ್ರೆನೇಡಿಯರ್‌ಗೆ ಮತ್ತು 8 ಸಿಖ್ ರೆಜಿಮೆಂಟಿನ ತೆಕ್ಕೆಗೆ ಹಾಕಿದರು. 18 ಗ್ರೆನೇಡಿಯರ್, ಅದಾಗಲೇ ತೊಲೋಲಿಂಗ್ ಮತ್ತು ಆಸುಪಾಸಿನ ಹಂಪ್‌ಗಳನ್ನು ಗೆದ್ದು ಸಾಕಷ್ಟು ವಿಶ್ರಾಂತಿಯನ್ನು ಪಡೆದಿತ್ತು. ಖಾಂಡವವನವನ್ನು ದಹಿಸಿ ಮುಂದೇನೆಂದು ಅಗ್ನಿ ಕೆನ್ನಾಲಗೆ ಚಾಚುತ್ತಿತ್ತಂಥಲ್ಲ ಅಂಥದ್ದೇ ಮನಸ್ಥಿತಿ ಇತ್ತು. ಸಿಖ್ ರೆಜಿಮೆಂಟು ಅದಾಗಲೇ ಯುದ್ಧ ಸನ್ನದ್ಧವಾಗಿ ಬೆಟ್ಟದ ಬುಡದಲ್ಲಿತ್ತು. ಇವರಿಗೆ ಪೂರಕವಾಗಿ ಸಹಾಯ ಮಾಡಲೆಂದು ಘಾತಕ್ ಕಮಾಂಡೋಗಳು, ಎತ್ತರದ ಪರ್ವತಗಳಲ್ಲಿ ಕಾದಾಡಲೆಂದೇ ತರಬೇತಿ ಪಡೆದ ಸೈನಿಕರು, ಅತಿಹೆಚ್ಚಿನ ಫಿರಂಗಿದಳದ ಬೆಂಬಲವನ್ನು ಜೋಡಿಸಲಾಗಿತ್ತು.

ಜೂನ್ ತಿಂಗಳ ಕೊನೆಯವಾರದುದ್ದಕ್ಕೂ 18 ಗ್ರೇನೇಡಿಯರ್,

ಬೋಫೋರ್ಸ್

ಗುಡ್ಡದುದ್ದಕ್ಕೂ ಅಡ್ಡಾಡಿ ದಾಳಿಯ ರೂಪುರೇಷೆ ಸಿದ್ಧಪಡಿಸಿತ್ತು. ಈಗ ಬೇರೆ ಬೇರೆ ದಿಕ್ಕುಗಳಿಂದ ಒಂದಾದ ಮೇಲೊಂದರಂತೆ ದಾಳಿ ಮಾಡುವ ರೀತಿಯೇ ಸೂಕ್ತವೆಂದು ನಿಶ್ಚಯಿಸಿತು ಸೇನೆ. ಈ ಬಾರಿ ಫಿರಂಗಿಗಳನ್ನು ವ್ಯವಸ್ಥಿತವಾಗಿ ಜೋಡಿಸಲಾಯ್ತು. ನೇರ ದಾಳಿಯೇ ಸೂಕ್ತವೆಂದು ನಿಶ್ಚಯಿಸಿ ಪಾಕಿಸ್ತಾನದ ಬಂಕರ್‌ಗಳನ್ನು ಗುರುತಿಸಿ ಅದರೆದುರಿಗೇ ಬೋಫೋರ್ಸ್‌ಗಳನ್ನು ನಿಲ್ಲಿಸಲಾಯ್ತು.

ಬ್ರಿಗೇಡಿಯರ್ ಔಲ್ ಆಕ್ರಮಣಕ್ಕೂ ಮುನ್ನ ಪಾಕೀ ರೇಡಿಯೋ ಸಂದೇಶಗಳನ್ನು ಕೇಳುತ್ತ ಅದನ್ನು ಅರ್ಥೈಸುತ್ತ ಮುಖ್ಯ ಕಛೇರಿಗೆ ಸಂದೇಶ ರವಾನಿಸುತ್ತಿದ್ದರು. ಉರ್ದು ಅರ್ಥವಾಗಿ ಬಿಡುತ್ತದೆನ್ನುವ ಕಾರಣಕ್ಕೆ ಅತ್ತಲಿನ

ಸೈನಿಕರು ಪುಶ್ತುಂ, ಬಾಲ್ಟಿ, ಫಾರ್ಸಿಗಳಲ್ಲಿ ಮಾತನಾಡುತ್ತಿದ್ದರು. ಪುಶ್ತೂ ಭಾಷೆಯನ್ನು ಅರ್ಥೈಸಿಕೊಳ್ಳಬಲ್ಲವರು ಸಾಕಷ್ಟಿದ್ದರು, ಉಳಿದೆರಡಕ್ಕೆ ಜನರನ್ನು ಹುಡುಕೋದು ಕಷ್ಟವೇ ಆಗಿತ್ತು.

ಸಂಜೆ ಏಳು ಗಂಟೆಗೆ ಆಕ್ರಮಣ ಶುರುವಾಗಿಯೇ ಬಿಟ್ಟಿತ್ತು. ಎಂದಿನಂತೆ ಭೂಮಿಕೆ ಸಿದ್ಧಪಡಿಸುವ ಹೊಣೆಗಾರಿಕೆ ಫಿರಂಗಿದಳದ್ದೇ. 120ಕ್ಕೂ ಹೆಚ್ಚು ಬೋಫೋರ್ಸ್‌ಗಳು, 122 ಎಂ.ಎಂ. ಮಲ್ಟಿ, ಬ್ಯಾರೆಲ್ ರಾಕೆಟ್ ಲಾಂಚರ್‌ಗಳು, ಮೋರ್ಟಾರುಗಳು ಬೆಂಕಿಯ ಮಳೆ ಸುರಿಸಲು ಸಿದ್ಧವಾಗಿದ್ದವು. ಆಕ್ರಮಣ ಆರಂಭಿಸಿದ ಬೋಫೋರ್ಸುಗಳು ಗುಡ್ಡವನ್ನೇ ಬೆಂಕಿಯ ಚೆಂಡಾಗಿಸಿಬಿಟ್ಟವು. ಒಮ್ಮೊಮ್ಮೆ ಫಿರಂಗಿ ಸಿಡಿದಾಗಲೂ ಭೂಮಿಯೇ ಇಬ್ಭಾಗವಾಗಿಬಿಡುವುದೇನೋ ಎಂಬಷ್ಟು ಭಯ! ಧೂಳಿನ ಮೋಡವೇ ನಿರ್ಮಾಣವಾಗುತ್ತಿತ್ತು. ಗಿಡಗಂಟೆಗಳ ಮಧ್ಯೆ ಮುಚ್ಚಿಟ್ಟುಕೊಂಡು ತನ್ನ ಬಾಹುಗಳನ್ನು ಮೇಲೆ ಚಾಚಿ ನಿಂತ ಬೋಫೋರ್ಸು ಹಳೆಯ ಕಾಲದ ಡೈನೋಸಾರ್‌ಗಳನ್ನು ನೆನಪಿಸುತ್ತಿತ್ತೆಂದು ಅಲ್ಲಿಯೇ ನಿಂತ ಅನೇಕ ಪತ್ರಕರ್ತರು ಬರೆದಿದ್ದಾರೆ.

ಪಾಕಿಗಳೇನೂ ಸುಮ್ಮನಿರಲಿಲ್ಲ. ಅತ್ತಲಿನಿಂದ ಹಾರಿಸಿದ ಗುಂಡಿನ ಚೆಂಡು ನೇರ ಮುಖ್ಯಾಲಯದೊಳಕ್ಕೇ ಬಿತ್ತು. ಮೊದಲ ಬಾರಿಗೆ ಪತ್ರಕರ್ತರೆದುರು

ನೇರ ದೃಶ್ಯದ ಅನಾವರಣ. ಅದರಿಂದ ಸಿಡಿದ ಸೀಸದ ಗುಂಡುಗಳು ದೇಹವನ್ನು ಹೊಕ್ಕಿದರೇನಾಗಬಹುದೆಂಬ ಪ್ರತ್ಯಕ್ಷ ದರ್ಶನ.

ನಮ್ಮ ಅಂದಾಜು ತಪ್ಪಿತ್ತು. ಗುಡ್ಡದ ಮೇಲೆ ಹೆಚ್ಚೆಂದರೆ ಹತ್ತಾರು ಜನ ಇರಬಹುದೆಂಬ ಲೆಕ್ಕಾಚಾರ ನಮ್ಮದಾಗಿತ್ತು. ಅಲ್ಲಿ ಅಕ್ಷರಶಃ 150 ಜನರ ಪೂರ್ಣ ಕಂಪನಿಯೇ ಇತ್ತು. ಆದರೆ ನಮ್ಮ ಫಿರಂಗಿ ದಾಳಿಗೆ ಬೆಚ್ಚಿದ ಆ ಸೈನಿಕರು ಜೀವ ಉಳಿಸಿಕೊಳ್ಳಲು ಬಂಕರ್ ನೊಳಗೆ ಅಡಗಿ ಕುಳಿತರು. ಈ ಸಂದರ್ಭವನ್ನು ಉಪಯೋಗಿಸಿಕೊಂಡ ನಮ್ಮ ಸೈನಿಕರು ವೇಗ ವೇಗವಾಗಿ ಗುಡ್ಡ ಹತ್ತಲಾರಂಭಿಸಿದರು. ಪಾಕೀ ಸೈನಿಕರು ಬಂಕರ್‌ನಿಂದ ಹೊರಬರುವ ಸಾಹಸ ಖಂಡಿತ ಮಾಡಲಿಲ್ಲ. ಏಕೆಂದರೆ ವಾಯುಸೇನೆಯ ವಿಮಾನಗಳು ಎತ್ತರದಿಂದ ಬೆಂಕಿಯ ಚೆಂಡು ಸುರಿಸುತ್ತಿದ್ದವು.

ಹಾಗಂತ ಟೈಗರ್ ಹಿಲ್ ವಶವೆಂದರೆ ಒಂದು ಗುಡ್ಡ ವಶಪಡಿಸಿ ಕೊಳ್ಳೋದಲ್ಲ. ಗುಡ್ಡಗಳ ಸಮುಚ್ಚಯವನ್ನು ತೆಕ್ಕೆಗೆ ಹಾಕಿಕೊಳ್ಳೋದು. ಇದರ ಒಟ್ಟಾರೆ ವ್ಯಾಪ್ತಿಯೇ ಪೂರ್ವದಿಂದ ಪಶ್ಚಿಮಕ್ಕೆ ಎರಡೂ ಕಾಲು ಕಿ.ಮೀ.ನಷ್ಟು, ಉತ್ತರ ದಕ್ಷಿಣಕ್ಕೆ ಲೆಕ್ಕ ಹಾಕಿದರೆ ಸುಮಾರು ಒಂದು ಕಿ.ಮೀ. ವಿಸ್ತಾರ. ಇದರ ಮುಖ್ಯ ಬಾಹು ಚಾಚಿಕೊಂಡಿರೋದು. ಪಶ್ಚಿಮಕ್ಕೆ ಮೊದಲನೆಯದು. ತುದಿಯಿಂದ 500 ಮೀಟರ್ ದೂರದಲ್ಲಿರುವ 'ಇಂಡಿಯಾ ಗೇಟ್' ಮತ್ತೊಂದು ಅಲ್ಲಿಂದಾಚೆಗೆ 300 ಮೀಟರ್ ದೂರದಲ್ಲಿರುವ 'ಹೆಲ್ಮೆಟ್'. ಇಂಡಿಯಾ ಗೇಟ್‌ನಿಂದ ಟೈಗರ್ ಹಿಲ್ ಹತ್ತುವ ಆಯಕಟ್ಟಿನ ಜಾಗವನ್ನು 'ಟಂಗ್' ಎಂದರೆ, ಅದೇ ಪೂರ್ವದ ಭಾಗವನ್ನು ಸೈನ್ಯ 'ಟೂಥ್' ಎಂದು, ದಕ್ಷಿಣದ ದಿಕ್ಕಿನ ಸ್ಥಳವನ್ನು 'ಕಾಲರ್' ಎಂದೂ ಗುರುತಿಸಿ ದಾಳಿಗೆ ಸ್ಪಷ್ಟ ಯೋಜನೆ ತಯಾರಿಸಿಕೊಟ್ಟಿತು.

ಗ್ರೇನೇಡಿಯರ್‌ಗಳ ಆಲ್ಫಾ ಕಂಪನಿ ಫಿರಂಗಿ ದಾಳಿಯ ಅವಕಾಶ ಬಳಸಿಕೊಂಡು, ಕತ್ತಲಿನ ಲಾಭ ಪಡೆದು ಮಧ್ಯರಾತ್ರಿ 1.30ರ ವೇಳೆಗೆ ಟೈಗರ್ ಹಿಲ್ ಹತ್ತುವ 'ಟಂಗ್' ಭಾಗವನ್ನು ವಶಪಡಿಸಿಕೊಂಡು ಬಿಟ್ಟಿತು. ಅಲ್ಲಿಂದ ಮುಂದೇರುವುದು ಸಾಕಷ್ಟು ಕಷ್ಟವಾಯ್ತು. ಶತ್ರುಗಳ ನಿಖರ ಮೋರ್ಟಾರು ದಾಳಿಗೆ ನಮ್ಮವರು ಒಂದಡಿ ಇಡುವುದೂ ಅಸಾಧ್ಯವೇ ಆಯ್ತು. ಇದೇ ಸಮಯಕ್ಕೆ ಡೆಲ್ಟಾ ಕಂಪನಿಯ ಕ್ಯಾಪ್ಟನ್ ಸಚಿನ್ ನಿಂಬಾಳ್ಕರ್ ಕಡಿದಾಗಿರುವ ಬೆಟ್ಟವನ್ನು ವಿಶೇಷ ಸಾಧನಗಳನ್ನು ಬಳಸಿ ಏರಿ ಶತ್ರುಗಳಿಗೆ ಅಚ್ಚರಿಯನ್ನುಂಟು ಮಾಡಿಬಿಟ್ಟರು. ಸ್ವಲ್ಪ ಕದನದಿಂದಲೇ ಟೈಗರ್ ಹಿಲ್‌ನ ಬೆಟ್ಟದ ತುದಿಗೆ ನೂರು

ಮೀಟರ್ ದೂರಕ್ಕೆ 'ಕಾಲರ್' ಭಾಗದಲ್ಲಿ ನೆಲೆ ನಿಂತರು. ಲೆಫ್ಟಿನೆಂಟ್ ಬಲವಾನ್ ಸಿಂಗ್‌ರ ನೇತೃತ್ವದ ಚಾರ್ಲಿ ಕಂಪನಿ ಘಾತಕ್ ಕಮಾಂಡೋಗಳನ್ನು ಒಳಗೊಂಡಿದ್ದು. ಅತ್ಯಂತ ಕಠಿಣವಾದ ಮತ್ತು ಪಾಕಿಗಳ ನೇರ ಗುರಿಯಲ್ಲಿದ್ದ ಭಾಗವನ್ನು ಸಾಹಸದಿಂದ ಕ್ರಮಿಸಿದರು. ಅವರ ಪ್ರಯತ್ನ ಯಶಸ್ವಿಯಾಯ್ತು. ಟೈಗರ್ ಹಿಲ್‌ನ ತುದಿಯ 50 ಮೀಟರ್ ದೂರಕ್ಕೆ ಕಮಾಂಡೋಗಳ ಪಡೆ ಬಂದು ನಿಂತಿತು.

ಅಲ್ಲಿಗೆ ಮೂರು ದಿಕ್ಕಿನಲ್ಲಿ ಭಾರತೀಯರು ಟೈಗರ್ ಹಿಲ್‌ನ ತುದಿಯನ್ನು ಆಕ್ರಮಿಸಿಕೊಂಡು ನಿಂತುಬಿಟ್ಟಿದ್ದರು. ಮೇಲಿನಿಂದ ಸಹಿಸಲಸಾಧ್ಯವಾದಷ್ಟು ಗುಂಡಿನ ದಾಳಿಯಾಗುತ್ತಿತ್ತು. ಬಹಳ ಹೊತ್ತು ಕಾಯುವಂತಿಲ್ಲ. ಬೆಳಗಾಗಿ ಬಿಟ್ಟರೆ ಕಾರ್ಯಾಚರಣೆ ನಿಲ್ಲಿಸಿ ರಾತ್ರಿಯಾಗುವವರೆಗೆ ಕಾಯಲೇಬೇಕು. ಭಾರತೀಯ ಸೈನಿಕರಿಗೆ ಒತ್ತಡ ಹೆಚ್ಚುತ್ತಲೇ ಇತ್ತು. ಕಾಲರ್‌ನಲ್ಲಿದ್ದ ಘಾತಕ್ ಕಮಾಂಡೋಗಳಿಗೆ ಕಾಯುವಷ್ಟು ತಾಳ್ಮೆ ಇರಲಿಲ್ಲ. ಸಾಹಸಕ್ಕಾಗಿಯೇ ಹುಟ್ಟಿದವರವರು ಇಂತಹ ಸವಾಲನ್ನು ಸ್ವೀಕರಿಸದಿರುತ್ತಾರೇನು?

'ಕಾಲರ್'ನ ಕೊರಕಲುಗಳಲ್ಲಿ ಕುಳಿತಿದ್ದ ಕಮಾಂಡೋಗಳಿಗೆ ಇಷ್ಟು ಸಾಹಸದ ನಂತರ ಹಸಿವಾದಾಗ ತಮ್ಮ ಬೆನ್ನಿಗೆ ಕಟ್ಟಿಕೊಂಡ ಚೀಲದಲ್ಲಿ ಕೈಹಾಕಿಕೊಂಡು ನೋಡಿದರಂತೆ. ಒಂದು ಪುಟ್ಟ ಬಿಸ್ಕೆಟ್ ಪ್ಯಾಕ್ ಬಿಟ್ಟರೆ ಮತ್ತೇನೂ ಇರಲಿಲ್ಲ. ಚೀಲದಲ್ಲಿ ಊಟ ತಿಂಡಿ ತುಂಬಿದರೆ ಮದ್ದು ಗುಂಡುಗಳಿಗೆ ಜಾಗದ ಕೊರತೆಯಾಗುತ್ತದೆಂದು ಭಾವಿಸಿ ಅವರು ಊಟ ತಂದಿರಲೇ ಇಲ್ಲ! ಇದ್ದ ಎರಡೆರಡು ಬಿಸ್ಕತ್ತುಗಳನ್ನೇ ತಿಂದು ಕತ್ತು ಮೇಲೆತ್ತಿ ನೋಡಿದರು ಕಡಿದಾಗಿರುವ ಬಂಡೆಯೊಂದಿಗೆ ಅದನ್ನು ಹತ್ತಿ ಬಿಟ್ಟರೆ ಪಾಕೀ ಸೈನಿಕರೆದುರಿಗೆ ನಿಂತು ಬಿಡುತ್ತೇವೆ ಎಂಬ ಸತ್ಯ ಗೊತ್ತಿದೆ. ಈ ಸಾಹಕ್ಕೀಗ ಅವರು ಸಿದ್ಧವಾದರು.

ಕದನಕಲಿ ಗ್ರೇನೇಡಿಯರ್ ಯೋಗೇಂದ್ರ ಸಿಂಗ್ ಯಾದವ್ ಗುಡ್ಡಕ್ಕೆ ಹಗ್ಗ ಬಿಗಿದು ನಿಧಾನವಾಗಿ ಮೇಲೇರಿದರು. ಒಬ್ಬೊಬ್ಬರಾಗಿ ಮೇಲೆ ಬರುವುದಕ್ಕೆ ಸಹಾಯವನ್ನು ಮಾಡಿದರು ಏಳು ಜನ ಮೇಲೆ ಬಂದು ನಿಂತಿದ್ದರಷ್ಟೇ. ತಕ್ಷಣ ಬಂಡೆಯೊಂದು ಜಾರಿ ಪಾಕಿ ಸೈನಿಕರ ಗಮನವನ್ನು ಅತ್ತ ಸೆಳೆಯಿತು. ಅಲ್ಲಿಯವರೆಗೂ ಇತ್ತ ಸೈನಿಕರಿದ್ದಾರೆ ಎಂಬ ಸುಳಿವೂ ಆ ಶತ್ರುಗಳಿಗಿರಲಿಲ್ಲ. ಈಗ ತಕ್ಷಣಕ್ಕೆ ಮೇಲಿಂದ ಗುಂಡಿನ ಸುರಿಮಳೆ ಶುರುವಾಯ್ತು. 18 ಜನ ಕಮಾಂಡೋಗಳು ಮೇಲೆ ಬರಲಾಗದೆ ಅಲ್ಲಿಯೇ ಉಳಿದರು. ಮೇಲೆ ಬಂದ

ಗ್ರೇನೇಡಿಯರ್ ಯೋಗೇಂದ್ರ ಸಿಂಗ್ ಯಾದವ್

ಏಳು ಜನ ಮುಂದಡಿ ಇಡಲಾಗದೇ ಹಿಂದೆಯೂ ಹೋಗಲಾಗದೇ ಶತ್ರುಗಳಿಂದ ಹತ್ತು ಮೀಟರ್‌ದೂರದಲ್ಲಿ ಸಿಕ್ಕಿ ಹಾಕಿಕೊಂಡುಬಿಟ್ಟರು.

ಹೌದು. ಹತ್ತೇ ಮೀಟರ್ ದೂರದಲ್ಲಿ ಪಾಕಿಸ್ತಾನಿ ಬಂಕರ್‌ಗಳಿದ್ದವು. ಒಟ್ಟಾರೆ ಟೈಗರ್ ಹಿಲ್‌ನ ತುದಿಗೆ 40 ಮೀಟರ್ ದೂರವಷ್ಟೇ. ಅದಾಗಲೇ ತುದಿಯ ಮೇಲೆ 135 ಸೈನಿಕರ ಒಂದಿಡೀ ಕಂಪನಿಯನ್ನು ಪಾಕಿಸ್ತಾನ ಸನ್ನದುಗೊಳಿಸಿತ್ತು. ಬಹಳ ಕಾಲ ನಡೆದ ಗುಂಡಿನ ದಾಳಿ ಶಾಂತವಾಯ್ತು. ಭಾರತೀಯರು ಓಡಿಹೋಗಿರಬೇಕೆಂದು ಭಾವಿಸಿ ಪಾಕಿಸೇನೆ ಸುಮ್ಮನಾಯ್ತು. ಈ ಅವಕಾಶವನ್ನು ಬಳಸಿಕೊಂಡ ಗ್ರೇನೇಡಿಯರ್ ಯೋಗೇಂದ್ರ ಯಾದವ್ ಮತ್ತು ಗೆಳೆಯರು ಸುಮಾರು ಬೆಳಿಗ್ಗೆ 11.30ರ ವೇಳೆಗೆ ಪಾಕಿ ಬಂಕರಿನ

ಮೇಲೆ ಗುಂಡಿನ ಸುರಿಮಳೆಗೈದು ನಾಲ್ವರನ್ನು ಕೊಂದು ಬಿಸಾಡಿದರು. ಪಾಕಿ ಬಂಕರನ್ನು ವಶಪಡಿಸಿಕೊಂಡರು.

ಮೇಲಿದ್ದ ಪಾಕಿ ಸೇನೆಗೆ ಇದು ನಂಬಲಸಾಧ್ಯವಾಗಿತ್ತು. ಅವರಿಗೆ ಈ ಬಂಕರ್‌ನ್ನು ವಶಪಡಿಸಿಕೊಂಡವರೆಷ್ಟು ಜನರೆಂಬ ಮಾಹಿತಿ ಬೇಕಿತ್ತು. ಅದರ ಆಧಾರದ ಮೇಲೆ ಮುಂದಿನ ದಾಳಿ ಸಂಘಟಿಸುವ ಯೋಜನೆ ಅವರದ್ದು. ಹತ್ತು ಜನ ಶತ್ರು ಸೈನಿಕರು ಬಂಕರಿನತ್ತ ಬಂದರು. ಅವರು ಸಮೀಪಿಸುವವರೆಗೂ ಕಾದಿದ್ದ ಯೋಗೇಂದ್ರ ಯಾದವರ ತಂಡ ಏಕಾಏಕಿ ದಾಳಿಗೈದು ಎಂಟು ಜನರನ್ನು ಗುಡ್ಡದ ಮೇಲೆ ಮಲಗಿಸಿದರು. ತಪ್ಪಿಸಿಕೊಂಡ ಇಬ್ಬರು ತಮ್ಮ ಕಂಪನಿಯ ಕಮಾಂಡರನಿಗೆ ಸುದ್ದಿ ಮುಟ್ಟಿಸಿದರು. 'ಅಲ್ಲಿರುವವರು ಏಳು ಜನ ಮಾತ್ರ!'

ಶತ್ರುಗಳಿಗೆ ಇದು ನುಂಗಲಸಾಧ್ಯವಾದ ತುತ್ತು. ಸತ್ತ ತಮ್ಮ ಗೆಳೆಯರ ಸಾವಿಗೆ ಪ್ರತೀಕಾರ ಪಡೆಯಲೆಂದೇ ನೂರು ಜನ ಬಂಕರಿನತ್ತ ಧಾವಿಸಿದರು. ಒಟ್ಟಾರೆ ಮುವ್ವತ್ತು ಮೀಟರುಗಳ ಅಂತರ ಅಷ್ಟೇ. ನೂರು ಜನರೆದುರು ಏಳು ಜನ ಘಾತಕ್ ಕಮಾಂಡೋಗಳು. ಬಲವಾದ ಕದನವೇ ನಡೆಯಿತು. ಶತ್ರು ಸೇನೆಯ 35 ಜನ ಶವವಾದರು. ಇತ್ತ ನಮ್ಮ ಏಳರಲ್ಲಿ ಆರು ಜನ ತಾಯಿ ಭಾರತಿಯ ಋಣ ತೀರಿಸಿ ಹುತಾತ್ಮರಾಗಿದ್ದರು. ಬದುಕುಳಿದಿದ್ದು ಗ್ರೆನೇಡಿಯರ್ ಯೋಗೀಂದ್ರ ಯಾದವ್ ಮಾತ್ರ!.

25 ಕೇಜಿಯಷ್ಟು ಮದ್ದು ಗುಂಡುಗಳನ್ನು ತುಂಬಿ ತಂದಿದ್ದರೂ ಈಗ ಎಲ್ಲವೂ ಖಾಲಿಯಾಗಿತ್ತು. ದಾಳಿ ಮುಂದುವರಿಸುವ ಸಾಧ್ಯತೆಯೇ ಕಮರಿಹೋಗಿತ್ತು. ಪಾಕೀಪಡೆ 'ಅಲ್ಲಾ ಹೋ ಅಕ್ಬರ್' ಘೋಷಣೆಯೊಂದಿಗೆ ಒಳನುಗ್ಗುವಾಗ ಯೋಗೇಂದ್ರ ಸತ್ತಂತೆ ಮಲಗಿಬಿಟ್ಟರು. ಸೈನ್ಯದಲ್ಲಿ ಸತ್ತಂತೆನಿಸಿದರೂ ಸುಮ್ಮನೆ ಬಿಡುವುದಿಲ್ಲ. ಹುಚ್ಚಾಪಟ್ಟೆ ಗುಂಡು ಹಾರಿಸಿ ಮತ್ತೊಮ್ಮೆ ಕೊಂದೇ ಮುಂದುವರೆಯುವುದು. ಹೀಗೆ ಅರ್ಧಸತ್ತವರು ಯುದ್ಧದ ದಿಕ್ಕನ್ನೇ ಬದಲಿಸಿದ ಅನೇಕ ಉದಾಹರಣೆಗಳಿವೆ. ಇಲ್ಲಿಯೂ ಹಾಗೇ ಪಾಕೀಗಳು ಮನಸೋ ಇಚ್ಛೆ ಗುಂಡು ಹಾರಿಸಿದರು. ಅದಾಗಲೇ ಸತ್ತಿದ್ದ ಆರು ಜನ ಮತ್ತೆ ಸತ್ತರು. ಗ್ರೆನೇಡಿಯರ್ ಯೋಗೇಂದ್ರ ಯಾದವ್‌ರ ಕೈಕಾಲು ತೊಡೆ ಎಲ್ಲೆಂದರಲ್ಲಿ ಕನಿಷ್ಠ 15 ಗುಂಡುಗಳು ಹೊಕ್ಕವು. ಪಾಕಿ ಸೈನಿಕರ ದೃಷ್ಟಿಯಲ್ಲಿ ಎಲ್ಲ ಭಾರತೀಯ ಸೈನಿಕರೂ ಸತ್ತಾಗಿತ್ತು. ಎಲ್ಲರ ಕೈಲಿದ್ದ ಶಸ್ತ್ರಗಳನ್ನು ಕಸಿದುಕೊಂಡು ಹೊರಟರು. ಆದರೆ ಯೋಗೇಂದ್ರರ ಜೇಬಿನಲ್ಲಿ

ಗ್ರೆನೇಡುಗಳಿದ್ದುದು ಅವರಿಗೆ ಮರೆತೇ ಹೋಗಿತ್ತು.

ಯೋಗೇಂದ್ರ ಸಿಂಗ್ ಕಷ್ಟಪಟ್ಟು ಎದ್ದು ನಿಂತರು. ಒಂದೊಂದೇ ಹೆಜ್ಜೆ ಇಡುತ್ತ ಬಂಕರಿನಿಂದ ಹೊರಬಂದರು. ಭಾರತೀಯರನ್ನು ಕೊಂದು ಹಾಕಿರುವ ಆನಂದದಲ್ಲಿ ಬೀಗುತ್ತ ಮೇಲ್ಮುಖವಾಗಿ ಹೆಜ್ಜೆ ಇಡುತ್ತ ಸಾಗುತ್ತಿದ್ದ ಪಾಕಿಸ್ತಾನಿಯರೆಡೆಗೆ ಗ್ರೆನೇಡು ಎಸೆದರು. ಈ ಗ್ರೆನೇಡು ಪಾಕೀ ಸೈನಿಕನ ಕತ್ತಿಗೆ ಇಳಿಬಿಟ್ಟಿದ್ದ ಟೋಪಿಯೊಳಗೆ ಹೋಗಿ ಬಿತ್ತು. ಆತ ಮುಂದೇನೆಂದು ಯೋಚಿಸುವ ವೇಳೆಗಾಗಲೇ ಅವನ ದೇಹ ಸಿಡಿದು ಚೂರು ಚೂರಾಗಿಬಿಟ್ಟಿತ್ತು. ಪಾಕಿಸ್ತಾನೀ ಸೇನೆ ಕಕ್ಕಾಬಿಕ್ಕಿಯಾಯ್ತು. ಭಾರತೀಯರ ದೊಡ್ಡ ತುಕಡಿ ಗುಡ್ಡ ಹತ್ತಿದೆಯೆಂದು ಅವರು ನಂಬಿಬಿಟ್ಟರು. ಆಗಿಂದಾಗ್ಗೆ ಟೈಗರ್ ಹಿಲ್‌ನಿಂದ ತಪ್ಪಿಸಿಕೊಳ್ಳುವ ಸೂಚನೆ ಅವರಿಗೆ ದೊರೆಯಿತು. ಹಾಗೆ ಹೋಗುವ ಮುನ್ನ ಈ ದಿಕ್ಕಿನತ್ತ ಹಾರಿಸಿದ ಗುಂಡು ಯೋಗೇಂದ್ರ ಸಿಂಗ್‌ರ ತೋಳಿಗೆ ಬಡಿಯಿತು. ಅದು ಅವರ ತೋಳಿನ ಮೂಳೆಯನ್ನೇ ಮುರಿದು ಹಾಕಿತು. ಸಹಿಸಲಸಾಧ್ಯವಾದ ನೋವು ಅವರದ್ದು. ಯೋಗೇಂದ್ರ ಸಿಂಗ್ ಬಂಡೆಯೊಂದಕ್ಕೆ ಆತುಕೊಂಡು ಸೊಂಟಕ್ಕೆ ಸುತ್ತಿದ್ದ ಬೆಲ್ಟು ತೆಗೆದು ಎದೆಗೆ ಸುತ್ತಿಕೊಂಡು ಕೈಯನ್ನೂ ಸೇರಿಸಿ ಕಟ್ಟಿಕೊಂಡರು.

ಈ ಹೊತ್ತಿನಲ್ಲಿಯೇ ಪಾಕಿಸ್ತಾನದ ಕಮಾಂಡರ್ ತನ್ನ ಸೈನಿಕರಿಗೆ ಟೈಗರ್ ಹಿಲ್ ತೊರೆದು 500 ಮೀಟರ್ ದೂರದಲ್ಲಿ ಬೀಡುಬಿಟ್ಟಿರುವ ಗ್ರೆನೇಡಿಯರ್‌ನ ತಂಡದ ಮೇಲೆ ಅನಿರೀಕ್ಷಿತ ದಾಳಿ ನಡೆಸಲು ಆಜ್ಞೆ ಕೊಡುತ್ತಿದ್ದ. ಆತನ ಮಾತುಗಳು ಉರ್ದುವಿನಲ್ಲಿದ್ದವು. ಒಂದೂವರೆ ವರ್ಷ ಕಾಶ್ಮೀರದ ಕಣಿವೆಯಲ್ಲಿ ಸೈನಿಕನಾಗಿ ದುಡಿದು ಅನುಭವವಿದ್ದುದರಿಂದ ಆತನಿಗೆ ತಕ್ಕಮಟ್ಟಿಗೆ ಅರ್ಥವಾಗುತ್ತಿತ್ತು. ಯೋಗೇಂದ್ರ ಚಡಪಡಿಸಲಾರಂಭಿಸಿದ. ಈ ವಿಚಾರವನ್ನು ತುಕಡಿಯ ಕಮಾಂಡರ್ ಬಲವಾನ್ ಸಿಂಗ್‌ರಿಗೆ ಹೇಳದಿದ್ದರೆ ಅನಾಹುತ ನಡೆದುಬಿಡುತ್ತದೆಂದು ಅವನಿಗೆ ಗೊತ್ತಿತ್ತು. ಒಂದು ಹೆಜ್ಜೆ ಇಡಲೂ ಸಾಧ್ಯವಾಗದೇ ನರಳುತ್ತಿದ್ದ. ನರಳಾಟವೂ ಮೌನವಾಗಿಯೆ. ಸದ್ದು ಬಂದರೆ ಯಾರಾದರೂ ಗುಂಡು ಹಾರಿಸಿಯಾರು ನೆಲದ ಮೇಲೆ ಬಿದ್ದುಕೊಂಡ ಯೋಗೇಂದ್ರ ಬಂಡೆಯ ಬಳಿಗೆ ಉರುಳುತ್ತ ಹೋದ. ಸಾವು ಖಾತ್ರಿ. ಆದರೆ ಸಾಯುವ ಮುನ್ನ ಒಂದಷ್ಟು ಗೆಳೆಯರನ್ನು ಉಳಿಸಬೇಕೆಂಬ ಹಠ ಅವನದ್ದು. ನೀರು ಹರಿಯುತ್ತಿದ್ದ ಕಾಲುವೆಯೊಂದರ ಮೂಲಕ ಹರ ಸಾಹಸದ ನಂತರ

ಲೆಫ್ಟಿನೆಂಟ್ ಬಲವಾನ್‌ರ ತುಕಡಿಯೊಂದಿಗೆ ಸೇರಿಕೊಂಡಿದ್ದ ಜಾಗಕ್ಕೆ ಬಂದ. ಟೈಗರ್ ಹಿಲ್ ಖಾಲಿಯಾಗಿದೆ, ಇನ್ನು ಕೆಲವೇ ಕ್ಷಣಗಳಲ್ಲಿ ಅಷ್ಟೂ ಸೈನಿಕರು ಮರುದಾಳಿಗೆಂದು ಎಂ.ಎಂ.ಜಿ. ಘಟಕದತ್ತ ಬರುತ್ತಾರೆಂಬ ಮಾಹಿತಿ ಕೊಟ್ಟ. ಆಗಲೇ ಅವನಿಗೆ ಸಮಾಧಾನವಾಗಿದ್ದು.

'ಹೇಗಿದ್ದೀಯಾ?' ಕರ್ನಲ್ ಕುಶಾಲ್ ಠಾಕೂರ್ ಕೇಳಿದರು.

'ಚೆನ್ನಾಗಿದ್ದೀನಿ ಸಾಬ್' ಎಂದ ಯೋಗೀಂದ್ರ.

'ನೀನು ಎಳ್ಳಷ್ಟೂ ಚೆನ್ನಾಗಿಲ್ಲ, ಈಗಿಂದೀಗಲೇ ನಿನ್ನ ಕೆಳಗೆ ಕಳಿಸುತ್ತೇನೆ'

'ನನಗೂ ಹೋಗಬೇಕೆನ್ನಿಸುತ್ತಿದೆ, ಆದರೆ ಶತ್ರುಗಳ ಒಂದು ಠಾಣ್ಯ ಇನ್ನೂ ಬಾಕಿ ಇದೆ' ಯೋಗೀಂದ್ರನ ದನಿ ಕ್ಷೀಣವಾಗುತ್ತಿತ್ತು.

'ನಿನ್ನ ಶಕ್ತಿ ತೀರಿದೆ, ಅಲ್ಲಿಗೆ ಹೋಗುವುದಾದರೂ ಹೇಗೆ?' ಎನ್ನುತ್ತಾ ಕರ್ನಲ್ ಸಾಹೇಬರು ದೇಹಕ್ಕೆ ಅಂಟಿಕೊಂಡಿದ್ದ ಅವನ ಸಮವಸ್ತ್ರವನ್ನು ಹರಿದು ಬಿಸಾಡಿದರು.

ಯೋಗೇಂದ್ರನ ದೇಹ ರಕ್ತದಲ್ಲಿ ಸ್ನಾನ ಮಾಡಿದಂತಿತ್ತು. ದೇಹದ ಬೇರೆ ಬೇರೆ ಭಾಗಗಳಿಂದ ರಕ್ತ ಬರುತ್ತಲೇ ಇತ್ತು. ಮೂಗನ್ನು ಸವರಿಕೊಂಡು ಹೋಗಿದ್ದ ಸೀಸದ ಗುಂಡೊಂದು ಮುಖದ ರೂಪವನ್ನೇ ಕೆಡಿಸಿತ್ತು. ಒಂದು ಗುಂಡು ಸೊಂಟದ ಭಾಗಕ್ಕೆ ತಾಕಿಕೊಂಡು ಒಳಹೋಗದೇ ಉಳಿದುಬಿಟ್ಟಿತ್ತು. ಇಷ್ಟೊಂದು ಗುಂಡೇಟಿನ ಬಳಿಕವೂ ಯೋಗೇಂದ್ರ ಉಳಿದಿರುವುದು ಮಾಂತ್ರಿಕವೇ. ಕುಶಾಲ್ ಠಾಕೂರ್ ಅವಾಕ್ಕಾದರು. ಆದಷ್ಟು ಬೇಗ ಯೋಗೇಂದ್ರನನ್ನು ಮುಖ್ಯಾಲಯಕ್ಕೆ ಚಿಕಿತ್ಸೆಗಾಗಿ ಕಳಿಸಲಾಯ್ತು. ಯೋಗೇಂದ್ರ ಕಣ್ಣುಮುಚ್ಚಿದ. ಎದ್ದಾಗ ಆಸ್ಪತ್ರೆಯಲ್ಲಿ ಅಂಗಾತ ಮಲಗಿದ್ದ. ಮೈ–ಕೈ ಎಲ್ಲ ಬ್ಯಾಂಡೇಜುಗಳಿಂದ ಕೂಡಿತ್ತು.

ಲೆಫ್ಟಿನೆಂಟ್ ಬಲವಾನ್ ಆಗಿಂದಾಗ್ಯೇ ಸುದ್ದಿ ಮುಟ್ಟಿಸಿದರು. ಟ್ಂಗ್ ಮತ್ತು ಕಾಲರ್‌ಗಳಲ್ಲಿ ಕಾಯುತ್ತಿದ್ದ ಸೈನಿಕರಿಗೆ ಟೈಗರ್ ಹಿಲ್ ತುದಿ ಖಾಲಿಯಾಗಿರುವ ವಿಚಾರ ಅಚ್ಚರಿಯೇ ಆಗಿತ್ತು. ಅವರು ಬೆಟ್ಟ ವಶಕ್ಕೆ ತೆಗೆದುಕೊಂಡರು. 'ಬಿ' ಕಂಪನಿಯನ್ನೇ ಎಂ.ಎಂ.ಜಿ. ಬೇಸ್ ರಕ್ಷಣೆಗೆ ನಿಯೋಜಿಸಲಾಯ್ತು. ಪಾಕಿಸ್ತಾನ ಅನಿರೀಕ್ಷಿತ ದಾಳಿಗೆಂದು ಬಂತು. ಆದರೆ ಅದಾಗಲೇ ಸಿದ್ಧವಾಗಿದ್ದ ಭಾರತೀಯ ಪಡೆ ಒಬ್ಬರನ್ನೂ ಬಿಡದಂತೆ ಕೊಂದು ಬಿಸಾಡಿತು.

'ಟೈಗರ್ ಹಿಲ್' ಕಳಕೊಂಡ ಆಕ್ರೋಶ ಪಾಕಿಸ್ತಾನಕ್ಕೆ ಬೆಟ್ಟದಷ್ಟು. ಅದನ್ನು

ಮತ್ತೆ ವಶಪಡಿಸಿಕೊಳ್ಳುವ ಹಠಕ್ಕೆ ಬಿದ್ದ ಶತ್ರುಗಳು ಇಂಡಿಯಾ ಗೇಟ್ ಮತ್ತು ಹೆಲ್ಮೆಟ್‌ಗಳಿಂದ ದಾಳಿ ಮಾಡಲಾರಂಭಿಸಿದರು. ಸೈನಿಕರು ಅತ್ತಲಿಂದ ಧಾವಿಸಿ ಗುಡ್ಡ ಹತ್ತುವ ಯತ್ನ ಶುರುಮಾಡಿದರು. ನಮ್ಮವರ ಬಳಿ ಇದ್ದ ಶಸ್ತ್ರಾಸ್ತ್ರಗಳೂ ಕಡಿಮೆ ಇದ್ದುದರಿಂದ ಆದಷ್ಟು ಬೇಗ ಇಂಡಿಯಾ ಗೇಟ್ ಮತ್ತು ಹೆಲ್ಮೆಟ್‌ಗಳನ್ನು ಗೆಲ್ಲಬೇಕಿತ್ತು. ಈ ಕಾರ್ಯಾಚರಣೆಯ ಕಮಾಂಡಿಂಗ್ ಆಫೀಸರ್ ಬಾಜ್ವಾ ಸಿಖ್ ರೆಜಿಮೆಂಟಿಗೆ ಈ ಗುಡ್ಡಗಳನ್ನು ತೆಕ್ಕೆಗೆ ತೆಗೆದುಕೊಳ್ಳುವ ಆದೇಶ ಕೊಟ್ಟರು. ಹಸಿದ ಹೆಬ್ಬುಲಿಯಂತೆ ಇಂತಹ ಆದೇಶಕ್ಕೆ ಕಾಯುತ್ತಿದ್ದ ಸಿಖ್ಖರು ತಮ್ಮ ಸ್ಥಾನವನ್ನು ಭದ್ರಪಡಿಸಿಕೊಂಡು ಮುನ್ನುಗ್ಗಲಾರಂಭಿಸಿದರು.

ಹೆಲ್ಮೆಟ್ ಮತ್ತು ಇಂಡಿಯಾ ಗೇಟುಗಳಲ್ಲಿ ಸೈನಿಕರೆಷ್ಟಿದ್ದಿರಬಹುದು ಮತ್ತು ಬಂಕರ್‌ಗಳ ಸಂಖ್ಯೆ ಎಷ್ಟಿದ್ದಿರಬಹುದೆಂಬ ಪಕ್ಕಾ ಮಾಹಿತಿ ನಮ್ಮವರಿಗಿರಲಿಲ್ಲ. ಬಹಳ ಸೈನಿಕರಿರಲಿಲ್ಲವೆಂಬ ಆರಂಭಿಕ ಮಾಹಿತಿಯೊಂದಿಗೆ ಆಕ್ರಮಣ ಶುರುವಾಗಿತ್ತು. ಆದರೆ ಪಾಕಿಸ್ತಾನದ ಪ್ರತಿದಾಳಿ ನೂರಾರು ಜನರಿರುವುದನ್ನು ದೃಢಪಡಿಸಿತು. ಸಿಖ್ಖರ ಪಡೆಯ ಶೌರ್ಯ ಅಸೀಮ. ಮೇಜರ್ ರವೀಂದ್ರ ಸಿಂಗ್, ಲೆಫ್ಟಿನೆಂಟ್ ಶೇಖಾವತ್‌ರ ನೇತೃತ್ವದಲ್ಲಿ ನಾಲ್ಕು ಕಿರಿಯ ಅಧಿಕಾರಿಗಳು 52 ಸೈನಿಕರು ಈ ಮಹತ್ವದ ಹೋರಾಟ ಕಟ್ಟಿಕೊಟ್ಟಿದ್ದರು. ಇಷ್ಟುದಿನಗಳ ಕಾದಾಟದ ಅನುಭವ ಅವರ ಕೆಲಸಕ್ಕೆ ಬಂತು. ಟೈಗರ್ ಹಿಲ್ ನಮ್ಮ ತೆಕ್ಕೆಗೆ ಬಿದ್ದಿದ್ದರಿಂದ ಅತ್ತಲಿಂದ ಆಗಬಹುದಾಗಿದ್ದ ಸಂಭಾವ್ಯ ದಾಳಿಯೂ ತಪ್ಪಿತು. 5ನೇ ತಾರೀಖಿನ ಕತ್ತಲನ್ನು ಉಪಯೋಗಿಸಿಕೊಂಡ ಸಿಖ್ಖರು ಕಡಿದಾದ ಬೆಟ್ಟವನ್ನೇರಿ ಹೆಲ್ಮೆಟ್‌ನ್ನು ತಮ್ಮದಾಗಿಸಿಕೊಂಡರು. ಇಷ್ಟು ಸುಲಭವಾಗಿ ಇಂಡಿಯಾ ಗೇಟ್ ಕೈಗೆ ಸಿಕ್ಕುವಂತಿರಲಿಲ್ಲ. ಇಂಡಿಯಾ ಗೇಟನ್ನು ಹತ್ತುವ ಇಳಿಜಾರು ತೀರಾ ಕಡಿದಾಗಿರಲಿಲ್ಲ ಆದರೆ ಹತ್ತುವ ಪ್ರತಿಯೊಬ್ಬರೂ ಕಣ್ಣಿಗೆ ಬೀಳುವಂತಿದ್ದರು. ಹುಡು-ಹುಡುಕಿ ನಮ್ಮವರನ್ನು ಕೊಲ್ಲುವುದು ಪಾಕೀ ಸೈನಿಕರಿಗೆ ಸಲೀಸಾಗಿತ್ತು. ನಮ್ಮವರು ಹೀಗೇ ಸದ್ದು ಮಾಡುವ ಮೋರ್ಟಾರುಗಳ ಆಧಾರದ ಮೇಲೆ ಎಲ್ಲಿಂದ ಸದ್ದು ಹೊರಡುತ್ತಿಲ್ಲವೋ ಅತ್ತಲಿಂದ ಗುಡ್ಡ ಹತ್ತುವ ಪ್ರಯತ್ನ ಮಾಡುತ್ತಿದ್ದರು. ಅನೇಕ ದಿನಗಳ ಕದನದಲ್ಲಿ ನಮ್ಮವರ ಈ ನಡೆಯನ್ನು ಅರಿತಿದ್ದ ಪಾಕೀ ಸೇನೆ ಬೇರೆ ಬೇರೆ ದಿಕ್ಕುಗಳ ಮೋರ್ಟಾರುಗನ್ನುಗಳನ್ನು ಸಿಡಿಸದೇ ಉಳಿಸುತ್ತಿದ್ದರು. ಅತ್ತಲಿಂದ ಹತ್ತಲು ಶುರು ಮಾಡುತ್ತಿದ್ದಂತೆ ಅನಿರೀಕ್ಷಿತ ದಾಳಿ

ನಡೆದು ಬಿಡುತ್ತಿತ್ತು. ಇಂಡಿಯಾ ಗೇಟ್‌ನಲ್ಲಂತೂ ಎಲ್ಲ ದಿಕ್ಕಿನಿಂದಲೂ ಸಿಡಿಯುತ್ತಿದ್ದ ಗುಂಡುಗಳು ಸಿಖ್ ಸೈನಿಕರನ್ನು ಸಾವಿನಂಚಿಗೆ ತಂದುಬಿಟ್ಟಿತ್ತು.

ಆಗ ಸಹಾಯಕ್ಕೆ ಬಂದದ್ದು ಬೋಫೋರ್ಸ್ ಫಿರಂಗಿಗಳು ಮತ್ತು ವಾಯುಸೇನೆಯ ದಾಳಿಗಳು. ಪಾಕಿಸ್ತಾನ ಜರ್ಝರಿತವಾಯ್ತು. ಈ ಅವಕಾಶವನ್ನು ಬಳಸಿಕೊಂಡ ನಮ್ಮವರು ತುದಿ ತಲುಪಿ ನೇರ ಯುದ್ಧಕ್ಕಿಳಿದ ಮೇಲೆಯೇ ಇಂಡಿಯಾ ಗೇಟ್ ನಮ್ಮ ಕೈ ಸೇರಿದ್ದು.

ಪಾಕಿಸ್ತಾನ ಇಷ್ಟಕ್ಕೇ ಸುಮ್ಮನಾಗಲಿಲ್ಲ, ಮರುದಾಳಿ ಶುರುವಾಯ್ತು. ದೊಡ್ಡ ಸಂಖ್ಯೆಯಲ್ಲಿ ಟೈಗರ್ ಹಿಲ್‌ನ ಕಡೆಯಿಂದ ಪಾಕಿಸೈನಿಕರು ಧಾವಿಸಿ ಬಂದರು. ನಮ್ಮವರ ಬಳಿ ಇದ್ದ ಶಸ್ತ್ರ ದಾಸ್ತಾನು ಬಲು ಕಡಿಮೆ. ಆದರೆ ಇದ್ದುದೆಲ್ಲವನ್ನೂ ಬಳಸಿದರು. ಮೆಷಿನ್ ಗನ್ನು, ರಾಕೆಟ್ ಲಾಂಚರ್‌ಗಳು ಪಾಕೀಗಳು ಬಿಟ್ಟು ಹೋದ ಪಿಸ್ತೂಲುಗಳೂ ಬಳಕೆಯಾದವು. ಇಷ್ಟಾದರೂ ಹಿಂಡುಹಿಂಡಾಗಿ ಬರುತ್ತಿದ್ದ ಪಾಕಿ ಸೈನಿಕರ ಮೇಲೆ ಬಂಡೆಗಲ್ಲುಗಳನ್ನೇ ಉರುಳಿಸಲಾರಂಭಿಸಿದರು. ಇದು ಕೆಲಸ ಮಾಡಿತ್ತು. ನಮ್ಮವರ ಮೇಲೆ ಇದೇ ತಂತ್ರವನ್ನು ಬಳಸಿದ್ದ ಪಾಕಿಸ್ತಾನ ನಮ್ಮವರಷ್ಟು ಎದೆಗಾರಿಕೆ ಇಟ್ಟುಕೊಂಡಿರಲಿಲ್ಲ. ಬಂಡೆಗಳ ಕೆಳಗೆ ಸಿಕ್ಕು ಹತ್ತಾರು ಜನ ಸತ್ತು ಹೋದರು. ಉಳಿದವರು ಮುಂದೆ ಬರುವ ಧೈರ್ಯ ಸಾಲದೇ ಓಡಿಹೋಗಿಬಿಟ್ಟರು. ಅಲ್ಲಿಗೆ ಟೈಗರ್ ಹಿಲ್‌ನ ಗೆಲುವು ಸಂಪನ್ನಗೊಂಡಿತು. ಟೈಗರ್ ಹಿಲ್‌ನ ತುದಿಯನ್ನು ಜುಲೈ 4ರಂದೇ ಗೆದ್ದಿದ್ದೆವು. ಈಗ ಪಾಕಿಸ್ತಾನ ಮತ್ತೆ ಅದನ್ನು ಮರಳಿ ಪಡೆಯುದಷ್ಟು ನಾವು ಬಲಾಢ್ಯರಾಗಿಬಿಟ್ಟಿದ್ದೆವು.

ನಾವು ಗೆದ್ದಿರುವ ಸುದ್ದಿಯನ್ನು ವ್ಯವಸ್ಥಿತವಾಗಿ ಜಗತ್ತಿಗೆ ಒಪ್ಪಿಸುವ ಕೆಲಸವನ್ನು ಮಾಧ್ಯಮಗಳು ಮಾಡಿದ್ದವು. ಜುಲೈ 4ರಂದೇ ನವಾಜ್ ಷರೀಫ್ ಮತ್ತು ಅಮೆರಿಕದ ಅಧ್ಯಕ್ಷ ಬಿಲ್ ಕ್ಲಿಂಟನ್‌ರ ಭೇಟಿ ಇತ್ತು. ಈ ಹಿನ್ನೆಲೆಯಲ್ಲಿ ನಮ್ಮ ಗೆಲುವು ಬಲು ಮಹತ್ವದ್ದೇ ಆಗಿತ್ತು. ಪಾಕಿಸ್ತಾನದ ಯೋಗ್ಯತೆಯನ್ನು, ಸಾಮರ್ಥ್ಯವನ್ನು ಜಗತ್ತಿಗೆ ತಿಳಿಸುವಲ್ಲಿ ನಾವು ಗೆಲುವು ಕಂಡಿದ್ದೆವು. ಇನ್ನು ಬಲಾಢ್ಯನೊಂದಿಗೆ ಜಗತ್ತೇ ನಿಲ್ಲುತ್ತದೆ ಎನ್ನುವ ಮಾತಿಗೆ ಸರಿಯಾಗಿ ಸೋಲುವ ರಾಷ್ಟ್ರವನ್ನು ಸಮರ್ಥಿಸಿಕೊಳ್ಳಲು ಯಾರೂ ತಯಾರಾಗಲಾರರು!

ಜುಲೈ 8 ರ ವೇಳೆಗೆ ಟೈಗರ್ ಹಿಲ್ ಸಂಪೂರ್ಣ ಶಾಂತವಾಯ್ತು. 18 ಗ್ರೇನೇಡಿಯರ್ಸ್‌ನ ಸಾಹಸಿ ತರುಣರು ತಮ್ಮ ಚೀಲದೊಳಗಿದ್ದ ತಿರಂಗಾವನ್ನು ಗುಡ್ಡದ ಮೇಲೆ ಹಾರಾಡಿಸಿ ಕುಣಿದಾಡಿಬಿಟ್ಟರು. 18 ಗ್ರೇನೇಡಿಯರ್ಸ್,

ವಿಜಯದ ಸಂಭ್ರಮ

ಕಿರೀಟಕ್ಕೊಂದು ಗರಿ ಇದು. ತೋಲೋಲಿಂಗ್ ಮತ್ತು ಟೈಗರ್ ಹಿಲ್ ಇವೆರಡೂ ಪ್ರಮುಖ ನೆಲೆಗಳನ್ನು ಗೆದ್ದು ರಾಷ್ಟ್ರಕ್ಕೆ ಸಮರ್ಪಿಸಿದ ಸಾಧನೆ ಅವರದ್ದು. ಅವರ ಈ ಸಾಹಸದಿಂದ ಜಗತ್ತೇ ಪ್ರಭಾವಿತವಾಯ್ತು. ಮುಂದೆ ವಿಶ್ವಸಂಸ್ಥೆಯ ಶಾಂತಿಸ್ಥಾಪನಾ ಪಡೆಯಾಗಿ 18 ಗ್ರೆನೇಡಿಯರ್ಸ್‌ನ್ನು ಪಶ್ಚಿಮ ಆಫ್ರಿಕಾಕ್ಕೂ ಕಳಿಸಲಾಯ್ತು!

ಕಾರ್ಗಿಲ್‌ನ ಕದನದ ಕುರಿತಂತೆ ಮಾತನಾಡುವಾಗ 18 ಗ್ರೆನೇಡಿಯರ್‌ಗಳದ್ದು ಸುವರ್ಣಪುಟವೇ ಸರಿ.

11
ಗೆಲುವಿನ ಕೇಕೆ

ಟೈಗರ್ ಹಿಲ್ ಗೆಲ್ಲುವುದರೊಂದಿಗೆ ದ್ರಾಸ್ ವಿಭಾಗದ ಎಲ್ಲ ಸ್ಥಳಗಳನ್ನೂ ಗೆದ್ದಾಗಿತ್ತು. ರಾಷ್ಟ್ರೀಯ ಹೆದ್ದಾರಿಯ ಬಹುಪಾಲು ಮುಕ್ತವಾಗಿತ್ತು. ಈಗ ಜೋಜಿಲಾ ಪಾಸ್‌ನಿಂದ ದ್ರಾಸ್‌ವರೆಗೆ ಸಾಗುವ ಹೆದ್ದಾರಿಯನ್ನು ಮುಕ್ತಗೊಳಿಸುವ ಕದನಕ್ಕೆ ಸೈನ್ಯ ಅಣಿಯಾಗುತ್ತಿತ್ತು. ಜುಲೈ ಮೊದಲವಾರ ದ್ರಾಸ್‌ನಲ್ಲಿ ಬಲವಾದ ಹೋರಾಟ ಶುರುವಾಗುತ್ತಿದ್ದಂತೆ ಸೈನ್ಯ ಸಮಸಮವಾಗಿ ಮಷ್ಕೋಹ್ ಕಣಿವೆಯಲ್ಲೂ ಸಮರ್ಥವಾದ ಕದನ ಸಂಘಟಿಸಿತು. ಪ್ರತಿ ಸಖೆಗಾಲದಲ್ಲೂ ಇಲ್ಲಿ ಅಡ್ಡಾಡುವ ಸೈನಿಕರು ನುಸುಳುಕೋರರು ಮತ್ತು ಬೆಟ್ಟ ಖದೀಮರು ಬಂದಿಲ್ಲವೆಂದು ಖಾತ್ರಿ ಪಡಿಸಿಕೊಳ್ಳುತ್ತಾರೆ. ಈ ಒಂದು ಬಾರಿ ಅದು ತಪ್ಪಿಹೋದದ್ದು ಅನೇಕ ಅವಾಂತರಗಳಿಗೆ ಕಾರಣವಾಯ್ತು.

ಹೌದು ಎಚ್ಚರಿಕೆ ಕಳಕೊಂಡದ್ದು ನಮ್ಮದೇ ತಪ್ಪು. ಮುಷ್ಕೋಹ್ ಕಣಿವೆ ಪಾಕಿಸ್ತಾನಕ್ಕೆ ಜಮ್ಮು – ಕಾಶ್ಮೀರದ ದೋಡಾ, ಕಿಶ್ತ್ವಾರ್, ಭದೇರ್ವಾಗಳಿಗೆ ನೇರ ಸಂಪರ್ಕ ಒದಗಿಸುತ್ತದೆ. ಕಣಿವೆಯೊಳಕ್ಕೆ ಬರದೇ ಭಯೋತ್ಪಾದಕರು ಕಾಶ್ಮೀರಕ್ಕೇ ಹೋಗಬಹುದಾದ ರಾಜಮಾರ್ಗವಿದು. ರಕ್ಷಣಾ ದೃಷ್ಟಿಯಿಂದ ಅತ್ಯಂತ ಪ್ರಮುಖವಾದ ಮಹತ್ವವಾದ ಸ್ಥಳವಿದು.

ಪಾಕಿಸ್ತಾನ ಆಕ್ರಮಿಸಿಕೊಂಡು ಕುಳಿತಿರುವ ಎಲ್ಲ ಗುಡ್ಡಗಳನ್ನು ಅವಲೋಕಿಸಿದರೆ ಪಾಯಿಂಟ್ 4875 ಅತ್ಯಂತ ಮಹತ್ವದ್ದು. ಇಲ್ಲಿಂದ ರಾಷ್ಟ್ರೀಯ ಹೆದ್ದಾರಿಯ 30 ಕಿ.ಮೀ. ಉದ್ದದ ರಸ್ತೆಯ ಮೇಲೆ ಲಕ್ಷ್ಯವಿಡಬಹುದಿತ್ತು. ಇಲ್ಲಿ ನೆಲೆಯೂರಿರುವ ಪಾಕಿ ಫಿರಂಗಿಗಳು ನಮ್ಮ ಹೆದ್ದಾರಿಯ ಮೇಲಿನ ಪ್ರತಿಯೊಂದು ಚಲನವಲನವನ್ನೂ ನಿಯಂತ್ರಿಸುತ್ತಿದ್ದವು. ಅನಿವಾರ್ಯವಾಗಿ ರಾತ್ರಿಯ ವೇಳೆ ಹೆಡ್ ಲೈಟುಗಳನ್ನು ಆರಿಸಿಕೊಂಡು ವಸ್ತುಗಳನ್ನು, ಮದ್ದುಗುಂಡುಗಳನ್ನು ಒಯ್ಯಬೇಕಾದ ಸ್ಥಿತಿಯಿತ್ತು ನಮ್ಮವರಿಗೆ.

ಪಾಯಿಂಟ್ 4875 ವಶಪಡಿಸಿಕೊಳ್ಳುವ ಹೊಣೆ ಮೌಂಟೇನ್ ಬ್ರಿಗೇಡ್‌ಗೆ ವಹಿಸಲಾಗಿತ್ತು. ಬ್ರಿಗೇಡಿಯರ್ ರಮೇಶ್ ಕಾಕರ್ ನೇತೃತ್ವದಲ್ಲಿ ಸ್ಥಳ

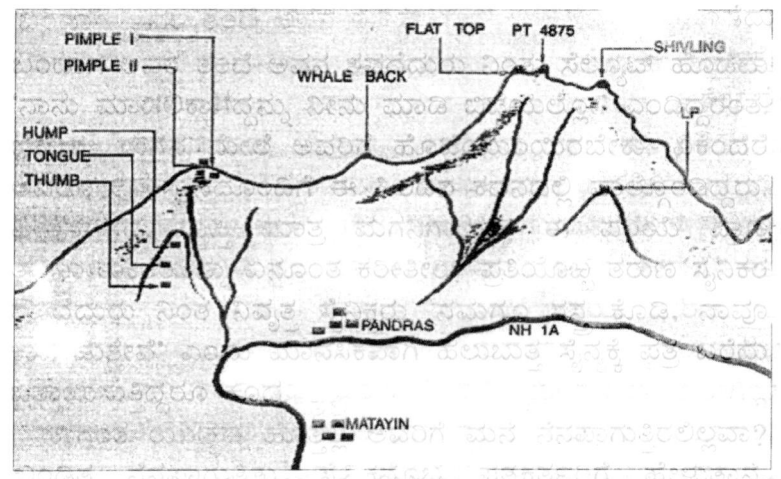

ಪರಿಶೀಲನೆ ನಡೆಸಿ, ದೀರ್ಘವಾದ ಮತ್ತು ಪರಿಣಾಮಕಾರಿಯಾದ ಯೋಜನೆಯನ್ನು ರೂಪಿಸಲಾಗಿತ್ತು. ಜೂನ್ 8ಕ್ಕೆ 2 ಮಹಾರ್ ರೆಜಿಮೆಂಟು ಆಕ್ರಮಣ ಶುರುಮಾಡಿ ದೈಂಗೋಯಾ ಬ್ಯಾಂಗ್ ತುಂಗ್ ಬೆಟ್ಟದ ಶ್ರೇಣಿಯುದ್ದಕ್ಕೂ ಇರುವ ಒಂದಷ್ಟು ಜಾಗಗಳನ್ನು ವಶಪಡಿಸಿಕೊಂಡಿತು. ನಮ್ಮವರಿಗೆ ಕಾಲೂರಲು ಜಾಗ ಮಾಡಿಕೊಟ್ಟಿತು.

ಪಾಯಿಂಟ್ 4875 ವಶಪಡಿಸಿಕೊಳ್ಳುವ ವಿಚಾರ ಬಂದಾಗ ಅದಾಗಲೇ ಪಾಯಿಂಟ್ 5140 ಗೆದ್ದಿರುವ 13 ಜಮ್ಮು ಕಾಶ್ಮೀರ ರೈಫಲ್ಸ್‌ಗೇ ಹೊಣೆ ನೀಡುವ ನಿರ್ಧಾರ ಮಾಡಲಾಯ್ತು. ಜುಲೈ 1ಕ್ಕೆ ಈ ತಂಡ ಮುಷ್ಕೋಹ್ ಕಣಿವೆಯಲ್ಲಿ ಬಂದು ಸೇರಿಕೊಂಡಿತು. ಮೂರು ದಿನಗಳ ತಯಾರಿ ಮತ್ತು ಯೋಜನೆಯ ನಂತರ 21 ಫೈರ್ ಯುನಿಟ್‌ಗಳ (126 ಗನ್ನು, ಮೋರ್ಟಾರು, ರಾಕೆಟ್ ಲಾಂಚರ್)ಗಳನ್ನು ವ್ಯವಸ್ಥಿತವಾಗಿ ಜೋಡಿಸಲಾಯ್ತು. ಒಂದಷ್ಟು ಸ್ಥಳೀಯರು ಮದ್ದು-ಗುಂಡುಗಳನ್ನೂ, ಆಹಾರ ಸಾಮಗ್ರಿಗಳನ್ನೂ ಕದನ ರೇಖೆಯ ಬಳಿ ಇಟ್ಟುಕೊಟ್ಟರು.

ಜುಲೈ 4ರ ರಾತ್ರಿ ಏಳು ಗಂಟೆಗೆ ಸಂಜೆ ಕಳೆದು ರಾತ್ರಿಯಲ್ಲಿ ಲೀನವಾಗುವ ಹೊತ್ತಿಗೆ ಬಾಂಬು ದಾಳಿ ಶುರುವಾಗಿಬಿಟ್ಟಿತು. ಮೋರ್ಟಾರುಗಳು, ರಾಕೆಟ್ ಲಾಂಚರುಗಳು ಗುರಿಯತ್ತ ಬೆಂಕಿ ಸುರಿಸುತ್ತಿದ್ದರೆ ಕೃತಕ ದೀಪಾವಳಿಯೇ ಸೃಷ್ಟಿಯಾಗಿಬಿಟ್ಟಿತ್ತು. ಈ ಹಬ್ಬಕ್ಕೆ ಬೋಫೋರ್ಸುಗಳೂ ಸಾಥು ಕೊಟ್ಟ ಮೇಲೆ

ಮುಗಿದೇ ಹೋಯ್ತು. ಸುಮಾರು 2 ಗಂಟೆಗಳ ಕಾಲ ಎಡಬಿಡದ ಚಟುವಟಿಕೆ, ದಾಳಿಯ ಅಂತರವನ್ನು ಸಮವಾಗಿ ಕಾಯ್ದುಕೊಳ್ಳಲು ವೇಗ ವೇಗವಾಗಿ ಫಿರಂಗಿಯ ಬಾಯೊಳಗೆ ಮಿಸ್ಸೈಲು ತುರುಕುತ್ತಿದ್ದ ಸೈನಿಕರು, ಅವರಿಗೆ ಸಾಲುಗಟ್ಟಿ ಅದನ್ನು ತಂದುಕೊಡುತ್ತಿದ್ದವರು, ಅತ್ತ ಮೋರ್ಟಾರು ಗನ್ನುಗಳಿಗೆ ಕಾಡತೂಸುಗಳನ್ನು ತುಂಬುತ್ತಿದ್ದವ. ಅಬ್ಬಬ್ಬ! ಪ್ರತಿಯೊಂದೂ ಮನಮೋಹಕ. ಮೊದ ಮೊದಲು ಇತ್ತಲಿಂದ ಅತ್ತ ಹೋಗುವ, ಅತ್ತಲಿಂದ ಇತ್ತ ಬರುವ ಎರಡೂ ಮಿಸ್ಸೈಲುಗಳ ಸದ್ದು ಒಂದೇ ತೆರನಾಗಿರುತ್ತಿತ್ತು. ಬರುಬರುತ್ತಾ ನಮ್ಮವರು ಕಳಿಸುವ ಗುಂಡಿನ ಸದ್ದು ಸಂಗೀತವೆನಿಸತೊಡಗಿತ್ತು. 'ಭಾಂ' ಎಂಬ ಭಯಾನಕ ಸದ್ದು, ಕೆಳಗೆ ಬೀಳುವಾಗ 'ಸುರ ಸುರ' ಎನ್ನುವ ಸದ್ದು ಅಷ್ಟೇ! ಅದರೊಟ್ಟಿಗೆ ಬೆಟ್ಟದ ಮೇಲೆ ಏಳುತ್ತಿದ್ದ ಹಿಮದ ಧೂಳು, ಇವೆಲ್ಲವೂ ಆನಂದಿಸಲು ಯೋಗ್ಯವಾದವು. ಆದರೆ ಅತ್ತಲಿಂದ ಶೆಲ್ಲು ಬಂದು ಬೀಳುವ ಸದ್ದಿದೆಯಲ್ಲ ಇದು ಮಾತ್ರ ಭಯಾನಕ. ನಮ್ಮ ಬಂಕರ್‌ಗಳ ಅಕ್ಕಪಕ್ಕ ಬಂದು ಬೀಳುತ್ತಿದ್ದವು. ಪಾಕೀಗಳು ಆಯಕಟ್ಟಿನ ಜಾಗದಲ್ಲಿದ್ದುದರಿಂದ ಸಮಯ ಹೊಂದಾಣಿಕೆ ಮಾಡಿ ಶೆಲ್ಲು ಆಕಾಶದಲ್ಲಿಯೇ ಸಿಡಿಯುವಂತೆ ಮಾಡುತ್ತಿದ್ದರು. ಹಾಗಾದಾಗಲಂತೂ ಅದರಿಂದ ತೂರಿಬಂದ ಸಾವಿರಾರು ಸಣ್ಣ ಸಣ್ಣ ಸೀಸದ ಗುಂಡುಗಳು ಕೈಕಾಲು ತಲೆ ಎಲ್ಲೆಂದರಲ್ಲಿ ಹೊಕ್ಕಿ ಪ್ರಾಣ ತೆಗೆಯುತ್ತಿದ್ದವು. ಇಂತಹ ಸವಾಲನ್ನು ಎದುರಿಸಿ ಫಿರಂಗಿದಳದವರು ತಾವು ಪ್ರತಿಕ್ರಿಯೆ ನೀಡಬೇಕಿತ್ತು.

ಪಾಯಿಂಟ್ 4875ಗೆ ಹೊಂದಿಕೊಂಡಂತೆ ಇರುವ ಫ್ಲ್ಯಾಟ್ ಟಾಪ್‌ನ್ನು ವಶಪಡಿಸಿಕೊಳ್ಳುವುದು ಮೊದಲ ಹಂತವಾಗಿತ್ತು. ಮೇಜರ್ ವಿಜಯಭಾಸ್ಕರ್ ನೇತೃತ್ವದ ಆಲ್ಫಾ ಕಂಪನಿ ಈ ಪಾಯಿಂಟಿನ ದಕ್ಷಿಣ ಇಳಿಜಾರಿನ ಮೇಲೆ ಪೂರ್ವ ದಿಕ್ಕಿನಿಂದ ಹತ್ತುತ್ತಿತ್ತು. ಪಶ್ಚಿಮ ದಿಕ್ಕಿನಿಂದ ಮೇಜರ್ ಗುರುಪ್ರೀತ್ ಸಿಂಗ್ ಮುನ್ನಡೆಯುತ್ತಿದ್ದರು. ಫಿರಂಗಿಗಳು ಬೆಂಕಿಯುಗುಳುವುದನ್ನು ನಿಲ್ಲಿಸಿದವು. ನಮ್ಮ ಸೈನಿಕರು ಗುರಿಯ ಹತ್ತಿರ ಬಂದಾಗಲೂ ಶೆಲ್‌ಗಳನ್ನೆಸೆದರೆ ಅವು ನಮ್ಮವರನ್ನೇ ಬಲಿ ತೆಗೆದುಕೊಳ್ಳುವ ಅಪಾಯವಿರುತ್ತಿತ್ತು. ಈಗ ಶೆಲ್ ದಾಳಿ ನಿಂತ ನಂತರ ಗುಡ್ಡ ಹತ್ತುವ ಸೈನಿಕರು ದಾರಿ ತಪ್ಪುವ ಸಮಸ್ಯೆಯೂ ಅಷ್ಟೇ ಇತ್ತು. ಅದಕ್ಕೇ ಕೆಳಗಿನ ಆಯಕಟ್ಟಿನ ಜಾಗದಿಂದ ಎಂ.ಎಂ.ಜಿ. ಗನ್ನುಗಳು ಗುರಿಯತ್ತ ಮೊಳಗಲಾರಂಭಿಸಿದವು. ಈ ಎಂ.ಎಂ.ಜಿ. ಪಡೆಯ ನೇತೃತ್ವ ಕ್ಯಾಪ್ಟನ್ ವಿಕ್ರಂ ಬಾತ್ರಾರಿಗೆ ಸೇರಿತ್ತು.

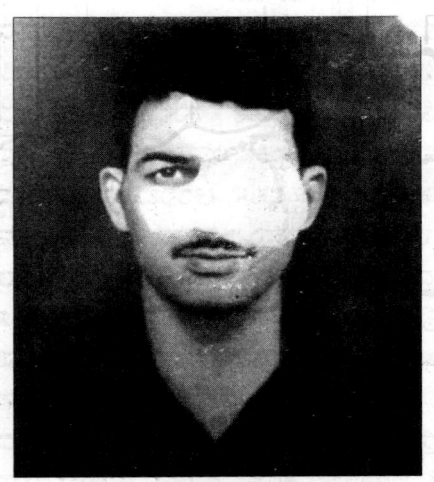

ರೈಫಲ್ ಮ್ಯಾನ್ ಸಂಜಯ ಕುಮಾರ್

ರಾತ್ರಿಯಿಡೀ ಪ್ರಯತ್ನ ಪಟ್ಟರೂ ಮಹತ್ವದ ಫಲಿತಾಂಶವೇನೂ ದೊರಕಲಿಲ್ಲ. ಪಾಕಿ ಪಡೆಗಳೂ ಉಗ್ರವಾಗಿಯೇ ದಾಳಿ ನಡೆಸುತ್ತಿದ್ದವು. ಈ ಪ್ರಯತ್ನದಲ್ಲಿಯೇ ಬೆಳಕು ಹರಿಯಿತು. ನಮ್ಮ ಸೈನಿಕರು ಬೆಟ್ಟದಿಂದ ಬಯಲಿಗೆ ಬಿದ್ದಂತಾಗಿಬಿಟ್ಟರು. ಈಗ ಮಾಡು ಇಲ್ಲವೇ ಮಡಿ ಪರಿಸ್ಥಿತಿ. ಆಲ್ಫಾ ಮತ್ತು ಚಾರ್ಲಿ ಕಂಪನಿಯ ಫಾರ್ವರ್ಡ್ ಅಬ್ಸರ್ವೇಶನ್ ಆಫೀಸರ್‌ಗಳಾದ ಕ್ಯಾಪ್ಟನ್ ಬಿ.ಎಸ್. ರಾವತ್ ಮತ್ತು ಕ್ಯಾಪ್ಟನ್ ಗಣೇಶ್ ಭಟ್ಟರು ತಮ್ಮೊಡನಿದ್ದ ಸಣ್ಣ ತೋಪುಗಳಿಂದ ಗುಂಡಿನ ಮಳೆಗರೆಯಲಾರಂಭಿಸಿದರು. ಮಿಸೈಲುಗಳು ಶತ್ರುಗಳ ಸಂಗರ್‌ನ್ನು ಗುರಿಯಾಗಿಟ್ಟುಕೊಂಡು ಎದೆ ಝಲ್ಲೆನಿಸುವಂತಹ ದಾಳಿ ನಡೆಸಿದವು. ಅಂದು ಮಧ್ಯಾಹ್ನದ ವೇಳೆಗೆಲ್ಲಾ ಸತತ ದಾಳಿಯಿಂದ ಪಾಕೀಗಳನ್ನು ಹೈರಾಣಾಗಿಸಿತ್ತು ನಮ್ಮ ಪಡೆ. ಕಷ್ಟಪಟ್ಟು ಕಡಿದಾದ ಬೆಟ್ಟವನ್ನೇರಿತು. ಒಂದು ಸಂಗರ್‌ನಿಂದ ಮಾತ್ರ ಬಲವಾದ ಪ್ರತಿರೋಧ ಎದುರಾಯ್ತು. ಒಟ್ಟಾರೆ 150 ಮೀಟರ್ ದೂರ ಅಷ್ಟೇ. ರೈಫಲ್ ಮ್ಯಾನ್ ಸಂಜಯ ಕುಮಾರ್ ಸಮಸ್ಯೆಯನ್ನು ಅರಿತರು. ತಡ ಮಾಡಿದಷ್ಟೂ ಪಾಕಿಗಳ ಕೈ ಮೇಲಾಗುವುದು ಖಾತ್ರಿಯಾಗಿತ್ತು. ಆತ ಹಿಂದೆಗೆಯಲಿಲ್ಲ. ಫ್ಲ್ಯಾಟ್ ಟಾಪ್ ಗೆಲ್ಲಲು ತಾನೇ ಬಲಿಯಾಗಲು ನಿಶ್ಚಯಿಸಿದ. ಬೆಟ್ಟದ ಬದಿಗೆ

ಚಾಚಿಕೊಂಡಿರುವ ಬಾಹುವಿನ ಮೇಲೇರಿದ್ದ ಶತ್ರುವಿನ ಸಂಗರ್‌ನ ಮೇಲೆ ದಾಳಿಗೈದ. ಅದನ್ನು ಕಾದು ಕುಳಿತಿದ್ದ ಪಾಕೀ ಸೈನಿಕ ಸತ್ತು ಬಿದ್ದ. ಆ ವೇಳೆಗೆ ಸಂಜಯ್ ಕುಮಾರ್‌ನ ಮೇಲೂ ಗುಂಡಿನ ದಾಳಿಯಾಗಿತ್ತು. ಆತ ಎದೆಗುಂದಲಿಲ್ಲ. ಸತ್ತುಬಿದ್ದ ಪಾಕೀ ಸೈನಿಕನ ಮೆಷಿನ್ ಗನ್ನನ್ನು ಕಸಿದು ಮತ್ತೊಂದು ಬಂಕರನ ಮೇಲೆ ದಾಳಿ ಆರಂಭಿಸಿದ. ಶತ್ರು ಸೈನಿಕರಿಗೆ ಇದು ಅಕ್ಷರಶಃ ಅಚ್ಚರಿಯ ದಾಳಿ. ಮೂರು ಜನ ಪಾಕಿಗಳು ಧರಾಶಾಯಿಯಾದರು. ಅತ್ತಲಿಂದ ಬಂದ ಗುಂಡುಗಳು ಸಂಜಯ್ ಕುಮಾರ್‌ನನ್ನು ತೀವ್ರ ಘಾಸಿಗೊಳಿಸಿದ್ದವು. ಅಷ್ಟಾದರೂ ಕೆಳಗಿಳಿಯಲು ನಿರಾಕರಿಸಿದ ಆತ ತನ್ನ ಗೆಳೆಯರು ಫ್ಲ್ಯಾಟ್ ಟಾಪ್ ಗೆಲ್ಲುವುದನ್ನು ಕಣ್ತುಂಬಿಸಿಕೊಳ್ಳಲೇಬೇಕೆಂದು ಹಠ ಹಿಡಿದ. ಅಂದು ಮಧ್ಯಾಹ್ನ ಕಳೆದು ಸೂರ್ಯ ತಂಪಾಗುವ ಮುನ್ನವೇ ಫ್ಲ್ಯಾಟ್‌ಟಾಪ್‌ನಲ್ಲಿ ಹಾರಿದ ತಿರಂಗಾ ರಾಷ್ಟ್ರೀಯ ಹೆದ್ದಾರಿಯಿಂದಲೇ ಕಾಣುತ್ತಿತ್ತು. ಕೆಳಗೆ ನಿಂತ ಸೈನಿಕರು ನಿಂತಲ್ಲೇ ಒಂದು ಸೆಲ್ಯೂಟ್ ಕೊಟ್ಟರು! ರೈಫಲ್ ಮ್ಯಾನ್ ಸಂಜಯ್ ಕುಮಾರ್‌ಗೆ ಸೈನ್ಯದಲ್ಲಿ ಕೊಡಲಾಗುವ ಅತ್ಯುತ್ತಮ ಗೌರವ ಪರಮ ವೀರ ಚಕ್ರ ನೀಡಿ ಗೌರವಿಸಲಾಯ್ತು.

ಮರು ದಿನ ಬಾಲಸುಟ್ಟ ಬೆಕ್ಕಿನಂತಾಗಿದ್ದ ಪಾಕೀ ಪಡೆ ಮರುದಾಳಿ ಸಂಘಟಿಸಿತು. ಎಂ.ಎಂ.ಜಿ. ದಾಳಿ ಶುರುವಾಯಿತು. ನಮ್ಮವರೂ ಯಾರಿಗೂ ಕಡಿಮೆಯಿಲ್ಲದಂತೆ ಪ್ರತಿಕ್ರಿಯೆ ನೀಡಲಾರಂಭಿಸಿದರು. ಎಂದಿನಂತೆ ಮದ್ದು – ಗುಂಡುಗಳ, ಸೈನಿಕರ ಕೊರತೆ ಇದ್ದೇ ಇತ್ತು. ಇದರ ಪೂರೈಕೆಗಾಗಿ ಕ್ಯಾಪ್ಟನ್ ವಿಕ್ರಂ ಬಾತ್ರಾರನ್ನು ಕಳಿಸಿಕೊಡಲಾಯ್ತು. ಅವರು ತಮ್ಮ ಪಡೆಯೊಂದಿಗೆ ಬಂದು ಫ್ಲ್ಯಾಟ್ ಟಾಪ್ ಕಾಯ್ದುಕೊಳ್ಳಬೇಕಿತ್ತು. ಶತ್ರುಗಳ ಭಾರೀ ಪಡೆ ಸಮೀಪಿಸುತ್ತಿತ್ತು. ಮಾತಾಡಿದರೆ ಕೇಳುವಷ್ಟು ಹತ್ತಿರ, ಎದುರು – ಬದುರು ಬಂಕರುಗಳನ್ನು ಆಕ್ರಮಿಸಿಕೊಂಡು ಎರಡೂ ಪಡೆ ಕುಳಿತುಬಿಟ್ಟಿತ್ತು.

ಕ್ಯಾಪ್ಟನ್ ನವೀನ್ ಅನಬ್ರು ನಾಗಪ್ಪ ಕರ್ನಾಟಕದ ಹುಬ್ಬಳ್ಳಿಯ ಹುಡುಗ. ಅವನೊಬ್ಬ ಸೈನಿಕನೆಂದು ದೂರದಿಂದ ನೋಡಿದವರ್‍ಯಾರೂ ಎಣಿಸಲಾರರು. ಅಷ್ಟು ಸಣ್ಣಕ್ಕಿದ್ದ. ಎಂಜಿನಿಯರಿಂಗ್ ವಿಭಾಗದವ. ಮುಂಚೂಣಿ ಯುದ್ಧದ ತಂಡದಲ್ಲಿರಬೇಕೆಂದು ಹಠಮಾಡಿ ಬಂದಿದ್ದ. 'ನೀವು ಬೇಕಾದರೆ ಮರಳಿ ಬನ್ನಿ, ಶತ್ರುಗಳ ಸಂಖ್ಯೆ ಎಷ್ಟೇ ಇರಲಿ ಕೊನೆಯ ಕ್ಷಣದವರೆಗೆ ಕಾದಾಡುತ್ತೇನೆ' ಎನ್ನುತ್ತಿದ್ದ.

ನಾಗಪ್ಪ ಒಂದಿಡೀ ದಿನ ಬಂಕರ್‌ನೊಳಗೆ ಕುಳಿತುಕೊಳ್ಳಬೇಕಾಗಿ ಬಂತು.

ಎರಡೂ ಕಡೆಯಿಂದ ನಿರಂತರ ಗುಂಡಿನ ಚಕಮಕಿ ನಡೆದೇ ಇತ್ತು. ಬೈಗುಳಗಳೂ ವಿನಿಮಯವಾಗುತ್ತಿದ್ದವು. ನಾಗಪ್ಪ ಒಂದು ನಿಮಿಷ ಸುಮ್ಮನುಳಿದವರಲ್ಲ. ಜೊತೆಗಾರರನ್ನು ಹುರಿದುಂಬಿಸುತ್ತಲೇ ಇದ್ದ. ಒಂದಿಡೀ ದಿನ ಬಂಕರ್‌ನ್ನು ಕಾಯ್ದು ಕೊಂಡರು. ಮರುದಿನ ವಿಕ್ರಂ ಬಾತ್ರಾರ ತಂಡ ಬಂದು ಬಂಕರ್ ಹೊಕ್ಕಿತು. ಈಗ ಹೊಸ ಶಕ್ತಿ ಬಂದಂತಾಯ್ತು. ಭಾರತೀಯ ಫಿರಂಗಿ ಪಡೆಗಳು ಪಾಕಿಸ್ತಾನಿ ಬಂಕರಿನ ಸ್ವರೂಪವನ್ನೇ ಹದಗೆಡಿಸಿತ್ತು. ಇನ್ನು ಕೊನೆಯದೊಂದು ಪ್ರಯತ್ನ ಆಗಬೇಕಿತ್ತು.

ಬೆಳಗಿನ ಜಾವ ಪಾಕಿಸ್ತಾನೀ ಸೈನಿಕನೊಬ್ಬ ಜೀವದ ಹಂಗು ತೊರೆದು ನಮ್ಮವರ ಬಂಕರಿನತ್ತ ಗ್ರೆನೇಡೊಂದನ್ನು ಎಸೆದು ಬಿಟ್ಟ. ಏಕೆ 47ನಿಂದ ದಾಳಿ ನಡೆಸುತ್ತಿದ್ದ ನಾಗಪ್ಪ ತಕ್ಷಣ ಜಾಗೃತರಾದರು. ಇನ್ನೊಂದೆರಡು ಸೆಕೆಂಡುಗಳಲ್ಲಿಯೇ ಆ ಗ್ರೇನೇಡು ಸಿಡಿದು ಅಷ್ಟೂ ಜನರನ್ನು ಬಲಿ ತೆಗೆದುಕೊಳ್ಳುವುದು ಖಾತ್ರಿಯಾಗಿತ್ತು. ನಾಗಪ್ಪ ಕೈಲಿದ್ದ ಎ.ಕೆ. 47 ಬದಿಗೆಸೆದು ಕೈಚಾಚಿ ಗ್ರೆನೇಡನ್ನೆತ್ತಿಕೊಂಡು ಮರಳಿ ಬಿಸಾಡಲೆತ್ನಿಸಿದರು. ಸ್ವಲ್ಪ ಕೈ ಜಾರಿತು. ಗ್ರೆನೇಡು ಬಂಕರಿನಿಂದ ಹೊರಗೆ ಕೆಲವೇ ಗಜಗಳ ದೂರದಲ್ಲಿ ಬಿದ್ದು ಸಿಡಿದು ಹೋಯಿತು. ಅದರಿಂದ ಹಾರಿದ ಸ್ಪ್ಲಿಂಟರ್‌ಗಳು ನಾಗಪ್ಪನ ಕಾಲುಗಳನ್ನು ಹೊಕ್ಕಿ ಸಹಿಸಲಸಾಧ್ಯ ವೇದನೆ ಶುರುವಾಯ್ತು. ಈ ಶ್ರೇಷ್ಠ ಸಾಹಸ ಇತರೆ ಸೈನಿಕರಿಗೆ ಸ್ಫೂರ್ತಿಯಾಯ್ತು. ಈ ಸ್ಫೂರ್ತಿಯ ಸೆಲೆಗೆ ಪಾಕೀ ಬಂಕರು ಛಿದ್ರವಾಗಿಹೋಯ್ತು. ನಾಗಪ್ಪ ಮತ್ತು ಸೈಗೆಳೆಯರು ಜೋರಾಗಿ ಹಾಡಿಕೊಳ್ಳುತ್ತಿದ್ದರು, 'ಯೇ ಜಿಂದಗಿ ಕ್ಯಾ ಜಿಂದಗಿ ಹೈ ಮೌತ್ ಕೆ ಬಿನಾ, ಯೇ ಜಿಂದಗಿ ಕ್ಯಾ ಜಿಂದಗಿ ಹೈ ದುಶ್ಮನ್ ಕೋ ಮಾರೆ ಬಿನಾ'.

ಫ್ಲ್ಯಾಟ್ ಟಾಪ್‌ನ್ನು ಪೂರ್ಣಗೆದ್ದುದರಿಂದ ಪಾಯಿಂಟ್ 4875ಯ ಒಂದು ಭಾಗವನ್ನು ಗೆದ್ದಂತಾಗಿತ್ತು. ಮತ್ತೊಂದು ಭಾಗವನ್ನು ಸೈನಿಕರು ಏರುತ್ತಲೇ ಇದ್ದರು. ಈಗ ಉತ್ತರದ ಭಾಗದಿಂದ ಆಕ್ರಮಿಸಿಕೊಂಡರೆ ಪಾಕಿಸ್ತಾನಕ್ಕೆ ಮದ್ದು-ಗುಂಡುಗಳ ಸರಬರಾಜು ನಿಲ್ಲುತ್ತದೆ. ಆಗ ಗುಡ್ಡ ವಶಪಡಿಸಿಕೊಳ್ಳೋದು ಸಲೀಸು. ಆದರೆ 17 ಸಾವಿರ ಅಡಿ ಎತ್ತರದ 80 ಡಿಗ್ರಿಯಷ್ಟು ಇಳಿಜಾರಿರುವ ದಿಕ್ಕಿನಿಂದ ಆಕ್ರಮಿಸಿ ಶತ್ರುಗಳಿಗೆ ಚಳ್ಳೇ ಹಣ್ಣು ತಿನ್ನಿಸೋದು ಸುಲಭ ಕೆಲಸವಾಗಿರಲಿಲ್ಲ. ಸವಾಲುಗಳನ್ನು ಪ್ರೀತಿಸುವ ಕ್ಯಾಪ್ಟನ್ ವಿಕ್ರಂ ಬಾತ್ರಾ ಈ ಕೆಲಸವನ್ನು ತಮ್ಮ ತುಕಡಿಗೆ ವಹಿಸುವಂತೆ ಕೇಳಿಕೊಂಡರು. ಈ ಹಿಂದೆ ಪಾಯಿಂಟ್ 5140 ಗೆಲ್ಲುವಲ್ಲಿ ಬಾತ್ರಾ ಪಾತ್ರ ಮೆಚ್ಚುಗೆಗೆ

ಪಾತ್ರವಾಗಿತ್ತು. ಈ ಹಿನ್ನೆಲೆಯಲ್ಲಿಯೇ ಅವರ ತೋಳ್ಬಲದ ಮೇಲೆ ವಿಶ್ವಾಸವಿಟ್ಟು ಈ ಜವಾಬ್ದಾರಿ ಅವರಿಗೆ ಕೊಡಲಾಗಿತ್ತು. ಬಾತ್ರಾ ತಮ್ಮ ತುಕಡಿ ಕರಕೊಂಡು ಜುಲೈ 7ಕ್ಕೆ ಹೊರಟರು. ಈ ದಿಕ್ಕಿನಿಂದಲೇ ಸೈನಿಕರು ಬರಬಹುದೆಂಬ ದೂರದ ಕಲ್ಪನೆಯೂ ಪಾಕಿಗಳಿಗಿರಲಿಲ್ಲ. ಆದರೆ ಅತ್ಯಂತ ಹತ್ತಿರದಿಂದ ಬಾತ್ರಾ ಪಡೆ ದಾಳಿ ಮಾಡಲು ಶುರು ಮಾಡಿದೊಡನೆ ಕಕ್ಕಾಬಿಕ್ಕಿಯಾದರೂ ಸಾವರಿಸಿಕೊಂಡು ಮರುದಾಳಿ ಶುರುಮಾಡಿದರು. ಎದುರು ಬದುರು ಶತ್ರುಗಳು, ಪಾಕಿಯೊಬ್ಬ ಕೂಗಿದ್ದು, 'ಸಾಯಲು ಬಂದಿದ್ದೀಯಾ?' ಬಾತ್ರಾ 'ಸಾಯಿಸಲು ಬಂದಿದ್ದೇನೆ' ಎಂದರು 'ಬಂದಿದ್ದೀಯ ಸರಿ ಮರಳಿ ಹೋಗಲಾರೆ' ಎಂದ ಒಬ್ಬ. ಮತ್ತೊಬ್ಬ 'ಮಾಧುರಿ ದೀಕ್ಷಿತಳನ್ನು ನಮಗೆ ಕೊಟ್ಟು ಇಡಿಯ ಕಾಶ್ಮೀರ ಒಯ್ದು ಬಿಡಿ' ಎಂದು ವ್ಯಂಗ್ಯದ ಮಾತಾಡಿದ. ಬಾತ್ರಾ ಯಾವುದಕ್ಕೂ ಜವಾಬು ಕೊಡಲಿಲ್ಲ. ಹೀಗೆ ವ್ಯಂಗ್ಯವಾಡಿದವನಿಗೆ ಗುರಿಯಿಟ್ಟು ಅವನನ್ನು ಕೊಂದು ಬಿಸಾಡಿ 'ಫ್ರಂ ಮಾಧುರಿ ವಿತ್ ಲವ್' ಎಂದು ನಕ್ಕರಷ್ಟೇ!. ಬಾತ್ರಾ ಈ ಮುಖಾಮುಖಿ ಯುದ್ಧದಲ್ಲಿ ಐದು ಪಾಕಿಗಳನ್ನು ಯಮಪುರಿಗಟ್ಟಿದರು. ಆ ವೇಳೆಗೇ ಲೆಫ್ಟಿನೆಂಟ್ ನವೀನ್ ಶತ್ರುಗಳ ಗುಂಡಿನೇಟಿಗೆ ಕುಸಿದು ಬಿದ್ದರು. ತಾವು ಕಾದಾಡುತ್ತಿದ್ದ ಸ್ಥಳದಿಂದ ಇತ್ತ ತೆವಳಿಕೊಂಡು ಬಂದ ಬಾತ್ರಾ ನವೀನ್‌ರನ್ನೇ ಕೆಳಗೆಳೆದು ಮುನ್ನುಗ್ಗಲೆತ್ನಿಸಿದರು. ನವೀನ್ ತಾನೂ ಹೋರಾಟ ಮುಂದುವರಿಸುವೆನೆಂದು ಪ್ರತಿಭಟಿಸಿದಾಗ 'ನಿನಗೆ ಹೆಂಡತಿ, ಮಕ್ಕಳು ಇದ್ದಾರೆ. ಹಿಂದೆ ಸರಿ' ಎಂದವನು ಮುಂದೆ ನುಗ್ಗಿದ. ಅಷ್ಟರಲ್ಲಿಯೇ ತೂರಿಬಂದ ಗುಂಡು ಬಾತ್ರಾರ ಎದೆಗೆ ಬಡಿಯಿತು. ಸಿಡಿದ ಶೆಲ್ಲಿನ ಸ್ಪ್ಲಿಂಟರ್ ಸೊಂಟ ಹೊಕ್ಕಿತು. ಬಾತ್ರಾ ಕುಸಿದರು. ಆ ವೇಳೆಗೇ ಈ ತುಕಡಿಯ ಸೈನಿಕರು ತುದಿಯೇರಿ ವಿಜಯದ ಕೇಕೆ ಹಾಕುತ್ತಿದ್ದರು. ಅಲ್ಲಿ ಬಾತ್ರಾ ಇರಲಿಲ್ಲ. ಬಾತ್ರಾ ಸಾಹೇಬರ ಸಾವಿನ ಸುದ್ದಿಯಿಂದ ಕಂಗಾಲಾದ ಸೈನಿಕರ ಖುಷಿ ಕ್ಷಣಮಾತ್ರದಲ್ಲಿ ತಣ್ಣಗಾಯ್ತು. ಅಳಲೂ ಶಕ್ತಿಯಿಲ್ಲದಂತಾಗಿತ್ತು.

ಈ ಗುಡ್ಡದ ಮೇಲಿಂದ ಅಪಾರ ಸಂಖ್ಯೆಯ ಪಾಕೀ ಸೈನಿಕರ ಶವ ವಶಪಡಿಸಿಕೊಳ್ಳಲಾಗಿತ್ತು. ಅದನ್ನು ಪತ್ರಕರ್ತರ ಮುಂದೆಯೇ ಗೌರವಯುತವಾಗಿ ಅಂತ್ಯ ಸಂಸ್ಕಾರ ಮಾಡಲಾಯ್ತು.

ಮಿಲಿಟರಿ ದೃಷ್ಟಿಯಿಂದ ಅಸಾಧ್ಯವಾಗಿದ್ದ ಕಾರ್ಯವನ್ನು ಮಾಡಿ ಗುಡ್ಡ ಗೆದ್ದ ಬಾತ್ರಾರ ಶ್ರೇಷ್ಠ ಸಾಹಸಕ್ಕೆ ಅವರಿಗೆ ಪರಮ ವೀರ ಚಕ್ರ ಪುರಸ್ಕಾರ

ದೊರೆಯಿತು. ಜೊತೆಗೆ ಪಾಯಿಂಟ್ 4875 ಅಲ್ಲಿಂದಾಚೆಗೆ ಬಾತ್ರಾ ಟಾಪ್* ಎಂದು ಕರೆಯಲ್ಪಟ್ಟಿತು. ಧನ್ಯ ವಿಕ್ರಮ ಬಾತ್ರಾ ಧನ್ಯ!

ಅತ್ತ 4875ಗೆ ಹೊಂದಿಕೊಂಡ ಪಿಂಪಲ್ 1 ಮತ್ತು ಪಿಂಪಲ್ 2 ಗಳನ್ನು ವಶಪಡಿಸಿಕೊಳ್ಳುವ ಜವಾಬ್ದಾರಿ 17 ಜಾಟ್ ಮತ್ತು 2 ನಾಗಾಗಳಿಗೆ ಬಿತ್ತು. 17 ಜಾಟ್ ಪಾಯಿಂಟ್ 4540ನ್ನು ವಶಪಡಿಸಿಕೊಂಡು ಪಾಯಿಂಟ್ 4875 ದತ್ತ ನುಗ್ಗಿತ್ತು. ಶತ್ರು ಶಕ್ತಿ ಜೋರಾಗಿದ್ದುದರಿಂದ ಜಾಟ್‌ಗಳು 4875ನ್ನು ಗೆಲ್ಲುವ ಬಳಸು ಮಾರ್ಗ ಅರಸಿದರು. ಜಾಟ್‌ಗಳ ಪ್ರಯತ್ನದಿಂದಾಗಿ 4875ರ ಮೇಲಿರುವ ಪಾಕಿಗಳ ಸಂಖ್ಯೆ, ಶಸ್ತ್ರಾಸ್ತ್ರಗಳ ಸಂಗ್ರಹ ಅನಾವರಣಗೊಂಡಿತು. ಈಗ ಸ್ವಲ್ಪ ಯೋಜನೆ ಬದಲಾಯ್ತು. ಮೊದಲ ಹಂತದಲ್ಲಿ ಪಿಂಪಲ್ 1 ಗೆದ್ದು ಅಲ್ಲಿಂದ 300 ಮೀಟರ್ ದೂರದಲ್ಲಿರುವ ವ್ಹೇಲ್ ಬ್ಯಾಕ್ (ತಿಮಿಂಗಿಲದ ಬೆನ್ನು)ನ್ನು ಗೆಲ್ಲಬೇಕು. ಎರಡನೇ ಹಂತದಲ್ಲಿ ಪಿಂಪಲ್ 2 ಗೆದ್ದು ಉತ್ತರದ ದಿಕ್ಕಿಗೆ ಜೈತ್ರಯಾತ್ರೆ ಮುಂದುವರೆಸಬೇಕು.

ಜುಲೈ 4ರ ರಾತ್ರಿ ದಾಳಿ ಆರಂಭವಾಯ್ತು. ಆಲ್ಫಾ ಕಂಪನಿ ಪಿಂಪಲ್ 1ನ್ನು, ಡೆಲ್ಟಾ ಕಂಪನಿ ವ್ಹೇಲ್ ಬ್ಯಾಕ್‌ನ್ನು ಗೆದ್ದುಕೊಂಡಿತು. ಪ್ರತಿರೋಧ ಜೋರಾಗಿಯೇ ಇತ್ತು; ಆದರೆ ಅದನ್ನು ಮೆಟ್ಟಿ ನಿಂತು ಗುಡ್ಡವನ್ನು ವಶಪಡಿಸಿಕೊಳ್ಳಲಾಯ್ತು. ಅಲ್ಲಿಂದಾಚೆಗೆ ತನ್ನ ಪಯಣ ಶುರುಮಾಡಿದ ಬಿ ಕಂಪನಿ ಮತ್ತು ಸಿ ಕಂಪನಿಗಳು ವ್ಹೇಲ್ ಬ್ಯಾಕ್‌ನ್ನು ಕೇಂದ್ರವಾಗಿಸಿಕೊಂಡು ಮುಂದುವರಿದವು. ಸಿ ಕಂಪನಿಯ ಕಮಾಂಡರ್ ತೀವ್ರ ಗಾಯಗೊಂಡರು. ಅವರ ಜಾಗವನ್ನು ವಹಿಸಿಕೊಂಡದ್ದು ಕ್ಯಾಪ್ಟನ್ ಅನೂಜ್ ನಯ್ಯರ್. ಅತ್ತಲಿಂದ ಭಯಾನಕವಾದ ಗುಂಡಿನ ದಾಳಿ ನಡೆಯುತ್ತಿತ್ತು. ಒಟ್ಟೂ ನಾಲ್ಕು ಬಂಕರ್‌ಗಳಿದ್ದವು. ಇವುಗಳನ್ನು ನಾಶ ಮಾಡದೇ ಪಿಂಪಲ್ 2 ವಶಪಡಿಸಿಕೊಳ್ಳುವುದಾಗದು. ಅನೂಜ್ ನಯ್ಯರ್ ಮೇಲೆ ಒತ್ತಡ ಹೆಚ್ಚುತ್ತಲೇ ಇತ್ತು. ಆತ ಬಹಳ ಹೊತ್ತು ಕಾಯಲಿಲ್ಲ. ತಾನೇ ಹೆಗಲ ಮೇಲೆ ರಾಕೆಟ್ ಲಾಂಚರ್ ಹೊತ್ತು ಬಂಕರ್ ಎದುರಿಗೆ ನಿಂತು ದಾಳಿಗೈದ. ಶತ್ರುಗಳು ಸಾವರಿಸಿಕೊಳ್ಳುವ ಮುನ್ನವೇ ಗ್ರೆನೇಡುಗಳನ್ನು ಬಂಕರ್ ಒಳಗೆಸೆದು ಶತ್ರುಗಳು ಗಲಿಬಿಲಿಗೊಳ್ಳುವಂತೆ ಮಾಡಿದ. ಈ ಅವಕಾಶವನ್ನು ಉಪಯೋಗಿಸಿಕೊಂಡ ಅನೂಜ್ ನಯ್ಯರ್ ಪಡೆ ಬಂಕರ್ ನೊಳಗೆ ನುಗ್ಗಿ ಅಡಗಿದ್ದ ಎಲ್ಲ

*** ಫಿರಂಗಿದಳ ಇಡೀ ಬೆಟ್ಟವನ್ನು ಫಿರಂಗಿ ದಾಳಿಯಿಂದ ಧೂಳೆಬ್ಬಿಸಿದ್ದರಿಂದ 'ಗನ್‌ಹಿಲ್' ಅಂತಾನೂ ಕರೆಯುತ್ತಾರೆ**

ಕ್ಯಾಪ್ಟನ್ ಅನೂಜ್ ನಯ್ಯರ್

ಪಾಕೀಗಳನ್ನು ಕೊಂದು ಬಿಸಾಡಿದರು. ಈಗ ಅವರಿಗೆ ರಕ್ಷಣೆ ಪಡೆಯಲು ಬಂಕರ್ ದೊರೆತಿತ್ತು. ಸ್ವಲ್ಪ ಹೊತ್ತು ಸಾವರಿಸಿಕೊಂಡ ತುಕಡಿ ಅನೂಜ್ ನಯ್ಯರ್ ನೇತೃತ್ವದಲ್ಲಿ ಮತ್ತೆರಡು ಬಂಕರ್‌ಗಳ ಮೇಲೆ ದಾಳಿ ಗೈದು ಧ್ವಂಸ ಗೈದಿತು. ಪಾಕೀಗಳ ಮುಕ್ಕಾಲು ಪಾಲು ಸದ್ದು ಅಡಗಿಯೇ ಹೋಗಿತ್ತು. ಇನ್ನುಳಿದ ಒಂದೇ ಒಂದು ಬಂಕರ್ ಭಾರೀ ಚೀರಾಡುತ್ತಿತ್ತು. ಅನೂಜ್ ನಯ್ಯರ್ ಪ್ರಾಣದ ಹಂಗು ತೊರೆದು ಅದರತ್ತ ನುಗ್ಗಿದರು. ನಾಲ್ಕನೇ ಬಂಕರ್ ಛಿದ್ರವಾಗುವ ಮುನ್ನ ಅಲ್ಲಿಂದ ಸಿಡಿದ ಶೆಲ್ಲಿನ ಸೀಸದ ಗುಂಡುಗಳು ಅನೂಜ್ ನಯ್ಯರ್‌ರ ದೇಹವನ್ನು ಹೊಕ್ಕಿದವು. ಅನೂಜ್ ಆ ಕ್ಷಣವೇ ಪ್ರಾಣತ್ಯಾಗ ಮಾಡಿ ತಾಯಿ ಭಾರತೀಯ ಋಣ ಭಾರ ಕಳಕೊಂಡು ಬಿಟ್ಟಿದ್ದರು.

ಫಾರ್ವರ್ಡ್ ಅಬ್ಸರ್ವೇಶನ್ ಆಫೀಸರ್ ಶಶಿಭೂಷಣ್ ಶೀಲ್ದ್ಯಾಲ್ ಪಡೆಯನ್ನು ಮುಂದುವರೆಸಿ ಗೆಲುವಿನ ನಗೆ ಬೀರಿದರು. ಪಿಂಪಲ್ 2 ನಮ್ಮ ಕೈ ಸೇರಿತು. ಈ ಎಲ್ಲಾ ಕದನಗಳಲ್ಲಿ ಕರ್ನಲ್ ಉಮೇಶ್ ಸಿಂಗ್ ಬಾವಾ ಅವರ ಸಾಧನೆ ಮರೆಯಲಸಾಧ್ಯ. ಗುಡ್ಡವನ್ನು ವಶಪಡಿಸಿಕೊಳ್ಳುವಲ್ಲಿ ಅವರು ತೋರಿದ ನಾಯಕತ್ವ ಮತ್ತು ಆನಂತರ ಪಾಕಿಸ್ತಾನದ ಮರು ದಾಳಿಯನ್ನು ತಡೆದು ನಮ್ಮ ಸಾರ್ವಭೌಮತ್ವ ಸಾಬೀತು ಪಡಿಸಿದ ಪರಿ ಅಪರೂಪದ್ದಾಗಿತ್ತು.

ನಾಗಾಗಳು ಈಗ ಟ್ವಿನ್ ಬಂಪ್‌ನೆಡೆ ನುಗ್ಗಲಾರಂಭಿಸಿದರು. ಕಡಿದಾದ ಬೆಟ್ಟವೇರುವವರೆಗೂ ಸುಮ್ಮನಿದ್ದ ಪಾಕಿಸ್ತಾನ ಈಗ ಏಕಾಏಕಿ ಮುಗಿಬಿದ್ದಿತ್ತು. ಬೆಟ್ಟವೇರಿ ಆಯಾಸಗೊಂಡಿದ್ದವರು ಈಗ ಪ್ರತ್ಯುತ್ತರ ಕೊಡಲೇಬೇಕಿತ್ತು. ಶತ್ರುಗಳ ಕೈ ಬಲವಾಗಿಯೇ ಇತ್ತು. ಹೀಗಾಗಿ ನಮ್ಮವರು ಕತ್ತಲಾಗುವವರೆಗೆ ಕಾಯಲು ನಿಶ್ಚಯಿಸಿ ರಾತ್ರಿಯ ಅಂಧಕಾರವನ್ನು ಬಳಸಿಕೊಂಡು ದಾಳಿ ನಡೆಸಲಾರಂಭಿಸಿದರು. ತಿರುವನಂತಪುರದ ಕ್ಯಾಪ್ಟನ್ ಜೆರ್ರಿ ಪ್ರೇಮರಾಜ್ ಫಿರಂಗಿ ದಳದ ಜವಾಬ್ದಾರಿ ಹೊತ್ತಿದ್ದರು. ಪಾಕೀಗಳ ಬಂಕರ್‌ಗಳನ್ನು ಗುರಿಯಾಗಿರಿಸಿಕೊಂಡು ಸಮರ್ಥ ದಾಳಿ ನಡೆಸುತ್ತಿದ್ದರು. ಇವರಿಗೇ ಗುರಿ ನೆಟ್ಟ ಪಾಕಿಸ್ತಾನ ಮಾರಣಾಂತಿಕವಾಗಿ ಗಾಯಗೊಳ್ಳುವಂತೆ ಮಾಡಿತು. ತನ್ನ ಸಾವು ತುಕಡಿಗೆ ಸಾಕಷ್ಟು ಹಿನ್ನೆಡೆ ಉಂಟುಮಾಡುತ್ತದೆಂದು ಅರಿತಿದ್ದ ಪ್ರೇಮ್‌ರಾಜ್ ಸಾಯಲು ನಿರಾಕರಿಸಿದರು. ತನ್ನ ಮೆಷಿನ್ನು ಗನ್ನಿನಿಂದ ಪಾಕಿ ಪಡೆಗಳಿಗೆ ಸಾಕಷ್ಟು ಪೆಟ್ಟು ಕೊಟ್ಟು ನಾಗಾಗಳು ಮುನ್ನುಗ್ಗಲು ಅನುವು ಮಾಡಿಕೊಟ್ಟರು. ಒಮ್ಮೆ ನಾಗಾಗಳು ಬೆಟ್ಟ ಹತ್ತಿ ನಿಂತ ಮೇಲೆ ಶತ್ರುಗಳ ಕತೆ ಮುಗಿದೇ ಹೋಯ್ತು. ಟ್ವಿನ್ ಬಂಪ್ ನಮ್ಮ ಕೈಸೇರಿತು. ಇದು ಖಾತ್ರಿಯಾಗುತ್ತಿದ್ದಂತೆ ಪ್ರೇಮ ರಾಜ್‌ರ ಪ್ರಾಣಪಕ್ಷಿ ಹಾರಿಹೋಯಿತು. ಗುಡ್ಡ ಗೆಲ್ಲುವವರೆಗೆ ನಿನ್ನೊಂದಿಗೆ ಬರಲಾರೆನೆಂದು ಯಮನೊಂದಿಗೂ ಕಾದಾಡಿದ ವೀರ ಯೋಧ ಆತ!.

ಅಲ್ಲಿಂದಾಚೆಗೆ ತೀರಾ ಕಡಿದಾಗಿದ್ದ ಪ್ರದೇಶಗಳಲ್ಲಿ ಚೀತಾ ಹೆಲಿಕಾಪ್ಟರ್‌ಗಳು ಪ್ಯಾರಾ ರೆಜಿಮೆಂಟಿನ ಸೈನಿಕರನ್ನು ಗುಡ್ಡದ ಮೇಲಿಳಿಸಿ ಕದನಕ್ಕೆ ಅಣಿಗೊಳಿಸಿತು. ಹೆಲಿಕಾಪ್ಟರುಗಳಿಂದ ಪ್ಯಾರಾಶೂಟುಗಳನ್ನು ಕಟ್ಟಿಕೊಂಡು ಶತ್ರುಗಳ ಮಧ್ಯೆ ಇಳಿದು ಕಾದಾಡುವ ಇವರ ಸಾಹಸ ಮೆಚ್ಚಲೇ ಬೇಕು.

ಜುಲೈ 11ಕ್ಕೆ 7 ಪ್ಯಾರಾ 4700 ವಶಪಡಿಸಿಕೊಂಡಿತು. ಅಲ್ಲಿಂದಾಚೆಗೆ 4960 ತೆಕ್ಕೆಗೆ ತೆಗೆದುಕೊಂಡಿತು. 6 ಪ್ಯಾರಾ 4905 ವಶಕ್ಕೆ ಪಡಕೊಂಡಿತು. ಸ್ವಲ್ಪ ಕಾರ್ಗಿಲ್‌ನ್ನು ಹೋಲುವ ಬೆಟ್ಟ ಶ್ರೇಣಿಗಳ ಸಮೂಹ ಕೋಬಾಲ್‌ಗಲಿಯನ್ನು ವಶಪಡಿಸಿಕೊಳ್ಳಲು ಬ್ಯಾಚ್ ರೆಜಿಮೆಂಟನ್ನು ನಿಯೋಜಿಸಲಾಯ್ತು. ಜಾಟ್‌ಗಳ ಅತುಲ್ಯ ಸಾಹಸದಿಂದಾಗಿ ವಿಶೇಷ ಗೆಲುವು ನಮ್ಮದಾಯ್ತು. ಈ ವೇಳೆಗೆ ಅಮೆರಿಕಾದ ಮಧ್ಯಸ್ಥಿಕೆಯಿಂದ ಪಾಕಿಸ್ತಾನ ತನ್ನ ಸೇನೆ ಹಿಂದೆ ಕರೆಸಿಕೊಳ್ಳುವ ಮಾತು ಕೊಟ್ಟು ಅದರಂತೆ ನಡೆದುಕೊಳ್ಳದೇ ಹೋದಾಗ ನಿಯಂತ್ರಣಾ ರೇಖೆಯುದ್ದಕ್ಕೂ ಇರುವ ಜುಲು ಸ್ಪರ್ ಮೇಲ್ ದಾಳಿ ನಡೆಸಬೇಕಾಗಿ

ಬಂತು. ಮೊದಲ ಹಂತದಲ್ಲಿ ಗೂರ್ಖಾ ರೈಫಲ್ಸ್‌ನ ಚಾರ್ಲಿ ಕಂಪನಿ ಕ್ಯಾಪ್ಟನ್ ಹೇಮಂತ್ ಗುರುಂಗ್‌ರ ನೇತೃತ್ವದಲ್ಲಿ ದಾಳಿ ಮಾಡಿತು. ಗುರುಂಗ್ ತೀವ್ರವಾಗಿ ಗಾಯಗೊಂಡ ಮೇಲೆ ಮೇಜರ್ ಎಸ್. ಸಾಹ್ನಿ ಮುನ್ನುಗ್ಗಿ ಮೊದಲ ಹಂತದ ಗೆಲುವು ದಾಖಲಿಸಿದರು. ಡೆಲ್ಟಾ ಕಂಪನಿ ಎರಡನೇ ಹಂತದ ದಾಳಿ ಶುರು ಮಾಡಬೇಕಿತ್ತು. ಆಗ ಚಾರ್ಲಿ ಕಂಪನಿ ಫಾರ್ವರ್ಡ್ ಅಬ್ಸರ್ವೇಶನ್ ಆಫೀಸರ್ ಕ್ಯಾಪ್ಟನ್ ನಂದನ್ ಸಿಂಗ್ ಮೆಹ್ತಾ ತಾನೇ ಸ್ವಯಂ ಪ್ರೇರಣೆಯಿಂದ ವಿಶ್ರಾಂತಿ ಬೇಡವೆಂದು ಡೆಲ್ಟಾ ಕಂಪನಿಯೊಂದಿಗೆ ಕೈ ಜೋಡಿಸಿದರು. 24 ಜುಲೈ ವೇಳೆಗೆ ಏಕಪ್ರಕಾರದ ಹೋರಾಟದಿಂದ ಶತ್ರುಗಳು ಜುಲು ಟಾಪ್‌ನಿಂದ ಕಾಲ್ಕಿತ್ತರು. ಎಂದಿನಂತೆ ಮರಳಿ ದಾಳಿ ಮಾಡಿದ ಪಾಕಿಸ್ತಾನವನ್ನು ಓಡಿಸಿದ ಶ್ರೇಯ ಮೇಜರ್ ಸುಧೀರ್ ಕುಮಾರ್‌ಗೆ ಸಲ್ಲಬೇಕು.

ದ್ರಾಸ್ – ಮುಷ್ಕೋಹ್ ಕಣಿವೆಗಳಲ್ಲಾದಂತೆ ಬಟಾಲಿಕ್ ವಿಭಾಗದಲ್ಲೂ ಸೈನಿಕರು ಕದನ ನಡೆಸುತ್ತಿದ್ದರು. ಬಟಾಲಿಕ್ ಎಲ್.ಓ.ಸಿ.ಗೆ ಬಲು ಹತ್ತಿರದ ಭಾಗ. ಈ ವಿಭಾಗದಲ್ಲಿಯೇ ನಿಯಂತ್ರಣ ರೇಖೆ ಸಿಂಧುನದಿಯನ್ನು ವಿಭಾಗಿಸೋದು. ಇದು ಕಾರ್ಗಿಲ್ ಕದನದ ಕೇಂದ್ರ ಕಛೇರಿಯ ಮೂರು ದಿನಗಳ ಪಥ ಸಂಚಲನದ ದೂರದಲ್ಲಿದೆ. ಈ ದಾರಿಯುದ್ದಕ್ಕೂ ಪಾಕೀಗಳ ಹದ್ದಿನ ಕಣ್ಣಿದ್ದುದರಿಂದ ಇಲ್ಲಿ ಕದನ ತಯಾರಿ ಕಷ್ಟವಿತ್ತು. ಬೇರೆಲ್ಲೆಡೆ ಸೋಲು ಖಚಿತವಾಗುತ್ತಿದ್ದಂತೆ ಪಾಕೀ ಸೇನೆ ಇಲ್ಲಿ ಶಸ್ತ್ರ ಸಂಗ್ರಹಣೆಯನ್ನೂ ಸಾಕಷ್ಟು ಮಾಡಿತ್ತು. ಎಲ್ಲ ಕಳಕೊಂಡ ಮೇಲೂ ನಿಯಂತ್ರಣ ರೇಖೆಗೆ ಹತ್ತಿರವಿರುವ ಈ ಜಾಗಗಳನ್ನು ಬಿಡಬಾರದು ಅಂತ!

ಆರಂಭದ ದಿನಗಳಲ್ಲಿ ಮಾಹಿತಿ ಕೊರತೆಯ ಪರ್ವ ನಡೆಯುತ್ತಿತ್ತಲ್ಲ; ಆಕ್ರಮಣಕಾರಿಗಳು ಪಾಕ್ ಸೈನಿಕರಲ್ಲ ನುಸುಳುಕೋರ ಮತಾಂಧರೆಂದು ನಾವು ನಂಬಿ ಕೂತು ಬಿಟ್ಟಿದ್ದೆವಲ್ಲ, ಆಗಲೇ ನಮ್ಮ ತುಕಡಿ ಇಲ್ಲಿನ ಬೆಟ್ಟಗಳ ಮೇಲೆ ಏರಿ ಹೋಗಿತ್ತು. ಬಿಹಾರ್ ರೆಜಿಮೆಂಟಿನ ಮೊದಲನೇ ವಿಭಾಗ ಪಾಯಿಂಟ್ 4768ನ್ನು ಆಕ್ರಮಿಸಲು ಸಜ್ಜಾಯ್ತು. ಬೇರೆಡೆ ಸಿಕ್ಕಂತೆ ಫಿರಂಗಿಗಳ ಬೆಂಬಲವೂ ಇರಲಿಲ್ಲ. ಆಕಾಶದಲ್ಲಿ ಹಾರಾಡುವ ವಿಮಾನಗಳೂ ಶತ್ರುವಿನ ಮೇಲೆ ಬಾಂಬು ಸುರಿಸುತ್ತಿರಲಿಲ್ಲ. ಇಂತಹ ಹೊತ್ತಿನಲ್ಲಿ ಶತ್ರುಗಳ ಸಂಖ್ಯೆಯ ಅಂದಾಜೇ ಇಲ್ಲದ ಮೇಜರ್ ಶರವಣನ್ ಕಡಿದಾದ ಬೆಟ್ಟವನ್ನೇರಿದರು. ದೊಡ್ಡ ಸಂಖ್ಯೆಯ ಶತ್ರುಗಳ ಕಾರಾರುವಾಕ್ಕಾದ ದಾಳಿಗೆ ತುಕಡಿಯ ಎಲ್ಲರೂ

ಮೇಜರ್ ಶರವಣನ್

ಬಲಿಯಾಗಿ ಹೋದರು. ಉಳಿದವರು ಇಬ್ಬರೇ ಮೇಜರ್ ಶರವಣನ್ ಮತ್ತು
ನಾಯ್ಕ ಶತ್ರುಘ್ನ ಸಿಂಗ್. ಮೇಜರ್ ಶರವಣನ್ ಕೆಲವು ಕಾಲ ಪ್ರತಿದಾಳಿ
ನಡೆಸದೇ ಸುಮ್ಮನೇ ಇದ್ದರು. ಭಾರತೀಯ ಸೈನಿಕರೆಲ್ಲ ಸತ್ತು
ಹೋಗಿರಬಹುದೆಂದು ಭಾವಿಸಿ ನಿರಾಳವಾದ ಪಾಕೀಗಳ ಮೇಲೆ ಏಕಾಏಕಿ
ಗುಂಡಿನ ದಾಳಿ ನಡೆಸಿದ ಮೇಜರ್ ಶರವಣನ್ ರಾಕೆಟ್ ಲಾಂಚರ್ ಬಳಸಿ
ಇಬ್ಬರು ಶತ್ರು ಸೈನಿಕರನ್ನೇ ಉರುಳಿಸಿದರು. ಆ ವೇಳೆಗೇ ಎದುರಿಂದ ಬಂದ
ಗುಂಡೊಂದು ದೇಹ ಹೊಕ್ಕಿ ಅವರನ್ನೇ ಜರ್ಝರಿತಗೊಳಿಸಿಬಿಟ್ಟಿತ್ತು.
ಶರವಣನ್ ಬಿಟ್ಟುಕೊಡಲಿಲ್ಲ ಅಷ್ಟು ಹೊತ್ತಿಗೆ ರೇಡಿಯೋ ಸಂದೇಶ ಬಂತು,
'ಜೆಂಗೀಸ್ ಖಾನ್' – ಅದು ಮೇಜರ್ ಶರವಣನ್‌ನಿಗೆ ಸೈನ್ಯ ಕೊಟ್ಟ ಹೆಸರು
– 'ಮರಳಿ ಬಾ' ಅದಾಗಲೇ ಇಡಿಯ ತುಕಡಿ ಮುಗಿದೇ ಹೋಗಿದ್ದರಿಂದ
ಉಳಿದವರಾದರೂ ಮರಳಿ ಬರಲೆಂಬ ಸೈನ್ಯದ ತುಡಿತ ಅದು. ಶರವಣನ್
ಮತ್ತೇನೋ ಯೋಚಿಸುತ್ತಿದ್ದ. ಮೊದಲ ಬಾರಿಗೆ ಹಿರಿಯ ಅಧಿಕಾರಿಗಳಿಗೆ
ಎದುರಾಡಿದ, 'ಇಂದು ಮರಳಿ ಬರುವುದಿಲ್ಲ ಸರ್, ಗುರಿಗೆ
ಸಮೀಪದಲ್ಲಿದ್ದೇವೆ' ಎಂದ. ಶರವಣನ್ ಹಠವಾದಿ ಮನಸಿಗೆ ಬಂದದ್ದನ್ನು
ಮಾಡಿಯೇ ತೀರುವ ಛಲವಾದಿ. ಇದು ಚೆನ್ನಾಗಿಯೇ ಗೊತ್ತಿದ್ದ

ಅಧಿಕಾರಿಗಳು ಮುಂದೇನೂ ಹೇಳಲಾಗದೇ ಸುಮ್ಮನಾದರು. ಶರವಣನ್ ಮತ್ತಿಬ್ಬರು ಶತ್ರು ಸೈನಿಕರನ್ನು ಕೊಂದು ಬಿಸಾಡಿದ. ಒಂದೆರಡು ಶತ್ರು ಸಂಗರ್‌ಗಳನ್ನು ವಶಪಡಿಸಿಕೊಂಡ. ಆಗಲೇ ದುರದೃಷ್ಟಕರ ಘಟನೆ ನಡೆದು ಹೋಯ್ತು. ಅತ್ತಲಿಂದ ತೂರಿಬಂದ ಗುಂಡು ಶರವಣನ್‌ರ ಹಣೆಹೊಕ್ಕಿತು. ಅಲ್ಲಿಯೇ ಕುಸಿದು ಬಿದ್ದರು ಮೇಜರ್. ಸಿಡಿದ ಶೆಲ್ಲಿನ ಚೂರುಗಳು ನಾಯಕ ಶತ್ರುಘ್ನ ಸಿಂಗ್‌ರ ಕಾಲ್ಗಳನ್ನು ಹೊಕ್ಕಿತು. ಶತ್ರುಘ್ನಸಿಂಗ್ ಅಲ್ಲಿಂದ ಕೆಳದಿಕ್ಕಿಗೆ ಉರುಳಿದರು. ಪೂರ್ಣ ಹತ್ತು ದಿನ ತೆವಳುತ್ತ, ಉರುಳುತ್ತ ಜೀವ ಹಿಡಿದು ಬೇಸ್ ಕ್ಯಾಂಪಿಗೆ ಬಂದರು. ಯುದ್ಧದ ಪೂರ್ತಿ ವಿವರಗಳನ್ನು ಒಪ್ಪಿಸಿದರು. ಈ ಕಥನ ಕೇಳಿ ಬಿಹಾರ ರೆಜಿಮೆಂಟಿನ ಸೈನಿಕರಿಗೆ ಮುಳ್ಳುಗಳೆದ್ದವು. ಗುಡ್ಡವನ್ನು ವಶಪಡಿಸಿಕೊಂಡು ಪಾಕೀಗಳನ್ನು ಗಡಿರೇಖೆ ದಾಟಿಸುವ ಶಪಥ ಮಾಡಿದರು. ಅಲ್ಲಿಂದಾಚೆಗೆ ಬಿಹಾರ್ ರೆಜಿಮೆಂಟಿನ ಹೋರಾಟದ ಶೈಲಿ ಬದಲಾಯಿತು. ಮೇಜರ್ ಶವರಣನ್‌ರ ಸಾವಿಗೆ ಪ್ರತೀಕಾರ ತೆಗೆದುಕೊಳ್ಳಲೇಬೇಕಿತ್ತು. ಅವರ ಶವ ಇದರ ಕುರುಹಾಗಿ ಆ ಮಂಜಿನ ಗುಡ್ಡದಲ್ಲಿಯೇ ಉಳಿದುಬಿಟ್ಟಿತ್ತು.

ಬಿಹಾರ ರೆಜಿಮೆಂಟ್ ಜುಬೇರ್ ಹಿಲ್ ವಶಪಡಿಸಿಕೊಳ್ಳುವ ಜವಾಬ್ದಾರಿ ಹೊತ್ತುಕೊಂಡಿತು. ಅದನ್ನು ವಶಪಡಿಸಿಕೊಳ್ಳುವುದೆಂದರೆ ಪಾಯಿಂಟ್ 4812, ಖಾಲೂಬಾರ್, ಪಾಯಿಂಟ್ 5827 ಮತ್ತು ಪದ್ಮಾಗೋ ಶ್ರೇಣಿಯನ್ನು ತೆಕ್ಕೆಗೆ ಹಾಕಿಕೊಳ್ಳುವ ಸಾಹಸ, ಜೂನ್ 29ಕ್ಕೆ ದಾಳಿ ಆರಂಭವಾಯ್ತು. ಒಂದು ದಿನ ಅಷ್ಟೇ. ವ್ಯವಸ್ಥಿತ ಯೋಜನೆಯಿಂದಾಗಿ 24 ಗಂಟೆಯೊಳಗೆ ಜುಬೇರ್ ಅಬ್ಸರ್ವೇಶನ್ ಪೋಸ್ಟ್‌ನಿಂದ ಶತ್ರುಗಳನ್ನೇ ಓಡಿಸಲು ನಮ್ಮವರು ಯಶಸ್ವಿಯಾದರು. ಮರುದಾಳಿ ತೀವ್ರವಾಗಿತ್ತು. ಎರಡೂ ಕಡೆ ಅನೇಕರು ಸಾವನ್ನಪ್ಪಿದರು. ತುಕಡಿಗೆ ಹೊಸಬರು ಬಂದು ಸೇರಿದರೂ ತುದಿ ಮುಟ್ಟಲು ಸಾಧ್ಯವಾಗಲಿಲ್ಲ. 5 ದಿನಗಳ ಕಾಲ ಪರಿಸ್ಥಿತಿಯಲ್ಲಿ ಬದಲಾವಣೆ ಬರಲೇ ಇಲ್ಲ. ಫಿರಂಗಿಗಳು ಪಾಕೀ ಬಂಕರುಗಳ ಮೇಲೆ ನಿರಂತರ ದಾಳಿ ಮಾಡಿದವು. ವಾತಾವರಣ ಅನುಕೂಲವೆನಿಸಿದಾಗಲೆಲ್ಲಾ ವಿಮಾನಗಳೂ ಬಂದು ಬಾಂಬ್ ಸುರಿದು ಹೋಗುತ್ತಿದ್ದವು. ಹೀಗೆ ಸುರಿದ ಬಾಂಬೊಂದು ಜುಬೇರ್ ಹಿಲ್ ಟಾಪ್‌ನ ಹಿಂಬದಿಯಲ್ಲಿದ್ದ ಪಾಕಿಸ್ತಾನ ಶಸ್ತ್ರ ಸಂಗ್ರಹದ ಮೇಲೆ ಬಿದ್ದು ದೊಡ್ಡ ಸದ್ದಿನೊಂದಿಗೆ ಪೂರ್ಣ ಉರಿದು ಬೂದಿಯಾಗಿ ಹೋಯ್ತು. ಗಾಬರಿಗೊಂಡ ಶತ್ರುಸೇನೆ ಹೆದರಿಕೆಯಿಂದ ನಿಧಾನವಾಗಿ ಪಲಾಯನ ಮಾಡಲಾರಂಭಿಸಿತು.

ಈ ಅವಕಾಶ ಬಳಸಿಕೊಂಡು ಬೆಟ್ಟಕ್ಕೆ ಹಗ್ಗಕಟ್ಟಿ ಮೇಲೇರಿದ ಮೇಜರ್ ಕೆ.ಪಿ.ಆರ್. ಹರಿ ಶತ್ರುಗಳಿಗೆ ಗೊತ್ತೇ ಆಗದಂತೆ ಅವರ ಹಿಂಬದಿಗೆ ನಿಂತು ಅವರನ್ನು ಯಮಪುರಿಗಟ್ಟಿದರು. ಜುಬೇರ್ ಹಿಲ್ ಟಾಪ್ ನಮ್ಮ ತೆಕ್ಕೆಗೆ ಬಿತ್ತು.

ಭಾರತಕ್ಕೆ ಬೇಕಿದ್ದ ಮಹತ್ವದ ಬೆಟ್ಟ ವಶವಾಗಿತ್ತು. ಆದರೆ ಬಿಹಾರ ರೆಜಿಮೆಂಟಿಗೆ ಬೇಕಿದ್ದ ಬೆಟ್ಟ ಇನ್ನೂ ಕೈ ಸೇರಿರಲಿಲ್ಲ. ಪಾಯಿಂಟ್ 4812. ಅಲ್ಲಿಯೇ ಮೇಜರ್ ಶವರಣನ್‌ರ ದೇಹ ಅನಾಥವಾಗಿ ಬಿದ್ದಿದ್ದು. ಬಿಹಾರ ರೆಜಿಮೆಂಟು ಮರುದಿನವೇ ದಾಳಿ ಸಂಘಟಿಸಿ ಪಾಯಿಂಟ್ 4924ನ್ನು ಪಾಯಿಂಟ್ 4812ನ್ನೂ ವಶಪಡಿಸಿಕೊಂಡಿತು. ಅಪಾರ ಪ್ರಮಾಣದ ಶಸ್ತ್ರಗಳು, ಹೆದರಿ ಓಡುವಾಗ ಬಿಟ್ಟು ಹೋದ ಪಾಕೀ ಸೈನಿಕರ ಶವದ ರಾಶಿ, ಐಡೆಂಟಿಟಿ ಕಾರ್ಡುಗಳು, ಪೇ ಬುಕ್‌ಗಳು ನಮ್ಮವರ ಕೈ ಸೇರಿದವು.

ಬಿಹಾರ ರೆಜಿಮೆಂಟು ತನ್ನ ಎದೆಯುಬ್ಬಿಸಿ, ಭಾರತೀಯ ಸೇನೆಯ ಗೌರವವನ್ನೂ, ಘನತೆಯನ್ನೂ ಎತ್ತಿ ಹಿಡಿದದ್ದು ಯಾವಾಗ ಗೊತ್ತೇ? ಮೇಜರ್ ಶರವಣನ್, ನಾಯಕ್ ಗಣೇಶ್ ಪ್ರಸಾದ್ ಯಾದವ್, ಮತ್ತಿತರ ಭಾರತೀಯರ ಶವವನ್ನು ಅತ್ಯಂತ ಗೌರವಯುತವಾಗಿ ಬೆಟ್ಟದ ಬುಡಕ್ಕೆ ತಂದಾಗ!

ಮೇಜರ್ ಶರವಣನ್‌ರ ಶವದ ಮುಂದೆ ನಿಂತು ಬಿಹಾರ ರೆಜಿಮೆಂಟಿನ ಸೈನಿಕರು ಭಾವುಕರಾಗಿಬಿಟ್ಟಿದ್ದರು. ಸಹಜವಾಗಿಯೇ ಶರವಣನ್‌ವರಿಗೆ 'ಹೀರೋ ಆಫ್ ಬಟಾಲಿಕ್' ಗೌರವ ಸಂದಿತು. ತೀರಿಕೊಂಡ ಸುಮಾರು ಒಂದೂವರೆ ತಿಂಗಳ ಕಾಲ ಅವರ ಶವ ಸಿಕ್ಕಿರಲಿಲ್ಲ. ಮನೆಯವರಿಗೆ ಸಾವಿನ ಸುದ್ದಿಯೇನೋ ತಲುಪಿತ್ತು; ದೇಹ ಮಾತ್ರ ಅನಾಥವಾಗಿತ್ತು. ಈಗ ಅವರ ದೇಹ ತಮಿಳುನಾಡಿಗೆ ಬಂದಾಗ ಕೇಂದ್ರ ಮಂತ್ರಿ ರಂಗನಾಥನ್ ಕುಮಾರ ಮಂಗಲಂ ತಾವೇ ಅದನ್ನು ಸ್ವೀಕರಿಸಿ ಮನೆಯವರೆಗೆ ಒಯ್ದಿದ್ದರು. ಅಪಾರ ಜನಸ್ತೋಮ ಅಲ್ಲಿ ನೆರೆದಿತ್ತು. ಸೈನಿಕನೊಬ್ಬನಿಗೆ ದೇಶಕೊಟ್ಟ ಈ ಗೌರವದಿಂದ ಪ್ರತಿಯೊಬ್ಬ ಸೈನಿಕ ಎದೆಯೆತ್ತಿ ಬೀಗುತ್ತಿದ್ದ. ಅವನೊಳಗೊಂದು ಅಪರೂಪದ ಶಕ್ತಿ ಹರಿಯುತ್ತಿತ್ತು. ಅದು ನಾವು–ನೀವು ಅವನೊಂದಿಗಿದ್ದೇವೆ ಎಂಬ ಶಕ್ತಿ! ಒಂದೂವರೆ ತಿಂಗಳ ಕಾಲ ಮಗನ ಶವವನ್ನೂ ನೋಡಲಾಗದೇ ದುಃಖವನ್ನೆಲ್ಲಾ ಅದುಮಿಟ್ಟುಕೊಂಡು; ಕಣ್ಣೀರಿಟ್ಟರೆ ಇತರ ಸೈನಿಕರ ನೈತಿಕ ಸ್ಥೈರ್ಯ ಕುಸಿದು ಹೋಗುವುದೆಂದು ಮನ ಗಟ್ಟಿ ಮಾಡಿಕೊಂಡು ಕುಳಿತಿದ್ದ ಶರವಣನ್‌ರ ತಾಯಿಯನ್ನು ಜನ 'ಮದರ್ ಆಫ್ ನೇಶನ್' ಅಂತ ಕರೆದರು.

ಹೌದು ಈ ರಾಷ್ಟ್ರದ ನಿಜವಾದ ತಾಯಿ ಅವಳು!

ಬಿಹಾರ್ ರೆಜಿಮೆಂಟು ಜುಬೇರ್ ಹಿಲ್ ಮೇಲೆ ದಾಳಿ ನಡೆಸುವ ಹೊತ್ತಿಗೇ 22 ಗ್ರೇನೆಡಿಯರ್, ಖಾಲೂಬಾರ್ ಗೆಲ್ಲ ಹೊರಟಿತ್ತು. ಗುಡ್ಡ ಗೆಲ್ಲುವುದು ಬಿಡಿ ಅದರ ಬುಡದಲ್ಲಿ ನೆಲೆಯೂರಲೂ ರೆಜಿಮೆಂಟು ಸಾಹಸ ಮಾಡಬೇಕಾಗಿ ಬಂತು. ಆ ಥರದ ಪ್ರತಿರೋಧ ಶತ್ರುಗಳಿಂದ. ಮೇಜರ್ ಅಜಿತ್ ಸಿಂಗ್‌ರ ತಂಡ ಬೆಟ್ಟದ ಬುಡದಲ್ಲಿ ದಾಳಿ ಮಾಡಲಿಕ್ಕೆ ಬೇಕಾದಷ್ಟು ವ್ಯವಸ್ಥೆ ಮಾಡಿಕೊಳ್ಳಲು ಶಕ್ತವಾಯಿತು. ಅಲ್ಲಿಗೆ ಗೂರ್ಖಾ ರೆಜಿಮೆಂಟು ಬಂದು ಕೂಡಿಕೊಂಡಿತು. ಈ ಯುದ್ಧಕ್ಕೆ ಸಹಾಯಕವಾಗಲೆಂದು ಟಿಬೇಟಿಯನ್ ಮೂಲದವರಿಂದ ಕೂಡಿದ, ಗುಡ್ಡದ ಕದನಗಳಲ್ಲಿ ನಿಸ್ಸೀಮರಾದ ವಿಕಾಸ್ ಬಟಾಲಿಯನ್ನನ್ನೂ ತಂದು ಜೋಡಿಸಲಾಯ್ತು.

ಗೂರ್ಖಾ ರೈಫಲ್ಸ್ ಶತ್ರುಗಳಿಗೆ ಸಾಧ್ಯವಾದಷ್ಟೂ ಕಿರಿಕಿರಿ ಮಾಡಿತು. ಅವರ ಪೂರೈಕೆ ದಾರಿಗಳನ್ನು ಮುಚ್ಚಿಬಿಟ್ಟಿತು. ಕಾಶ್ಮೀರದ ದೋಡಾದಲ್ಲಿ ಭಯೋತ್ಪಾದಕರ ವಿರುದ್ಧ ಕಾದಾಡುತ್ತಿದ್ದ 17 ರಾಷ್ಟ್ರೀಯ ರೈಫಲ್ಸ್‌ನ ಕರ್ನಲ್ ಲಲಿತ್ ರಾಯ್‌ರನ್ನು ಕರೆಸಿಕೊಂಡು 22 ಗ್ರೇನೇಡಿಯರ್ಸ್‌ನ ಜವಾಬ್ದಾರಿ ಹೊರಿಸಿ ಯುದ್ಧಕ್ಕೆ ಕಳಿಸಲಾಗಿತ್ತು. ಈ ಕದನದಲ್ಲಿ ಮೊಣಕಾಲಿಗೆ ತೀವ್ರ ಪೆಟ್ಟು ತಿಂದರೂ ಕೆಳಗಿಳಿಯಲೊಪ್ಪದೇ ಲಲಿತ್ ರಾಯ್ ಮೂರು ದಿನಗಳ ಕಾಲ ಅದೇ ಸ್ಥಿತಿಯಲ್ಲಿ ಕದನ ಭೂಮಿಯಲ್ಲಿ ಕಾದಾಡುತ್ತ ಜೊತೆಗಾರರಿಗೆ ಪ್ರೇರಣೆ ತುಂಬಿದರು.

ಖಾಲೂಬಾರ್‌ನ್ನು ಗೆಲ್ಲುವ ಕೊನೆಯ ಹಂತ ಬಂದಿತ್ತು. ಈ ಹಂತದಲ್ಲಿ ಶತ್ರುಗಳೊಂದಿಗೆ ಕಾದಾಡಿ ಅವರನ್ನು ಕೊಲ್ಲುವ ಇಲ್ಲವೇ ಓಡಿಸುವ ಜವಾಬ್ದಾರಿ ಲೆಫ್ಟಿನೆಂಟ್ ಮನೋಜ್ ಕುಮಾರ್ ಪಾಂಡೆಗಿತ್ತು. ಈ ಗುಡ್ಡ ಗೆಲ್ಲುವುದು ಸುಲಭವಲ್ಲ ಎಂಬುದರ ಅರಿವಿದ್ದೂ ಸಾಹಸೀ ಕಾರ್ಯಕ್ಕೆ ಸಜ್ಜಾಗಿದ್ದ. ಮನೋಜ್. 24 ವರ್ಷದ ಈ ತರುಣ ಬಾಲ್ಯದಿಂದಲೂ ಪ್ರತಿಭಾವಂತ ಮತ್ತು ಸವಾಲುಗಳನ್ನು ಸ್ವೀಕರಿಸುವ ಮನಸ್ಸುಳ್ಳವನು. ಅಂದುಕೊಂಡಿದ್ದನ್ನೆಲ್ಲಾ ಸಾಧಿಸಿಯೇ ಸಾಧಿಸುವ ಛಲದಂಕಮಲ್ಲ. ಸೈನ್ಯಕ್ಕೆ ಸೇರುವ ಬಯಕೆ ಯೌವ್ವನದಲ್ಲಿ ಅಂಕುರವಾಯ್ತು. ಅದಕ್ಕಾಗಿ ಅಧ್ಯಯನ ಮಾಡಿದ. 'ಸೇರಿದರೆ ಕಾಲ್ದಳ (ಇನ್‌ಫ್ಯಾಂಟ್ರೀ)ಕ್ಕೇ ಸೇರಬೇಕು. ಅದರಲ್ಲೂ ಗೂರ್ಖಾ ರೆಜಿಮೆಂಟಿನೊಂದಿಗಿರಬೇಕು' ಎಂಬುದು ಅವನಿಚ್ಛೆಯಾಗಿತ್ತು. ಸಂದರ್ಶನಗಳು ಶುರುವಾದವು. ಎಲ್ಲದರಲ್ಲೂ ಪಾಸಾದ. ಕೇಳಿದ ಕೊನೆ

ಪ್ರಶ್ನೆ ‘ನಿನ್ನ ಆಯ್ಕೆ ಸೈನ್ಯವೇ ಏಕೆ?’ ಮನೋಜ್ ಎದೆಯುಬ್ಬಿಸಿ ಉತ್ತರಿಸಿದ. ‘ಪರಮ ವೀರ ಚಕ್ರ ಪಡೆಯುವುದು ನನ್ನ ಗುರಿ ಅದಕ್ಕೇ’ ಎಂದ. ಪ್ರಶ್ನೆ ಕೇಳಿದವರು ತಬ್ಬಿಬ್ಬಾದರು. ಸಾವರಿಸಿಕೊಂಡು ತಬ್ಬಿಕೊಂಡರು. ಅವನೀಗ ಕಾಲ್ದಳದಲ್ಲಿದ್ದ, ಅವನಿಚ್ಛೆ ಪೂರ್ಣಗೊಂಡಿತ್ತು. ಗೂರ್ಖಾ ರೆಜಿಮೆಂಟಿಗೂ ಸೇರಿಕೊಂಡಿದ್ದ. ಪೂರ್ಣವಾಗಬೇಕಿದ್ದುದು ಒಂದೇ ಆಸೆ ಪರಮ ವೀರ ಚಕ್ರದ್ದು. ದೇವರು ಅದಕ್ಕೂ ಈಗ ಅವಕಾಶ ಮಾಡಿಕೊಟ್ಟಿದ್ದ. ಅವನ ಪಡೆ ಶತ್ರುಗಳೆದುರಿಗೆ ಬೆಳಕಿಗೆ ತೆರೆದುಕೊಂಡುಬಿಟ್ಟಿತ್ತು. ಹಾಗಂತ ಹಿಂದೆಗೆಯುವ, ಕಾಯುವ ಸ್ಥಿತಿ ಇಲ್ಲ. ಶತ್ರುಗಳ ಗಮನಕ್ಕೆ ಬಾರದ ಕಡಿದಾದ ರಸ್ತೆಯನ್ನು ಆಯ್ದುಕೊಂಡು ಶತ್ರುಗಳ ಎದುರಿಗೆ ನಿಂತರು. ಶತ್ರುಗಳ ಕಡೆಯಿಂದ ಆಕ್ರಮಣ ಜೋರಾಗಿಯೇ ಇತ್ತು. ಒಂದೇ ಒಂದು ಹೆಜ್ಜೆ ಮುಂದಿಡಲಾಗದಷ್ಟು ತೀವ್ರ ಪರಿಸ್ಥಿತಿ. ಮನೋಜ್ ಇನ್ನೂ ಕಾದರೆ ಉಪಯೋಗವಿಲ್ಲವೆಂದು ಅರಿತು ಸೈನಿಕರನ್ನೆಲ್ಲಾ ಹಿಂದೆ ಬಿಟ್ಟು ನಿರಂತರ ಗುಂಡಿನ ದಾಳಿ ಮಾಡುತ್ತ ಮುಂದೆ ನುಗ್ಗಿಯೇ ಬಿಟ್ಟರು. ಅತ್ತಲಿಂದ ಬಂದ ಗುಂಡುಗಳು ಅವರ ತೋಳು ಮತ್ತು ಕಾಲ್ಗಳನ್ನು ಹೊಕ್ಕಿದ್ದವು. ಪಾಂಡೆ ಕುಸಿಯಲಿಲ್ಲ. ಮೊದಲ ಬಂಕರ್ ಹತ್ತಿರಕ್ಕೆ ಹೋಗಿ ಪಾಕೀ ಸೈನಿಕರನ್ನು ಕೊಂದ ಮೇಲೆಯೇ ಅವರು ನಿರಾಳವಾದುದು. ಅಲ್ಲಿಯವರೆಗೆ ಈ ಕದನವನ್ನು ಉಸಿರು ಬಿಗಿ ಹಿಡಿದು ಹಿಂದಿ ಸಿನಿಮಾದಂತೆ ನೋಡಿದ ಸೈನಿಕರು ಬಿಗಿ ಹಿಡಿದ ಉಸಿರನ್ನು ಒಮ್ಮೆಗೇ ಬಿಟ್ಟರು. ಅವರಿಗೆ ಸಿಗಬೇಕಾದ ಪ್ರೇರಣೆ ಸಿಕ್ಕಿತ್ತು. ಮೊದಲ ಬಂಕರ್‌ಗೆ ಬಂದು ಗಾಯದ ನೋವು ಮರೆಯಲು ಪೇನ್ ಕಿಲ್ಲರ್ ಚುಚ್ಚಿಕೊಂಡ ಲೆಫ್ಟಿನೆಂಟ್ ಮನೋಜ್ ಕುಮಾರ್ ಪಾಂಡೆ ಮುಂದಿನ ದಾಳಿಗೆ ಸಜ್ಜಾದರು. ಅದೇ ಸಾಹಸ, ಅದೇ ಉತ್ಸಾಹ ತೋರುತ್ತ ಆಕ್ರಮಣ ಮುಂದುವರಿಸಿದರು.

ಮತ್ತೆರಡು ಶತ್ರು ಬಂಕರ್‌ಗಳು ನಮ್ಮವರ ಕೈಸೇರಿದವು. ಪಾಕಿಸ್ತಾನಕ್ಕೆ ಅಪಾರ ಹಾನಿಯಾಯ್ತು. ಗುಡ್ಡದ ಮೇಲಿದ್ದುದು ಒಂದೇ ಬಂಕರ್, ಅಲ್ಲಿ ಅಡಗಿದ್ದ ಶತ್ರು ಸೈನಿಕರು ನಿರಂತರ ದಾಳಿ ಮಾಡುತ್ತಲೇ ಇದ್ದರು. ಅವರನ್ನು ಶಾಂತಗೊಳಿಸಲು ಇದ್ದ ಮಾರ್ಗ ಒಂದೇ. ಎದುರಿಗೆ ಹೋಗಿ ಆ ಬಂಕರ್‌ನೊಳಗೆ ಗ್ರೆನೇಡೊಂದನ್ನು ಎಸೆಯುವುದು. ಈ ಕೆಲಸ ಯಾರು ಮಾಡಬೇಕೆಂಬ ಪ್ರಶ್ನೆ ಬರಲೇ ಇಲ್ಲ. ನಾಯಕ ಸ್ವತಃ ತಾನೇ ಮುನ್ನುಗ್ಗಿದ. ಕೈಲಿ ಹಿಡಿದ ಗ್ರೇನೇಡಿನ ಕುದುರೆ ಎಳೆದು ಎದುರಿಗಿನ ಬಂಕರಿನೊಳಗೆ

ಲೆಫ್ಟಿನೆಂಟ್ ಮನೋಜ್ ಕುಮಾರ್ ಪಾಂಡೆ

ಎಸೆದ. ಹಾಗೆ ಎಸೆಯುವ ಹೊತ್ತಿಗೆ ಪಾಕಿ ಸೈನಿಕ ಸಿಡಿಸಿದ ಗುಂಡು ಮನೋಜ್‌ರ ಹಣೆಗೆ ಬಿತ್ತು. ಹಿಂದೆ ಹಾರಿ ಬಿದ್ದರು. ಗ್ರೇನೇಡಿನ ಸಿಡಿತಕ್ಕೆ ದಿಕ್ಕಾಪಾಲಾಗಿ ಓಡಿದ ಪಾಕಿಗಳನ್ನು ನೋಡುತ್ತ ಮನೋಜ್ ಕುಮಾರ್ ಪಾಂಡೆ 'ನ ಛೋಡ್ನು' (ಬಿಡಬೇಡಿ ಅವರನ್ನು) ಎಂದದ್ದೇ ಅವರ ಕೊನೆಯ ಮಾತಾಯ್ತು. ಖಾಲೂಬಾರ್‌ನ ಬೆಟ್ಟ ಅವರ ಅಂತಿಮ ಮಾತುಗಳಿಗೆ ಸಾಕ್ಷಿಯಾಯ್ತು. ಲೆಫ್ಟಿನೆಂಟ್ ಮನೋಜ್ ಕುಮಾರ್ ಪಾಂಡೆಯ ಕೊನೆಯ ಆಸೆಯೂ ನೆರವೇರಿತು. ಅವರ ಸಾಹಸಕ್ಕೆ, ಯುದ್ಧ ಭೂಮಿಯಲ್ಲಿ ತೋರಿದ ಕಾರ್ಯಕ್ಕೆ ಪರಮ ವೀರ ಚಕ್ರ ಸಹಜವಾಗಿಯೇ ಒಲಿದು ಬಂತು.

ಮನೋಜ್ ಕುಮಾರ್ ಪಾಂಡೆಯವರ ಸಾಹಸದಿಂದ ಸೇನೆಯು ಗುಡ್ಡದ ಮೇಲೆ ಬಲವಾಗಿ ನೆಲೆಯೂರಿ ಆನಂತರ ಇಡಿಯ ಖಾಲುಬಾರ್ ಬೆಟ್ಟವನ್ನೇ ಗೆಲ್ಲುವುದು ಸಾಧ್ಯವಾಯ್ತು. ಮುಂದೆ ಗಢವಾಲ್ ರೈಫಲ್ಸ್‌ನ ಕ್ಯಾಪ್ಟನ್ ಜಿಂತು ಗೊಗೊಯ್‌ರ ಸಾಹಸದಿಂದ ಸುರಿಯುತ್ತಿದ್ದ ಮಂಜಿನಲ್ಲೂ ನಮ್ಮ ಪಡೆ ಏರಿಯಾ ಬಂಪ್, ಕಾಲಾಪತ್ಥರ್, ಪಾಯಿಂಟ್ 5825 ಗೆದ್ದು ವಿಕ್ರಮ ಮರೆಯಿತು. ಗೂರ್ಖಾ ರೈಫಲ್ಸ್, ಕುಕರ್ತಾಂಗ್‌ನ್ನು ತನ್ನ ತೆಕ್ಕೆಗೆ ಹಾಕಿಕೊಂಡಿತು.

ಇಲ್ಲಿಂದ ಪೂರ್ವಕ್ಕೆ ಹೋಗುತ್ತ ಹೋಗುತ್ತ ಬೆಟ್ಟಗಳು ಮಂಜಿನ ಬೆಟ್ಟಗಳಾಗಿದ್ದವು. ಇದನ್ನು ಗೆಲ್ಲುವುದಕ್ಕೆ ಮಂಜಿನ ಮಕ್ಕಳೇ ಬೇಕು. ಸೇನೆಗೆ ತಕ್ಷಣಕ್ಕೆ ನೆನಪಾಗಿದ್ದು ಲಡಾಖ್ ಸ್ಕೌಟ್ಸ್. ಚೋರ್ಬಟ್‌ಲಾ ಬೆಟ್ಟಗಳು ಸಿಂಧು ಮತ್ತು ಶ್ಯೋಕ್ ನದಿಯ ನಡುವೆ ಹರಡಿಕೊಂಡಿರುವಂಥದ್ದು. ಶತ್ರುಗಳು ಚೋರ್ಬಟ್‌ಲಾವರೆಗೆ ಹರಡಿರುತ್ತಾರೆಂಬ ಅನುಮಾನ ನಮ್ಮವರಿಗಿತ್ತು. ಆದರೆ ಖಾತ್ರಿಯಾಗಿರಲಿಲ್ಲ. ಶತ್ರುಗಳಿದ್ದರೆ ಅವರನ್ನು ಮಟ್ಟಹಾಕಿ ಈ ಗುಡ್ಡವನ್ನು ನಮ್ಮ ತೆಕ್ಕೆಗೆ ಹಾಕಿಕೊಳ್ಳಬೇಕೆಂಬುದು ನಿಶ್ಚಯವಾಯ್ತು. ಲಡಾಖ್ ಸ್ಕೌಟ್‌ನ್ನು ಸೇನೆ ಕರೆಸಿಕೊಂಡಿತು. ಸೇನೆಯ ಈ ವಿಭಾಗ ಚೀನಾಕ್ಕೆ ಹೊಂದಿಕೊಂಡಿರುವ ಭಾರತದ ಗಡಿಯನ್ನು ಒಂದೆಡೆ ಕಾಯುತ್ತಿದ್ದರೆ ಮತ್ತೊಂದೆಡೆ ಸಿಯಾಚಿನ್ ನೀರ್ಗಲ್ಲುಗಳನ್ನು ಕಾಯುತ್ತ ನಿಂತುಕೊಂಡಿರುತ್ತದೆ. ಸದಾ ಯುದ್ಧದ ಪರಿಸ್ಥಿತಿಯಲ್ಲಿಯೇ ಸಿದ್ಧವಾಗಿ ನಿಂತಿರುವ ಈ ಪಡೆಯ ಮೇಲಿನ ಒತ್ತಡ ಹೇಗಿರಬೇಕೆಂದು ನೀವು ಊಹಿಸಬೇಕು. ದೈಹಿಕವಾಗಿ ಸದೃಢವಾದ ಮತ್ತು ಈ ವಾತಾವರಣಕ್ಕೆ ಬಾಲ್ಯದಿಂದಲೂ ಹೊಂದಿಕೊಂಡ ಸ್ಥಳೀಯರ ಬಲಾಢ್ಯ ಪಡೆ ಇದು.

ಅಲ್ಲಿಯವರೆಗೂ ಚೋರ್ಬಟ್‌ಲಾದ ಮೇಲೆ ಬಿ.ಎಸ್.ಎಫ್. ಜವಾನರು

ಕಣ್ಣಿಟ್ಟುಕೊಂಡು ಕುಳಿತಿದ್ದರು. ಅವರಿಗೆ ಶಕ್ತಿ ತುಂಬಲು ಮೇಜರ್ ಸೋನಂ ವಾಂಗ್ ಚುರ್ ನೇತೃತ್ವದಲ್ಲಿ ಲಡಾಖ್ ಸ್ಕೌಟ್ ಹೊರಟಿತು. ಬಹುಪಾಲು ಸೈನಿಕರು ಅನಾಯಾಸವಾಗಿ ಗುಡ್ಡ ಹತ್ತಿದರು. 14 ಜನರನ್ನು ಚೀತಾ ಹೆಲಿಕಾಪ್ಟರುಗಳು ಗುಡ್ಡದ ಮೇಲೆ ಇಳಿಸಿದವು. ಬೆಳಗಿನ ತಾಪಮಾನವು ಸೊನ್ನೆಗಿಂತ ಕೆಳಗಿರುವಂತಹ 80 ಡಿಗ್ರಿಗೆ ಕಡಿಮೆ ಇಲ್ಲದಷ್ಟು ಇಳಿಜಾರಿರುವಂತಹ ಗುಡ್ಡಗಳಿವು. ಸೋನಂ ವಾಂಗ್ ಚುಕ್ 36 ಜನರೊಂದಿಗೆ ಗುಡ್ಡ ಹತ್ತುತ್ತಿರುವಾಗ ಶತ್ರುಗಳು ತಮ್ಮ ಬೇಸ್‌ಗಳಿಂದ ದಾಳಿ ಮಾಡುತ್ತಲೇ ಇದ್ದರು. ಅವೆಲ್ಲವನ್ನೂ ತಪ್ಪಿಸಿಕೊಂಡು ಗುಡ್ಡ ಹತ್ತುತ್ತಲೇ ನಡೆದ ಈ ಪಡೆ ತುದಿ ಮುಟ್ಟಲು ಕೆಲಹೊತ್ತು ಇರುವಾಗಲೇ ಮಂಜನ್ನು ಕುಟ್ಟುತ್ತಿರುವ ಸದ್ದು ಗುಡ್ಡದ ಒಂದು ಬದಿಯಿಂದ ಕೇಳಿ ಬಂತು. ಎಲ್ಲರನ್ನೂ ಶಾಂತವಾಗಿಸಿದ ಸೋನಂ ಬಂದೂಕಿನ ವ್ಯಾಪ್ತಿಗೆ ಬರುವವರೆಗೆ ದಾಳಿ ಮಾಡುವುದು ಬೇಡವೆಂದು ನಿರ್ದೇಶನ ಕೊಟ್ಟರು. ಗುಡ್ಡದ ತುದಿ ಏರಲು ಬಂದ ಪಾಕೀ ಪಡೆಯ ಮೇಲೆ ಮುಗಿಬಿದ್ದರು. ಸೈನಿಕರು ಸತ್ತು ಬಿದ್ದರು. ಅವು ಪಾಕೀ ಸೈನಿಕರದೇ ಶವಗಳೆಂದು ಆ ಮೇಲೆ ಖಾತ್ರಿಯಾಯ್ತು.

ವಾಂಗ್ ಚುಕ್‌ನ ನೇತೃತ್ವದ ಲಡಾಖ್ ಸ್ಕೌಟ್ ಒಂದು ಮಹತ್ವದ ಒಳನುಸುಳುವ ಪ್ರಯತ್ನ ಹೊಸಕಿ ಹಾಕಿತ್ತು. ಅಷ್ಟೇ ಅಲ್ಲ ಪಾಯಿಂಟ್ 5440, ಪಾಯಿಂಟ್ 5498, ಪಾಯಿಂಟ್ 5520ಗಳನ್ನು ಪಾಕೀ ಪಡೆಗೆ ಸೇರುವ ಮುನ್ನವೇ ತಮ್ಮ ಆಧಿಪತ್ಯ ಸ್ಥಾಪಿಸಿ ನಿಯಂತ್ರಣ ರೇಖೆಯವರೆಗಿನ ಗಡಿಯನ್ನು ಭದ್ರಗೊಳಿಸಿತು ಜುಲೈ 9ರ ವೇಳೆಗೆ ಇಡಿಯ ಬಟಾಲಿಕ್ ಭಾಗ ಸದೃಢವಾಗಿಬಿಟ್ಟಿತ್ತು.

ಬಟಾಲಿಕ್‌ನಿಂದ ಸ್ವಲ್ಪ ಮುಂದೆ ತುರ್ತುಕ್ ಇದೆ. ಇಲ್ಲಿ ಶತ್ರು ವಶವಾದ ಮಂಜಿನ ಬೆಟ್ಟ ಪಾಯಿಂಟ್ 5500 ಶತ್ರುವಶವಾಗಿ ಕುಳಿತಿತ್ತು. ಇದನ್ನು ವಶಪಡಿಸಿಕೊಳ್ಳುವ ಮೊದಲು ಪಾಯಿಂಟ್ 5590 ನಮ್ಮದಾಗಿಸಿ ಕೊಳ್ಳಬೇಕಿತ್ತು. ಕ್ಯಾಪ್ಟನ್ ಹನೀಫುದ್ದೀನ್ ನೇತೃತ್ವದಲ್ಲಿ ರಜಪುತಾನಾ ರೈಫಲ್ಸ್, ರಣಾಂಗಣಕ್ಕೆ ಧುಮುಕಿತು. ಆಗ ತಾನೇ ಹಿಮದ ಬೆಟ್ಟಗಳನ್ನು ಕಾಯುವ ತಮ್ಮ ಸರದಿ ಮುಗಿಸಿ ಹೊರಡುತ್ತಿದ್ದ ಪಡೆ ಅದು. ಈಗ ಯುದ್ಧ ಸನ್ನದ್ಧವಾಗಿತ್ತು. 18,500 ಅಡಿ ಎತ್ತದಲ್ಲಿ ಯುದ್ಧ ನಡೆಸಬೇಕಿತ್ತು. ಹನೀಫ್‌ನ ಬಳಗ ಗುಡ್ಡವನ್ನೇರಿ ಶತ್ರುಗಳೆದುರಿಗೆ ಬರುವ ವೇಳೆಗೆ ಮೇಲಿನಿಂದ ಅಸಾಧ್ಯವಾದ ದಾಳಿ ಆರಂಭವಾಯ್ತು. ಇನ್ನು ಮುಂದಡಿ ಇಡುವುದು

ಸಾಧ್ಯವಿಲ್ಲವೆಂದು ಗೊತ್ತಾದಾಗ ಮತ್ತೊಂದು ಗುಡ್ಡವನ್ನೇರಿ ರಕ್ಷಣೆ ಪಡೆದು ಶತ್ರುಗಳ ಮಟ್ಟ ಹಾಕುವ ಯೋಜನೆ ರೂಪುಗೊಂಡಿತು. ಅಷ್ಟರಲ್ಲೇ ಶತ್ರುಗಳ ಗುಂಡು ಹನೀಫುದ್ದೀನರನ್ನೇ ಗಾಸಿಗೊಳಿಸಿತು. ಕುಸಿದು ಬಿದ್ದ ಹನೀಫ್ ಮೆಷಿನ್ ಗನ್ನಿಗೆ ಆತುಕೊಂಡು ಶತ್ರುಗಳ ಮೇಲೆ ಕರಾರುವಾಕ್ಕಾದ ದಾಳಿಗೆ ನಿಂತ. ತನ್ನ ಜೊತೆಗಾರ ಸೈನಿಕರಿಗೆ ಆಯಕಟ್ಟಿನ ಗುಡ್ಡದತ್ತ ಧಾವಿಸುವಂತೆ ಸಂಜ್ಞೆ ಮಾಡಿದ. ಹನೀಫ್ ಶತ್ರುಗಳನ್ನು ಗುಂಡಿನ ಕಾಳಗದಲ್ಲಿ ನಿರತಗೊಳಿಸಿರುವಾಗಲೇ ಸೈನಿಕರು ಪಕ್ಕದ ಗುಡ್ಡದ ಬಳಿಗೆ ಹೋದರು. ಅವರು ತಲುಪಿರುವ ಸುದ್ದಿ ಖಾತ್ರಿಯಾಗುವವರೆಗೆ ಹನೀಫ್ ಛಲಬಿಡದ ತ್ರಿವಿಕ್ರಮನಂತೆ ಮೆಷಿನ್ ಗನ್ನನ್ನು ಚಲಾಯಿಸುತ್ತಲೇ ಇದ್ದ. ಆ ವೇಳೆಗೆ ಶತ್ರು ಪಡೆಯ ಗುಂಡುಗಳು ಜರ್ಝರಿತಗೊಳಿಸಿದ್ದವು. ಹನೀಫ್ ಆ ಬೆಟ್ಟದಲ್ಲಿಯೇ ಅಸುನೀಗಿದ. ಅವನ ಕಾರ್ಯಕ್ಕೆ ಸೈನ್ಯ ತಲೆದೂಗಿತು. ಯಾವ ಗುಡ್ಡಕ್ಕೆ ತನ್ನ ಮಿತ್ರರು ತೆರಳುವವರೆಗೂ ಗುಂಡಿನ ದಾಳಿ ಹನೀಫ್ ನಡೆಸಿಯೇ ಇದ್ದನೋ ಆ ಗುಡ್ಡಕ್ಕೆ ಸಬ್‌ಸೆಕ್ಟರ್ ಹನೀಫ್ ಎಂದೇ ನಾಮಕರಣ ಮಾಡಲಾಯ್ತು. ಹನೀಫ್ ಬಟಾಲಿಕ್‌ನ ಬೆಟ್ಟಗಳಲ್ಲಿ ಶಾಶ್ವತವಾಗಿಬಿಟ್ಟ!

ಕಾರ್ಗಿಲ್‌ನ ಯುದ್ಧದ ಇತಿಹಾಸದಲ್ಲಿ ಬಹುಪಾಲು ಚರ್ಚೆಗೆ ಬರದ ಒಂದು ಅಪರೂಪದ ಕದನ ಇದೆ. ಅದು ಪಾಯಿಂಟ್ 5770 ವಶಪಡಿಸಿಕೊಳ್ಳುವ ಕುರಿತಾದದ್ದು. ಈ ಬೆಟ್ಟ, ನಿಯಂತ್ರಣದ ರೇಖೆಯ ಗಡಿಯ ಗುಂಟಲೇ ಇರುವಂಥದ್ದು. ಇದರ ಮೇಲೆ ಪ್ರಭುತ್ವ ಯಾರು ಸ್ಥಾಪಿಸುತ್ತಾರೆ ಅವರಿಗೆ ಮತ್ತೊಂದು ರಾಷ್ಟ್ರದ ಪ್ರಮುಖ ಸ್ಥಳಗಳು ಗೋಚರವಾಗುತ್ತವೆ. ಅತ್ಯಂತ ಪ್ರಮುಖ ಸ್ಥಳ ಇದು. 1997ರಲ್ಲಿಯೇ ಇದನ್ನು ನಮ್ಮದಾಗಿಸಿಕೊಳ್ಳಬೇಕೆಂಬ ಪ್ರಯತ್ನ ಮಾಡಿ ಸೋತಿದ್ದೆವು. 1998ರ ಬೇಸಗೆಯಲ್ಲಿ 4 ಜಮ್ಮು ಕಾಶ್ಮೀರ ರೈಫಲ್ಸ್, ಇತರೆ ಮೂರು ತುಕಡಿಗಳೊಂದಿಗೆ ಸೇರಿ ಆ ಗುಡ್ಡದ ಅಕ್ಕ-ಪಕ್ಕ ಬಂಕರ್ ನಿರ್ಮಿಸುವಲ್ಲಿ ಯಶಸ್ವಿಯಾಯ್ತು. ಗುಡ್ಡ ಹತ್ತುವುದು ಸಾಧ್ಯವಾಗಲೇ ಇಲ್ಲ. ಪಾಕಿಸ್ತಾನವೂ ತನ್ನ ಬದಿಯ ಈ ಗುಡ್ಡದಲ್ಲಿ ಬಂಕರ್‌ಗಳನ್ನು ಮಾಡಿಕೊಂಡು ಕುಳಿತಿದೆ. ಗುಡ್ಡದ ತುದಿ ಇಬ್ಬರಿಗೂ ನುಣ್ಣಗೇ!

ಕಾರ್ಗಿಲ್ ಕದನದ ಕಾವಿನಲ್ಲಿ ಈ ಗುಡ್ಡದ ಮೇಲೆ ಪ್ರಭುತ್ವ ಸಾಧಿಸುವ ನಿರ್ಧಾರ ಮಾಡಿತು ನಮ್ಮ ಸೇನೆ. ಬ್ರಿಗೇಡ್, ಬಟಾಲಿಯನ್, ಕಂಪನಿ ಬಿಡಿ ಕೊನೆಗೆ ಇದನ್ನು ವಶಪಡಿಸಿಕೊಳ್ಳಲಿಕ್ಕೆ 36 ಜನರ ಪ್ಲಟೂನೂ ಹೋಗಲಿಲ್ಲ.

27 ರಜಪೂತಾನಾದ ಇಬ್ಬರು, ಲಡಾಖ್ ಸ್ಕೌಟ್ಸ್‌ನ ಇಬ್ಬರು, ಹೈ ಆಲ್ಟಿಟ್ಯೂಡ್ ವಾರಿಯರ್ ಸ್ಕೂಲ್‌ನ ಇಬ್ಬರು ಒಟ್ಟೂ ಆರು ಜನ ವಿಶೇಷ ತರಬೇತಿ ಪಡೆದು ಹೊರಟರು. ಒಂದೆಡೆ ಈ ಮಂಜಿನ ಬೆಟ್ಟ ಬಲು ಕಡಿದಾಗಿತ್ತು. 90 ಡಿಗ್ರಿಗೆ ಸರಿಯಾಗಿ 1 ಕಿ.ಮೀ. ಉದ್ದದ ಬೆಟ್ಟದ ಭಾಗ ಅದು. ಅಲ್ಲಿಂದ ಹತ್ತುವುದು ಅಸಾಧ್ಯವೆಂದು ಭಾವಿಸಿ ಪಾಕಿಸ್ತಾನವೂ ಮೈಮರೆತು ಕುಳಿತಿತ್ತು. ನಮ್ಮ ಪಡೆ ಆ ದಾರಿಯನ್ನೇ ಆರಿಸಿಕೊಂಡಿತು. ಈ ಕಾರ್ಯಾಚರಣೆ ಆದಷ್ಟು ಅನಿರೀಕ್ಷಿತವಾಗಿರಲೆಂದು ಫಿರಂಗಿ ದಾಳಿಯನ್ನೂ ನಿಲ್ಲಿಸಿತ್ತು ಸೇನೆ. ಸಂಜೆ ಏಳು ಗಂಟೆಗೆ ಕಾರ್ಯಾಚರಣೆ ಶುರುವಾಯ್ತು. ಸುಮಾರು ಏಳು ಗಂಟೆಗಳ ನಿರಂತರ ಪ್ರಯಾಸದ ನಂತರ ನಮ್ಮ ಆರು ಜನರ ಪಡೆ ಗುಡ್ಡವನ್ನು ಹತ್ತಿ ನಿಂತೇ ಬಿಟ್ಟಿತು. ಅಚ್ಚರಿ ಕೊಡ ಹೊರಟಿದ್ದ ನಮ್ಮ ಸೇನೆ ತಾನೇ ಅಚ್ಚರಿಗೆ ಸಿಲುಕಿತ್ತು. ಆಗಲೇ 11 ಜನ ಪಾಕೀಗಳು ಗುಡ್ಡ ಹತ್ತಿ ಆನಂದಿಸುತ್ತಿದ್ದರು. ಕೆಲವರು ಸಂಗರ್ ಕಟ್ಟುತ್ತಿದ್ದರು, ಕೆಲವರು ಪತ್ರ ಬರೆಯುತ್ತಿದ್ದರು, ಕೆಲವರು ತಾತ್ಕಾಲಿಕ ಟೆಂಟುಗಳಲ್ಲಿ ವಿಶ್ರಾಂತಿ ಪಡೆಯುತ್ತಿದ್ದರು. ಗುಂಡಿನ ಸದ್ದು ಬಿಡಿ, ಪಟಾಕಿಯ ಸದ್ದೂ ಇರಲಿಲ್ಲವಾದ್ದರಿಂದ ಶತ್ರುಗಳು ನೆಮ್ಮದಿಯಿಂದಿದ್ದರು. ನಮ್ಮ ಆರೂ ಜನ ಗುಡ್ಡದ ಬದಿಯಲ್ಲಿ ಸಾವರಿಸಿಕೊಂಡು ಶಸ್ತ್ರಗಳನ್ನು ಸಿದ್ಧಮಾಡಿಕೊಂಡು ಶತ್ರುಗಳ ಮೇಲೆ ಮುಗಿಬಿದ್ದು ಹನ್ನೊಂದು ಜನರನ್ನು ಕಣ್ಣವೆ ತೆರೆಯುವುದರೊಳಗಾಗಿ ಮುಗಿಸಿಬಿಟ್ಟರು. ಈ ಕಾರ್ಯಾಚರಣೆಯ ನೇತೃತ್ವ ವಹಿಸಿದ್ದ ಮೇಜರ್ ನವದ್ವೀಪ್ ಸಿಂಗ್ ಜೀಮಾ ಗೆಲುವಿನ ನಗೆ ಬೀರಿದರು.

ಉರಿದು ಬಿತ್ತು ಪಾಕಿಸ್ತಾನ. ಕಳಕೊಂಡದ್ದನ್ನು ಪಡಕೊಳ್ಳುವುದು ಬಿಡಿ, ಹೊಸ ಗುಡ್ಡವನ್ನೂ ಭಾರತ ಗೆದ್ದು ಬಿಟ್ಟಿತಲ್ಲ, ಸಹಿಸುವುದು ಹೇಗೆ? ಮರು ದಾಳಿ ಶುರುವಾಯ್ತು. ಮಿಡತೆಗಳ ಹಿಂಡಿನಂತೆ ಧಾವಿಸಿ ಬಂತು ಶತ್ರು ಸೇನೆ. ಆರು ಜನ ನಮ್ಮವರು, ಅವರನ್ನು ತಡೆದರಲ್ಲದೇ ಹೊಡೆದಟ್ಟಿದರು ಕೂಡಾ ಕ್ಯಾಪ್ಟನ್ ಶ್ಯಾಮಲ್ ಸಿನ್ಹಾ, ಹವಲ್ದಾರ್ ಜೋಗಿಂದರ್ ಸಿಂಗ್, ರೈಫಲ್ ಮ್ಯಾನ್ ಸೇವಾಂಗ್ ವೇರುಪ್ ಇವರುಗಳ ಶೌರ್ಯ ಅತುಲ್ಯವಾದುದು. 1987ರಲ್ಲಿ ಬಾಣಾಟಾಪ್ ವಶಪಡಿಸಿಕೊಂಡ ನಂತರ ಅಷ್ಟರ ಮಟ್ಟಿಗಿನ ಕಠಿಣವಾದ ಮತ್ತು ಕರಾರುವಾಕ್ಕಾದ ಮತ್ತೊಂದು ಕಾರ್ಯಾಚರಣೆ ಇದೇ ಅಂತ ಸೈನ್ಯದ ದಾಖಲೆಗಳು ಹೇಳುತ್ತವೆ. ಪಾಕಿಸ್ತಾನದ ಸಾವಿರಾರು ಜನ ನಮ್ಮ ಸೇನೆಯ ಆರು ಜನರಿಗೆ ಸರಿದೂಗಲಾರರು ಅಂತ ಅದಕ್ಕೇ ಹೇಳೋದು!

ಯುದ್ಧ ಮುಗಿಯಿತೇನೋ ಅಂದುಕೊಂಡ್ವಿ. ಇಷ್ಟು ದೀರ್ಘವಾದ ಕಥನದುದ್ದಕ್ಕೂ ಅನೇಕ ಬಾರಿ ಅತ್ತುಬಿಟ್ಟಿದ್ದೆವು. ಈಗ ಕೊನೆಯಲ್ಲಿ ರೋಮಾಂಚನಕಾರಿ ಇಂಗ್ಲೀಷ್ ಫಿಲ್ಮ್ ನೋಡಿದಂತಾಯ್ತು. ಒಮ್ಮೆ ಮನಸ್ಸು ಅರಳಿಬಿಟ್ಟಿತ್ತು. ಇದನ್ನು ಗಮನಿಸಿದ ಕೌಲ್ ಸರ್ ಯುದ್ಧ ಇನ್ನೂ ಮುಗಿದಿಲ್ಲ. ಅಂದರು. ಬೆನ್ನು ನೆಟ್ಟಗೆ ಮಾಡಿದವರೆಲ್ಲ ಮತ್ತೆ ಬಗ್ಗಿದೆವು. ಕಕ್ಸರ್ ಪ್ರಾಂತ ಮರೆತು ಬಿಟ್ಟಿರೇನು? ನಮ್ಮೆಲ್ಲರನ್ನೂ ಕೇಳಿದರು. ಮರೆಯುವುದು ಹೇಗೆ? ಬಜರಂಗ್ ಪೋಸ್ಟ್‌ನತ್ತ ಹೋದ ಸೌರಭ್ ಕಾಲಿಯಾ ತುಂಡು ತುಂಡಾಗಿ ಮರಳಿ ಬಂದಿದ್ದನಲ್ಲ! ಅದನ್ನು ನೆನಪುಮಾಡಿಕೊಳ್ಳುತ್ತಿದ್ದಂತೆ ಮತ್ತೆ ಕದನದ ಕಾವು ಏರತೊಡಗಿತು. ಕೌಲ್ ಸರ್ ಮುಂದುವರೆಸಿದರು.

ಕಾಲಿಯಾ ಮೇ 15ಕ್ಕೆ ಕಾಣೆಯಾಗಿರುವ ಸುದ್ದಿ ಬಂದೊಡನೆ ಸೈನ್ಯ ಎಚ್ಚೆತ್ತುಕೊಳ್ಳಬೇಕಿತ್ತು. ಬ್ರಿಗೇಡಿಯರ್ ಸುರಿಂದರ್ ಸಿಂಗ್ ತಲೆಕೆಡಿಸಿಕೊಂಡಂತೆ ಕಾಣಲಿಲ್ಲ. ಲೆಫ್ಟಿನೆಂಟ್ ಅಮಿತ್ ಭಾರದ್ವಾಜ್ ನೇತೃತ್ವದಲ್ಲಿ 32 ಸೈನಿಕರನ್ನು ಕಳಿಸಿಕೊಟ್ಟರು. ಪಾಕೀಗಳ ವ್ಯವಸ್ಥಿತ ದಾಳಿಗೆ ಒಬ್ಬ ಸೈನಿಕ ತೀರಿಕೊಂಡ. ಹತ್ತು ಜನ ಗಾಯಾಳುಗಳಾದರು. ಅಮಿತ್ ಭಾರದ್ವಾಜ್ ಸೇರಿದಂತೆ ಇಬ್ಬರನ್ನು ಕಾಣೆಯಾಗಿರುವ ಪಟ್ಟಿಗೆ ಸೇರಿಸಲಾಯ್ತು. 17ನೇ ತಾರೀಕು ಮೇಜರ್ ವಿಕ್ರಂಸಿಂಗ್ ಶೇಖಾವತ್‌ರ ನೇತೃತ್ವದಲ್ಲಿ ಜಾಟ್ ರೆಜಿಮೆಂಟನ್ನು ಭಾರದ್ವಾಜ್‌ರ ಹುಡುಕಾಟಕ್ಕೆಂದು ಕಳಿಸಿ ಕೊಡಲಾಯ್ತು. ಶತ್ರುಗಳ ಅನಿರೀಕ್ಷಿತ ದಾಳಿಗೆ ಶೇಖಾವತ್ ಗಾಯಾಳುವಾದರೂ ಪಾಯಿಂಟ್ 5299ರ ಬುಡದಲ್ಲಿ ನೆಲೆಯೂರಲು ಶಕ್ತಗೊಂಡರು. ಅದನ್ನು ಆಧಾರವಾಗಿರಿಸಿಕೊಂಡು ಶತ್ರು ಪಡೆ ಮುಂದೆ ಬರದಂತೆ ತಡೆಯುವ ಹೊಣೆಗಾರಿಕೆ ರಾಷ್ಟ್ರೀಯ ರೈಫಲ್ಸ್ ಹೆಗಲೇರಿತು. ಅಲ್ಲಿಂದಾಚೆಗೆ ಪ್ರಕ್ರಿಯೆ ಮುಂದೆ ಸಾಗಲೇ ಇಲ್ಲ. ಜೂನ್ ಮೊದಲ ವಾರದಲ್ಲಿ ಬ್ರಿಗೇಡಿಯರನ್ನೇ ಬದಲಾಯಿಸಿ ಓಪಿ ನಂದ್ರಾ ಜೋಗ್ ಅಧಿಕಾರ ವಹಿಸಿಕೊಂಡರು. ಜೂನ್ 25ರ ವೇಳೆಗೆ ಸೈನಿಕರನ್ನು ಯುದ್ಧ ಸನ್ನದ್ಧವಾಗಿಸಲಾಯ್ತು. ಸ್ಥಳೀಯ ತರುಣರನೇಕರು ಸೈನಿಕರಿಗೆ ಶಸ್ತ್ರಗಳನ್ನು, ಆಹಾರವನ್ನು ತುದಿಯವರೆಗೆ ತಲುಪಿಸುವ ಜವಾಬ್ದಾರಿಯನ್ನು ಸ್ವಯಂ ಪ್ರೇರಿತವಾಗಿ ನಿರ್ವಹಿಸಿದರು. ಜುಲೈ 1ಕ್ಕೆ ಪಾಯಿಂಟ್ 5605, ಪಾಯಿಂಟ್ 5280 ವಶಪಡಿಸಿಕೊಳ್ಳುವ ಯೋಜನೆ ರೂಪುಗೊಂಡಿತು. ಆಕ್ರಮಣ ಆರಂಭವಾದುದು ಜುಲೈ 5ಕ್ಕೆ, ಆದರೆ ಅಲ್ಲಿಂದಾಚೆಗೆ ಕೆಲವೇ ದಿನಗಳಲ್ಲಿ ಪಾಕಿಸ್ತಾನ ಕದನ ವಿರಾಮಕ್ಕೆ

ಮುಂದೆ ಬಂತು. ಜುಲೈ 9ಕ್ಕೆ ಮರಳಲು ಸಿದ್ಧರಾದರು. ಜುಲೈ 11ರೊಳಗೆ ಜಾಗ ಖಾಲಿ ಮಾಡಿದರು. ಜುಲೈ 15ಕ್ಕೆಲ್ಲಾ ನಮ್ಮ ಸೈನಿಕರು ನಮ್ಮ ಗುಡ್ಡಗಳನ್ನು ವಶಪಡಿಸಿಕೊಂಡರು.

ಒಟ್ಟಾರೆ ಜುಲೈ 26ಕ್ಕೆ ಭಾರತ ಸೈನಿಕ ಕಾರ್ಯಾಚರಣೆಯನ್ನು ಸಂಪೂರ್ಣವಾಗಿ ನಿಲ್ಲಿಸಿ ಆಪರೇಷನ್ ವಿಜಯ್‌ನ್ನು ಗೆಲುವಿನೊಂದಿಗೆ ಮುಕ್ತಾಯ ಗೊಳಿಸಿತು. 8 ಪಾಕಿಸೇನೆಯ ಸೈನಿಕರನ್ನು ಯುದ್ಧ ಖೈದಿಗಳಾಗಿ ಭಾರತ ಹಿಡಿದಿತ್ತು. ಅಪಾರ ಪ್ರಮಾಣದ ಶಸ್ತ್ರಾಸ್ತ್ರಗಳು ನಮ್ಮ ಕೈಸೇರಿದ್ದವು. ಅನೇಕ ಆಧಾರ ಪತ್ರಗಳು ದೊರೆತಿದ್ದವು. ಎಲ್ಲಕ್ಕೂ ಮುಖ್ಯವಾಗಿ ಭಾರತ ತನ್ನ ಸಾಮರ್ಥ್ಯವನ್ನು ಜಗತ್ತಿಗೆ ಸಾಬೀತುಪಡಿಸಿತ್ತು. ನಿಯಂತ್ರಣ ರೇಖೆಯುದ್ದಕ್ಕೂ ಹಿಂದಿಗಿಂತ ಹೆಚ್ಚು ಬಲವಾಗಿ ತನ್ನ ಪಾದವನ್ನೂರಿತ್ತು. ಪಾಕಿಸ್ತಾನ ತೀವ್ರ ಮುಖಭಂಗಕ್ಕೊಳಗಾಗಿತ್ತು. ಅಲ್ಲಿನ ಮಾಧ್ಯಮಗಳಂತೂ ಪಾಕಿಸ್ತಾನದ ಪ್ರಧಾನಿಗಳಿಗೆ, ಸೇನಾ ಮುಖ್ಯಸ್ಥರಿಗೆ ಬುರ್ಖಾ ಕೊಡುವುದು ಸೂಕ್ತವೆಂದಿತು. ಸ್ನೇಹದ ಬೆಲೆ ಅರಿಯದ ಪಾಕಿಸ್ತಾನ ನಂಬಲು ಯೋಗ್ಯವಲ್ಲವೆಂದು ಜಗತ್ತು ನಿರ್ಧರಿಸಿಬಿಟ್ಟಿತು.

12
ರತ್ನ ಗರ್ಭಾ

ಉಫ್! ಮೇ ಮೊದಲವಾರದಲ್ಲಿ ಕಂಡುಬಂದ ಯುದ್ಧದ ಸ್ಥಿತಿ, ಯುದ್ಧವಾಗಿ ಮಾರ್ಪಟ್ಟು ಅನೇಕ ಸಾವು ನೋವುಗಳನ್ನು ಕಂಡು ಜುಲೈ ಕೊನೆಯ ವಾರಕ್ಕೆ ಮುಕ್ತಾಯವಾಗಿತ್ತು. ಮೂರು ತಿಂಗಳ ಕಾಲ ದೇಶದ ಸ್ಥಿತಿ ಹೇಗಿರಬಹುದು? ಜನ ಹೇಗೆ ಸ್ಪಂದಿಸಿರಬಹುದು? ನಾವಂತೂ ಆಗ ಬಲು ಚಿಕ್ಕವರು. ಏನೂ ಅರ್ಥವಾಗುತ್ತಿರಲಿಲ್ಲ. ಬಹುಶಃ ಪಕ್ಕದ ಮನೆಯ ಹುಡುಗನೊಂದಿಗೆ ಗೋಲಿ ಆಡುತ್ತಿದ್ದೇವೇನೋ? ಇಂದು ಹದಿನೈದು ವರ್ಷಗಳ ನಂತರ ಈ ಕಥೆ ಕೇಳಿದಾಗಲೇ ರೋಮಾಂಚಿತ ರಾಗುತ್ತಿದ್ದೇವೆ; ಅಂದು ಪ್ರತ್ಯಕ್ಷ ಮಾಧ್ಯಮಗಳಲ್ಲಿ ಇದನ್ನು ಓದುತ್ತಿದ್ದವರ ಮಾನಸಿಕ ಸ್ಥಿತಿ ಹೇಗಿದ್ದಿರಬಹುದು? ನಾನು ಎದ್ದು ನಿಂತು ಈ ಕುರಿತಂತೆ ಪ್ರಶ್ನೆ ಮಾಡಿದೆ. ಕೌಲ್ ಸರ್ ಮುಖ ಅರಳಿತು. ಮತ್ತೊಂದು ಕಥಾ ಪರ್ವಕ್ಕೆ ಸಜ್ಜಾದರು.

ನಾವು ಕಷ್ಟ ಬಂದಾಗ ಮಾತ್ರ ಮೂವರನ್ನು ನೆನೆಯೋದಂತೆ. ಸಂಕಟ ಬಂದಾಗ ವೆಂಕಟರಮಣನನ್ನ; ದೇಹದ ಆರೋಗ್ಯ ಹದಗೆಟ್ಟಾಗ ವೈದ್ಯರನ್ನು ಮತ್ತು ದೇಶದ ಸುರಕ್ಷತೆಗೆ ಅಪಾಯ ಬಂದಾಗ ಸೈನಿಕರನ್ನು!

ಕಾರ್ಗಿಲ್‌ನಲ್ಲಿ ಕದನ ಶುರುವಾಗುವ ಹೊತ್ತಿಗಾಗಲೇ ವರ್ಲ್ಡ್ ಕಪ್ ಕ್ರಿಕೆಟ್ ಶುರುವಾಗಿತ್ತು. ಈ ದೇಶದ ತರುಣರು ಗಂಟೆಗಟ್ಟಲೆ ಟೀವಿಯ ಮುಂದೆ ಕುಳಿತು ಕ್ರಿಕೇಟ್‌ನಲ್ಲಿ ಮೈಮರೆತಿರುತ್ತಿದ್ದರು. ಪ್ರತಿ ಬೌಂಡರಿ – ಸಿಕ್ಸರುಗಳಿಗೆ ಸಿಳ್ಳೆ ಹೊಡೆಯುತ್ತಿದ್ದರು; ಕೇಕೆ ಹಾಕುತ್ತಿದ್ದರು. ಆಗ ನಮ್ಮ ಸೈನಿಕರು ಪ್ರಾಣವನ್ನೇ ಪಣಕ್ಕಿಟ್ಟು ಕಾದಾಡುತ್ತಿದ್ದರು, ಶೆಲ್‌ದಾಳಿಗೆ ಸಿಲುಕಿ ನುಜ್ಜುಗುಜ್ಜಾಗುತ್ತಿದ್ದರು. ಇಲ್ಲವೇ ಪ್ರಾಣವನ್ನೇ ಅರ್ಪಿಸಿಬಿಡುತ್ತಿದ್ದರು. ಭಾರತ ಟೂರ್ನಿಯಿಂದ ನಿರ್ಗಮಿಸುವವರೆಗೂ ತರುಣರು ಅತ್ತ ತಲೆಹಾಕಲಿಲ್ಲ.

ಹಾಗಂತ ಎಲ್ಲರೂ ಹಾಗೆಯೇ ಇರಲಿಲ್ಲ. ಭಾರತದ ಕದನ ಇತಿಹಾಸದಲ್ಲಿಯೇ ಮೊದಲ ಬಾರಿಗೆ ಸೈನ್ಯಕ್ಕೆ ಈ ಪರಿಯ ಸಂಖ್ಯೆಯಲ್ಲಿ

ಪತ್ರಗಳು ಬಂದಿರಲಿಕ್ಕೆ ಸಾಕು. ದೂರದೂರದ ಹಳ್ಳಿಯಿಂದ ಚಿಕ್ಕ ಮಕ್ಕಳು ಬಾಲಭಾಷೆಯಲ್ಲಿ, ತರುಣರು ಬಿಸಿರಕ್ತದಲ್ಲಿ, ಹಿರಿಯರು ಭಾವುಕತೆಯ ಸ್ಪರ್ಶದಿಂದ ಪತ್ರಗಳನ್ನು ಬರೆದಿದ್ದರು. ಸೈನ್ಯದ ನಿವೃತ್ತ ಅಧಿಕಾರಿಗಳಂತೂ ಈ ಕೂಡಲೇ ಶಸ್ತ್ರಗಳನ್ನು ಕೊಟ್ಟು ನಮ್ಮನ್ನೂ ಕಳಿಸಿ ಎಂದಿದ್ದರು. ಈ ಪತ್ರಗಳ ರಾಶಿ ರಾಶಿ ಕಂಡಾಗ ಸೈನಿಕರ ಆತ್ಮಸ್ಥೈರ್ಯ ನೂರ್ಮಡಿಯಾಗುತ್ತಿತ್ತು.

ಜನರ ಭಾವನೆಗಳು ಹಿಂದೆಂದಿಗಿಂತ ಹೆಚ್ಚು ಕದಡಲು ಕಾರಣವೂ ಇತ್ತು. ಮೊದಲನೆಯದು ಪ್ರಧಾನಿ ವಾಜಪೇಯಿಯವರ ಯಾತ್ರೆಯ ನಂತರ ನಮ್ಮ ಮತ್ತು ಪಾಕಿಸ್ತಾನದ ನಡುವಿನ ದೀರ್ಘಕಾಲದ ವೈರತ್ವ ಮುಗಿದೇ ಹೋಯ್ತೆಂದು ಕನಸು ಕಾಣುತ್ತಿದ್ದರು. ಪಾಕಿಸ್ತಾನದ ಕುರಿತಂತೆ ಪ್ರಯತ್ನ ಪೂರ್ವಕವಾಗಿ ಒಳ್ಳೆಯ ಮಾತುಗಳನ್ನಾಡುತ್ತಿದ್ದರು. ಈಗ ಏಕಾಏಕಿ ಪಾಕಿಸ್ತಾನ ಈ ಗೆಳೆತನವನ್ನು ದುರುಪಯೋಗ ಪಡಿಸಿಕೊಂಡದ್ದನ್ನು ಈ ದೇಶ ಸಹಿಸಲು ಸಿದ್ಧವಿರಲಿಲ್ಲ. ಇಷ್ಟೂ ದಿನ ಯುದ್ಧದಲ್ಲಿ ಕಾದಾಡಿದ ಸೈನಿಕರ ವೀರಗಾಥೆಗಳು ಆನಂತರ ಕೇಳಲು ಸಿಗುತ್ತಿದ್ದವು. ಕೇಂದ್ರ ಸರ್ಕಾರದ ಪ್ರಯತ್ನದಿಂದಾಗಿ ಮಾಧ್ಯಮಗಳು ನೇರ ಯುದ್ಧ ಭೂಮಿಯಿಂದಲೇ ವರದಿ ಮಾಡುವಂತಾದವು. ಜನ ಮನೆಯಲ್ಲಿ ಕುಳಿತು ಟೈಗರ್ ಹಿಲ್‌ನ ಕದನದ ನೇರ ಪ್ರಸಾರ ನೋಡಿಬಿಟ್ಟರು. ಭಾರತದ ಯುದ್ಧ ಇತಿಹಾಸದಲ್ಲಿ ಹೀಗೆ ನಡೆದದ್ದು ಮೊದಲ ಬಾರಿ. ಹಾಗೆ ನೋಡಿದರೆ ಟೈಗರ್ ಹಿಲ್ ಗಿಂತಲೂ ಭೀಕರ ಕದನ ಕಾರ್ಗಿಲ್ ಬೆಟ್ಟಗಳಲ್ಲಿ ನಡೆಯಿತು. ಟೈಗರ್ ಹಿಲ್ ಜನಜನಿತವಾಯ್ತು. ವಿಕ್ರಂ ಬಾತ್ರಾರ 'ಯೆ ದಿಲ್ ಮಾಂಗೆ ಮೋರ್' ತರುಣರೆದೆಯ ಎದೆ ಬಡಿತ ಹೆಚ್ಚಿಸಿತು. ಪತ್ರಕರ್ತರೂ ಮೊದಲ ಬಾರಿಗೆ ರಣಾಂಗಣದ ಭೂಮಿ ಬಿರಿಯುವ ಸದ್ದನ್ನೂ, ಜೊತೆ ಜೊತೆಗೆ ಸ್ಮಶಾನ ಮೌನವನ್ನೂ ಅನುಭವಿಸಿದರು. ಏಟು ತಿಂದವರ ನರಳಾಟ ನೋಡಿದರು; ಸತ್ತವರ ಎದೆಗೆ ತಾಕಿದ್ದ ಗುಂಡುಗಳನ್ನು ಲೆಕ್ಕ ಹಾಕಿದರು. ಅವರೂ ಭಾವುಕರಾಗಿಬಿಟ್ಟಿದ್ದರು. ಅವರೀಗ ಬರೆಯುವ ಸಾಲುಗಳು ಶುಷ್ಕವಾಗಿರುತ್ತಿರಲಿಲ್ಲ. ಅಲ್ಲಿ ವೇದನೆ, ಆಕ್ರಂದನಗಳ ಛಾಯೆ ಇರುತ್ತಿತ್ತು. ಇವೆಲ್ಲವೂ ಜನರ ಮೂಲಕ ಪಾಕಿಸ್ತಾನ ವಿರೋಧೀ ಭಾವನೆಯಾಗಿ ಪರಿವರ್ತಿತಗೊಳ್ಳುತ್ತಿತ್ತು. ಪಾಕಿಸ್ತಾನದ ಮೇಲೆ ಕೋಪ, ಬಲಿಕೊಟ್ಟ ನಮ್ಮವರ ಮೇಲೆ ಪ್ರೀತಿ ಹೆಚ್ಚಾಗುತ್ತಿತ್ತು. ಅದಕ್ಕೇ ತೀರಿಕೊಂಡ ಸೈನಿಕನ ಶವಗಳು ಆಯಾ ಊರಿಗೆ ಬಂದಾಗ ಆ ವೀರನ ಸ್ವಾಗತಕ್ಕೆ ಅಸಂಖ್ಯ ಜನರು ಸೇರುತ್ತಿದ್ದರು.

ಪ್ರಾಣ ತೆತ್ತ ಸೈನಿಕನ ತಂದೆ–ತಾಯಿಯರನ್ನು ದೇವರಂತೆ ಕಾಣುತ್ತಿದ್ದರು. ಆ ಭಾವದಿಂದಲೇ ಸೈನ್ಯಕ್ಕೆ ಪತ್ರ ಬರೆದು ಕೃತಜ್ಞತೆ ಸಲ್ಲಿಸುತ್ತಿದ್ದರು.

ಕೆಲವರದು ಭಿನ್ನ ಕಥೆ, ಚಂಡೀಗಢದ ತರುಣ ದಂತ ವೈದ್ಯೆ ನೀತಿಕಾ ಪೂನಿಯಾ ಸೈನಿಕ ಕಮಾಂಡೋ ಆಸ್ಪತ್ರೆಗೆ ಬಂದು 'ನಾನೂ ದೇಶ ಸೇವೆ ಮಾಡುತ್ತೇನೆ' ಅಂದಳಂತೆ. ಹೇಗೆ ಗೊತ್ತಾ? ಕೈಕಾಲು ಕಳಕೊಂಡ ಆಯಾ ಸೈನಿಕರ ಪರವಾಗಿ ಅವರವರ ಮನೆಗಳಿಗೆ ಪತ್ರ ಬರೆಯಲೆಂದೇ ಪ್ರತಿ ದಿನ ಒಂದೆರಡು ಗಂಟೆಗಳ ಕಾಲ ಬಂದು ಹೋಗುತ್ತಿದ್ದಳು.

ಅದೇ ವೇಳೆ ದೇಶದ ಉದ್ದಗಲಕ್ಕೂ ರಕ್ತದಾನ ನಡೆಯುತ್ತಿತ್ತು. ಪ್ರತಿಯೊಬ್ಬ ತರುಣನೂ ದೇಶ ಸೇವೆಯೆಂದರೇ ರಕ್ತದಾನ ಮಾಡುವುದೆಂದು ಭಾವಿಸಿದ್ದ ಕಾಲವಾಗಿತ್ತು. ನಾವು ಕೊಟ್ಟ ರಕ್ತ ಸೈನಿಕರಿಗೆ ತಲುಪುವುದೆಂದು ಪ್ರತಿಯೊಬ್ಬ ರಕ್ತ ದಾನಿಯೂ ನಂಬಿದ್ದ. ರೆಡ್ ಕ್ರಾಸ್ ನಂತಹ ಸಂಸ್ಥೆಗಳು ಸಂಗ್ರಹವಾದ ರಕ್ತವನ್ನು ಇತರೆ ಸೈನಿಕ ಆಸ್ಪತ್ರೆಗಳಿಗೆ ಕಳಿಸಿಬಿಡುತ್ತಿದ್ದವು. ಕಾರ್ಗಿಲ್‌ಗೆ ನೆಗೆಟಿವ್ ಗ್ರೂಪಿನ ರಕ್ತವನ್ನು ಮಾತ್ರ ಕಳಿಸಲಾಗುತ್ತಿತ್ತು.

ಇದರೊಟ್ಟಿಗೆ ಸೈನಿಕರ ಕಲ್ಯಾಣ ನಿಧಿಗೆಂದು ಜನ ಹಣ ಸಂಗ್ರಹಿಸಿ ಕಳಿಸಲಾರಂಭಿಸಿದರು. ಹೈದರಾಬಾದಿನ ರಂಗರಾಜು ತನ್ನ ಹೋಟೆಲ್‌ನಲ್ಲಿ ಇಡ್ಲಿಯ ಪ್ಲೇಟ್ ಒಂದರ ಮೇಲೆ 5 ರೂ. ಸರ್ಚಾರ್ಜ್ ಹೇರಿ ಅದನ್ನು ಕಾರ್ಗಿಲ್ ನಿಧಿಗೆ ಕಳಿಸಿದ. ಮುಂಬೈನ ಪುಸ್ತಕ ವ್ಯಾಪಾರಿ ನೋಟ್ ಪುಸ್ತಕಗಳ ಮೇಲೆ 'ಯೇ ದೇಶ್ ಹೈ ವೀರ್ ಜವಾನೋಂಕಾ' ಅಚ್ಚುಹಾಕಿಸಿ ಮಾರಿದ; ಒಂದು ಲಕ್ಷರೂಪಾಯಿಯನ್ನು ಸೈನ್ಯಕ್ಕೆಂದು ಕಳಿಸಿದ. ವೃದ್ಧಾಶ್ರಮದ ಹಿರಿಯರು ಒಂದು ದಿನ ಉಪವಾಸ ಮಾಡಿ 1700 ರೂಪಾಯಿಗಳನ್ನು ಕಾರ್ಗಿಲ್ ನಿಧಿಗೆ ಸಮರ್ಪಿಸಿದರು. ರಾಜಸ್ಥಾನದಲ್ಲಿ ವೇಣೀಪ್ರಕಾಶ್ ಮದುವೆಗೆ ವರದಕ್ಷಿಣೆ ಬೇಡವೆಂದ. ಅಷ್ಟಾದರೂ ಒತ್ತಾಯ ಮಾಡಿ ಮಾವನ ಕಡೆಯವರು ಕೈಗಿಟ್ಟರೆ ಅಷ್ಟನ್ನೂ ಕಾರ್ಗಿಲ್ ನಿಧಿಗೆ ಸಮರ್ಪಿಸಿಬಿಟ್ಟ. ನಿವೃತ್ತ ಯೋಧ 81ರ ಗುರುದಯಾಳ್ ಸಿಂಗ್ ತನ್ನ ನಿವೃತ್ತಿ ವೇತನದ ಒಂದು ತಿಂಗಳ ಬಾಬ್ತನ್ನು ಸೈನ್ಯಕ್ಕೆ ಸಮರ್ಪಿಸಿಬಿಟ್ಟ. ದೆಹಲಿಯ ವೇಶ್ಯೆಯರು ತಮ್ಮ ದೇಹ ಮಾರಿ ಬಂದ ಒಂದು ದಿನದ ದುಡಿಮೆ 13 ಸಾವಿರ ರೂಗಳನ್ನು ಕಾರ್ಗಿಲ್ ನಿಧಿಗೆ ಸಮರ್ಪಿಸಿದರು. ಹುಬ್ಬಳ್ಳಿಯಲ್ಲಿ ನಿಧಿ ಸಂಗ್ರಹಣೆಗೆ ತರುಣರು ಓಡಾಡುತ್ತಿದ್ದರೆ ವೃದ್ಧೆಯೊಬ್ಬಳು ಭಿಕ್ಷೆ ಬೇಡಿ ಬಂದ ಹಣದಲ್ಲಿ ಒಂದು ಮುಷ್ಟಿ ತೆಗೆದು ಹುಂಡಿಯಲ್ಲಿ ಹಾಕಿದಾಗ ನೆರೆದವರ ಕಣ್ಣಾಲಿಗಳು

ತುಂಬಿ ಬಂದಿದ್ದವು. ಸವದತ್ತಿಯಲ್ಲಿ ಕಾರ್ಗಿಲ್ ನಿಧಿಗೆ ವೃದ್ಧರೊಬ್ಬರು ವಜ್ರ ಖಚಿತ ಬಂಗಾರ ನೀಡಿ ಹೋದರು. ಹೆಸರು ಕೇಳಿದ್ದಕ್ಕೆ 'ನನ್ನ ಹೆಸರು ಭಾರತ, ನಾನು ಭಾರತಮಾತೆಯ ಪುತ್ರ' ಎಂದಷ್ಟೇ ಹೇಳಿ ನಡೆದು ಬಿಟ್ಟರು.

ಹಳ್ಳಿ ಹಳ್ಳಿಗಳಲ್ಲೂ ಕಾರ್ಗಿಲ್‌ನ ಗುಡ್ಡಗಳನ್ನು ಗೆದ್ದಾಗ ಸಂಭ್ರಮದ ಹಬ್ಬ ನಡೆಯುತ್ತಿದ್ದವು. ಜನ ಮೆರವಣಿಗೆಗಳನ್ನು ಮಾಡಿ ಘೋಷಣೆ ಕೂಗುತ್ತಿದ್ದರು. ಮನೆಯಲ್ಲಿ ಕುಳಿತ ಅನೇಕರು ಸೈನಿಕರ ರಕ್ಷಣೆಗಾಗಿ ಜಪ-ತಪ-ಉಪವಾಸಗಳನ್ನು ಮಾಡಿದರೆ, ದೇವಸ್ಥಾನಗಳಲ್ಲಿ ಸಾಮೂಹಿಕ ಹೋಮಗಳೂ ನಡೆದವು. ಅನೇಕ ವೀರಯೋಧರ ಸ್ಮಾರಕಗಳೂ ಹಳ್ಳಿಗಳಲ್ಲಿ ತಲೆ ಎತ್ತಿದವು. ಒಟ್ಟಾರೆ ಹಿಂದೆಂದೂ ಇಲ್ಲದ ದೃಶ್ಯಾವಳಿಗಳು ಅವು.

ಅದು ಹಾಗಾಗಲು ಕಾರಣವೂ ಇತ್ತು. ಭಾರತೀಯ ಸೈನ್ಯ ಪಡೆಯ ಹೋರಾಟ ಆ ಪರಿ ಅಸೀಮವಾಗಿತ್ತು. ಸುಮ್ಮನೆ ಯೋಚನೆ ಮಾಡಿ. ನಿಮಗೆ ಕೊಟ್ಟ ಜವಾಬ್ದಾರಿ ಯಶಸ್ವಿಯಾಗಿ ಮುಗಿಸಿದ ಮೇಲೆ ನಾವು-ನೀವಾದರೆ ಏನು ಮಾಡುತ್ತೀವಿ ಹೇಳಿ? ಮರಳಿ ಬಂದು ಗೆಲುವಿನ ಮೆಲುಕು ಹಾಕುತ್ತಲೋ ತೀರಿಕೊಂಡವರ ಕುರಿತಂತೆ ನೋವು ಪಡುತ್ತಲೋ ಕುಳಿತುಬಿಡುತ್ತೇವೆ. ಮುಂದೆ ನಮ್ಮದೇ ಪಡೆಗೆ ಮತ್ತೊಂದು ಜವಾಬ್ದಾರಿ ದೊರಕುವವರೆಗೆ ನಾವು ಶಾಂತರೇ, ಆದರೆ ಈ ವೃತ್ತಿಯನ್ನು ಮೀರಿದ ವೃತ್ತಿಪರ ಸೈನಿಕನೊಬ್ಬನ ಪರಿಚಯ ಕಾರ್ಗಿಲ್ ಕದನದಲ್ಲಿ ಆಯಿತು.

41 ಫೀಲ್ಡ್ ರೆಜಿಮೆಂಟಿನ ಮೇಜರ್ ಅಮರಿಂದರ್ ಸಿಂಗ್ ಕಸಾನಾ ಬ್ಯಾಟರಿ ಕಮಾಂಡರ್ ಆಗಿದ್ದ. ಅಮರಿಂದರ್ ಸಿಂಗ್ ಕಸಾನಾರಿಗೆ ಕೊಟ್ಟ ಜವಾಬ್ದಾರಿ ತೊಲೋಲಿಂಗ್ ಬೆಟ್ಟದ ಮೇಲೆ ಕುಳಿತ ಉಗ್ರರ ಬಂಕರ್‌ಗಳೆಡೆ, ಸಂಗರ್‌ಗಳೆಡೆ ಗುರಿಯಿಟ್ಟು ತೋಪು ಹಾರಿಸೋದು. ನಮ್ಮ ಸೈನಿಕರು ಗುಡ್ಡ ಹತ್ತುವಾಗ ಪಾಕೀಸ್ತಾನೀಯರು ಗುಂಡು ಹಾರಿಸಲಾಗದಂತೆ ಬೆಂಕಿಯ ಚೆಂಡನ್ನು ಅವರ ಮೇಲೆ ಉಗುಳೋದು. ಈ ಹಂತದಲ್ಲಿ ಆಕ್ರಮಣ ನಡೆಯುತ್ತಿರುವ ಜಾಗ ಗುರುತಿಸುವ ಶತ್ರುಗಳು ಅತ್ತ ಶೆಲ್ಲಿಂಗ್ ಮಾಡಿಯೇ ಮಾಡುತ್ತಾರೆ. ಈ ಸೀಸದ ಗುಂಡುಗಳ ಚೆಂಡು ಎದುರಿಗೆ ಬಂದು ಬಿತ್ತೆಂದರೆ ಕತೆ ಮುಗಿದಂತೆಯೆ ಕಾರ್ಗಿಲ್ ಕದನದ ವೇಳೆ ಅನೇಕರು ಹೀಗೆ ಪ್ರಾಣ ಕಳಕೊಂಡಿದ್ದಾರೆ. ಇಂತಹ ಅಪಾಯದ ನಟ್ಟ ನಡುವೆಯೂ ಬಂಡೆಯಾಗಿ ನಿಂತ ಅಮರಿಂದರ್ ಕಸಾನಾ ತೊಲೋಲಿಂಗ್ ಬೆಟ್ಟ ಗೆಲ್ಲುವಲ್ಲಿ ತಮ್ಮ ಎಲ್ಲ ಸಾಮರ್ಥ್ಯವನ್ನೂ ಧಾರೆ ಎರೆದರು. ಬೆಟ್ಟಗೆದ್ದ ನಂತರವೂ ಅವರು

ಸುಮ್ಮನಾಗಲಿಲ್ಲ. ಮುಂದೆ ಸ್ವಯಂ ಪ್ರೇರಿತರಾಗಿ 2 ರಜಪೂತಾನಾ ರೈಫಲ್‌ಗೆ, 18 ಗ್ರೆನೇಡಿಯರ್‌ಗೆ ಮತ್ತು 13 ಜಮ್ಮು ಕಾಶ್ಮೀರ್ ರೈಫಲ್‌ಗೆ ಜೊತೆಯಾಗಿ ನಿಂತು ತೊಲೊಲಿಂಗ್‌ನ ಆಸುಪಾಸಿನ ಗುಡ್ಡಗಳು ಹಂಪ್, ರಾಕಿನಾಬ್, ಮತ್ತು ಪಾಯಿಂಟ್ 5140 ಗಳನ್ನು ಗೆಲ್ಲುವವರೆಗೂ ಪುಣ್ಯಾತ್ಮ ವಿರಮಿಸಲಿಲ್ಲ.

ಮೇಜರ್ ಕಸಾನಾ ಅಸೀಮ ಸಾಹಸದ ಪ್ರದರ್ಶನ ಮಾಡಿ ನಿಖರ ಗುರಿಯೆಡೆಗೆ ಫಿರಂಗಿಗಳು ಬೆಂಕಿಯುಗುಳುವಂತೆ ಮಾಡಿದರು. ಪಾಕಿಸ್ತಾನಕ್ಕೆ ಭಾರೀ ಪ್ರಮಾಣದ ನಷ್ಟವುಂಟು ಮಾಡಿದರು. ಅಷ್ಟೇ ಅಲ್ಲ ತಾವೇ ಮುಂದಡಿಯಿಟ್ಟು ಬೆಟ್ಟದ ಮೇಲೆ ಪಾಕೀಗಳು ಹೂತಿಟ್ಟಿದ್ದ ಲ್ಯಾಂಡ್ ಮೈನ್‌ಗಳನ್ನು ಪ್ರಾಣಪಣಕ್ಕಿಟ್ಟು ತೆಗೆದು ಅನೇಕ ಸೈನಿಕರ ಜೀವವನ್ನೂ ಕೈ–ಕಾಲುಗಳನ್ನೂ ಉಳಿಸಿದರು. ಇವರ ಸಾಧನೆಯಿಂದ ಪ್ರೇರಣೆ ಪಡೆದ ಇತರ ಸೈನಿಕರೂ ಅಷ್ಟೇ ಶೌರ್ಯದಿಂದ ಕಾದಾಡಿದರು. ಕಸಾನಾ ಸಹಜವಾಗಿಯೇ ಸೇನಾ ಗೌರವ ವೀರಚಕ್ರಕ್ಕೆ ಪಾತ್ರರಾದರು.

ಕಾರ್ಗಿಲ್ ಕದನದ ಪ್ರತಿಯೊಬ್ಬ ವೀರನೂ 'ಪರಮ ವೀರ'ನೇ! ಗುಡ್ಡ ಹತ್ತುವಾಗ 25 ಕೆ.ಜಿ.ಯಷ್ಟು ಭಾರ ಜೊತೆಗೊಯ್ಯುತ್ತಾನೆ. ಇದರಲ್ಲಿ ಆಹಾರ, ಮದ್ದುಗುಂಡು ಸೇರಿರುತ್ತವೆ. ತೊಲೋಲಿಂಗ್ ಬೆಟ್ಟ ಹತ್ತುವ ಮುನ್ನ ಸೈನಿಕರೆಲ್ಲ ಸೇರಿ ಒಂದು ನಿರ್ಣಯಕ್ಕೆ ಬಂದರು. ಊಟ ಕಡಿಮೆಯಾದರೂ ಸರಿ ಮದ್ದು–ಗುಂಡಿಗೆ ಕೊರತೆಯಾಗಬಾರದು. ಹೀಗೆಂದೇ ಆಹಾರದಲ್ಲಿ 2 ಕೆ.ಜಿ. ಕಡಿಮೆ ಮಾಡಿ ಗ್ರೇನೇಡುಗಳನ್ನು ಹೆಚ್ಚು ತುಂಬಿಕೊಂಡರು. ಎರಡೆರಡು ಮೂರ್ಮೂರು ದಿನಗಳ ಕಾಲ ಕೊರಕಲಲ್ಲಿ ಕಾಯುತ್ತಾ ಬಿದ್ದಿರಬೇಕು; ಕಾದಾಡಿ ಬಸವಳಿದು ಬದಿಯಲ್ಲಿ ಕುಳಿತಾಗ ತಿನ್ನಲೇನಾದರೂ ಬೇಕು. ಊಹೂಂ ಸೈನಿಕರಿಗೆ ಇವುಗಳ ಚಿಂತೆಯೇ ಇಲ್ಲ. ಅವರಿಗೆ ಶತ್ರುವಿನೆದುರಲ್ಲಿ ಮದ್ದು–ಗುಂಡುಗಳ ಕೊರತೆಯಾಗಬಾರದೆಂಬುದೇ ಚಿಂತೆ.

ತೊಲೋಲಿಂಗ್ ಬೆಟ್ಟವನ್ನು ಗೆದ್ದು ಮೇಲೇರಿದ ಸೈನಿಕರು ಅಲ್ಲಿ ಪಾತಕಿಗಳು ಬಿಟ್ಟು ಓಡಿದ ಶಸ್ತ್ರಗಳನ್ನು ಡೈರಿ–ಕಾರ್ಡುಗಳನ್ನು, ಮೋರ್ಟಾರ್ ಗನ್ನುಗಳನ್ನೇ ಕಂಡು ಖುಷಿಪಟ್ಟಷ್ಟೇ ಅವರು ಬಿಟ್ಟು ಹೋದ ತುಪ್ಪ, ಡಬ್ಬಿಯಲ್ಲಿಟ್ಟ ಅನಾನಸ್ಸು, ಬೆಣ್ಣೆ ಮತ್ತು ಸಾಕಷ್ಟು ಜೇನುತುಪ್ಪ–ಬ್ರೆಡ್ಡುಗಳನ್ನು ನೋಡಿ ಕುಣಿದಾಡಿಬಿಟ್ಟಿದ್ದರಂತೆ! ತಾಪಮಾನ ಸೊನ್ನೆಗಿಂತ ಹತ್ತು ಡಿಗ್ರಿಯಷ್ಟು ಕೆಳಗೆ ಹೋದಾಗ ತುಪ್ಪ ತಿಂದು ದೇಹದ ಶಾಖ ಕಾಪಾಡಿಕೊಳ್ಳುತ್ತಿದ್ದರಂತೆ 'ಮರುದಿನ ಬ್ರೆಡ್ಡಿಗೆ ಬೆಣ್ಣೆ ಹಚ್ಚಿ ಜೇನುತುಪ್ಪದಲ್ಲಿ ಅದ್ದಿಕೊಂಡು ತಿನ್ನುವಾಗ

ಆಹಾ ಅದರ ಆನಂದ ಬಣ್ಣಿಸುವುದು ಹೇಗೆ?' ಎಂದಿದ್ದರು ಮೇಜರ್ ಸಂದೀಪ್ ಬಜಾಜ್.

ಇಂತಹ ಸೈನಿಕರದ್ದಷ್ಟೇ ಅಲ್ಲ, ತೀರಿಕೊಂಡ ಸೈನಿಕರ ತಂದೆ-ತಾಯಿಯರದ್ದೂ ಶ್ರೇಷ್ಠ ಗಾಥೆಯೇ ಹರಿಯಾಣಾದ ನಿವೃತ್ತ ಸೈನಿಕ ರಾಣಾ ಸಿಂಗ್‌ನ ಮಗ ಹವಲ್ದಾರ್ ಜೈಪ್ರಕಾಶ್ ಸಿಂಗ್‌ರ ಶವ ಮನೆಗೆ ಪ್ಯಾಕೆಟ್ಟುಗಳಲ್ಲಿ ಬಂತು; ಚಿತಾಭಸ್ಮದ ರೂಪದಲ್ಲಿ. ಮೋರ್ಟಾರು ಶೆಲ್ಲಿನ ದಾಳಿಗೆ ಸಿಲುಕಿದ ಜೈಪ್ರಕಾಶರ ದೇಹ ಸಿಗಬಾರದಷ್ಟು ವಿರೂಪವಾಗಿಬಿಟ್ಟಿತ್ತು. ಅಲ್ಲಿಯೇ ದಹಿಸದೇ ಬೇರೆ ವಿಧಿಯೇ ಇರಲಿಲ್ಲ. ಮಗನನ್ನು ಈ ರೂಪದಲ್ಲಿ ಕಂಡ ತಂದೆ ಚಿತಾಭಸ್ಮ ತಂದವರನ್ನು 'ನನ್ನ ಮಗ ಎದೆಗೆ ಗುಂಡೇಟು ತಿಂದು ಸತ್ತನಲ್ಲ, ಅಷ್ಟು ಸಾಕು' ಎಂದರಂತೆ! ಹೆಂಡತಿಯನ್ನು ಅವುಚಿಕೊಂಡು 'ಧೀರರು ಮಾತ್ರ ದೇಶಕ್ಕಾಗಿ ಸಾಯೋದು' ಎಂದು ಹೇಳಿ ಸಮಾಧಾನ ಪಡಿಸುತ್ತಿದ್ದರಂತೆ.

ಹೌದು, ಸೈನ್ಯದಲ್ಲಿ ಎದೆಗೆ ಗುಂಡೇಟು ತಿನ್ನುವುದಕ್ಕೆ ವಿಶೇಷ ಮಹತ್ವವಿದೆ. ಕೈಕಾಲಿಗೆ ಏಟು ತಿಂದು ಆಸ್ಪತ್ರೆಯಲ್ಲಿ ಮಲಗುವುದಕ್ಕಿಂತ ಸೈನಿಕನೊಬ್ಬ ಯುದ್ಧ ಭೂಮಿಯಲ್ಲಿ ಸಾಯುವುದಕ್ಕೆ ಹೆಚ್ಚು ಮಹತ್ವ ಕೊಡುತ್ತಾನೆ. ನಾಯ್ಕ್ ಅಂಗ್ರೇಜ್ ಸಿಂಗ್ ಹೀಗೆ ಎದೆಗೆ ಏಟು ತಿಂದು ಪ್ರಜ್ಞಾಹೀನ ಸ್ಥಿತಿಯಲ್ಲಿದ್ದ. ಅವನನ್ನು ಹೊತ್ತು ತಂದು ಆಸ್ಪತ್ರೆಗೆ ಸೇರಿಸಿದ್ದರು. ಪ್ರಧಾನ ಮಂತ್ರಿ ವಾಜಪೇಯಿ ಆಸ್ಪತ್ರೆಯಲ್ಲಿ ಗಾಯಾಳುಗಳನ್ನು ಮಾತನಾಡಿಸುತ್ತಿರುವಾಗ ಅಂಗ್ರೇಜ್ ಸಿಂಗ್ ಎದ್ದು ನಿಂತು, ತನ್ನೆದೆಯತ್ತ ಕೈಮಾಡಿ 'ದಯಮಾಡಿ ಭಾರತೀಯರಿಗೆ ಹೇಳಿ, ಈ ದೇಶದ ಸೈನಿಕರು ಪಾಕೀ ಗುಂಡುಗಳಿಗೆ ಎದೆ ಕೊಟ್ಟಿದ್ದಾರೆಯೇ ಹೊರತು ಬೆನ್ನನ್ನಲ್ಲ' ಎಂದ. ಪ್ರಧಾನಿಗಳಿಗೂ ಒಮ್ಮೆ ರಕ್ತ ಬೆಚ್ಚಗಾಗಿರಲಿಕ್ಕೆ ಸಾಕು.

ಕ್ಯಾಪ್ಟನ್ ಅಮೋಲ್ ಕಾಲಿಯಾ ಶವ ಮನೆಗೆ ಬಂದಾಗ ಅವರ ತಂದೆ ಉದ್ಗರಿಸಿದ್ದರಲ್ಲ 'ಮಗು ನಿನ್ನನ್ನು ನನ್ನ ಕಿರಿಮಗ ಎಂದುಕೊಂಡಿದ್ದೆ. ನೀನು ಇಷ್ಟೊಂದು ವೀರನೆಂದು ನನಗೆಂದಿಗೂ ಅನಿಸಿರಲಿಲ್ಲ. ಇಂದು ನೀನು ದೇಶಕ್ಕೇ ಹಿರಿಮಗನಾಗಿದ್ದೀಯ'. ಅವರ ಈ ಮಾತುಗಳು ಸೇರಿದವರನ್ನು ಬಿಕ್ಕಳಿಸಿ ಅಳುವಂತೆ ಮಾಡಿತು.

16 ಗ್ರೆನೇಡಿಯರ್‌ನ ಅಮರ್ ದೀಪ್ ಸಿಂಗ್ ರಣಾಂಗಣದಿಂದ ಎಲ್ಲರೂ ಮರಳಬೇಕೆಂದು ಆದೇಶ ದೊರೆತಾಗ್ಯೂ ಸೈನಿಕರ ಶವ ಬಿಟ್ಟು

ಕ್ಯಾಪ್ಟನ್ ಅಮೋಲ್ ಕಾಲಿಯಾ

ಬರಬಾರದೆಂಬ ಕಾರಣಕ್ಕೆ ಗುಂಡುಗಳ ದಾಳಿಯೊಂದಿಗೆ ಜೂಜಾಡುತ್ತ ಶವಗಳನ್ನು ತರುವ ಯತ್ನ ನಡೆಸಿ ಗುಂಡಿಗೆ ಬಲಿಯಾಗಿಬಿಟ್ಟ. ಅವನ ಶವ ಮನೆಗೆ ಬಂದಾಗ ವೃದ್ಧ ತಂದೆ 'ಪ್ರತಿ ಬಾರಿ ಹೇಳದೇ ಮನೆಗೆ ಬರುವುದು ಅವನ ರೂಢಿ. ಈ ಬಾರಿಯೂ ಹಾಗೆ ಆಗುವುದೆಂದುಕೊಂಡಿದ್ದೆ' ಎಂದು ಅಳುತ್ತಿದ್ದರು. ಅಮರ್ ದೀಪ್ ಈ ಬಾರಿಯೂ ಹೇಳದೇ ಬಂದಿದ್ದ. ಆದರೆ ಮತ್ತೆಂದೂ ಬರದವನಾಗಿ ಬಂದಿದ್ದ. ತ್ರಿವರ್ಣಧ್ವಜದಲ್ಲಿ ಸುತ್ತಿದ್ದ ಅವನ ಶವವನ್ನು ಶವ ಪೆಟ್ಟಿಗೆಯಲ್ಲಿಡಲು ತಂದೆ ಒಪ್ಪುತ್ತಲೇ ಇರಲಿಲ್ಲ. 'ಎದ್ದು ಕುಳಿತರೂ, ಕುಳಿತು ಬಿಟ್ಟಾನೇನೋ' ಅಂತ!

ಸಿಖ್ ರೆಜಿಮೆಂಟಿನ ಸಿಪಾಯಿ ಜಸ್ವಿಂದರ್ ಸಿಂಗ್ ಇರುವ ಜಮೀನು ಮನೆಯವರನ್ನು ಸಂಭಾಳಿಸಲು ಸಾಕಾಗದೆಂದೇ ಸೈನ್ಯಕ್ಕೆ ಸೇರಿಕೊಂಡಿದ್ದ. ಕದನಕ್ಕೆ ಹೋಗುವ ಮುಂಚೆ 'ಹೆದರಬೇಡಿ, ಕಾಶ್ಮೀರದಲ್ಲಿ ಇಂತಹವರ ವಿರುದ್ಧ 3 ವರ್ಷ ಕಾದಾಡಿದ್ದೇನೆ' ಎಂದು ತಾಯಿಗೆ ಕರೆ ಮಾಡಿ ಧೈರ್ಯ ತುಂಬಿದ್ದ. ಅವನ ಶವ ಮನೆಗೆ ಬಂದಾಗ ಕುರುಡ ತಂದೆ ಜಸ್ವಿಂದರ್‌ನ

ತಾಯಿಗೆ 'ಶತ್ರುಗಳನ್ನು ತಡೆಯಲು ಯಾರಾದರೂ ಬಲಿಯಾಗಲೇಬೇಕು. ನಮ್ಮ ದುಃಖ ದೇಶಕ್ಕೆ ಆನಂದ ತರುವುದಾದರೆ ನಾವು ಸಂತೋಷ ಪಡಬೇಕು' ಎಂದು ಸಮಾಧಾನ ಮಾಡುತ್ತಿದ್ದರಂತೆ.

ಕ್ಯಾಪ್ಟನ್ ಮನೋಜ್ ಕುಮಾರ್ ಪಾಂಡೆಯ ತಂದೆ ಮಗನನ್ನು ನೆನಪಿಸಿಕೊಂಡು 'ನನಗೆ ನಿನ್ನ ಬಗ್ಗೆ ಹೆಮ್ಮೆಯಿದೆ ಮಗನೆ! ನನ್ನ ನೆನಪಿನಲ್ಲಿ ನೀನು ಸದಾ ಹಸಿರಾಗಿದ್ದೀಯ. ನೀನು ನನಗೆ ಮಾರ್ಗದರ್ಶನ ಮಾಡುತ್ತಿರುವುದು ನನ್ನ ಅನುಭವಕ್ಕೆ ಬರುತ್ತಿದೆ. ನನಗೆ ಸಮಸ್ಯೆ ಬಂದಾಗಲೆಲ್ಲ ನಿನ್ನ ಚಿತ್ರದೆದುರು ನಿಲ್ಲುತ್ತೇನೆ, ನಿನ್ನ ಮುದ್ದು ಮುಖ ನೋಡುತ್ತೇನೆ. ಅಲ್ಲೇ ನನಗೆ ಸಮಸ್ಯೆಯ ಪರಿಹಾರ ಸಿಕ್ಕಿಬಿಡುತ್ತದೆ' ಎಂದಿದ್ದರು. ಮನೋಜ್ ಅಂತಹ ಪಾದರಸದಂತಹ ಹುಡುಗನೇ ಆಗಿದ್ದ. 24ರ ಎಳೆಯ ವಯಸ್ಸಿನಲ್ಲಿ ಅವನು ಮಾಡಿದ ಸಾಧನೆ ಅವನೂರಿಗಲ್ಲ, ದೇಶಕ್ಕೇ ಹೆಮ್ಮೆ ತರುವಂಥಾದ್ದಾಗಿತ್ತು. ಇಂತಹ ಮಗನನ್ನು ಕಳಕೊಂಡ ತಂದೆ ಆಡಿದ ಮಾತುಗಳು ಅದೆಂಥವು ನೋಡಿ.

ಜೂನ್ 21ರ ಹುಟ್ಟಿದ ಹಬ್ಬದ ದಿನ ಅಪ್ಪ-ಅಮ್ಮರೊಂದಿಗೆ ಮಾತನಾಡಿದ ಮೇಜರ್ ಪದ್ಮಪಾಣಿ ಆಚಾರ್ಯ ಜೂನ್ 28ಕ್ಕೆ ಹೆಣವಾಗಿ ಬಂದರೆ ತಂದೆ ತಾಯಿಯರ ಸ್ಥಿತಿ ಹೇಗಿರಬೇಡ. ಸೈನ್ಯಕ್ಕೆ ಸೇರುವಾಗ ಕಣ್ಣೀರು ಹಾಕುವುದಿಲ್ಲವೆಂದು ಅಮ್ಮನ ಬಳಿ ವಾಗ್ದಾನ ಪಡೆದಿದ್ದರಂತೆ ಆಚಾರ್ಯ. ಅದಕ್ಕೆ ತಾಯಿ ಹೇಳುತ್ತಾಳೆ, 'ತಾಯಿಯಾಗಿ ನೋವಾಗುತ್ತಿದೆ ನಿಜ, ಆದರೆ ದೇಶಭಕ್ತಳಾಗಿ ನನ್ನ ಮಗನ ಕುರಿತಂತೆ ನನಗೆ ಹೆಮ್ಮೆಯಿದೆ. ಅವನು ಶಾಶ್ವತವಾಗಿ ಉಳಿಯುತ್ತಾನೆ, ನಾನು ಹಾಗಲ್ಲ' ಎಂದು ಮಗನ ಬಲಿದಾನವನ್ನು ಮತ್ತೆ ಮತ್ತೆ ನೆನೆಯುತ್ತಾರೆ ಈಗಲೂ. ಮರೆಯುವುದಾದರೂ ಹೇಗೆ? ಮೇಜರ್ ಪದ್ಮಪಾಣಿ ಆಚಾರ್ಯ ಸಾವಿಗೆ ಮುನ್ನ ಬರೆದ ಪತ್ರ ಅವನ ಶವದೊಂದಿಗೆ ಮನೆಗೆ ಬಂದಿತ್ತಲ್ಲ; ಅದರಲ್ಲಿ ಆತ ಬರೆದಿದ್ದ 'ಸಾವು-ನೋವುಗಳ ಬಗ್ಗೆ ಚಿಂತಿಸಬೇಡಿ. ಈ ವೃತ್ತಿಗಂಟಿದ ಸಮಸ್ಯೆ ಇದು. ನಮ್ಮ ಹಿಡಿತದಲ್ಲಿಲ್ಲದ್ದು. ಹಾಗಿದ್ದ ಮೇಲೆ ಚಿಂತಿಸೋದೇಕೆ, ನಾವು ಸಾಯುತ್ತಿರುವುದಾದರೂ ಒಳ್ಳೆಯ ಕಾರಣಕ್ಕೇ. ಭಗವದ್ಗೀತೆಯಲ್ಲಿ ಅರ್ಜುನನಿಗೆ ಶ್ರೀ ಕೃಷ್ಣ ಹೇಳುವುದಿಲ್ಲವೇ?

'ಹತೋ ವಾ ಪ್ರಾಪ್ಸ್ಯಸಿ ಸ್ವರ್ಗಂ,
ಜಿತ್ವಾ ವಾ ಭೋಕ್ಷ್ಯಸೆ ಮಹೀಂ

ತಸ್ಮಾದುತ್ತಿಷ್ಠ ಕೌಂತೇಯ
ಯುದ್ಧಾಯ ಕೃತನಿಶ್ಚಯ
(ಸತ್ತರೆ ಸ್ವರ್ಗ ಪ್ರಾಪ್ತಿ, ಗೆದ್ದರೆ ಜಗತ್ತನ್ನೇ ಭೋಗಿಸುವೆ, ಅದಕ್ಕೇ ಎದ್ದೇಳು ಅರ್ಜುನ, ಯುದ್ಧ ಸಂಕಲ್ಪ ಮಾಡು.)

ಹೋರಾಟದಲ್ಲಿ ಪಾಲ್ಗೊಳ್ಳೋದು ಜೀವಮಾನದ ಗೌರವ, ನಾನು ಅದಕ್ಕಿಂತ ಕಿರಿದಾದುದನ್ನು ಯೋಚಿಸುವುದೂ ಇಲ್ಲ. ದೇಶಸೇವೆಗೆ ಇದಕ್ಕಿಂತಲೂ ಶ್ರೇಷ್ಠ ಮಾರ್ಗ ಯಾವುದಿದೆ. ನಾನು ಸೇನೆಯ ಕಾಲ್ದಳದಲ್ಲಿರುವುದಕ್ಕೆ ಅದರಲ್ಲೂ ನಮ್ಮ ಶ್ರೇಷ್ಠ ತುಕಡಿಯಲ್ಲಿರುವುದಕ್ಕೇ ಸಂತೋಷಿಸುತ್ತೇನೆ'.

ಇಲ್ಲಿಗೇ ನಿಲ್ಲದೇ ಮೇಜರ್ ಆಚಾರ್ಯ ತನ್ನ ತಂದೆಗೆ 'ಚಾರುಗೆ ಪ್ರತಿನಿತ್ಯ ಮಹಾಭಾರತದ ಒಂದು ಕಥೆ ಹೇಳು. ನಿಮ್ಮ ಮೊಮ್ಮಗಳು ಮೌಲ್ಯವನ್ನು ಪ್ರತಿಪಾದಿಸುವಂತಾಗಲಿ' ಎಂದು ಕೇಳಿಕೊಂಡಿದ್ದರು. ಅವರ ಇಡಿಯ ಮನೆ ಇಂತಹ ಮೌಲ್ಯಗಳದ್ದೇ ಆಗರ.

ಪದ್ಮಪಾಣಿ ಆಚಾರ್ಯರ ತಂದೆ ಜಗನ್ನಾಥ ಆಚಾರ್ಯ ವಾಯುಸೇನೆಯಲ್ಲಿ ವಿಂಗ್ ಕಮಾಂಡರ್ ಆಗಿದ್ದರು. ಪದ್ಮಪಾಣಿಯವರ ತಮ್ಮ ಪದ್ಮಸಂಭವ ಆಚಾರ್ಯ ರಜಪುತಾನಾ ರೈಫಲ್ಸ್‌ನಲ್ಲಿ ಕರ್ನಲ್ ಆಗಿದ್ದಾರೆ ಮತ್ತು ಈಗ ಪದ್ಮಪಾಣಿಯವರ ಮಗಳು ಸೈನ್ಯಕ್ಕೆ ಸೇರುವ ಬಯಕೆ ವ್ಯಕ್ತಪಡಿಸುತ್ತಿದ್ದಾಳೆ. ಈ ಬಲಿದಾನದ ತುಡಿತ ಇರುವ ಮನೆಗಳು ಅದೆಷ್ಟಿರಬಹುದು ಹೇಳಿ.

ಬಿಹಾರ್ ರೆಜಿಮೆಂಟಿನ ನಾಯಕ್ ಗಣೇಶ್ ಯಾದವ್ ರಜೆಗೆಂದು ಮನೆಗೆ ಬಂದಿದ್ದಾಗ ದ್ವಿತೀಯ ಪಿಯುಸಿಯಲ್ಲಿ ಓದುತ್ತಿದ್ದ ಮಗನಿಗೆ ಜ್ವರ ಬಂತು. ಆಸ್ಪತ್ರೆಗೆ ಒಯ್ದರೆ ಬ್ಲಡ್ ಕ್ಯಾನ್ಸರ್ ಪತ್ತೆಯಾಯ್ತು. ಪ್ರತಿಭಾವಂತನ ಬದುಕು ಕಮರಿಹೋಗುತ್ತಲ್ಲ ಎನ್ನುವ ನೋವು ಗಣೇಶ್ ಯಾದವ್‌ಗೆ. ಆಸ್ಪತ್ರೆಯಿಂದ ಆಸ್ಪತ್ರೆಗೆ ಅಲೆದಾಡುತ್ತ ಮಗನ ಚಿಕಿತ್ಸೆಗೆ ಹಣಹೊಂದಿಸುತ್ತ ಹರ ಸಾಹಸ ಮಾಡುತ್ತಿದ್ದ. ಆಗಲೇ ಕರ್ತವ್ಯದ ಕರೆ ಕೇಳಿ ಬಂತು. ಗಣೇಶ್ ತಡ ಮಾಡಲಿಲ್ಲ. ರಜೆಯನ್ನೂ ತ್ಯಜಿಸಿ ಯುದ್ಧ ಭೂಮಿಯಲ್ಲಿ ನಿಂತ. ಅಲ್ಲಿನ ಸುದ್ದಿಗಳು ಆಗೊಮ್ಮೆ – ಈಗೊಮ್ಮೆ ಮನೆಗೆ ಬರುತ್ತಿತ್ತು. ಆಸ್ಪತ್ರೆಯ ಬೆಂಚಿನ ಮೇಲೆ ಕುಳಿತ ಹೆಂಡತಿ 'ಒಂದೆಡೆ ಕದನ ಭೂಮಿಯಲ್ಲಿ ಕಾದಾಡುತ್ತಿರುವ ಪತಿಯ ಚಿಂತೆ ಮತ್ತೊಂದೆಡೆ ಬದುಕಿನೊಂದಿಗೆ ಜೂಜಾಡುತ್ತಿರುವ ಮಗನ

ಚಿಂತೆ' ಎನ್ನುತ್ತಿದ್ದಳು. ಆದರೆ ಗಣೇಶ್ ಯಾದವ್‌ರ ಮಗ ಹಾಸಿಗೆಯ ಮೇಲೆ ಕಷ್ಟಪಟ್ಟು ಕೂತು ಕಣ್ಣರಳಿಸಿ 'ನಮ್ಮಪ್ಪನ ಬಗ್ಗೆ ನನಗೆ ಹೆಮ್ಮೆ ಇದೆ. ನನ್ನ ಬಗ್ಗೆ ಕಾಳಜಿ ಮಾಡಬೇಡ, ದೇಶಕ್ಕಾಗಿ ಕಾದಾಡು ಎಂದು ಹೇಳಿ ಕಳಿಸಿದ್ದೇನೆ' ಎನ್ನುತ್ತಿದ್ದ.

18 ಗ್ರೆನೇಡಿಯರ್‌ನ ನಾಯಕ್ ರಾಜ್‌ಕುಮಾರ್ ಪುನಿಯಾ ಊರಿನವರಿಗೆ ಬಹಳ ಬೇಕಾದವನಾಗಿದ್ದ. ರಜೆಗೆ ಊರಿಗೆ ಬಂದಾಗ ಎಲ್ಲರನ್ನು ಸೇರಿಸಿಕೊಂಡು ಪ್ರೌಢಶಾಲೆಯ ಕಟ್ಟಡ ಕಟ್ಟಲಿಕ್ಕೆ ಮುಂದಾಗಿದ್ದ. ಸೇನೆಯಲ್ಲಿ ಸಾವು – ನೋವುಗಳ ಕುರಿತಂತೆ ಮಾತನಾಡುವಾಗ 'ನನ್ನ ಹೆಸರು ಬರೆದಿರುವ ಬುಲೆಟ್ ನನ್ನ ಪ್ರಾಣ ತೆಗೆಯುತ್ತದೆ, ಆಗ ನನ್ನನ್ನು ಯಾರೂ ಉಳಿಸಲಾರರು' ಎನ್ನುತ್ತಿದ್ದ. ಶತ್ರುಗಳ ಗುಂಡೊಂದು ಅವನ ಬಲಿ ತೆಗೆದುಕೊಂಡುಬಿಟ್ಟಿತು. ರಾಜ್ ಕುಮಾರ್‌ರ ಪತ್ನಿ ಸುಮಿತ್ರಾಳಿಗೆ ಹತ್ತೊಂಭತ್ತೇ ವರ್ಷ. ಆಕೆಯೂ ಸೈನಿಕರ ಕುಟುಂಬದಿಂದಲೇ ಬಂದವಳು. ಗಂಡನ ಸಾವಿಗೆ ಕಣ್ಣೀರು ಸುರಿಸಲಾರೆ ಎಂದಳು. ಅವಳೀಗ ಟ್ರ್ಯಾಕ್ಟರ್ ಓಡಿಸುತ್ತ ಕೃಷಿ ಭೂಮಿಯಲ್ಲಿ ಕೈಂಕರ್ಯ ಮಾಡುತ್ತಿದ್ದಾಳೆ. ಅತ್ತೆ – ಮಾವನ ಪಾಲಿಗೆ ಗಂಡುಮಗುವಾಗಿ ಜೊತೆಗೆ ನಿಂತಿದ್ದಾಳೆ.

ರೈಫಲ್‌ಮ್ಯಾನ್ ಯೋಗೀಂದ್ರ ಸಿಂಗ್ ಕುಪ್ವಾರದ ಭಯೋತ್ಪಾದಕರ ನಡುವೆ ಕಾದಾಡುತ್ತಾ ಪ್ರಾಣ ತೆತ್ತಾಗ ಅವನಿಗೆ 23 ವರ್ಷ. ಜೂನ್ 30ಕ್ಕೆ ಅವನ ಮದುವೆ ನಿಶ್ಚಯವಾಗಿತ್ತು. ದಿಬ್ಬಣದೊಂದಿಗೆ ಬರಬೇಕಿದ್ದ ಹುಡುಗ ಶವಪೆಟ್ಟಿಗೆಯಲ್ಲಿ ತ್ರಿವರ್ಣಧ್ವಜ ಸುತ್ತಿಸಿಕೊಂಡು ಬಂದಿದ್ದ. ಊರಿಗೆ ಹೊರಡಲು ಒಂದು ದಿನ ಇದ್ದಾಗ ತನ್ನೂರಿನ ಮಿತ್ರ ಜೋಗೀಂದರ್‌ಗೆ 'ಮನೆಗೇನಾದರೂ ಒಯ್ಯುವುದಿದ್ದರೆ ಹೇಳು' ಎಂದಿದ್ದ. ಮರುದಿನವೇ ಭಯೋತ್ಪಾದಕರ ವಿರುದ್ಧ ಕದನಕ್ಕೆ ಹೋಗುವ ಕರೆ ಬಂತು. ವೀರಾವೇಶದಿಂದ ಕಾದಾಡುತ್ತ ಪ್ರಾಣತ್ಯಾಗ ಮಾಡಿದ. ಈಗ ಅವನ ಶವವನ್ನು ಗೌರವಯುತವಾಗಿ ಮನೆಗೆ ತಲುಪಿಸುವ ಹೊಣೆ ಜೋಗಿಂದರ್‌ನಿಗೆ ಬಂದಿತ್ತು. ಅವನ ಸಂಕಟ ಹೇಳತೀರದ್ದು. ಶವವನ್ನು ನೋಡಿದಾಕ್ಷಣ ಅವನ ಅಜ್ಜ ಮುಖಕ್ಕೊಂದು ಮುತ್ತಿಟ್ಟು 'ಅರೆ ಮೇರಾ ಬಹಾದೂರ್ ಬಚ್ಚಾ' ಎನ್ನುವಾಗ ಎಲ್ಲರ ಹೃದಯ ನಿಂತಂತಾಗಿಬಿಟ್ಟಿತ್ತು. ಅತ್ತ ಯೋಗಿಂದರ್‌ನ ತಾಯಿ 'ದಿಬ್ಬಣ ತರುತ್ತೇನೆಂದಿದ್ದೆಯಲ್ಲೋ, ಇದೇನಾ ದಿಬ್ಬಣ?' ಎಂದು ಅಳುವಾಗಲಂತೂ ನೆರೆದ ಜನ ಕಣ್ಣೀರ್ಗರೆಯುತ್ತಿದ್ದರು.

ವಾಸ್ತವವಾಗಿ ತಾಯಂದಿರ ಹೃದಯಕ್ಕೆ ಮಕ್ಕಳ ಸಾವನ್ನು ತಡೆದುಕೊಳ್ಳುವ ಶಕ್ತಿ ಇರುವುದಿಲ್ಲ ಅಂತಾರೆ. ಕೆಲವೊಮ್ಮೆ ಪರಿಸ್ಥಿತಿ ಭಿನ್ನ. ಯುದ್ಧದಲ್ಲಿ ತೀರಿಕೊಂಡ ಮಕ್ಕಳ ತಾಯಿ ಅಂತ ಹೆಮ್ಮೆಯಿಂದ ಹೇಳಿಕೊಳ್ಳುವ ತಾಯಂದಿರು ಇತರರಿಗೆ ಮಾರ್ಗದರ್ಶಿಯಾಗಿ ನಿಲ್ಲುತ್ತಾರೆ. ಉದ್ಧವದಾಸ್ ಬಂಧುರಾಮ್ ಮತ್ತು ಕಾಣೇಶ್ವರಿಯವರ ಮಗ 21 ವರ್ಷದವ ಟೈಗರ್ ಹಿಲ್‌ನ ಮೇಲೆ ಕೊನೆಯುಸಿರೆಳೆದ. ಅವನ ಶವದ ಮುಂದೆ ನಿಂತ ತಾಯಿ ಉಮ್ಮಳಿಸಿ ಬರುತ್ತಿದ್ದ ದುಃಖವನ್ನು ತಡೆದುಕೊಂಡು, ತುಂಬಿದ ಕಂಗಳಿಂದ ನೀರು ಹೊರಚೆಲ್ಲದಂತೆ ಕಾಪಾಡಿಕೊಂಡು 'ನಾನೇಕೆ ಅಳಲಿ! ದೇಶಕ್ಕಾಗಿ ಪ್ರಾಣ ಕೊಟ್ಟ ಹೆಮ್ಮೆಯ ಪುತ್ರನ ತಾಯಿ ನಾನು' ಎಂದರು. ಅದನ್ನು ಕೇಳುತ್ತಿದ್ದಂತೆ ಬಂಧುರಾಮರ ದುಃಖದ ಕಟ್ಟೆ ಸಿಡಿದು ಹೋಯ್ತು. ಅವರನ್ನು ಸಮಾಧಾನ ಪಡಿಸಲು ದೊಡ್ಡ ಸಾಹಸವನ್ನೇ ಮಾಡಬೇಕಾಯ್ತು.

ಮನೋಜ್ ಕುಮಾರ್ ಪಾಂಡೆಯ ತಾಯಿ 'ಮನೋಜ್ ನನ್ನ ಮಗನಲ್ಲ, ದೇಶದ ಮಗ' ಎನ್ನುವಾಗಲೂ ಇದೇ ಭಾವವಿತ್ತು.

ಜೂನ್ 12ಕ್ಕೆ ಜಾಟ್ ರೆಜಿಮೆಂಟಿನ ವಿಜಯ ಪಾಲ್ ಸಿಂಗ್ ಕದನ ಭೂಮಿಯಲ್ಲಿ ಶತ್ರುಗುಂಡಿಗೆ ಬಲಿಯಾಗಿದ್ದ. ಅದೇ ದಿನ ಅವರ ತಂದೆ ಸೈನ್ಯದ ಮುಖ್ಯಾಲಯಕ್ಕೆ ಪದೇ ಪದೇ ಕರೆ ಮಾಡಿ ಅವನ ಕುರಿತಂತೆ ವಿಚಾರಿಸುವ ಪ್ರಯತ್ನ ನಡೆಸುತ್ತಿದ್ದರು. ಲೈನು ಸಿಗುತ್ತಲೇ ಇರಲಿಲ್ಲ. ಸಂಜೆಯ ವೇಳೆಗೆ ಅಲ್ಲಿಂದಲೇ ಕರೆ ಬಂತು. ಮಗನ ಸಾವಿನ ಸುದ್ದಿ ಬರಸಿಡಿಲಿನಂತೆರಗಿತು. 'ಅವನು ಅದಾಗಲೇ ಮಾತು ಮುಗಿಸಿಯಾಗಿದೆ ಅಂತ ನನಗೇನು ಗೊತ್ತಿತ್ತು' ಅಂತ ರೋದಿಸುತ್ತಿದ್ದರು ತಂದೆ. 'ದೇಶಕ್ಕೆ ಅವನು ಸೇವೆ ಸಲ್ಲಿಸಬೇಕು ಎಂದಿತ್ತು ಬಿಡಿ' ಅಂತ ಅಕ್ಕ – ಪಕ್ಕದವರು ಸಾಂತ್ವನ ಹೇಳಿದರೆ, 'ದೇಶದ ಘನತೆ ಕಾಪಾಡಿದ, ನನ್ನನ್ನು ಕಣ್ಣೀರಲ್ಲಿ ಬಿಟ್ಟು ಹೋದ' ಎನ್ನುತ್ತಿದ್ದರು. ಮರುಕ್ಷಣವೇ ಕಣ್ಣೀರೊರೆಸಿಕೊಂಡು 'ನಾನ್ಯಾಕೆ ಅಳಬೇಕು? ಇದಕ್ಕಿಂತಲೂ ಶ್ರೇಷ್ಠ ಸಾವು ನನ್ನ ಮಗನಿಗೆ ದೊರೆಯುವುದು ಸಾಧ್ಯವೇನು?' ಎನ್ನುತ್ತಿದ್ದರು. ಪಕ್ಕದಲ್ಲಿರುವ ಕಿರಿಯ ಮಗನಿಗೆ 'ನೀನೂ ವೀರನಾಗಬೇಕು, ಅಣ್ಣನಂತೆ ದೇಶಕ್ಕಾಗಿ ಕಾದಾಡಬೇಕು' ಎಂದು ಹೇಳುತ್ತ ತಮ್ಮ ದುಃಖ ಮರೆಯುತ್ತಿದ್ದರು. ವಿಜಯಪಾಲ್ ಮುಂದಿನ ವಾರ ಮನೆಗೆ ಬರಬೇಕಿತ್ತು. ಸೈನ್ಯಕ್ಕೆ ಸೇರಲು ಅರ್ಹತಾ ಪರೀಕ್ಷೆಯ ತಯಾರಿಯನ್ನು ತಮ್ಮನಿಗೆ ಮಾಡಿಸಬೇಕಿತ್ತು. ಅಣ್ಣ ತಮ್ಮಂದಿರು ಜೊತೆಯಲ್ಲಿ ಸೈನ್ಯದ

ಸಮವಸ್ತ್ರದಲ್ಲಿರಬೇಕೆಂದು ಅವನ ಬಯಕೆ. ಈಗ ಅದು ಈಡೇರುವುದು ಸಾಧ್ಯವೇ ಇಲ್ಲ ಬಿಡಿ.

ಸಿಪಾಯಿ ಯಶವಂತ್ ಸಿಂಗ್ ಈ ಕದನದಲ್ಲಿ ಪ್ರಾಣತ್ಯಾಗ ಮಾಡಿ ಶರೀರ ಮನೆಗೆ ಬಂದಾಗ ತಾಯಿ ಏನು ಹೇಳುತ್ತಿದ್ದಳು ಗೊತ್ತೇ! 'ನನ್ನ ಮಗ ದೇಶಕ್ಕಾಗಿ ಪ್ರಾಣಕೊಟ್ಟನೆಂಬ ಹೆಮ್ಮೆ ಇದೆ. ಒಂದೇ ನೋವೆಂದರೆ ಇಷ್ಟು ಚಿಕ್ಕವಯಸ್ಸಿನಲ್ಲಿ ಹೀಗಾಗಬಾರದಿತ್ತು. ಅಷ್ಟೇ' ಹೌದು, ಅವನು ಪಾಕೀ ಸೈನಿಕರೊಂದಿಗೆ ಕಾದಾಡುತ್ತ ಮಡಿದಾಗ, ಅವನಿಗೆ ಬರೀ 20 ವರ್ಷ ಮಾತ್ರ ಆಗಿತ್ತು!

ಕಾರ್ಗಿಲ್‌ನಲ್ಲಿ ಯುದ್ಧ ಶುರುವಾಗುತ್ತಿದ್ದಂತೆ ಅತ್ತ ಕಾಶ್ಮೀರದಲ್ಲಿ ಭಯೋತ್ಪಾದಕರು ಚಿಗಿತು ನಿಂತರು. ಅವರನ್ನು ಮಟ್ಟಹಾಕಲೆಂದು ವಿಶೇಷ ಕಾರ್ಯಾಚರಣೆ ತಂಡ ಗಂದರ್‌ಬಾಲ್‌ಗೆ ತೆರಳಿತು. ಈ ತಂಡದಲ್ಲಿದ್ದು ಹಿಜ್ಬುಲ್ ಉಗ್ರರೊಂದಿಗೆ ಸೆಣಸಾಡುತ್ತ ಪ್ರಾಣತೆತ್ತವರಲ್ಲಿ ಕಾನ್‌ಸ್ಟೇಬಲ್ ಸೂರಜ್ ಭಾನ್ ಕೂಡ ಒಬ್ಬ. ಸಾಯುವ ಮುನ್ನ ಮೂರು ಉಗ್ರರನ್ನು ಕೊಂದಿದ್ದ ಸೂರಜ್. ಅವನ ಸಾವಿನ ಸುದ್ದಿ ಬಂದ ತಕ್ಷಣ ಅವನ ತಮ್ಮಂದಿರು ಇನ್‌ಸ್ಪೆಕ್ಟರನ್ನು ಕೇಳಿದರಂತೆ, 'ನಿಜ ಹೇಳಿ, ಸೂರಜ್ ಹೇಡಿಯಂತೆ ಸತ್ತನೋ? ಹುತಾತ್ಮನಾದನೋ?' ಅಣ್ಣನ ಶೌರ್ಯಗಾಥೆ ಕೇಳಿ ತಮ್ಮಂದಿರ ಕಂಗಳಲ್ಲಿ ಮಿಂಚುರಿದಿತ್ತಂತೆ. ಸೂರಜ್ ಭಾನ್ ತರಬೇತಿಯ ಅವಧಿಯಲ್ಲಿ ತೋರಿದ ಸಾಹಸದಿಂದಾಗಿ ನೇರವಾಗಿಯೇ ವಿಶೇಷ ಕಾರ್ಯಾಚರಣೆ ಪಡೆಗೆ ಆಯ್ಕೆಯಾಗಿಬಿಟ್ಟಿದ್ದ. ಮನೆಯವರು ಹೆದರಬಹುದೆಂದು ಯಾರಿಗೂ ಹೇಳಿರಲಿಲ್ಲ. ಈಗ ಆತ ತೀರಿಕೊಂಡ ಮೇಲೆ ಈ ವಿಷಯ ಎಲ್ಲರಿಗೂ ತಿಳಿಯಿತು. ತಂದೆ ಬಿಕ್ಕುತ್ತ ಹೇಳಿದರು 'ನನ್ನ ಮಗ ಇಂತಹ ಕಾರ್ಯಾಚರಣೆಗಳಿಗೆ ಹೋಗುತ್ತಿದ್ದನೆನ್ನುವುದು ನನಗೆ ಗೊತ್ತೇ ಇರಲಿಲ್ಲ. ನನಗೆ ಒಂದೇ ನೋವು, ಅವನು ಬದುಕಿದ್ದಾಗ ಸೆಲ್ಯೂಟ್ ಹೊಡೆಯಲಿಕ್ಕಾಗಲಿಲ್ಲವಲ್ಲ' ಹಾಗೆಂದು ಮಗನ ಶವಕ್ಕೊಂದು ಸೆಲ್ಯೂಟ್ ಹೊಡೆಯುವಾಗ ಹೃದಯ ಕಂಪಿಸುತ್ತಿತ್ತು, ಆದರೆ ಕೈ ನಡುಗುತ್ತಿರಲಿಲ್ಲ.

ಕಾರ್ಗಿಲ್ ಕದನದಲ್ಲಿ ಕಾದಾಡಿದ ತಂದೆ – ಮಕ್ಕಳು, ಅಣ್ಣ – ತಮ್ಮಂದಿರಿಗೇನೂ ಕೊರತೆಯಿರಲಿಲ್ಲ. ಶತ್ರುಗಳಾಗಿ ಅಲ್ಲ; ಮಾತೃಭೂಮಿಯ ರಕ್ಷಣೆಗಾಗಿ. ಕಾರ್ಗಿಲ್ ಕದನದ ಉಸ್ತುವಾರಿಯ ಪ್ರಮುಖ ಭೂಮಿಕೆ ವಹಿಸಿದ್ದ ಬ್ರಿಗೇಡಿಯರ್ ಅಮರ್ ಔಲ್ ರ ಮಗ ಕ್ಯಾಪ್ಟನ್ ಅಮಿತ್ ಔಲ್

ಶ್ರೇಷ್ಠ ಮಟ್ಟದ ಶೌರ್ಯ ಪ್ರದರ್ಶನ ಮಾಡಿದ್ದರು. ಬಟಾಲಿಕ್ ವಿಭಾಗದಲ್ಲಿ 'ಜುಲುಸ್ಪರ್' ವಶಪಡಿಸಿಕೊಳ್ಳುವಲ್ಲಿ, ಪಾಕಿ ಸಂಗರ್‌ಗಳನ್ನು ಧ್ವಂಸಗೊಳಿಸಿ ಅಧಿಪತ್ಯ ಸ್ಥಾಪಿಸುವಲ್ಲಿ ಅವರ ಕದನ ಕಲಿತನ ವಿಶೇಷವಾಗಿತ್ತು. ಯಾರಾದರೂ ಬಂದು ಇದನ್ನು ಹೇಳುವಾಗ ತಂದೆಯ ಎದೆ ಉಬ್ಬಿಹೋಗಿರುತ್ತಿತ್ತು.

ಸುಬೇದಾರ್ ಕರಣ್ ಪಾಲ್‌ರಿಗೆ ಗುಡ್ಡಕ್ಕೆ ಮದ್ದು - ಗುಂಡು ಹೊತ್ತೊಯ್ದಿದ್ದ ಸೈನಿಕರು ಬಂದು 'ಸರ್ ನಿಮ್ಮ ಮಗ ಸಿಂಹದಂತೆ ಕಾದಾಡುತ್ತಿದ್ದಾನೆ' ಎಂದಾಗ ತನ್ನ ಮಗ ಧರ್ಮೇಂದ್ರನ ಕುರಿತಂತೆ ತಂದೆಗೆ ಅದೆಂತಹ ಭಾವ ಸ್ಫುರಿಸಿರಬೇಡ. ನೆನಪಿಡಿ, ಸೈನ್ಯದಲ್ಲಿ ಕಾದಾಡಿ ಮಡಿದವನಿಗಿರುವ ಗೌರವ ಹೇಡಿಯಾಗಿ ಓಡಿದವನಿಗಲ್ಲ. ವೀರನ ತಂದೆ ಎನಿಸಿಕೊಳ್ಳುವ ಭಾಗ್ಯವಂತೂ ಕೆಲವರಿಗೆ ಮಾತ್ರ. ಅದೂ ಸೈನ್ಯದಲ್ಲಿದ್ದಾಗಲೇ ಆ ಗೌರವ ಬಲು ಅಪರೂಪ!

ಕ್ಯಾಪ್ಟನ್ ಚಂದನ್ ಸಿಂಗ್ ದ್ರಾಸ್ ವಲಯದಲ್ಲಿ ಯುದ್ಧ ಗೆದ್ದು ಬಂದ ನಂತರವೂ ಆತಂಕಿತರಾಗಿ ಕುಳಿತಿದ್ದರಂತೆ ಯಾಕೆ ಗೊತ್ತಾ? ಅವರ ಸಹೋದರ ಬಟಾಲಿಕ್ ಕ್ಷೇತ್ರದಲ್ಲಿ ಪ್ಯಾರಾ ಕಮಾಂಡೋದ ತಂಡದೊಂದಿಗೆ ಆಗ ತಾನೇ ಧುಮುಕಿದ್ದ. ಯುದ್ಧದಲ್ಲಿ ನಾವು ಗೆಲ್ಲಬೇಕು ತಮ್ಮನೂ ಉಳಿಯಬೇಕೆಂಬುದು ಅವನಿಚ್ಛೆ!

ಒಂದೇ ಮನೆಯ ನಾಲ್ಕು ಜನರು ಸಿಪಾಯಿಗಳಾಗಿ ಕಕ್ಸಾರ್ ಭಾಗದ ಹಿಮಬೆಟ್ಟಗಳಲ್ಲಿ ಕಾದಾಡುತ್ತಿದ್ದುದೂ ಕಾರ್ಗಿಲ್ ಕದನದ ವೇಳೆ ದಾಖಲಾಗಿದೆ. ಆ ಭಾಗದಲ್ಲಿ ನಾಲ್ವರು ಇತರ ಸೈನಿಕರು ತೀರಿಕೊಂಡ ಸುದ್ಧಿ ಬಂದೊಡನೆ ಸೈನ್ಯವೇ ಈ ನಾಲ್ವರು ಸಹೋದರರರನ್ನು ಬೇರೆ ಬೇರೆ ಮಾಡಿಬಿಟ್ಟಿತು. ಕೆಟ್ಟದೊಂದು ಘಳಿಗೆಯಲ್ಲಿ ಒಂದೇ ಮನೆಯ ನಾಲ್ವರು ತೀರಿಕೊಂಡು ಬಿಟ್ಟಾರೆಂಬ ಭಯ ಇರಲಿಕ್ಕೆ ಸಾಕು. ಅಂತಹ ತಾಯಿಯ ಹೃದಯವನ್ನು ಸಮಾಧಾನ ಪಡಿಸುವುದಾದರೂ ಹೇಗೆ?

ಸೈನಿಕ ದೇವಿಂದರ್ ಸಿಂಗ್ ತನ್ನ ತಾಯಿ ಬರೆದ ಪತ್ರವನ್ನು ಪತ್ರಕರ್ತರಿಗೆ ತೋರಿಸಿದ. ಅದರಲ್ಲಿ ತಾಯಿ ಆತಂಕಿತಳಾಗಿರುವುದು ಗೋಚರ ವಾಗುತ್ತಿತ್ತಾದರೂ ಮರಳಿ ಬರುವಂತೆ ಎಲ್ಲಿಯೂ ಹೇಳಿರಲಿಲ್ಲ. ಬದಲಾಗಿ ಇಬ್ಬರೂ ಮಕ್ಕಳೂ ದೇಶದ ರಕ್ಷಣೆಗಾಗಿ ಕಟಿಬದ್ಧರಾಗಿರುವುದು ಹೆಮ್ಮೆಯ ಸಂಗತಿ ಎಂದು ಬರೆದಿದ್ದಳು. ಆದರೆ ಹಿರಿಯನಾಗಿರುವುದರಿಂದ

ಎಚ್ಚರಿಕೆಯಿರಲಿ ಕಿರಿಯನನ್ನು ಚೆನ್ನಾಗಿ ನೋಡಿಕೋ ಎಂದಷ್ಟೇ ಅಳಲು ತೋಡಿಕೊಂಡಿದ್ದಳು. ಆ ವೇಳೆಗೆ ಕಿರಿಯವ ದ್ರಾಸ್‌ನಲ್ಲಿ ಕದನ ಭೂಮಿಯಲ್ಲಿದ್ದ.

ಇಂಜಿನಿಯರ್ ವಿಭಾಗದಲ್ಲಿದ್ದ ನಾಯ್ಕ್ ಗುರುನಾಗ್ ಕಾರ್ಗಿಲ್ ಬಳಿಯ ಠಾಣ್ಯವೊಂದರಲ್ಲಿ ತನ್ನ ಸಹೋದರರನ್ನು ಕಳೆದುಕೊಂಡ. ಆದರೆ ಅಂತ್ಯಸಂಸ್ಕಾರಕ್ಕೆ ಮನೆಗೆ ಮರಳಲು ನಿರಾಕರಿಸಿ ಕದನ ಭೂಮಿಗೆ ಹೋಗಲು ಅನುಮತಿ ಬೇಡಿದ.

ಬಟಾಲಿಕ್ ಭಾಗದಲ್ಲಿಯೇ ಕದನದಲ್ಲಿ ನಿರತರಾಗಿದ್ದಾಗ ಕ್ಯಾಪ್ಟನ್ ಅಮೋಲ್ ಕಾಲಿಯಾ, ತನ್ನ ಇತರೆ 13 ಜನ ಸೈನಿಕರೊಂದಿಗೆ ವೀರ ಸ್ವರ್ಗ ಪ್ರಾಪ್ತಿಗಳಿಸಿದ. ಅವನ ಅಣ್ಣ ಅಮನ್ ಕಾಲಿಯಾ ಆಗ ಜೈಸಲ್ಮೇರ್‌ನಲ್ಲಿ ಫ್ಲೈಟ್ ಲೆಫ್ಟಿನೆಂಟ್ ಆಗಿ ಕಾರ್ಯನಿರ್ವಹಿಸುತ್ತಿದ್ದ. ತಮ್ಮ ಪ್ರಾಣತೆತ್ತ ವಿಭಾಗದಲ್ಲಿ ಶತ್ರುಗಳೊಂದಿಗೆ ಕಾದಾಡಲು ಅನುಮತಿ ಕೊಡಿರೆಂದು ಹಿರಿಯ ಅಧಿಕಾರಿಗಳನ್ನು ಕೋರಿಕೊಂಡಿದ್ದ. ಅವನ ಶವ ಮನೆಗೆ ಬಂದಾಗ ತುಂಬಿದ ಕಣ್ಣಾಲಿಗಳಿಂದ ತಂದೆ ಹೇಳಿದರು, 'ನಿನ್ನನ್ನು ಕಿರಿಮಗ ಎನ್ನುತ್ತಿದ್ದೆ, ನೀನು ದೇಶಕ್ಕೇ ಹಿರಿಮಗನಾಗಿಬಿಟ್ಟೆ'.

ಹೌದು, ಕಾರ್ಗಿಲ್ ಕದನ ಬರೀ ಸೈನಿಕರ ನಡುವಿನ ಕದನವಾಗಿರಲಿಲ್ಲ. ಇದು ಪರಿವಾರದವರಿಗೂ ಬಲು ಹೋರಾಟವೇ ಆಗಿತ್ತು. ಪ್ರತಿದಿನದ ಸಾವು ಅವರ ಪಾಲಿಗೆ, ಅಷ್ಟಾದರೂ ತಮ್ಮ ನೋವು ಮಕ್ಕಳಿಗೆ, ಗಂಡನಿಗೆ ಅರಿವಾಗದಂತೆ ಸಹಿಸಿಕೊಳ್ಳುತ್ತಿದ್ದ ಆ ಪರಿವಾರಗಳಿಗೇ ಈ ವಿಜಯದ ಕಿರೀಟ ಸಲ್ಲೋದು.

ಹಾಗಂತ ಸೈನ್ಯದಲ್ಲಿ ಮುನ್ನಡೆಯಲ್ಲಿ ಕಾದಾಡುವವ ಮಾತ್ರವಲ್ಲ, ಅವನ ಹಿಂದೆ ನಿಂತು ಹತ್ತಾರು ಜನ ಅವನಿಗೆ ಸಹಾಯಕರಾಗಿ ದುಡಿದಿರುತ್ತಾರೆ. ಒಂದು ಅಂದಾಜಿನ ಪ್ರಕಾರ ಒಬ್ಬ ಸೈನಿಕ ಗುಡ್ಡ ಹತ್ತುತ್ತಿದ್ದರೆ, ಅವನ ಬೆನ್ನ ಹಿಂದೆ ಹತ್ತು ಜನರಾದರೂ ಕೆಲಸ ಮಾಡುತ್ತಿರುತ್ತಾರೆ.

ಅತ್ಯಂತ ಪ್ರಮುಖವಾಗಿ ಗನ್ನರ್‌ಗಳು. ಫೀಲ್ಡ್ ಗನ್‌ಗಳು, 155 ಎಂ.ಎಂ. ಬೋಫೋರ್ಸ್‌ನ ಹೂವಿಟ್‌ಗಳು, 133 ಎಂ.ಎಂ. ಮಧ್ಯಮ ದೂರದ ಗನ್‌ಗಳು, 122 ಎಂ.ಎಂ. ಗ್ರ್ಯಾಡ್ ಮಲ್ಟಿ ಬ್ಯಾರೆಲ್ ರಾಕೆಟ್ಟುಗಳು, ಮೋರ್ಟಾರುಗಳು, ಮೆಷಿನ್‌ಗನ್ನುಗಳು INSASಗಳು ಕೊನೆಗೆ ರೈಫಲ್ಲುಗಳು ಹೀಗೆ ದಾಳಿಗೆ ವಿಭಿನ್ನ ಮಾದರಿಯ ಗನ್ನುಗಳನ್ನು ಬೇರೆ ಬೇರೆ ಹಂತದಲ್ಲಿ

ಬಳಸಲಾಗಿದೆ. ಇವುಗಳ ಮೂಲಕ ನಿಯಂತ್ರಣ ರೇಖೆಯ ಒಳಗೆ ಮತ್ತು ಅದಕ್ಕೆ ತಾಕಿಕೊಂಡಿರುವ ನಿಯಂತ್ರಣ ರೇಖೆಯ ಆಚೆಗಿನ ಠಾಣ್ಯಗಳ ಮೇಲೂ ದಾಳಿಗೈಯ್ಯಲಾಗಿವೆ. ಇವೆಲ್ಲವುಗಳ ಮೂಲಕ ಹೆಚ್ಚು ಕಡಿಮೆ ತೊಂಭತ್ತು ದಿನಗಳಲ್ಲಿ 2.5 ಲಕ್ಷ ಸುತ್ತು ಗುಂಡು ಸಿಡಿಸಲಾಗಿದೆ. ತೋಲೋಲಿಂಗ್, ಟೈಗರ್ ಹಿಲ್ ಮತ್ತು 4875 ಕದನಗಳ ಹೊತ್ತಲ್ಲಿ ಐದು ನಿಮಿಷಗಳ ಅವಧಿಯಲ್ಲಿ 1200 ಸುತ್ತು ಸಿಡಿಮದ್ದನ್ನು ಸಿಡಿಸಿದ ದಾಖಲೆ ಇದೆ.

ಈ ಗನ್ನುಗಳು ಅನೇಕ ಬಾರಿ ನೇರ ಆಕ್ರಮಣಕ್ಕೆ ನಿಂತಾಗ ಪಾಕಿಗಳ ಹೊಡೆತಕ್ಕೆ ಸಿಲುಕಿ ಗನ್ನರುಗಳು ಪ್ರಾಣ ಕಳಕೊಂಡಿದ್ದಾರೆ. ಅನೇಕ ಬಾರಿ ಈ ಬಂದೂಕುಗಳ ಚಾಲನೆಗೆಂದು ಗುಡ್ಡ ಹತ್ತುತ್ತಿದ್ದ ಫಾರ್ವರ್ಡ್ ಅಬ್ಸರ್ವೇಷನ್ ಆಫೀಸರುಗಳು ಕದನ ಭೂಮಿಯಲ್ಲಿ ಪ್ರಮುಖರು ತೀರಿಕೊಂಡಾಗ ತಾವೇ ತಂಡವನ್ನು ಮುನ್ನಡೆಸಿ ಗೆಲುವಿನ ಕದ ತಟ್ಟಿದ ಉದಾಹರಣೆಗಳೂ ಇವೆ.

ಇನ್ನು ನೆಲದಿಂದ ನಡೆದಷ್ಟೇ ತೀವ್ರತಮ ದಾಳಿ ಆಕಾಶದಿಂದಲೂ ನಡೆದಿದೆ. ಆರ್ಮಿ ಏವಿಯೇಶನ್ ಕಾರ್ಪ್ಸ್ ವಿಭಾಗದವರು 2700 ಗಂಟೆಗಳಷ್ಟು ಕಾಲ ಹಾರಾಟ ನಡೆಸಿ 2,500 ಯೋಜನಗಳನ್ನು ನಿರ್ವಹಿಸಿದ್ದಾರೆ. ಸಮುದ್ರ ಮಟ್ಟವನ್ನು ಲೆಕ್ಕ ಹಿಡಿದು ಅತ್ಯಂತ ಕಡಿಮೆ ಮತ್ತು ಅತ್ಯಂತ ಹೆಚ್ಚು ಎತ್ತರದಲ್ಲಿ ಹಾರಾಟ ನಡೆಸಬಹುದಾದ ಮಿತಿಯನ್ನೂ ಮೀರಿ ಹೆಲಿಕಾಪ್ಟರುಗಳು ಹಾರಾಟ ನಡೆಸಿ ವಿಕ್ರಮ ಮೆರೆದಿವೆ. ಈ ಹೆಲಿಕಾಪ್ಟರುಗಳು 200 ಟನ್ನುಗಳಷ್ಟು ವಸ್ತುಗಳನ್ನು ಹಳೆಯ ಮತ್ತು ಹೊಸ ಠಾಣ್ಯಗಳಿಗೆ ತಲುಪಿಸಿವೆ. ಯುದ್ಧ ಭೂಮಿಯಲ್ಲಿ ಮೃತರಾದ, ಗಾಯಾಳುವಾದ 900 ಜನರನ್ನು ತಾತ್ಕಾಲಿಕ ಹೆಲಿಪ್ಯಾಡ್‌ಗಳ ಮೂಲಕ ಶತ್ರು ದಾಳಿಯ ನಡುವೆಯೂ ಹೊತ್ತು ತರಲಾಗಿದೆ. ಇವುಗಳಲ್ಲಿ ಚೀತಾ ಹೆಲಿಕಾಪ್ಟರುಗಳೇ 785 ಜನರನ್ನು ಗುಡ್ಡದಿಂದ ಕೆಳಗಿಳಿಸಿದೆ.

ಇವರ ನಡುವೆ ಯಾರ ಕಣ್ಣಿಗೂ ಕಾಣದೇ ಅಗತ್ಯವಾದ ಅನೇಕ ಕೆಲಸ ಮಾಡುವವರು ಇಂಜಿನಿಯರಿಂಗ್ ಕಾರ್ಪ್ಸ್ ಪಡೆ. ರಸ್ತೆ, ಸೇತುವೆ, ಹೆಲಿಪ್ಯಾಡ್‌ಗಳನ್ನಲ್ಲದೇ, ವಾಸ ಯೋಗ್ಯ ಮನೆಗಳನ್ನು ಕಟ್ಟುವವರೆಗೆ ಇವರ ಕೆಲಸ ಸಮರಕ್ಕೆ ಸಮವೇ. ಪಾಕಿಸ್ತಾನೀಯರ ವಶದಲ್ಲಿದ್ದ ಗುಡ್ಡಗಳಲ್ಲಿ ಲ್ಯಾಂಡ್‌ಮೈನ್‌ಗಳನ್ನು ಗುರುತಿಸಿ ಭೂಮಿಯನ್ನು ನಮ್ಮ ಸೈನಿಕರ ಕದನಕ್ಕೆ ಅನುಕೂಲ ಮಾಡಿಕೊಡುವುದೂ ಅವರೇ. ಈ ಯುದ್ಧದಲ್ಲಿ ಈ ಸೈನಿಕರು

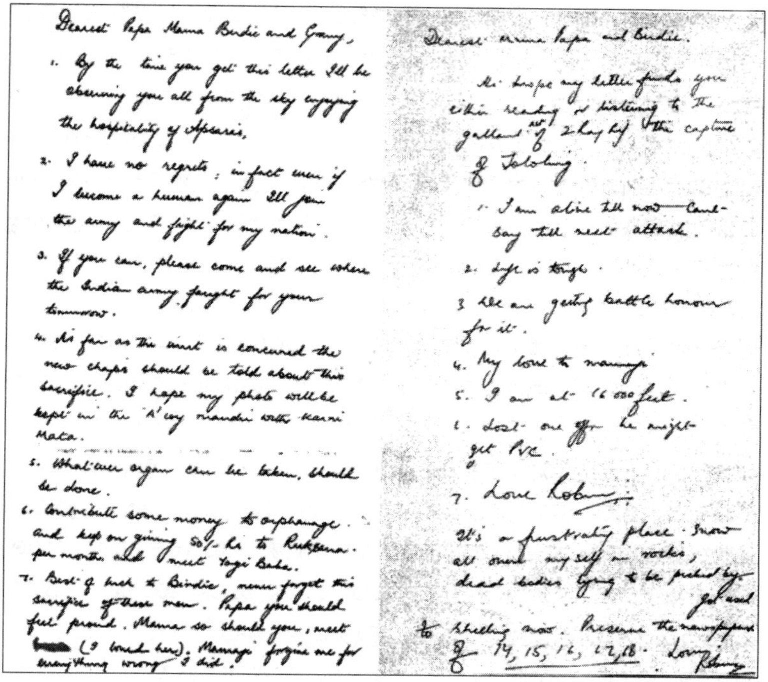

Dearest Papa Mama Birdie and Gang,

1. By the time you get this letter I'll be observing you all from the sky enjoying the hospitality of Apsaras.
2. I have no regrets; in fact even if I become a human again I'll join the army and fight for my nation.
3. If you can, please come and see where the Indian army fought for your tomorrow.
4. As far as the unit is concerned the new chaps should be told about this sacrifice. I hope my photo will be kept in the 'A'coy mandir with karni Mata.
5. Whatever organs can be taken, should be done.
6. Contribute some money to orphanage. And keep on giving 50/- to Rukhsana per month and meet Yogi Baba.
7. Best of luck to Birdie, never forget this sacrifice of these men. Papa you should feel proud. Mama so should you, meet ___ (I loved her). Mannuji forgive me for everything wrong I did.

Dearest mama papa and Birdie.

Hi. hope my letter finds you either reading or listening to the gallant __ Tololing

1. I am alive till now. Cant say till next attack.
2. Life is tough.
3. We are getting battle honour for it.
4. My love to Mannuji.
5. I am at 16000 feet.
6. Lost one __ he might get IVC.
7. Love Robin.

It's a frustrating place. Snow all over, myself in rockies, dead bodies lying to be picked by ___ I'm shelling now. Preserve the newspaper of 14, 15, 16, 17, 18. Long Live

8 ಕಿ.ಮೀ. ಉದ್ದದ ಲಾರಿಗಳು ಅಡ್ಡಾದಬಲ್ಲ ರಸ್ತೆ ಮಾಡಿದರು. ಪ್ರಾಣಿಗಳು ಸಾಗಲೆಂದು 250 ಕಿ.ಮೀ. ರಸ್ತೆ ನಿರ್ಮಿಸಿಕೊಟ್ಟರು. 20 ಕಿ.ಮೀ.ನಷ್ಟು ಪಾದಚಾರಿ ರಸ್ತೆ ನಿರ್ಮಿಸಿದರು. ಹೆಚ್ಚು ಕಡಿಮೆ 70 ಹೆಲಿಪ್ಯಾಡ್‌ಗಳನ್ನು ನಿರ್ಮಿಸಿದರು. ಅಷ್ಟೇ ಅಲ್ಲ ಗುಡ್ಡದ ಮೇಲೆ ಪಾಕಿಗಳು ಹುದುಗಿಸಿಟ್ಟಿದ್ದ 5000 ಮೈನ್‌ಗಳನ್ನು ಹುಡುಕಿ ತೆಗೆದರು! ಇಷ್ಟನ್ನೂ ಮಾಡಲಿಕ್ಕೆ ಇವರು ತಗೊಂಡಿದ್ದು 90 ಕ್ಕಿಂತಲೂ ಕಡಿಮೆ ದಿನಗಳು! ಕ್ಯಾಪ್ಟನ್ ರೂಪೇಶ್ ಪ್ರಧಾನ್‌ರ ನಾಯಕತ್ವಕ್ಕೆ ಸೈನ್ಯ ವೀರ್ ಚಕ್ರ ನೀಡಿ ಸನ್ಮಾನಿಸಿತು.

ಸೈನ್ಯದ ಎಲೆಕ್ಟ್ರಿಕಲ್ ಮತ್ತು ಮೆಕ್ಯಾನಿಕಲ್ ವಿಭಾಗದ ಇಂಜಿನಿಯರುಗಳ ಸಾಹಸವೇನೂ ಕಡಿಮೆ ಇರಲಿಲ್ಲ. ಯುದ್ಧ ಭೂಮಿಯ ನಡುವೆ ಹಾಳಾಗಿ ಹೋದ ಮೋರ್ಟಾರು ಗನ್ನುಗಳನ್ನು, ಬೋಫೋರ್ಸ್‌ಗಳನ್ನು, ವಾಹನಗಳನ್ನೆಲ್ಲಾ ರಿಪೇರಿ ಮಾಡುವಲ್ಲಿ ಅವರ ಶ್ರಮ ಅತ್ಯಧಿಕ. ಯುದ್ಧದ

ನಡುವೆ ಶೆಲ್ ದಾಳಿ ನಡೆಯುತ್ತಿರುವಾಗಲೇ, ಹೆಲಿಕಾಪ್ಟರುಗಳಲ್ಲಿ ಬೇಕಾದ ವಸ್ತುಗಳನ್ನೊಯ್ದು ಹಾಳಾದ ಯಂತ್ರಗಳನ್ನು ರಿಪೇರಿ ಮಾಡುವ ಸಾಹಸವಿತ್ತಲ್ಲ, ಶ್ರೇಷ್ಠ ಮಟ್ಟದ್ದಾಗಿತ್ತು. ಈ ಯುದ್ಧದ ಅವಧಿಯಲ್ಲಿ 650 ವಾಹನಗಳನ್ನು ಸರಿಪಡಿಸಿದರು. 200 ಇಂಜಿನ್‌ಗಳನ್ನು ಬದಲಾಯಿಸಲಾಯ್ತು. 5000 ಕ್ಕೂ ಹೆಚ್ಚು ರಿಪೇರಿ ಕಾರ್ಯಗಳು ನಡೆದವು. ಹೆಲಿಕಾಪ್ಟರುಗಳು ಒಂದು ಕ್ಷಣವೂ ಹಾಳಾಗಿ ನಿಲ್ಲದಂತೆ, ಸದಾ ಹೋರಾಟಕ್ಕೆ ಸಿದ್ಧವಾಗಿರುವಂತೆ ನೋಡಿಕೊಂಡಿದ್ದು, ಇದೇ ವಿಭಾಗದ ತರುಣರು. ಕ್ಯಾಪ್ಟನ್ ಎಂ.ವಿ. ಸೂರಜ್‌ರಿಗೆ ವೀರ ಚಕ್ರದಿಂದ ಪುರಸ್ಕರಿಸಲಾಯ್ತು.

ಕದನ ಭೂಮಿಯಲ್ಲಿ ಕಾದಾಡುವವರಿಗೆ ಫಿರಂಗಿಗಳ ಸಹಕಾರ ಬೇಕು, ಇವರಿಬ್ಬರೂ ಬೇಸ್ ಕ್ಯಾಂಪಿನೊಂದಿಗೆ ಸಂಪರ್ಕ ಹೊಂದಿರಬೇಕು. ಅಲ್ಲಿಂದ ಸೈನ್ಯ ಮುಖ್ಯಾಲಯಕ್ಕೆ ಮಾಹಿತಿ ಬರುತ್ತಿರಬೇಕು. ಅಂದರೆ ಇವರೆಲ್ಲರ ನಡುವೆ ಸಂಪರ್ಕ ವ್ಯವಸ್ಥಿತವಾಗಿರಬೇಕು. ಸಿಗ್ನಲ್ ವಿಭಾಗದವರು ಹಳೆಯ ಮತ್ತು ಹೊಸದಾಗಿರುವ ಪರಿಕರಗಳನ್ನು ಬಳಸಿ ಈ ಕೆಲಸವನ್ನು ಯಶಸ್ವಿಯಾಗಿ ನಿರ್ವಹಿಸಿದರು. ನಾವು ಕಳಿಸುವ ಸಿಗ್ನಲ್‌ಗಳು ಸುರಕ್ಷಿತವಾಗಿರುವಂತೆ, ಶತ್ರುಗಳು ಕದ್ದಾಲಿಸಲಾಗದಂತೆ ನಮ್ಮವರು ಹೊಸ ಹೊಸ ಪ್ರಯೋಗ ಮಾಡಿ ಯಶಸ್ವಿಯಾದರು. ಇಂಡಿಯನ್ ಸ್ಯಾಟಲೈಟ್ ಟೆಲಿಫೋನ್ ಬಳಸುವ ಪ್ರಯತ್ನವಂತೂ ನಮಗೆ ಸಾಕಷ್ಟು ಯಶಸ್ಸು ತಂದುಕೊಟ್ಟಿತು.

ಎಲ್ಲಕಿಂತಲೂ ಮಿಗಿಲಾದ ಸಾಧನೆ ಕಾರ್ಗಿಲ್ ಕದನದಲ್ಲಿ ಸಾರಿಗೆ ವಿಭಾಗದ್ದು. ಚಳಿಗಾಲದ ಪೂರ್ವ ಸಂಗ್ರಹಿಸಿದ ಮದ್ದುಗುಂಡುಗಳು ಖಾಲಿಯಾಗಿದ್ದವು. ಈಗ ಹೊಸ ಸಂಗ್ರಹಣೆಯಾಗುವ ಮುನ್ನ ಯುದ್ಧ ಶುರುವಾಗಿತ್ತು. ರಸ್ತೆಯಲ್ಲಿ ಓಡಾಡುವುದು ಬಹು ಕಷ್ಟ. ಆಗ ಪ್ರಾಣಿಗಳ ವಿಭಾಗದವರು ಹಿಮಗತ್ತೆಗಳ ಮೇಲೆ ಮದ್ದು ಗುಂಡುಗಳನ್ನೊಯ್ದು ಸಂಗ್ರಹಣೆಯ ಕೆಲಸವನ್ನು ಯಶಸ್ವಿಯಾಗಿ ನಿರ್ವಹಿಸಿದರು. ವಾಹನ ಚಾಲಕರೂ ಅಷ್ಟೇ ತಾವೂ ಅದುವರೆಗೂ ಚಲಾಯಿಸಿಯೇ ಇರದಿದ್ದ ವಾಹನವನ್ನು ಸವಾಲಾಗಿ ಸ್ವೀಕರಿಸಿ ಚಲಾಯಿಸಿದ್ದಲ್ಲದೇ ಸಂಗ್ರಹಣೆ ವಿಭಾಗ ಕೊರತೆಯಿಂದ ಬಳಲದಂತೆ ನೋಡಿಕೊಂಡರು. ನಾಯ್ಕ್ ರಿಸಲ್ದಾರ್ ಪ್ರೇಮ್ ಸಿಂಗ್‌ರಿಗೆ ಸೇನಾ ಮೆಡಲ್ ದೊರಕಿದ್ದಲ್ಲದೇ ಮೊದಲ ಬಾರಿಗೆ ಈ ತುಕಡಿಗೆ ಸಿಓಎಎಸ್ ಯುನಿಟ್ ಸೈಟೇಶನ್ ಗೌರವ ಕೂಡ ದೊರೆಯಿತು.

ಸೇನಾ ವೈದ್ಯರಂತೂ ಗಾಯಾಳು ಸೈನಿಕರನ್ನು ಉಳಿಸುವಲ್ಲಿ ಯುದ್ಧವನ್ನೇ

ಮಾಡಿಬಿಟ್ಟರು. 1361 ಜನ ಗಾಯಾಳುಗಳಾಗಿ ಸೇರ್ಪಡೆಗೊಂಡವರಲ್ಲಿ 14 ಜನ ಮಾತ್ರ ಪ್ರಾಣ ಕಳಕೊಂಡರು. ಈ ಆಧಾರದ ಮೇಲೆಯೇ ಸೇನಾ ವೈದ್ಯರ ಸೇವಾ ಪರಾಯಣತೆಯನ್ನು ಅಂದಾಜು ಮಾಡಬೇಕು. ಯುದ್ಧ ಭೂಮಿಯಲ್ಲಿ ದಾಳಿಗಳ ನಡುವೆ ಶಾಂತಿಯಿಂದ ಕರ್ತವ್ಯ ನಿರ್ವಹಿಸುತ್ತಿದ್ದ ಈ ವೈದ್ಯರು ಸಾಕ್ಷಾತ್ ಹರಿಯೇ ಸರಿ. ಕ್ಯಾಪ್ಟನ್ ಸೋಮನಾಥ್ ಬಸು ಶೆಲ್ ದಾಳಿಗೆ ತುತ್ತಾಗಿ ಗಾಯಾಳುವಾದ ನಂತರವೂ ಆಸ್ಪತ್ರೆ ಬಿಟ್ಟು ಕದಲದೆ ಸೇವೆಗೈದರು. ಅವರು ತುರ್ತು ಚಿಕಿತ್ಸೆ ವಾಹನದಲ್ಲಿಯೇ ಪ್ರತಿದಿನ ಹದಿನೈದಕ್ಕೂ ಹೆಚ್ಚು ಶಸ್ತ್ರ ಚಿಕಿತ್ಸೆ ನಡೆಸಿ ಸಾಹಸಿ ವೈದ್ಯರೆನಿಸಿದರು.

ಇವರಷ್ಟೇ ಅಲ್ಲದೇ ದಾಸ್ತಾನು ವಿಭಾಗದವರು, ಪಶುವೈದ್ಯಕೀಯ ವಿಭಾಗದವರು, ಅಂಚೆ ವಿಭಾಗದವರು ಹೀಗೇ ಅನೇಕರು ಈ ಯುದ್ಧದ ಗೆಲುವಿಗೆ ಸಹಕರಿಸಿದ್ದಾರೆ.

ಕೌಲ್ ಸರ್‌ರ ಬತ್ತಳಿಕೆಯಿಂದ ಒಂದಾದ ಮೇಲೊಂದು ಬಾಣಗಳು ಬರುತ್ತಲೇ ಇದ್ದವು. ಒಂದೊಂದು ಕತೆ ಕೇಳಿದಾಗಲೂ ರೋಮಾಂಚಕ ಅನುಭವವೇ ಆಗುತ್ತಿತ್ತು. ಹೋರಾಡಿ ಪ್ರಾಣ ಕೊಟ್ಟ ಸೈನಿಕರು ಒಂದೆಡೆಯಾದರೆ ಅವರ ತಂದೆ–ತಾಯಿ, ಬಂಧು–ಬಳಗ ಮತ್ತೊಂದೆಡೆ. ನಾವೂ ಒಂದೆರಡು ಬಾರಿ ಕಣ್ಣೀರಿಟ್ಟು ಸುಮ್ಮನಾಗಿ ಬಿಡುತ್ತೇವೆ. ಆದರೆ ಅಂತಹ ವೀರಪುತ್ರರನ್ನು ಹಡೆದ ತಂದೆ–ತಾಯಿಯರ ಪರಿಸ್ಥಿತಿ ಹೇಗಿರಬಹುದು? ಯಾಕೋ ಮನಸ್ಸು ಹಾಳಾಗಿಬಿಟ್ಟಂತೆನಿಸಿತು. ತಲೆಯೊಳಗೆ ಮಕ್ಕಳನ್ನು ಕಳಕೊಂಡ ವೃದ್ಧ ತಂದೆ–ತಾಯಿಯರದೇ ನೆನಪು.

ಎಲ್ಲಿಯೋ ಕಳೆದು ಹೋಗಿದ್ದ ನನ್ನನ್ನು ಕೌಲ್ ಸರ್‌ರ ಮಾತುಗಳು ತಟ್ಟಿ ಎಬ್ಬಿಸಿದವು. ಅವರು ಅದಾಗಲೇ ಲೆಫ್ಟಿನೆಂಟ್ ವಿಜಯಂತ್ ಥಾಪರ್ ಪತ್ರದ ಬಗ್ಗೆ ಹೇಳುತ್ತಿದ್ದರು. ನಾನು ಕಣ್ಣರಳಿಸಿ ಕುಳಿತುಕೊಂಡೆ. 'ಈ ಪತ್ರ ನಿಮ್ಮ ಕೈ ಸೇರುವ ಹೊತ್ತಿಗೆ ನಾನು ಸ್ವರ್ಗದಲ್ಲಿ ಅಪ್ಸರೆಯರಿಂದ ಸೇವೆ ಮಾಡಿಸಿಕೊಳ್ಳುತ್ತ ನಿಮ್ಮನ್ನು ನೋಡುತ್ತಿರುತ್ತೇನೆ. ನನಗೆ ಯಾವುದಕ್ಕೂ ಪಾಶ್ಚಾತ್ತಾಪವಿಲ್ಲ. ನನಗೆ ಇನ್ನೊಂದು ಜನ್ಮವೆಂದಿದ್ದರೆ ಆಗಲೂ ನಾನು ಸೈನ್ಯಕ್ಕೆ ಸೇರಿ ನನ್ನ ದೇಶಕ್ಕಾಗಿ ಕಾದಾಡುತ್ತೇನೆ. ಸಾಧ್ಯವಾದರೆ ನಿಮ್ಮ ನಾಳೆಗಳಿಗಾಗಿ ಭಾರತೀಯ ಸೇನೆ ಕಾದಾಡಿದ ಈ ಜಾಗವನ್ನು ಒಮ್ಮೆ ನೋಡಲು ಬನ್ನಿ' ಎಂದು ಬರೆದಿದ್ದರು.

ನಾನು ಆಗಿಂದಾಗ್ಯೆ ನಿಶ್ಚಯ ಮಾಡಿದೆ. ಈ ಬಾರಿ ಕಾರ್ಗಿಲ್‌ಗೆ ಹೋಗಬೇಕು. ಅಲ್ಲಿಯೇ ಒಂದೆರಡು ದಿನ ಇದ್ದು ಬರಬೇಕು,

ಸೈನಿಕರೊಂದಿಗೆ ಅವರಂತೆ ಬದುಕಬೇಕು. ಹಾಗೆ ಅಂದುಕೊಳ್ಳುವಾಗಲೇ ನೆನಪಾಯ್ತು. ಕಾಲೇಜಿನಲ್ಲೊಂದು ಎನ್.ಸಿ.ಸಿ. ಯುನಿಟ್ ಇದೆ. ಅದಕ್ಕೆ ಸೇರಿಕೊಳ್ಳೋದು ಮೊದಲ ಹೆಜ್ಜೆಯಾದೀತೇನೋ? ನಿಶ್ಚಯ ಮಾಡಿಯಾಗಿತ್ತು.

ಕೌಲ್‌ಸರ್ ತಮ್ಮ ಕಥನವನ್ನೂ ಮುಗಿಸಿದ್ದರು. ಮಧ್ಯಾಹ್ನ ಊಟದ ಹೊತ್ತು ದಾಟಿತ್ತು. 'ನಾಳೆ ಮತ್ತೆ ಸಿಗೋಣ. ನಾಳೆಯಿಂದ ಭೌತಶಾಸ್ತ್ರದ ಪಾಠ' ಎಂದರು ಸರ್. ನಾವೆಲ್ಲರು ಹೊರಟಿದ್ದ ಕೌಲ್ ಸರ್‌ಗೆ ಗೌರವಸೂಚಕವಾಗಿ ಎದ್ದು ನಿಂತೆವು. ಘಟನೆಗಳನ್ನೇ ಮೆಲುಕು ಹಾಕುತ್ತಾ ಮನೆಯತ್ತ ಹೊರಟೆವು. ಅರ್ಧ ದಾಟಿ ಬಂದ ಮೇಲೆ ನೆನಪಾಯ್ತು. 'ಕಾಲೇಜ್ ಕ್ಯಾಂಟೀನ್‌ಗೆ ಹೋಗುವುದನ್ನು ನಾವು ಮರೆತೇ ಬಿಟ್ಟಿದ್ದೇವೆ!'

13
ಕಥನ ಸಂಪನ್ನ

ಒಂದಿಡೀ ಭಾನುವಾರ ಅದು ಹೇಗೆ ಕಳೆದುಹೋಯ್ತೋ ದೇವರೇ ಬಲ್ಲ. ತರಗತಿಯಲ್ಲಿ ಒಂದು ಪೀರಿಯಡ್ಡು ಕುಳಿತುಕೊಳ್ಳಲು ಒದ್ದಾಡುತ್ತಿದ್ದ ನಾವು ಭಾನುವಾರ ನಾಲ್ಕು ನಾಲ್ಕು ಗಂಟೆ ಕುಳಿತೆವಾ? ನಂಬಲಿಕ್ಕೇ ಆಗಿರಲಿಲ್ಲ. ನನ್ನ ಓದಿನ ಕೊಠಡಿಯ ಗೋಡೆಯುದ್ದಕ್ಕೂ ಹಾಕಿಕೊಂಡಿದ್ದ ಸಿನಿಮಾ ಸ್ಟಾರುಗಳ ಚಿತ್ರ ನಿನ್ನೆ ಸಂಜೆಯೇ ತೆಗೆದುಹಾಕಿದ್ದೆ. ಅಲ್ಲೀಗ ವಿಕ್ರಂ ಬಾತ್ರಾ, ಯೋಗೇಂದ್ರ ಸಿಂಗ್ ಯಾದವ್, ಮನೋಜ್ ಕುಮಾರ್ ಪಾಂಡೆಯರ ಚಿತ್ರ ಬಂದಿತ್ತು. ಮೆಷಿನ್ನು ಗನ್ನು ಹಿಡಿದು ಕುಳಿತ ಸೈನಿಕ ನನ್ನ ಓದಿನ ಟೇಬಲ್ಲಿಗೆ ಬಂದು ಬಿಟ್ಟಿದ್ದ.

ಜುಲೈ 26ಕ್ಕೆ ಇನ್ನೂ ಹತ್ತು ದಿನ ಬಾಕಿ ಇದೆ. ಕಾಲೇಜಿನಲ್ಲಿ ವಿಶೇಷ ಕಾರ್ಯಕ್ರಮ ಮಾಡಬೇಕೆಂದು ನನ್ನ ಮನಸ್ಸಿಗಂತೂ ಬಂದಿದೆ. ನಾಳೆ ಹೋಗಿ ಮಾತನಾಡಬೇಕು. ನನ್ನ ಓದಿನ ಮೇಜಿನೆದುರು ತುಂಬಾ ಹೊತ್ತು ಕುಳಿತು, ಪುಸ್ತಕಗಳನ್ನು ಓದುತ್ತಲೇ ಇದ್ದೆ. ಬಹಳ ದಿನಗಳ ನಂತರ ಅಮ್ಮ ಬಂದು ನನ್ನ ತಲೆ ನೇವರಿಸಿ 'ಊಟ ಮಾಡಲ್ವೇನೋ?' ಅಂದ್ರು. ಮನೆಗೆ ತಡವಾಗಿ ಬಂದು ಬೈಸಿಕೊಳ್ಳುತ್ತಿದ್ದವ ನಾನು. ಇಂದು ನನ್ನ ಸುದೀರ್ಘ ಓದನ್ನು ಕಂಡು ಅಮ್ಮ ಖುಷಿಯಾಗಿಬಿಟ್ಟಿದ್ದಾಳೆ. 'ಛೇ, ಅಮ್ಮನನ್ನು ಖುಷಿಯಾಗಿಡೋದು ಅದೆಷ್ಟು ಸುಲಭ ಅಲ್ವಾ?' ಅನ್ನಿಸ್ತು. ಮರುಗಳಿಗೆಯಲ್ಲಿಯೇ ಮೇಜರ್ ಆಚಾರ್ಯ, ಕ್ಯಾಪ್ಟನ್ ಬಾತ್ರಾ, ಹನೀಫುದ್ದೀನ್ ಎಲ್ಲರ ತಾಯಿಯ ನೆನಪಾಯ್ತು. ತುಂಬಿದ ಕಣ್ಣುಗಳನ್ನು ಅಮ್ಮನಿಗೆ ತೋರಿಸದೇ ಮುಖಕ್ಕೆ ನೀರೆರೆಚಿಕೊಂಡು ಬಂದುಬಿಟ್ಟೆ. ಐದೇ ದಿನದಲ್ಲಿ ಕೌಲ್ ಸರ್ ನನ್ನನ್ನು ಅದೆಷ್ಟು ಬದಲಾಯಿಸಿಬಿಟ್ಟಿದ್ದರು!

ನನಗೀಗ ಕುತೂಹಲ ಅವರ ಕುರಿತಂತೆಯೇ. ಸೋಮವಾರ ಬೆಳಿಗ್ಗೆ ಬೇಗನೇ ಓಡಿದೆ. ಸ್ಟಾಫ್ ರೂಮಿನಲ್ಲಿ ಸರ್ ಇರಲಿಲ್ಲ. ಅವರು ಲೈಬ್ರರಿಯಲ್ಲಿಯೇ ಇರುವುದೆಂಬುದು ಖಾತ್ರಿಯಿತ್ತು. ಅಲ್ಲಿಗೆ ಹೋಗಿ ಅವರೆದುರು ಕುಳಿತೆ. ದೊಡ್ಡದಾದ ಇಂಗ್ಲೀಷ್ ಪುಸ್ತಕ ಅವರ ಕೈಲಿತ್ತು. ವಾರೆ

ಕಂಗಳಲ್ಲಿಯೇ ಅದರ ಹೆಸರು ನೋಡಿದೆ 'ಎಕ್ಸೋಡಸ್, ಫ್ರಂ ಇಟಲಿ' ಅಂತಿತ್ತು. ಮಗ್ನರಾಗಿದ್ದ ಕೌಲ್ ಸರ್ ಬೆಳಕಿನ ಬದಲಾವಣೆ ಗಮನಿಸಿ ಕತ್ತು ಮೇಲೆತ್ತಿದರು, ನನ್ನ ನೋಡಿ ನಕ್ಕರು. ಸನ್ನೆಯಲ್ಲಿಯೇ ಮಾತನಾಡಬೇಕಾ ಅಂತಲೂ ಕೇಳಿದರು. ಹೌದೆಂದೆ. ಪುಸ್ತಕ ಅಲ್ಲಿಯೇ ಬಿಟ್ಟು ಎದ್ದು ಬಂದರು.

'ಸರ್, ಕಾರ್ಗಿಲ್ ಬಗ್ಗೆ ಇಷ್ಟೆಲ್ಲಾ ನಿಮಗೆ ಹೇಗೆ ಗೊತ್ತು?' ಅಂದೆ

'ಓದಿದ್ದೇನೆ' ಅಂದರು

'ಓದಿದ ಮಾತ್ರಕ್ಕೆ ಇಷ್ಟು ಭಾವನೆ ತುಂಬೋದು ಸಾಧ್ಯವೇ?' ನಾ ಕೇಳಿದೆ.

'ನಾನು ಅದೇ ಭೂಮಿಯವನು' ಸ್ಫೋಟಕವಾದ ಮಾಹಿತಿ ಹೊರಹಾಕಿದರು ಸರ್. ಅವರೇ ಮುಂದುರೆಸಿದರು.

'ನಾನು ಕಾಶ್ಮೀರದವನೇ, ಅಲ್ಲಿನ ಪಂಡಿತ. ನನ್ನ ತಂದೆಯ ಕಾಲಕ್ಕೆ ನಾವೆಲ್ಲ ನಮ್ಮ ನಾಡು ಬಿಟ್ಟು ಓಡಿ ಬಂದೆವು.'

ಭಾರತದದ್ದೇ ಕಾಶ್ಮೀರ, ಅಲ್ಲಿನ ಜನ ಓಡಿ ಬರುವುದಾದರೂ ಏತಕ್ಕೆ? ನನಗೆ ಏನೊಂದು ಅರ್ಥವಾಗಲಿಲ್ಲ.

'ಪಾಕಿಸ್ತಾನ ಭಯೋತ್ಪಾದನೆಗೆ ಕೊಟ್ಟ ಕುಮ್ಮಕ್ಕಿನಿಂದಾಗಿ ಕಾಶ್ಮೀರದ ಮುಸಲ್ಮಾನರು ನಮ್ಮೆಲ್ಲರನ್ನೂ ಓಡಿಸಿ ಬಿಟ್ಟರು, ಇಂದು ಕಾಶ್ಮೀರ ಉಳಿದಿದೆ ಎಂದರೆ ಅದು ಭಾರತೀಯ ಸೇನೆಯ ಕಾರಣದಿಂದಾಗಿ. ಅದಕ್ಕೇ ಅದನ್ನು ಕಂಡರೆ ಅಷ್ಟು ಗೌರವ ನನಗೆ'.

ನಾನು ಅವರೊಡನೆ ಹೆಜ್ಜೆ ಹಾಕುತ್ತಿದ್ದೆ. ಕೌಲ್ ಸರ್ ತಮ್ಮ ಹೆಗಲಿನಿಂದ ಇಳಿಬಿಟ್ಟ ಜೋಳಿಗೆಯಂಥಾ ಚೀಲಕ್ಕೆ ಕೈಹಾಕಿ ಒಂದು ಪುಸ್ತಕ ತೆಗೆದರು 'ಎಕ್ಸೋಡಸ್, ಫ್ರಂ ಕಾಶ್ಮೀರ್' ಅಂತ ಬರೆದಿತ್ತು. ಬರೆದವರು 'ಸುಭಾಷ್ ಕೌಲ್' ಅಂತಾನೂ ಇತ್ತು.

ನಾನು ಪುಸ್ತಕ ಪಡೆದು ತರಗತಿಯತ್ತ ಹೊರಟೆ. ನನ್ನ ಕುತೂಹಲ ನೂರ್ಮಡಿಯಾಗಿತ್ತು. ಕಾಶ್ಮೀರಿ ಪಂಡಿತರ ಕುರಿತಂತೆ ತಿಳಿಯಬೇಕೆನ್ನುವ ತುಡಿತ ಹೆಚ್ಚಿತ್ತು.

ಗೆಲುವಾ, ಸೋಲಾ ?

ಎರಡನೇ ಮಹಾ ಯುದ್ಧದ ನಂತರ ಯುದ್ಧದ ಪರಿಭಾಷೆ ಬದಲಾಗಿಬಿಟ್ಟಿದೆ. ನಾವು ಕೇಳುತ್ತಿದ್ದ ರಾಮಾಯಣ – ಮಹಾಭಾರತದ ಕಾಲದ ಯುದ್ಧ ಕಥನಗಳಂತೂ ಕಥನಕ್ಕೆ ಸೀಮಿತವಷ್ಟೇ. ಶಂಖ ನಾದದೊಂದಿಗೆ ಶುರುವಾಗುವ ಸೂರ್ಯಸ್ತದೊಂದಿಗೆ ಮುಗಿಯುವ ಶಿಸ್ತುಬದ್ಧ ಯುದ್ಧ ಈಗಿಲ್ಲ. ಈಗೇನಿದ್ದರೂ ರಾತ್ರಿಯ ಕತ್ತಲಿಗಾಗಿ ಕಾಯುವ, ಕದ್ದು ಮುಚ್ಚಿ ಒಳನುಸುಳುವ, ಬಾಂಬು ಸಿಡಿಸಿ ಮುಗ್ಧರನ್ನು ಕೊಂದು ಪರಾರಿಯಾಗುವ ಛದ್ಮ ಯುದ್ಧಗಳದ್ದೇ ಯುಗ. ಅಣ್ವಸ್ತ್ರಗಳು ಯುದ್ಧ ಭೀತಿಯನ್ನು ಹೆಚ್ಚಿಸಿರುವುದು ನಿಜವಾದರೂ ಈ ಅಣ್ವಸ್ತ್ರಗಳ ಭೀತಿಯಿಂದಲೇ ರಾಷ್ಟ್ರಗಳು ಯುದ್ಧಕಣದಿಂದ ಹಿಂದೆ ಸರಿದಿರುವುದು, ಅಷ್ಟೇ ಸತ್ಯ!

ಇಂದಿನ ಯುದ್ಧಗಳು ಸೋಲು – ಗೆಲುವುಗಳನ್ನು ಪಕ್ಕಾ ನಿರ್ಧರಿಸುವ ಯುದ್ಧಗಳಲ್ಲ. ಮೇಜಿನ ಮೇಲೆ ಬಗೆಹರಿಸಲ್ಪಡುವ, ಮುಗಿದರೆ ಸಾಕೆನಿಸುವ ದೀರ್ಘಕದನಗಳು, ಭಾರತ ಪಾಕಿಸ್ತಾನ ಪದೇ ಪದೇ ಗಡಿಯಲ್ಲಿ ಕಾದಾಡಿವೆ. ಪ್ರತೀ ಬಾರಿ ಕಾದಾಡುವಾಗಲೂ ಎರಡೂ ಪಡೆಯ ಸೈನಿಕರು ಕಂಠಮಟ್ಟ ಬಡಿದಾಡಿದ್ದಾರೆ. ಆದರೆ ಕದನ ಮಾತ್ರ ಇನ್ನೂ ಮುಗಿದೇ ಇಲ್ಲ. ಕಾಶ್ಮೀರದಲ್ಲಿ ಭಯೋತ್ಪಾದಕರನ್ನು ನುಸುಳಿಸುತ್ತದೆ ಪಾಕಿಸ್ತಾನ, ಅಲ್ಲಿಂದ ದೇಶದ ಬೇರೆ ಬೇರೆ ಭಾಗಗಳಿಗೆ ಭಯೋತ್ಪಾದಕರು ಹರಡಿ ಹೋಗುತ್ತಾರೆ. ಸ್ಥಳೀಯರಲ್ಲಿ ಪ್ರತ್ಯೇಕತೆಯ ವಿಷ ಬೀಜ ಬಿತ್ತಿ ದೇಶದಾದ್ಯಂತ ದಂಗೆಗಳು ನಡೆಯುವಂತೆ ಯೋಜಿಸಲಾಗುತ್ತದೆ. ನೇರ ಯುದ್ಧಕ್ಕಿಂತ ಪ್ರಭಾವಿಯಾದ ಈ ಮಾರ್ಗದಲ್ಲಿ ಖರ್ಚೂ ಬಲು ಕಡಿಮೆಯೇ!

ಪಾಕಿಸ್ತಾನದೊಂದಿಗಿರಲಿ ಚೀನಾದೊಂದಿಗಿರಲಿ ನಮ್ಮ ಯುದ್ಧವನ್ನು ಸೈನಿಕರು ಪ್ರಾಣವನ್ನು ಒತ್ತೆಯಿಟ್ಟು ಗೆದ್ದಿದ್ದಾರೆ. ಸೋತಿದ್ದರೆ ಅದಕ್ಕೇ ಒಂದೇ ಕಾರಣ, ದೂರದರ್ಶಿ ನಾಯಕತ್ವದ ಕೊರತೆ ಅಷ್ಟೇ.

1947ರಲ್ಲಿ ಸ್ವಾತಂತ್ರ್ಯ ಪಡೆದೊಡನೆ ಕಾಶ್ಮೀರದ ವಿಷಯ ಮುಂದಿಟ್ಟು ಕೊಂಡು ನಾವು ಕದನಕ್ಕೆ ಧುಮುಕಬೇಕಾಯಿತು. ಸತ್ಯ ಹೇಳಬೇಕೆಂದರೆ

ಜವಾಹರ್ ಲಾಲ್ ನೆಹರು ಮತ್ತು ಮೊಹಮ್ಮದ ಅಲಿ ಜಿನ್ನಾ

ಆಕ್ರಮಣಕಾರರು ಸಂಖ್ಯೆಯಲ್ಲಿಯೂ, ಶಸ್ತ್ರಗಳ ಆಧುನಿಕತೆಯಲ್ಲಿಯೂ ನಮಗಿಂತ ಮುಂದಿದ್ದರು. ಈ ಮುಜಾಹಿದೀನ್‌ಗಳನ್ನು ಭಾರತದ ವಿರುದ್ಧ ಜಿನ್ನಾ 'ಛೂ' ಬಿಡುವುದರಲ್ಲಿ ಬ್ರಿಟೀಷರೂ ಮಹತ್ವದ ಪಾತ್ರ ವಹಿಸಿದರು. ಭಾರತ ಸಮಸ್ಯೆಗೆ ಸಿಲುಕಿ ತನ್ನೆದುರು ಬಾಗಿಕೊಂಡು ಬರಲಿ ಎಂಬುದು ಅದರಿಚ್ಛೆ. ನಮ್ಮ ಸೈನಿಕರು ಅದಕ್ಕೇ ಅವಕಾಶ ಕೊಡಲೇ ಇಲ್ಲ. ಸ್ವತಂತ್ರ ಭಾರತದ ಮೊದಲ ಯುದ್ಧದಲ್ಲಿಯೇ ಜೀವದ ಹಂಗು ತೊರೆದು ಕಾದಾಡಿದರು. ಶ್ರೀನಗರ – ಕಾರ್ಗಿಲ್ – ಲೇಹ್ ಭಾಗದ ಎತ್ತರದ ಗುಡ್ಡಗಳನ್ನು ವಶಪಡಿಸಿಕೊಂಡು ರಾಷ್ಟ್ರೀಯ ಹೆದ್ದಾರಿಯನ್ನೇ ಭದ್ರ ಪಡಿಸಿದರು. ಯಾವ ದಿಕ್ಕಿನಿಂದ ನೋಡಿದರೂ ನಮ್ಮ ಕೈ ಮೇಲಾಗಿತ್ತು. ನೆಹರೂ ಮೌಂಟ್ ಬ್ಯಾಟನ್‌ರ ಒತ್ತಡಕ್ಕೆ ಬಲಿಯಾಗಿ ಸಮಸ್ಯೆಯನ್ನು ವಿಶ್ವಸಂಸ್ಥೆಯ ಪಾದಗಳಲ್ಲಿಟ್ಟು ಯುದ್ಧ ವಿರಾಮ ಘೋಷಿಸಿಬಿಟ್ಟರು.

ಸೋತಿದ್ದು ಯಾರು? ಸೈನಿಕನಾ – ರಾಜಕೀಯ ನೇತಾರರಾ?

1962ರಲ್ಲಿ ಚೀನಾದೊಂದಿಗೆ ನಮ್ಮ ಕದನ ಶುರುವಾಯ್ತು. ಈಗಲೂ ಯುದ್ಧ ಶುರುಮಾಡಿದ್ದು ಕಮ್ಯುನಿಸ್ಟರ ರಾಷ್ಟ್ರವೇ. ಪ್ರಧಾನ ಮಂತ್ರಿ ನೆಹರೂಗೇ

ಚೀನಾದ ಕುರಿತಂತೆ ಅನೇಕ ಭ್ರಮೆಗಳಿದ್ದವು. ಚೀನಾ ನಮ್ಮ ಮಿತ್ರ ದೇಶವೆಂಬುದನ್ನು ಅವರು ಪದೇ ಪದೇ ಹೇಳಿಕೊಳ್ಳುತ್ತಿದ್ದರು. ಅತ್ತಲಿಂದ ಚೀನಾ ಭಾರತವನ್ನು ಆಪೋಶನ ತೆಗೆದುಕೊಳ್ಳುವ ಸಾಕಷ್ಟು ತಯಾರಿಯನ್ನೂ ಮಾಡಿಕೊಂಡಿತ್ತು. ನಾವಾದರೋ ಯುದ್ಧಕ್ಕೆ ಬೇಕಾದ ಶಸ್ತ್ರ ಸಂಗ್ರಹಣೆ ಇರಲಿ ಸೈನಿಕರಿಗೆ ಅಗತ್ಯವಾದ ಪಾದರಕ್ಷೆ, ಉಲ್ಲನ್ ಬಟ್ಟೆ, ಸಾಂದ್ರ ಆಹಾರವನ್ನೂ ಶೇಖರಿಸಿಟ್ಟಿರಲಿಲ್ಲ. ಚೀನಿಯರು ಗಡಿಯೊಳಕ್ಕೆ ನುಗ್ಗುತ್ತಿರುವ ಸುದ್ದಿ ಜನರ ನಡುವೆ ಚರ್ಚೆಗೆ ಬಂದು ನೆಹರೂ ಸರ್ಕಾರದ ಮೇಲೆ ಒತ್ತಡಬಿದ್ದಾಗ ಅವರು ಏಕಾಏಕಿ ಘರ್ಜಿಸಿದರು, 'ಚೀಣಿಯರನ್ನು ಹೊರದಬ್ಬಿ'.

ಸೈನ್ಯ ಕಾರ್ಯಾಚರಣೆ ಬಾಳೇಹಣ್ಣು ತಿಂದಷ್ಟು ಸುಲಭದ ಕೆಲಸವಲ್ಲ. ಆದರೆ ನೆಹರೂ ತನ್ನ ಗೌರವದ ಪ್ರಶ್ನೆಯೆಂಬಂತೆ ಇದನ್ನು ಬಿಂಬಿಸಿ ಕೈಯ್ಯಲ್ಲಿ ಕೋವಿಕೊಟ್ಟು ಸೈನಿಕರನ್ನು ಯುದ್ಧಕ್ಕೆ ನಿಲ್ಲಿಸಿದರು. ಈ ಕೋವಿಗಳು ಸಿಡಿಯಲು ಅವುಗಳಿಗೆ ಗುಂಡು ತುಂಬಬೇಕೆಂಬ ಸಾಮಾನ್ಯ ಜ್ಞಾನವೂ ಅವರಿಗಿದ್ದುದು ಅನುಮಾನ. ಇದ್ದ ಕೆಲವು ಸುತ್ತುಗಳ ಗುಂಡು ಮುಗಿದ ನಂತರ ಕೋವಿಯ ತುದಿಗಿರುವ ಚಾಕುವಿನಿಂದ ಶತ್ರುವಿಗೆ ತಿವಿಯುವ ಪ್ರಯತ್ನದಲ್ಲಿ ಸಾವಿರಾರು ಸೈನಿಕರು ಆಹುತಿಯಾಗಿ ಬಿಟ್ಟರು. ಕೆಲವು ಅಡಿಗಳಷ್ಟು ನಮ್ಮ ಭೂಮಿ ಕಸಿದಿದ್ದ, ಚೀನಾ ಈ ಯುದ್ಧಾನಂತರ 32 ಸಾವಿರ ಚದುರ ಕಿ.ಮೀ. ನೆಲದ ಮೇಲೆ ತನ್ನ ಸ್ವಾಮ್ಯ ಸ್ಥಾಪಿಸಿತು. ಭಾರತ ಸೋಲಿನ ದವಡೆಗೆ ಸಿಲುಕಿ ಒಳಗೊಳಗೇ ನರಳಿತು. ಹೇಳಿ ಸೋತಿದ್ದು ಯಾರು? ಸೈನಿಕನಾ – ರಾಜಕೀಯ ನೇತಾರರಾ?

1965ರಲ್ಲಿ ಲಾಲ್ ಬಹಾದೂರ್ ಶಾಸ್ತ್ರಿ ಈ ದೇಶವನ್ನಾಳುತ್ತಿದ್ದಾಗ ಪಾಕಿಸ್ತಾನದ ಅಧ್ಯಕ್ಷ ಅಯೂಬ್ ಖಾನ್ ಪಂಜಾಬಿನ ಗಡಿಯುದ್ದಕ್ಕೂ ಸೇನೆ ನಿಲ್ಲಿಸಿದ. ಭಾರತದ ಸೇನೆ ಅಲ್ಲಿಗೆ ಬಂದೊಡನೆ ಕಾರ್ಗಿಲ್ ಭಾಗವನ್ನು ಆಕ್ರಮಿಸಿ ವಶಪಡಿಸಿಕೊಳ್ಳುವ ಲೆಕ್ಕಾಚಾರ ಅವನದ್ದು. ನಮ್ಮ ಸೇನೆ ಈ ಬಾರಿ ಮುಲಾಜು ನೋಡಲಿಲ್ಲ. ಪಂಜಾಬಿನಲ್ಲಿ ಪಾಕೀಸೇನೆಯನ್ನು ತಡೆದದ್ದಲ್ಲದೇ ಮತ್ತೊಂದು ದಾರಿ ಹುಡುಕಿ ಪಾಕಿಸ್ತಾನದೊಳಕ್ಕೆ ಇಪ್ಪತ್ತು – ಮುವ್ವತ್ತು ಕಿ.ಮೀ.ನಷ್ಟು ನುಗ್ಗಿ ಬಿಟ್ಟಿತ್ತು. ಅಷ್ಟೇ ಅಲ್ಲ ಅಪಾರ ಸಾಹಸದಿಂದ ಪೀರ್ ಪಂಜಾಲ್ ಪರ್ವತ ಶ್ರೇಣಿಯ ಹಾಜಿಪೀರ್ ಕಣಿವೆಯನ್ನೂ ವಶಪಡಿಸಿಕೊಂಡಿತ್ತು ನಮ್ಮ ಸೇನೆ. ಅಯೂಬ್ ಖಾನ್ ತತ್ತರಿಸಿ ಹೋದ, ಅಮೆರಿಕ ರಷ್ಯಾಗಳೆದುರು ಗೋಗರೆಯುತ್ತ ನಿಂತ. ಎಂಟೇ ದಿನಗಳಲ್ಲಿ ನಮ್ಮ

ಲಾಲ್ ಬಹಾದೂರ್ ಶಾಸ್ತ್ರಿ

ಸೈನಿಕರು ಅವನ ಅಹಂಕಾರವನ್ನು ಹೆಡೆಮುರಿಕಟ್ಟಿದ್ದರು.

ನಮ್ಮ ಸೈನಿಕರು ವೀರಾವೇಶದಿಂದ ಕಾದಾಡಿದರು. ಪಾಕಿಸ್ತಾನದ 93 ಸಾವಿರಕ್ಕೂ ಹೆಚ್ಚು ಸೈನಿಕರು ಸೆರೆ ಸಿಕ್ಕರು. ಪಾಕಿಸ್ತಾನಕ್ಕೆ ಈ ಪರಿಯ ಮುಖಭಂಗ ಹಿಂದೆಂದೂ ಆಗಿರಲಿಲ್ಲ. ಯುದ್ಧ ಖೈದಿಗಳ ಬಿಡುಗಡೆಗೆ ಕಾಶ್ಮೀರ ಪೂರ್ತಿ ಬಿಟ್ಟು ತೊಲಗಬೇಕೆಂಬ ಷರತ್ತು ಹಾಕಬೇಕಿತ್ತು. ಭುಟ್ಟೋ ಕಣ್ಣೀರಿಗೆ ಮರುಳಾದ ಇಂದಿರಾಗಾಂಧಿ ಯುದ್ಧ ಖೈದಿಗಳನ್ನು ಬಿಟ್ಟು ಪಾಕಿಸ್ತಾನಕ್ಕೆ ಗೆಲುವು ಖಾತ್ರಿ ಮಾಡಿದರು!

ಮತ್ತೆ ಸೋತಿದ್ದು ಯಾರು? ಸೈನಿಕನಾ – ರಾಜಕೀಯ ನೇತಾರರಾ?

1948ರಲ್ಲಿ 3000 ಸೈನಿಕರನ್ನು ಕಳಕೊಂಡೆವು, 1962ರಲ್ಲಿ 2000 ಸೈನಿಕರ ಬಲಿಯಾಯ್ತು. 1965ರ ಯುದ್ಧದಲ್ಲಿ ನಾವು ಕಳಕೊಂಡ ವೀರಯೋಧರ ಸಂಖ್ಯೆ 20 ಸಾವಿರ ದಾಟಿತ್ತು. 1971ರಲ್ಲಿ ನಮ್ಮದಲ್ಲದ ತರಲೆಗೆ 11 ಸಾವಿರ ಜನ ಪ್ರಾಣ ಕಳಕೊಂಡರು.

ಅದರ ಹಿಂದು – ಹಿಂದೆಯೇ ನಮಗೆದುರಾಗಿದ್ದು ಕಾರ್ಗಿಲ್‌ನ ದುರಂತ.

ಇದನ್ನು ಯುದ್ಧ ಅಂತ ಕರೆಯದೇ ಕದನ ಅಂತಲೇ ಕರೀತಾರೆ. ಪಾಕಿಸ್ತಾನವನ್ನು 'ಜಾದೂ-ಕಾ-ಜಪ್ಪಿ'ಯಿಂದ ಒಲಿಸಿಕೊಳ್ಳುವುದು ಸಾಧ್ಯವೇ ಇಲ್ಲವೆಂದು ಸ್ವಾತಂತ್ರ್ಯ ಬಂದ ಅರವತ್ತೈದು ವರ್ಷಗಳಲ್ಲಿ ಅದು ಮತ್ತೆ ಮತ್ತೆ ಸಾಬೀತುಪಡಿಸಿದೆ. ಸ್ನೇಹದ ಹಸ್ತ ಚಾಚುವುದು ತಪ್ಪಲ್ಲ, ಆದರೆ ಪಾಕಿಸ್ತಾನದ ವಿಚಾರದಲ್ಲಿ ಮೈಮರೆಯುವುದು ಸಲ್ಲ. ಪ್ರಧಾನಮಂತ್ರಿ ವಾಜಪೇಯಿ ಮತ್ತು ನವಾಜ್ ಷರೀಫರು ಒಬ್ಬರನ್ನೊಬ್ಬರು ತಬ್ಬಿಕೊಳ್ಳುತ್ತಿದ್ದಂತೆ ಈ ದೇಶದ ಗುಪ್ತಚರ ಇಲಾಖೆಗಳು ಮೈಮರೆತುಬಿಟ್ಟವು. ಸರ್ಕಾರವೂ ಈಗ ಪಾಕಿಸ್ತಾನದ ವಿರುದ್ಧ ಒಂದು ಮಾತು ಕೇಳಲೂ ತಯಾರಿರಲಿಲ್ಲ. ಪಾಕೀಸೇನೆ ತೀರಾ ತೊಲೋಲಿಂಗ್‌ನವರೆಗೂ ಬಂದು ಬಂಕರ್ ನಿರ್ಮಿಸಿಕೊಳ್ಳುವವರೆಗೆ ನಮ್ಮವರೆಲ್ಲ ಸುಮ್ಮನೇ ಇದ್ದುಬಿಟ್ಟರು.

ತೀವ್ರ ಚಳಿಗಾಲಕ್ಕೆ ಮುನ್ನ ಅನೇಕ ಪೋಸ್ಟ್‌ಗಳನ್ನು ಬಿಟ್ಟು ಕೆಳಕ್ಕಿಳಿಯುವ ಸಂಪ್ರದಾಯವನ್ನು ಭಾರತ ಎಂದೋ ನಿಲ್ಲಿಸಿಯಾಗಿತ್ತು. 1997 ಮತ್ತು 1998ರಲ್ಲಿ ಪಾಕಿಸ್ತಾನ ಪುಂಡಾಟಿಕೆ ಮಾಡಿದ ನಂತರ ಅಬ್ಸರ್ವೇಶನ್ ಪೋಸ್ಟ್‌ಗಳಲ್ಲಿ ಕಾವಲು ಕಾಯಲೇಬೇಕೆಂಬ ನಿಯಮ ರೂಪುಗೊಂಡಿತ್ತು. ಇಷ್ಟಾದರೂ ಕಕ್ಸಾರ್ ಪ್ರಾಂತ್ಯದ ಬಜರಂಗ್ ಪೋಸ್ಟ್‌ನ ಮೇಲೆ 1999ರ ಮಾರ್ಚ್ ವೇಳೆಗೆ ತೀವ್ರ ಮಂಜು ಸುರಿಯುತ್ತಿದೆ ಎಂಬ ಕಾರಣ ಕೊಟ್ಟು ಕಾವಲಿಗೆ ನಿಂತವರನ್ನು ಮರಳಿ ಬರುವಂತೆ ಕೇಳಿಕೊಳ್ಳಲಾಯ್ತು. ಬಜರಂಗ್ ಪೋಸ್ಟ್ ಉಳಿದೆಲ್ಲ ನೀರ್ಗಲ್ಲುಗಳನ್ನು ಗಮನಿಸಲು ಅತ್ಯಂತ ಆಯಕಟ್ಟಿನ ಜಾಗವಾಗಿತ್ತು. ಇಂತಹ ಜಾಗದಿಂದ ಕೆಳಗಿಳಿಯಲು ಆಜ್ಞೆ ಕೊಟ್ಟವರಾರು? ಈ ಆಜ್ಞೆಯನ್ನು ಪುರಸ್ಕರಿಸಿದ ಹಿರಿಯ ಅಧಿಕಾರಿಗಳಾರು? ಈ ನಿರ್ಧಾರ ನಿತ್ಯದ ನಿರ್ಧಾರಗಳಲ್ಲಿ ಏಕೆ ದಾಖಲಾಗಲಿಲ್ಲವೆಂಬ ಪ್ರಶ್ನೆಗಳಿಗೆ ಉತ್ತರವೇ ಸಿಗಲಿಲ್ಲ.

ಮೇ ತಿಂಗಳ ಆರಂಭದಲ್ಲಿ ನಮ್ಮವರಿಗೆ ಪಾಕಿಸ್ತಾನದ ಆಕ್ರಮಣದ ಸುದ್ದಿ ಮುಟ್ಟುವ ವೇಳೆಗೆ ಅದಾಗಲೇ ಪಾಕೀ ಸೇನೆ, ಬಂಕರ್‌ಗಳನ್ನು, ಸಂಗರ್‌ಗಳನ್ನು ತೀರಾ ತೊಲೋಲಿಂಗ್‌ನಲ್ಲಿಯೂ ನಿರ್ಮಾಣ ಮಾಡಿ ಕೂತುಬಿಟ್ಟಿತ್ತು. ಕೆಲವರ ಮಾಹಿತಿಯ ಪ್ರಕಾರ ಸ್ಥಳೀಯರನೇಕರು ಪಾಕಿಸ್ತಾನಿಗಳಿಗೆ ಸಹಕಾರ ನೀಡಿ ಸಾಕಷ್ಟು ಹಣ ಸಂಪಾದಿಸಿದ್ದಾರೆ. ತೀರಾ ಒಳಕ್ಕೆ ಬಂದು ಬಿಟ್ಟಾಗ ಮಾಹಿತಿ ಕೊಟ್ಟಿದ್ದಾರೆ. ಆದರೆ ಇದೇ ಸ್ಥಳೀಯರು ಈ ಯುದ್ಧದುದ್ದಕ್ಕೂ ನಮ್ಮ ಸೈನ್ಯಕ್ಕೆ ವಸ್ತುಗಳನ್ನು ಬೆಟ್ಟದ ಮೇಲೆ ತಲುಪಿಸುವ

ಪೋರ್ಟರುಗಳಾಗಿ ಸಹಕರಿಸಿದ್ದಾರೆ. ಕಾರ್ಗಿಲ್ ಭಾಗದ ಜನರ ಸಹಕಾರವನ್ನು ಮೆಚ್ಚಿದ ಸೇನೆ ಆನಂತರದ ದಿನಗಳಲ್ಲಿ 'ಆಪರೇಷನ್ ಸದ್ಭಾವನಾ' ಯೋಜನೆ ಜಾರಿಗೊಳಿಸಿ ಇಲ್ಲಿನ ಜನರ ಕಷ್ಟ–ನಷ್ಟಗಳಿಗೆ ಸ್ಪಂದಿಸಿತು. ಶಾಲೆಗಳನ್ನು ತೆರೆಯಿತು. ರಸ್ತೆ, ಸೇತುವೆಗಳನ್ನು ಕಟ್ಟಿಕೊಟ್ಟಿತು. ಅನೇಕರಿಗೆ ಸೇನೆಯಲ್ಲಿ ಉದ್ಯೋಗ ಕೊಟ್ಟಿತು. ಇಂದು ಕಾರ್ಗಿಲ್ ಭಾಗದ ಜನರಲ್ಲೂ ಸೇನೆಯ ಬಗೆಗೆ ಒಲವು ಮತ್ತು ಪ್ರೀತಿ ಅಷ್ಟೇ ಪ್ರಮಾಣದಲ್ಲಿರುವುದು ಕಂಡು ಬರುತ್ತದೆ. ಈ ಪ್ರೀತಿ ಕಾಶ್ಮೀರದಲ್ಲಿಲ್ಲ ಎನ್ನುವುದು ಮೇಲ್ನೋಟಕ್ಕೆ ಗೋಚರವಾಗುತ್ತದೆ. ಅದಕ್ಕೆ ಪಾಕೀಗಳಿಗೆ ಕಾರ್ಗಿಲ್‌ನ ಮೂಲಕ ಒಳನುಸುಳುವುದು ಹೆಚ್ಚು ಕಡಿಮೆ ಅಸಾಧ್ಯ.

ಭಾರತೀಯ ಸೇನೆ ಜಗತ್ತಿನ ಅತ್ಯಂತ ವಿಶ್ವಾಸಾರ್ಹ ಸೇನೆಯಾಗಿ ರೂಪುಗೊಂಡಿರುವುದಕ್ಕೆ ಪ್ರಮುಖವಾದ ಕಾರಣ ಎರಡು. ಮೊದಲನೆಯದು ಅವರ ಯುದ್ಧ ಕೌಶಲ, ಧೈರ್ಯ – ಸ್ಥೈರ್ಯಗಳು. ಮತ್ತೊಂದು ಸ್ಥಳೀಯರೊಂದಿಗೆ ಅವರ ವ್ಯವಹಾರಗಳು. ಚೀನಾದ ಪೀಪಲ್ಸ್ ಲಿಬರೇಷನ್

ಆರ್ಮಿಯ ಮುಖ್ಯಸ್ಥರೊಬ್ಬರು ನಿವೃತ್ತರಾದ ನಂತರ ಬರೆದ ಲೇಖನವೊಂದರಲ್ಲಿ ಅರುಣಾಚಲದಲ್ಲಿ ಭಾರತ ಗಳಿಸಿರುವ ಜನರ ಒಲವನ್ನು ಮತ್ತು ಟಿಬೇಟ್‌ನಲ್ಲಿ ಚೀನಾ ಕಳಕೊಳ್ಳುತ್ತಿರುವ ಜನ ಪ್ರೀತಿಯನ್ನೂ ತುಲನೆ ಮಾಡಿ ಭಾರತೀಯ ಸೇನೆಯ ಗುಣಗಾನ ಮಾಡಿದ್ದರು. ಭಾರತೀಯ ಸೈನಿಕನ ಈ ಸಾಮರ್ಥ್ಯವೇ ಅವನನ್ನು ಜಗತ್ತಿನ ಶ್ರೇಷ್ಠ ಪಡೆಗಳಲ್ಲಿರುವ ಶ್ರೇಷ್ಠ ಸೈನಿಕನ ಸಮಸಮಕ್ಕೆ ನಿಲ್ಲಿಸಿರೋದು.

ಕದನಕ್ಕೆ ನಿಂತನೆಂದರೆ ನಮ್ಮ ಸೈನಿಕ ಜಗ್ಗದ ವೀರನೇ ಸರಿ. ಅವನು ತನ್ನ ಪರಂಪರೆಯ ಅಪಾರ ಪ್ರೇರಣೆ ಪಡೆದವನು. ತನ್ನ ಪ್ಲಟೂನಿಗಾಗಿ ಅವನು ಪ್ರಾಣ ಕೊಡಲೂ ಹೇಸುವುದಿಲ್ಲ. ಅದರ ಗೌರವ, ಘನತೆಯೇ ಅವನಿಗೆ ದೊಡ್ಡದ್ದು. ನೀವು ಸಾಯುವುದು ಯಾರಿಗಾಗಿ ಅಂದರೆ ಪ್ಲಟೂನಿಗಾಗಿ ಅಂತಾನೇ ಅವನು ಹೇಳೋದು. ಅದೇ ಅವನ ಜಾತಿ, ಅದೇ ಅವನ ಪರಿವಾರ ಸರ್ವಸ್ವವೂ ಕೂಡ.

ಸೈನಿಕ ಪ್ರತಿಯೊಂದು ಕಾರ್ಯಾಚರಣೆಗೂ, ಯುದ್ಧಕ್ಕೂ ಹೋಗುವ ಮುನ್ನ ಮರಳಿ ಬರಲಾರೆನೆಂದು ಭಾವಿಸಿಯೇ ಹೋಗೋದು. ಅದರರ್ಥ ಸತ್ತರೂ ಸರಿಯೇ, ವೈರಿಯನ್ನು ಮುಗಿಸದೇ ಮರಳಿ ಬರಲಾರೆನೆಂಬ ಭಾವ ಅದು. ಹಾಗೆ ಹೋಗುವ ಮುನ್ನವೆ ಮನೆಗೊಂದು ಪತ್ರ ಬರೆದಿಟ್ಟು ಹೋಗಿಬಿಡುತ್ತಾನೆ. ಅನೇಕ ಬಾರಿ ಅವನ ಶವದೊಂದಿಗೆ ಆ ಪತ್ರವೂ ಮನೆ ತಲುಪುತ್ತದೆ. ಹೀಗೆ ಬರೆಯುವ ಪತ್ರಗಳು ಸಾಮಾನ್ಯವಲ್ಲ. ಈ ದೇಶದ ಪರಂಪರೆಯನ್ನು ಎತ್ತಿ ಹಿಡಿಯುವಂಥವೇ. ಈ ದೇಹಕ್ಕೆ ಬಾಲ್ಯ, ಯೌವ್ವನ, ಮುಪ್ಪುಗಳಿದ್ದಂತೆ ಸಾವೂ ಸಹಜ ಎಂಬ ಶ್ರೀಕೃಷ್ಣನ ಮಾತನ್ನು ಸರಿಯಾಗಿ ಅರ್ಥೈಸಿಕೊಂಡವ ನಮ್ಮ ಸೈನಿಕ ಮಾತ್ರ. ಯೋಗಿಂದರ್ ಸಿಂಗ್ ತನ್ನ ತಾಯಿಗೆ ಬರೆದ ಪತ್ರದಲ್ಲಿ "ನಾನು ಪ್ರತಿಯೊಂದು ಕಾರ್ಯಕ್ಕೂ ಹೃದಯದಿಂದ ಸಿದ್ಧನಾಗಿದ್ದೇನೆ. ಅಮ್ಮನಿಗೆ ಹೇಳಿ ಕ್ಷತ್ರಿಯ ಧರ್ಮ ನಿಭಾಯಿಸಲು ತೆರಳುತ್ತಿದ್ದೇನೆ" ಎಂದು ಹೇಳುತ್ತಾನೆಂದರೆ ಬದುಕನ್ನು ಸ್ವೀಕಾರ ಮಾಡಿದ ಆತನ ಔನ್ನತ್ಯ ಎಂಥದ್ದಿರಬೇಕು!

ಯುದ್ಧ ಭೂಮಿಯಲ್ಲಿ ಕಾದಾಡುವುದನ್ನು ಈ ದೇಶದ ಸೈನಿಕ ಭಾಗ್ಯವೆಂದುಕೊಳ್ಳುತ್ತಾನೆ. ಅಲ್ಲಿ ಶತ್ರುಗಳನ್ನು ಕೊಲ್ಲುವುದು ಅವನ ಪಾಲಿಗೆ ಕರ್ತವ್ಯ. ರಣಭೂಮಿಯಲ್ಲಿ ಕಾದಾಡುತ್ತ ಪ್ರಾಣಾರ್ಪಣೆಯಾದರೆ ವೀರಸ್ವರ್ಗಕ್ಕೆ ರಹದಾರಿ. ಕ್ಯಾಪ್ಟನ್ ಪನ್ನಿಕೋಟ್ ವಿಶ್ವನಾಥನ್ ವಿಕ್ರಮರ ಶವ ಮನೆಗೆ

ಬಂದಾಗ ಅವರ ತಂದೆ ಅವನ ಶವದೆದುರು ನಿಂತು ಸೆಲ್ಯೂಟ್ ಹೊಡೆದು 'ನಾನು ಮಾಡಲಿಕ್ಕಾಗದ್ದನ್ನು ನೀನು ಮಾಡಿ ಬಿಟ್ಟೆಯಲ್ಲೋ' ಎಂದಿದ್ದರಂತೆ. ಬಹುಶಃ ಮಗನ ಮೇಲೆ ಅವರಿಗೆ ಹೊಟ್ಟೆಯುರಿಯಿರಬೇಕು. ಏಕೆಂದರೆ ಅವರೂ ಪಾಕಿಸ್ತಾನದೊಂದಿಗೆ ಈ ಹಿಂದಿನ ಕದನದಲ್ಲಿ ಪಾಲ್ಗೊಂಡಿದ್ದರು. ವೀರಸ್ವರ್ಗದ ಪ್ರಾಪ್ತಿ ಮಾತ್ರ ಮಗನಿಗಾಯ್ತು! ಈ ಪರಿಯ ಪ್ರಾಣ ತ್ಯಾಗೋತ್ಸುಕತೆಯನ್ನು ಏನೂಂತ ಕರೀತೀರಿ? ಪ್ರತಿಯೊಬ್ಬ ತರುಣ ಸೈನಿಕರ ಶವದೆದುರು ನಿಂತ ನಿವೃತ್ತ ಸೈನಿಕರು 'ನಮಗೂ ಶಸ್ತ್ರ ಕೊಡಿ, ನಾವೂ ಕಾದಾಡುತ್ತೇವೆ' ಎಂದು ಮಾನಸಿಕವಾಗಿ ಹಲುಬುತ್ತ ಸೈನ್ಯಕ್ಕೆ ಪತ್ರ ಬರೆದು ಒತ್ತಾಯಿಸುತ್ತಿದ್ದರೂ ಕೂಡ.

ಹಾಗಂತ ಯುದ್ಧದ ಹೊತ್ತಲ್ಲಿ ಅವರಿಗೆ ಮನೆ ನೆನಪಾಗುತ್ತಿರಲಿಲ್ಲವಾ? ಖಂಡಿತ ನೆನಪಾಗುತ್ತಿತ್ತು. ಸೈನಿಕನೊಬ್ಬ ಪತ್ರಕರ್ತರಿಗೆ ಹೇಳುತ್ತಾನೆ. 'ಪರಿವಾರದವರ ಚಿತ್ರ ತೆಳುವಾಗಿ ನಮ್ಮ ಮುಂದೆ ಹಾದು ಹೋಗುತ್ತಿತ್ತು. ಆದರೆ ನಮ್ಮೆದುರು ರಕ್ತ ಮಾತ್ರ ಕಡುವಾಗಿ ಕಾಣುತ್ತಿತ್ತು. ಶತ್ರುವನ್ನು ಕೊಲ್ಲುವುದೆಂದರೆ ರಾಷ್ಟ್ರವನ್ನು ಬದುಕಿಸುವುದು ಎಂಬುದು ನೆನಪಾದೊಡನೆ ನರನಾಡಿಗಳು ಹುರಿಗಳಾಗಿಬಿಡುತ್ತಿದ್ದವು'

ಗಂಡ-ಹೆಂಡತಿ, ತಂದೆ ಮಕ್ಕಳು, ಅಣ್ಣ ತಮ್ಮಂದಿರು ಸೇನೆಯಲ್ಲಿಯೇ ಇದ್ದರಂತೂ ಆ ಚೌಕಟ್ಟೇ ಬೇರೆ. ಮೇಜರ್ ವಿವೇಕ ಗುಪ್ತಾ ರಣಾಂಗಣದಲ್ಲಿ ವೀರಾವೇಶದಿಂದ ಕಾದಾಡುತ್ತಿರುವಾಗ ಅವನ ಪತ್ನಿ ಕ್ಯಾಪ್ಟನ್ ಡಾ॥ ರಾಜಶ್ರೀ ಗುಪ್ತಾ ಕಮಾಂಡೋ ಆಸ್ಪತ್ರೆಯಲ್ಲಿ ಕದನ ಭೂಮಿಯಲ್ಲಿ ಏಟು ತಿಂದು ಬಂದವರ ಶುಶ್ರೂಷೆ ಮಾಡುತ್ತಿದ್ದಳು. ಅನೇಕ ಸೈನಿಕರ ಶವಗಳನ್ನು ವ್ಯವಸ್ಥಿತವಾಗಿ ಅವರವರ ಮನೆಗಳಿಗೆ ತಲುಪಿಸುವಲ್ಲಿ ಆಕೆಯ ಕಾಳಜಿ ವಿಶೇಷವಾಗಿತ್ತು. ಮುಂದೊಂದು ದಿನ ತನ್ನ ಗಂಡನ ದೇಹವೂ ಹೀಗೆಯೇ ಬರಲಿದೆ ಎಂದು ಆಕೆ ಕನಸು - ಮನಸಲ್ಲೂ ಎಣಿಸಿರಲಿಕ್ಕಿಲ್ಲ. ಮೇಜರ್ ವಿವೇಕ್ ಗುಪ್ತಾ ಕದನ ಕಲಿಯಾಗಿ ಕಾದಾಡಿ ಶವವಾಗಿ ಬಂದಾಗ ಅವರ ಅಂತ್ಯ ಸಂಸ್ಕಾರದ ತಯಾರಿ ಎಲ್ಲವೂ ಮುಗಿದ ನಂತರ ನಿಧಾನವಾಗಿ ನಡೆದುಕೊಂಡು ಬಂದ ರಾಜಶ್ರೀ ಗಂಡನ ಶವಕ್ಕೊಂದು ಸೆಲ್ಯೂಟ್ ಕೊಟ್ಟು ಉಮ್ಮಳಿಸಿ ಬರುತ್ತಿದ್ದ ದುಃಖವನ್ನು ನುಂಗಿದ ಚಿತ್ರಗಳನ್ನು ಯಾವಾಗಲಾದರೂ ನೋಡಿ ಆ ತಾಯಿಗೆ ಒಮ್ಮೆ ಕೈಮುಗಿಯೋಣ ಎನಿಸುತ್ತದೆ.

ಇದು ಒಬ್ಬ ಭಾರತೀಯ ಸೈನಿಕನ ಮನಸ್ಸು. ಅವನು ವೀರ, ಧೀರ, ಪರಾಕ್ರಮಿ. ಕದನಕ್ಕೆ ನಿಂತರೆ ಅವನು ಶತ್ರುಗಳ ಪಾಲಿಗೆ ಯಮರಾಜ. ಅವನು ದೈವಭಕ್ತ, ದೇಶಭಕ್ತ, ಆಧ್ಯಾತ್ಮ ಜೀವಿ. ಪರೋಪಕಾರದ ಬುದ್ಧಿ ಇದೆ. ಎಲ್ಲರೂ ಚೆನ್ನಾಗಿ ಬದುಕಬೇಕೆಂಬ ವಿಶ್ವಮಾನವತೆಯ ಕಲ್ಪನೆ ಇದೆ. ಅವನು ಕೊಲ್ಲಬಲ್ಲ, ಅದು ದೇಶದ ಹಿತಾಸಕ್ತಿಗೆ ಪೂರಕವಾಗಿ ಮಾತ್ರ. ಆದರೆ ಅವನು ಎಂದಿಗೂ ಹಿಂಸಿಸಲಾರ. ಅವನು ಅನುಸರಿಸುವ ಧರ್ಮ ಅವನಿಗೆ ಅದನ್ನು ಹೇಳಿಕೊಟ್ಟಿಲ್ಲ, ಅದಕ್ಕೆ ಅನುಮತಿಯೂ ಇಲ್ಲ. ಎಲ್ಲಕ್ಕೂ ಮಿಗಿಲಾಗಿ ಅವನು ಕಾದಾಡೋದು ತನ್ನ ಮಾತೃಭೂಮಿಯ ರಕ್ಷಣೆಗಾಗಿಯೇ ಹೊರತು ಸರ್ಕಾರ ಕೊಡುವ ಸಂಬಳಕ್ಕೋ, ಪೆನ್ಷನ್‌ಗಾಗಿಯೋ ಅಲ್ಲ.

ಇಂತಹ ಸೈನಿಕನಿಗೆ ನಾವು ಕೊಟ್ಟದ್ದಾದರೂ ಏನು? ಅತ್ಯಂತ ಹಳೆಯ ಶಸ್ತ್ರಾಸ್ತ್ರಗಳು. 1960ರ ಕಾಲದ ಶಸ್ತ್ರಗಳನ್ನು ಬಳಸಿ ನಮ್ಮವರು ಕಾರ್ಗಿಲ್ ಬೆಟ್ಟದ ಮೇಲೆ ಕಾದಾಡಬೇಕಿತ್ತು. ಆಧುನಿಕ ಶಸ್ತ್ರಗಳಿಗೆ ಬೇಡಿಕೆ ಸಲ್ಲಿಸಿ ಸೈನ್ಯ ಬಸವಳಿಯಿತೇ ಹೊರತು ಸರ್ಕಾರಗಳು ಕರಗಲಿಲ್ಲ. ಹಳೆಯ ಟ್ಯಾಂಕರ್‌ಗಳು, ಹಳೆಯ ರೈಫಲ್ಲುಗಳು, ಹಳೆಯ ಮೆಷಿನ್ ಗನ್ನುಗಳು. ಇವುಗಳೊಟ್ಟಿಗೆ ಅಧಿಕಾರಿಗಳ ಕೊರತೆ.

1990ರ ನಂತರ ವಿತ್ತೀಯ ಕೊರತೆಯಿಂದಾಗಿ ರಕ್ಷಣೆಗೆಂದು ಮೀಸಲಾಗಿಟ್ಟಿದ್ದ ಹಣವನ್ನೇ ಸರ್ಕಾರ ಕಡಿಮೆ ಮಾಡುತ್ತ ಬಂತು.

1987–88ರಲ್ಲಿ ಜಿಡಿಪಿಯ 3.59 ರಷ್ಟಿದ್ದ ರಕ್ಷಣಾ ಹಂಚಿಕೆ 1996–97ರ ವೇಳೆಗೆ 2.31ಕ್ಕಿಳಿದಿತ್ತು. ರಕ್ಷಣಾ ಖರೀದಿಗೆ ಮೀಸಲಾಗಿದ್ದ ವಾರ್ಷಿಕ ಬಜೆಟ್ಟು ಕಡಿಮೆಯಾಗುತ್ತ ನಡೆದಿತ್ತು. ಹೊಸ ಹೋರಾಟದ ರೂಪುರೇಷೆಗಳಿಗೆ, ಹೊಸ ತುಕಡಿಗಳ ರಚನೆಗೆ, ತರಬೇತಿಗಳಿಗೆ ಆರ್ಥಿಕ ಮುಗ್ಗಟ್ಟು ತೀವ್ರವಾಗಿಯೇ ಇತ್ತು.

ಪರಿಸ್ಥಿತಿ ಅದೆಷ್ಟು ವಿಕಟವಾಗಿತ್ತೆಂದರೆ, 1997–98ರಲ್ಲಿ ರಕ್ಷಣಾ ಬಜೆಟ್ಟು 16,384 ಕೋಟಿ ರೂಪಾಯಿಗಳಿದ್ದರೂ ಎಲ್ಲ ಖರ್ಚು ವೆಚ್ಚ ಕಳೆದು ಸೈನ್ಯದ ಆಧುನೀಕರಣಕ್ಕೆ ಉಳಿದಿದ್ದು 230 ಕೋಟಿ ಮಾತ್ರ!

ವಾಸ್ತವವಾಗಿ ಸೇನೆ ಶಸ್ತ್ರ ಖರೀದಿಯ ಕುರಿತು ಆಲೋಚಿಸುವಾಗ ಮೂರು ತಲೆಮಾರುಗಳ ಕುರಿತು ಯೋಚಿಸುತ್ತದೆ. ಇಪ್ಪತ್ತೈದರಿಂದ ಮುವ್ವತ್ತು ವರ್ಷಗಳ ಅವಧಿಯ ನಡುವಿನ ಕಾಲಘಟ್ಟದ ಅವಶ್ಯಕತೆ ಪೂರೈಸುವಂತಿದ್ದರೆ ಹಣಕಾಸಿನ ಸಮಸ್ಯೆಯೂ ಇರದು, ಆಧುನೀಕತೆಯ ಕೊರತೆಯೂ ಇರದು. 1999ರಲ್ಲಿ

ಕಾರ್ಗಿಲ್‌ನ ಯುದ್ಧಕ್ಕೆ ನಮ್ಮ ಸೈನಿಕರು ನಿಂತಾಗ ಅವರ ಬಳಿ ಶಸ್ತ್ರಗಳ ಕೊರತೆ ಸಾಕಷ್ಟಿತ್ತು. ಇದ್ದ ಶಸ್ತ್ರಗಳೂ ಎಷ್ಟು ಹಳೆಯದಾಗಿತ್ತೆಂದರೆ ರೈಫಲ್ಲೊಳಗೆ ತುಂಬಿದ ಕಾಡತೂಸು ಸಿಡಿಯುವುದೇ ಅನುಮಾನವಾಗಿತ್ತು.

ಖಾಲೂಬಾರ್‌ಗಾಗಿ ಕದನ ನಡೆಯುತ್ತಿರುವಾಗ ಲೆಫ್ಟಿನೆಂಟ್ ಕರ್ನಲ್ ಅಮುಲ್ ಆಸ್ಥಾನಾ ಸೈನ್ಯದ ಎಲ್ಲ ನಿಯಮಗಳನ್ನೂ ಗಾಳಿಗೆ ತೂರಿ ಮುಖ್ಯಸ್ಥ ಜನರಲ್ ವಿ.ಪಿ. ಮಲಿಕ್‌ರಿಗೆ ಪತ್ರ ಬರೆದು ಬಿಟ್ಟಿದ್ದರು. ಅದರಲ್ಲಿ ಮೆಷಿನ್‌ಗನ್ನು, ಮೋರ್ಟಾರು, ಸಂಪರ್ಕ ಸಾಧನಗಳಲ್ಲಿನ ನ್ಯೂನತೆಗಳನ್ನು ವಿವರಿಸಿದ್ದರು. ಸಿಯಾಚಿನ್‌ನಿಂದ ಈಗ ತಾನೇ ಇಳಿದು ಬಂದ ಬಟಾಲಿಯನ್‌ಗೆ ಈ ಸಾಧನಗಳನ್ನು ವಿತರಿಸಿರುವ ಆತಂಕವನ್ನು ಅವರು ತೋಡಿಕೊಂಡಿದ್ದರು. ಇಂತಹ ವಸ್ತುಗಳೊಂದಿಗೆ ಯುದ್ಧಕ್ಕೆ ತೆರಳುವುದು ಸಾಧ್ಯವೇ ಇರಲಿಲ್ಲ. ಜನರಲ್ ಮಲಿಕ್‌ರು ಸೈನ್ಯದ ಗೋದಾಮುಗಳಲ್ಲಿ ಕೊಳೆಯುತ್ತಿದ್ದ ವಸ್ತುಗಳನ್ನು ಪರೀಕ್ಷಣೆಗೆ ಒಳಪಡಿಸಿದರು. ಎಲ್ಲವನ್ನು ಒಂದೆಡೆ ಸೇರಿಸಿ, ಬೇಡವಾದ್ದನ್ನು ಎಸೆದು ಸೂಕ್ತವಾಗಿ ನಿರ್ವಹಣೆ ಮಾಡಬಲ್ಲ ಸಾಧನಗಳನ್ನೇ ವಿತರಿಸುವಂತೆ ವ್ಯವಸ್ಥೆ ಮಾಡಿದರು. ಎಂತಹ ವಿಪರ್ಯಾಸ ನೋಡಿ. ಸಾಯುವುದಕ್ಕೆ ಸಿದ್ಧನಾಗಿದ್ದಾನೆಂದ ಮಾತ್ರಕ್ಕೆ ಸಿಡಿಯದ ಮದ್ದನ್ನು ಕೊಟ್ಟು ಪಾಕಿಗಳೆದುರು ನಿಲ್ಲಿಸುವುದೇನು? ಇವುಗಳನ್ನು ಉಪಯೋಗಿಸಿ ಕಾದಾಡಬೇಕಾದವನ ಆತ್ಮಸ್ಥೈರ್ಯದ ಪ್ರಶ್ನೆಗೆ ಉತ್ತರ ಕೊಡಬೇಕಾದವರು ಯಾರು ಹೇಳಿ?

ಈ ಯುದ್ಧದ ವೇಳೆ ನಮ್ಮ ಬಳಿ ಶಸ್ತ್ರವನ್ನು ಗುರುತಿಸಬಲ್ಲ ರೆಡಾರುಗಳಿದ್ದಿದ್ದರೆ, ಎಂಎಂಜಿಗಳಿಗೆ ದೂರವನ್ನಳೆಯಬಲ್ಲ ಲೇಸರ್ ಬೆಳಕು ಚೆಲ್ಲುವ ಯಂತ್ರಗಳಿದ್ದಿದ್ದರೆ ಜೊತೆಗೆ ಸೈನಿಕ ಬಳಸುವ ಕೋವಿಗಳಿಗೆ ರಾತ್ರಿಯ ಕಣ್ಣುಗಳಿದ್ದಿದ್ದರೆ ನಾವು ಇಷ್ಟೊಂದು ತರುಣರನ್ನು ಯುದ್ಧಭೂಮಿಯಲ್ಲಿ ಕಳೆದುಕೊಳ್ಳುವ ಅಗತ್ಯವೇ ಇರುತ್ತಿರಲಿಲ್ಲ. 1997ರಲ್ಲಿ ರೆಡಾರ್‌ಗಳನ್ನು ಕೊಳ್ಳಲು ಹೊರಟಾಗ ಡಿ.ಆರ್.ಡಿ.ಒ. ಅಂತಹ ರೇಡಾರುಗಳನ್ನು ತಯಾರಿಸಿ ಕೊಡುವ ಮಾತುಗಳನ್ನಾಡಿತ್ತು. ಕಾರ್ಗಿಲ್ ಯುದ್ಧ ಮುಗಿಯುವ ಹೊತ್ತಿಗೂ ಅದು ಬರಲೇ ಇಲ್ಲ.

ಶತ್ರುಗಳನ್ನು ಗುರುತಿಸಬಲ್ಲ ಉಪಗ್ರಹ ಚಿತ್ರಗಳಿಗಾಗಿ ಇತರೆ ದೇಶಗಳಿಗೆ ವಿನಂತಿ ಮಾಡಬೇಕಾಯ್ತು. ಯಾರೂ ಸಹಕರಿಸಲಿಲ್ಲ. ಡಿ.ಆರ್.ಡಿ.ಒ. ಕೂಡ ಈ ಚಿತ್ರಗಳನ್ನು ಡೌನ್‌ಲೋಡ್ ಮಾಡುವಲ್ಲಿ ಸೋತು ಹೋಯ್ತು.

ಕಾರ್ಗಿಲ್ ಯುದ್ಧ ಶುರುವಾದ ಮೇಲೆ ಬ್ರಿಜೇಶ್ ಮಿಶ್ರಾ ಸೈನ್ಯಕ್ಕೆ ಬೇಕಾದ ಅಗತ್ಯ ವಸ್ತುಗಳ ಬೇಡಿಕೆಯ ಪಟ್ಟಿ ತರಿಸಿಕೊಂಡು ಅದನ್ನು ಪೂರೈಸುವ ರಾಷ್ಟ್ರಗಳೊಂದಿಗೆ ಮಾತುಕತೆ ನಡೆಸಿದರು. ಪೂರೈಕೆದಾರರೊಂದಿಗೆ ಮಾತನಾಡಿದರು. ಯುದ್ಧದ ಹೊತ್ತಲ್ಲಿ ಶಸ್ತ್ರ ಸಂಗ್ರಹಿಸುವ ಕಾರ್ಯವಿದೆಯಲ್ಲ ಅದು ಆರ್ಥಿಕವಾಗಿಯೂ ಹೊರೆ ಮತ್ತು ಯುದ್ಧ ನೀತಿ ನಿರೂಪಣೆಗೆ ತ್ರಾಸದಾಯಕವೂ ಹೌದು. ನಾವು ಶಸ್ತ್ರಾಸ್ತ್ರಕ್ಕಾಗಿ ಬೇಡಿಕೆ ಇಟ್ಟ ರಾಷ್ಟ್ರ ಮಿತ್ರನೇ ಆದರೂ ಇಂತಹ ಸಂದರ್ಭದಲ್ಲಿ ಸಾಧ್ಯವಾದಷ್ಟು ಲೂಟಿ ಮಾಡಿಬಿಡುತ್ತಾನೆ.

ಇವೆಲ್ಲವನ್ನೂ ಮುಂದಿಟ್ಟುಕೊಂಡು ನೋಡಿದಾಗ ಪಾಕಿಸ್ತಾನ, ಚೀನಾದಂತಹ ಶತ್ರುಗಳನ್ನು ಜೊತೆಗಿಟ್ಟುಕೊಂಡು ರಕ್ಷಣಾ ವ್ಯವಸ್ಥೆಯ ಸುಧಾರಣೆಗೆ ಪ್ರಯತ್ನ ಪಡದೇ ಹೋದರೆ ಇನ್ನೂ ಸಾವಿರಾರು ತರುಣ ಸೈನಿಕರನ್ನು ಹೀಗೆ ಮೃತ್ಯು ಮುಖದೆದುರಿಗೆ ನಿಲ್ಲಿಸುವ ಅನಿವಾರ್ಯತೆ ನಮಗಿದ್ದೇ ಇರುತ್ತದೆ.

ಇದನ್ನು ಮನಸಲ್ಲಿಟ್ಟುಕೊಂಡೇ 'ನಮ್ಮ ಮಕ್ಕಳು ಈ ರೀತಿ

ಕೊಲ್ಲಲ್ಪಡಲೆಂದು ಬೆಳೆಸಲ್ಪಟ್ಟವರಲ್ಲ. ಯುದ್ಧದ ರೀತಿಯ ವಾತಾವರಣ ಅಂತೀರಲ್ಲ, ಇಂತಹ ವಾತಾವರಣ ಸೃಷ್ಟಿಗೆ ಕಾರಣರಾಗಿ ಶತ್ರುಗಳನ್ನು ಒಳಸುಳಿಯಲು ಕಾರಣರಾದವರನ್ನು ಅದೇಕೆ ಶಿಕ್ಷಿಸಬಾರದು?' ಎಂದು ಅನೂಜ್ ನಯ್ಯರ್‌ರವರ ತಂದೆ ಆಕ್ರೋಶಭರಿತರಾಗಿ ಪ್ರಶ್ನಿಸಿದ್ದು.

ಕಾರ್ಗಿಲ್ ಯುದ್ಧದ ಅಂತಿಮ ಗತಿ ಏನು? ನಾವು ಒಟ್ಟಾರೆ ಗೆದ್ದೆವಾ? ಸೋತೆವಾ? ಈ ಪ್ರಶ್ನೆಗೆ ಹಿಂದಿನ ಎಲ್ಲ ಯುದ್ಧಗಳಂತೆ ಗೆದ್ದು-ಸೋತೆವು ಎನ್ನುವುದೇ ಉತ್ತರ. 1999ರ ಜೂನ್ ಆರಂಭದ ವೇಳೆಗೆ 'ಗಡಿ ದಾಟಿದರೆ ಎಚ್ಚರ', 'ಭಾರತಕ್ಕೆ ಪಾಠ ಕಲಿಸುತ್ತೇವೆ' ಎಂದೆಲ್ಲ ಮಾತನಾಡುತ್ತಿದ್ದ ಪಾಕಿಸ್ತಾನ ಜೂನ್ ಅಂತ್ಯದ ಹೊತ್ತಿಗೆಲ್ಲ ಮೆತ್ತಗಾಗಿತ್ತು. ಅಮೆರಿಕಾದ ಅಧ್ಯಕ್ಷರೊಂದಿಗೆ ಆಗಾಗ ಮಾತನಾಡುತ್ತ ಮಾನ ಉಳಿಸುವಂತೆ ನವಾಜ್ ಷರೀಫ್ ಗೋಗರೆಯುತ್ತಿದ್ದರು. ನಿಯಂತ್ರಣ ರೇಖೆಯಿಂದ ಹಿಂದೆ ಸರಿಯುವುದೆಂದರೆ ಪಾಕಿಸ್ತಾನದ ಜನರೆದುರು ಅವಮಾನಿತರಾಗುವುದು ಎಂದರ್ಥ. ಈಗ ಮುಖವುಳಿಸಿಕೊಳ್ಳಲು ಅಮೆರಿಕ ಮಧ್ಯಸ್ತಿಕೆ ವಹಿಸಬೇಕೆಂಬುದು ಅದರ ಅಪೇಕ್ಷೆಯಾಗಿತ್ತು. ಸ್ವತಃ ಪರ್ವೇಜ್ ಮುಷರ್ರಫ್ 'ನೀವೇಕೆ ಕ್ಲಿಂಟನ್‌ರನ್ನು ಭೇಟಿ ಮಾಡಿ ಸಮಸ್ಯೆ ಇತ್ಯರ್ಥಗೊಳಿಸುವಂತೆ ಕೇಳಿಕೊಳ್ಳಬಾರದು?' ಎಂದು ಗೋಗರೆದಿದ್ದ. ಜುಲೈ 2ಕ್ಕೆ ನವಾಜ್ ಷರೀಫ್ ಮತ್ತೆ ಕ್ಲಿಂಟನ್‌ರೊಂದಿಗೆ ಮಾತನಾಡಿ ಜುಲೈ 4ಕ್ಕೆ ಸಮಯ ನಿಗದಿಪಡಿಸಿಕೊಂಡರು. ಈ ಭೇಟಿಗೆ ಕೆಲವೇ ಗಂಟೆಗಳ ಮುನ್ನ ಭಾರತದ ಸೈನಿಕರು 'ಟೈಗರ್ ಹಿಲ್' ವಶಪಡಿಸಿಕೊಂಡು ನಾವು ಗೆಲುವಿನ ಹತ್ತಿರ ಇದ್ದೇವೆ ಎಂಬುದನ್ನು ಸಾಬೀತುಪಡಿಸಿದರು. ಪಾಕಿಸ್ತಾನ ಅತ್ಯಂತ ಕೆಟ್ಟ ಸ್ಥಿತಿಗೆ ತಲುಪಿತ್ತು. ಕ್ಲಿಂಟನ್ ಮಾತುಕತೆಗೆ ಮುನ್ನ ಎರಡು ಷರತ್ತು ವಿಧಿಸಿದ. ನಿಯಂತ್ರಣ ರೇಖೆಗಿಂತ ಹಿಂದೆ ಸರಿಯಬೇಕು ಮತ್ತು ಕಾಶ್ಮೀರದ ವಿಚಾರದಲ್ಲಿ ಮಧ್ಯಸ್ಥಿಕೆ ವಹಿಸಲು ಒತ್ತಾಯಿಸಬಾರದು. ಇದಕ್ಕೆ ಒಪ್ಪಿ ನವಾಜ್ ಷರೀಫ್ ಅಮೆರಿಕಕ್ಕೆ ಹೋಗುವುದೆಂದರೆ ಸೋಲೊಪ್ಪಿಕೊಂಡಂತೆ. ಆದರೂ ಷರೀಫ್ ತಯಾರಾದರು. ಈ ಸಂದರ್ಭದಲ್ಲಿ ಅಟಲ್ ಬಿಹಾರಿ ವಾಜಪೇಯಿ ಹೋಗಲು ನಿರಾಕರಿಸಿದರು. ಈ ಸಂದರ್ಭ ಬಳಸಿ ಸೈನ್ಯದ ಪ್ರಮುಖರೊಂದಿಗೆ ಚರ್ಚೆಯಾಯ್ತು. ಪಾಕಿಸ್ತಾನಕ್ಕೆ 'ಸೇಫ್ ಪ್ಯಾಸೇಜ್' ನೀಡುವುದನ್ನು ಮಲಿಕ್ ನಿರಾಕರಿಸಿದರು. ಮುಂದೆ ಪ್ರಧಾನಮಂತ್ರಿಗಳು ಮತ್ತೊಂದಷ್ಟು ಸೈನಿಕರ ಸಾವು ತಡೆಯುವ ಮಾತಾಡಿದಾಗ ಸೈನ್ಯವೂ

ಒಪ್ಪಲೇಬೇಕಾಗಿ ಬಂತು. ಆದರೆ ಈ ಬಾರಿ ನಿಯಮ ನಮ್ಮದು. ಎಲ್ಲಿಂದ ಯಾವತ್ತು ಹೇಗೆ ನಿರ್ಗಮನವೆಂದು ನಾವು ನಿರ್ಧರಿಸುತ್ತೇವೋ ಹಾಗೆಯೇ ಹೊರಡಬೇಕು. ನಿಯಂತ್ರಣ ರೇಖೆಯ ಹತ್ತಿರ ಇರುವಂತಿಲ್ಲ. ಗುಡ್ಡದ ಮೇಲೆ ಲ್ಯಾಂಡ್ ಮೈನ್‌ಗಳನ್ನು ಇಡುವಂತಿಲ್ಲ. ಇವೆಲ್ಲಕ್ಕೂ ಮೀರಿದರೆ ಭಾರತೀಯ ಸೇನೆ ಕಾರ್ಯಾಚರಣೆ ನಡೆಸುವುದು ಖಚಿತ ಮತ್ತು ಅದಕ್ಕೆ ಹೊಣೆಗಾರರು ನೀವೇ ಎಂದಿತು ಭಾರತ. ಎಲ್ಲಕ್ಕೂ ಹೂಗುಟ್ಟಿತು ಪಾಕ್. ನಂಬುವುದು ಹೇಗೆ ಹೇಳಿ. ಪಾಕೀಗಳು ಬಿಟ್ಟು ಹೋದ ನೆಲವನ್ನು ಸೈನಿಕರು ಪರೀಕ್ಷೆ ಮಾಡಿದರೆ ಅಸಂಖ್ಯ ಲ್ಯಾಂಡ್‌ಮೈನ್‌ಗಳು ತುಂಬಿಹೋಗಿದ್ದವು. ಭಾರತೀಯ ಸೇನೆ ಒಂದೊಂದೇ ಗುಡ್ಡವನ್ನು ತೆಕ್ಕೆಗೆ ತೆಗೆದುಕೊಳ್ಳುತ್ತಾ ಬಂತು. ಅಷ್ಟಾದರೂ ಉಳಿಸಿಕೊಂಡ ಗುಡ್ಡಗಳ ಮೇಲೆ ಕಾರ್ಯಾಚರಣೆ ನಡೆಸಿ ಅವುಗಳನ್ನು ಮುಕ್ತಗೊಳಿಸಿಕೊಳ್ಳಲಾಯ್ತು.

ಈಗ ಹೇಳಿ. ನಮ್ಮ ತಪ್ಪೇ ಇಲ್ಲದೇ ಆಕ್ರಮಣಕ್ಕೊಳಗಾದೆವು, ಯೋಧರನ್ನು ಕಳಕೊಂಡೆವು, ಸಾವಿರಾರು ಕೋಟಿ ಹಣ ವ್ಯಯಿಸಿದೆವು. ಇಷ್ಟಾದರೂ ಗೆಲ್ಲುವ ಹಂತ ಬಂದಾಗ ಒಪ್ಪಂದದ ಮೇಜಿನಲ್ಲಿ ಎಲ್.ಓ.ಸಿ. ದಾಟುವುದಿಲ್ಲವೆಂದು ನಾವಿಬ್ಬರೂ ನಿಶ್ಚಯಿಸಿದೆವು. ಅರೆ! ಇದು ಎಂತಹ ವಿಜಯವಾಯ್ತು? ಇವತ್ತಿಗೂ ಕಾರ್ಗಿಲ್ ಯುದ್ಧದ ತೆರಿಗೆಯಾಗಿ ಪೆಟ್ರೋಲ್ – ಡೀಸೆಲ್ಲುಗಳ ಮೇಲೆ ಸೆಸ್ ಕಟ್ಟುತ್ತಿದ್ದೇವಲ್ಲ; ಇದರ ಸಾಲ ಪಾಕಿಸ್ತಾನ ತೀರಿಸೋದು ಬೇಡವಾ?

ಮತ್ತದೇ ಪ್ರಶ್ನೆ ಉಳಿದುಹೋಯ್ತು. ಹೇಳಿ ಸೋತಿದ್ದು ಯಾರು? ಸೈನಿಕನಾ – ರಾಜಕೀಯ ನೇತಾರರಾ?